ഗ്രീൻ ബുക്സ്

ഗദ്ദർ പാടുന്നു

പി.ബി. അനൂപ്
തൃശൂർ ജില്ലയിലെ
ഇരിങ്ങാലക്കുടയിൽ ജനനം.
മാധ്യമപ്രവർത്തകൻ.
ദൃശ്യ മാധ്യമ പഠനത്തിൽ
ബിരുദാനന്തര ബിരുദം.

ജീവചരിത്രം

ഗദ്ദർ പാടുന്നു

നിലയ്ക്കാത്ത പാട്ടിന്റെയും പോരാട്ടങ്ങളുടെയും പുസ്തകം

പി.ബി. അനൂപ്

ഗ്രീൻ ബുക്സ്

green books private limited
gb building, civil lane road, ayyanthole,
thrissur- 680 003, kerala, ph: +91 487-2381066, 2381039
website: www.greenbooksindia.com
e-mail: info@greenbooksindia.com

malayalam
gaddar patunnu
(biography)
by
p.b. anoop

first published october 2014
reprinted march 2020

cover design : rajesh chalode

branches:
thrissur 0487-2422515
thiruvananthapuram 0471-2335301
calicut 0495 4854662
ernakulam 8589095302

isbn : 978-81-8423-362-9

GBPL/609/2014

കലങ്ങിമറിഞ്ഞ കാലത്തിന്റെ കതകിൽത്തട്ടി
വിപ്ലവത്തിന്റെ തീക്കാറ്റു ചോദിക്കുന്നു,
ആരാണ് ഗദ്ദർ?
പാട്ടുകാരനോ, പോരാളിയോ,
ദലിതനോ, ദിശ തെറ്റിയലയുന്നവനോ,
അറിയില്ല... എനിക്ക് ഉത്തരമില്ല.
ഇരവുമറകൾക്കുള്ളിൽ പട്ടിണി പുകയുന്ന
കീഴാളന്റെ കുടിലുകളിൽ ചെന്നുനോക്കൂ...
അവിടെയുണ്ട് സ്വയമെരിയുന്ന
മെഴുകുതിരിനാളമായ് ഗദ്ദർ.
ഞാൻ, രക്തസാഗരം താണ്ടുന്ന
പാട്ടിന്റെ പടക്കപ്പൽ
ചെങ്കതിരു വിരിയാൻ നെഞ്ചുരുകിവീണ
രക്തസാക്ഷികളുടെ
ചെങ്കൊടി അടയാളമാക്കിയ പടക്കപ്പൽ
ചോര വാർന്ന ചിറകുമായി
സ്വാതന്ത്ര്യത്തിന്റെ ആകാശം താണ്ടുന്ന
പാട്ടുകാരൻ കുരുവി
എന്റെ ജീവിതവൃത്താന്തം അത്രമാത്രം.
ഞാൻ ഗദ്ദർ.
ലാൽ സലാം... ലാൽ സലാം...

ഗദ്ദർ

OPERATION
GREEN

ഉള്ളടക്കം

അന്യോന്യം

മൂന്ന് കവിതകൾ

OPERATION
GREEN
HUNT
₹10
₹18

തെന്നാലിയിൽനിന്നും തെക്കോട്ടടിക്കുന്നു തെമ്മാടിപ്പാട്ടിൻ കൊടുങ്കാറ്റ്

ആഗതു ആഗതു ആഗതു..
സായുധപോരു ആഗതു..

ഗദ്ദർ പാടുകയാണ്. പരമ്പരാഗത പക്കമേളത്തോടെ, പരമ്പരാഗത വേഷത്തിൽ ഗദ്ദർ തീജ്വാലപോലെ ആളിപ്പാടുകയാണ്.

സായുധവിപ്ലവം സംഭവിക്കുമോ ഇല്ലയോ എന്നത് രാഷ്ട്രീയ സ്വപ്നങ്ങളുമായി ബന്ധപ്പെട്ട ചർച്ചയാണ്. ആ ചർച്ച രാഷ്ട്രീയ സ്വപ്നവാസികൾക്കു വിടുന്നു. എന്നാൽ രാഷ്ട്രീയത്തെ ഒഴിവാക്കി ഗദ്ദറെ കാണാൻ കഴിയില്ലല്ലോ. ഗദ്ദർ ഒരു രാഷ്ട്രീയ കവി തന്നെയാണ്. വേദനിക്കുന്നവനൊപ്പം നിൽക്കുന്ന രാഷ്ട്രീയ കവി. ഈണപ്പെടുത്തി എഴുതിയിട്ടുള്ള ഗദ്ദറിന്റെ വരികളിൽ ഭൂരഹിതരുടെയും പട്ടിണിക്കാരുടെയും നെഞ്ചിലെ തീപ്പന്തം ജ്വലിച്ചുനിൽക്കുന്നു. ലോകചന്തയ്ക്കും മേൽക്കോയ്മകൾക്കും എതിരായ തുടി മുഴങ്ങിക്കൊണ്ടിരിക്കുന്നു.

ദൂരീകരിക്കപ്പെട്ട ജനതയുടെ ജീവിതവും കിനാവും കവിതയ്ക്കു പ്രമേയമാക്കിക്കൊണ്ട് ആയുധരാഷ്ട്രീയത്തെ മുന്നോട്ടുവെയ്ക്കുന്നതിനാൽ തെലുങ്കുനാട്ടിലെ കാടുകളിൽനിന്നും അപൂർവ്വമായേ ഗദ്ദറിന് പുറത്തുകടക്കാൻ കഴിയാറുള്ളൂ. നാട്ടിലും കാട്ടിലും ഗദ്ദർ നക്ഷത്രമാണ്. മഹാകവി കുമാരനാശാന്റെ പേരിലുള്ള പുരസ്ക്കാരം നൽകി കേരളം ഗദ്ദറിനെ അംഗീകരിച്ചിരുന്നു. ആരണ്യകവിപ്ലവകാലത്തായതിനാൽ ആ പുരസ്ക്കാരം ഗദ്ദറിന് സ്വീകരിക്കാൻ കഴിഞ്ഞില്ല. ഗദ്ദറിനെ കേരളം നേരിട്ടുകണ്ടത് ആവിഷ്ക്കാരസ്വാതന്ത്ര്യം സംബന്ധിച്ചുള്ള സമരതീക്ഷ്ണമായ സംവാദം നടന്ന കാലത്താണ്. പി.എം ആന്റണിയുടെ ക്രിസ്തുവിന്റെ ആറാംതിരുമുറിവ് എന്ന നാടകമാണ്, ആ സംവാദത്തിന് തീകൊളുത്തിയത്. പ്രതിഷേധത്തിരയിൽ

ഭാഗഭാക്കാകാനെത്തിയ ഗദ്ദർ തെരുവുകളിലൂടെ രോഷകവിതകൾ ചൊല്ലി നൃത്തം ചെയ്തുസഞ്ചരിക്കുകയായിരുന്നു.

പി.ബി. അനൂപുമായുള്ള ഗദ്ദറിന്റെ സംഭാഷണത്തിൽ ഇടതുപക്ഷ രാഷ്ട്രീയവും ലോകകമ്പോള അധിനിവേശശ്രമങ്ങളും വിമർശന വിധേയമാക്കുന്നുണ്ടെങ്കിലും കേന്ദ്രബിന്ദു കീഴാളനാണ്. ലക്ഷ്മിപ്പേട്ടയിൽ ദളിതർ കൊലചെയ്യപ്പെട്ട ദാരുണസംഭവത്തിൽ നിന്നാണ് 'അന്യോന്യ'ത്തിൽ ഗദ്ദർ സംസാരിച്ചുതുടങ്ങുന്നത്. മുഖ്യധാരാ ദലിത് രാഷ്ട്രീയനേതാക്കളുടെ ഇച്ഛാശക്തിയെയും അധികാരികളുടെ താൽപ്പര്യമില്ലായ്മയെയും ഗദ്ദർ ശകാരിക്കുന്നു. ദലിത്വേട്ടയെന്ന നിരീക്ഷണത്തിലൂടെ കീഴാളകവിയുടെ മുഴുവൻ രോഷവും വേദനയും ഗദ്ദർ പ്രകടിപ്പിക്കുന്നുണ്ട്. ഹൃദയം വെന്തുപോയ ഒരു കവിതയുടെ അലർച്ചപോലെ. എല്ലാ മതങ്ങളുടെയും ദലിത് വിരുദ്ധതയെ ഇവിടെ അനാവരണം ചെയ്യുന്നുണ്ട്.

"കാണുന്നീലൊരക്ഷരവും എന്റെ വംശത്തെപ്പറ്റി" എന്ന് മനസ്സുകീറിപ്പാടിയിട്ടുണ്ട് ബൈബിൾ അഗ്നിക്കിരയാക്കിയ പൊയ്കയിൽ അപ്പച്ചനും മനുസ്മൃതി തീയിലിട്ട ഡോക്ടർ ബി.ആർ. അംബേദ്ക്കറും കുഞ്ഞുങ്ങളെ സ്ക്കൂളിൽ ചേർത്ത് പഠിപ്പിക്കാൻ അനുവദിച്ചില്ലെങ്കിൽ പണിയെടുക്കാൻ പാടത്തിറങ്ങില്ലെന്നു പ്രഖ്യാപിച്ച അയ്യൻകാളിയും മീൻപിടിക്കുന്നവർക്കും ഒരു ജീവിതമുണ്ടെന്നു സമർത്ഥിച്ച ഡോക്ടർ വേലുക്കുട്ടി അരയനും ഒറ്റമനുഷ്യനായി ഈ തെലുങ്കുകവിയിൽ തെളിഞ്ഞു നിൽക്കുന്നു.

ജനാധിപത്യവും സായുധസമരവും ഒരേ നാണയത്തിന്റെ രണ്ടു വശങ്ങളാണെന്നു വാദിക്കുന്ന ഗദ്ദർ, ദലിതർ മാനസികമായി സായുധരാകേണ്ടതിന്റെ ആവശ്യകതയെ ഉറപ്പിച്ചുപറയുന്നുണ്ട്. സായുധസമരത്തിന്റെ വിജയം ജനാധിപത്യത്തെ അട്ടിമറിച്ച് ഏകാധിപത്യം സ്ഥാപിക്കുമെന്ന സിദ്ധാന്തത്തെയാണ് ഗദ്ദർ തള്ളിപ്പറയുന്നത്. ജനാധിപത്യമെന്നാൽ ജനങ്ങളുടെ ആധിപത്യമെന്നാണ് അർത്ഥമെങ്കിൽ ഗദ്ദർ മുന്നോട്ടുവെയ്ക്കുന്നത് പ്രകാശിക്കുന്ന ഒരു ചിന്തയാണ്.

മഹാബലിപുരാണത്തെക്കുറിച്ചുള്ള ഗദ്ദറിന്റെ വിലയിരുത്തൽ മുൻകാലധാരണകളെ പൊളിച്ചടുക്കുന്നതാണ്. കേരളീയർ ഓമനയായി താലോലിക്കുന്ന മഹാബലി ചരിതത്തെ ചൂഷകരുടെയും ചൂഷിതരുടെയും മുദ്രയായാണ് ഗദ്ദർ വായിക്കുന്നത്. ആ വായനയെ തള്ളിക്കളയാനും കഴിയില്ല.

ദലിത് ചക്രവർത്തിയായിരുന്ന ബലിയിൽ നിന്നും വാമനൻ അഥവാ സവർണ്ണ ഫാസിസം ആദ്യത്തെ ചുവടിൽ ഭൂമി അളന്നു വാങ്ങി. രണ്ടാം ചുവടിൽ പ്രകൃതിയും മൂന്നാം ചുവടിൽ ദലി തനെത്തന്നെയും അളന്നുവാങ്ങി. ആദ്യം കൃഷിഭൂമി, രണ്ടാമത് ജീവിത സാഹചര്യങ്ങൾ, മൂന്നാമത് അധികാരം. വർഷത്തി ലൊരിക്കൽ കീഴാളരാജാവിന് സ്വന്തം നാടുകാണാൻ വരാൻ സവർണ്ണന്റെ ഔദാര്യം. ഇങ്ങനെയാണ് ഗദ്ദർ ഐതിഹ്യത്തെ ചരിത്രവുമായി ബന്ധപ്പെടുത്തി നിരീക്ഷിക്കുന്നത്.

ഈ നിരീക്ഷണത്തെ കൂടുതൽ ദൃഢമാക്കുന്നതാണ് തുളുനാട്ടി ലുള്ള ബലീന്ദ്രകഥ. ബലീന്ദ്രൻ മഹാബലിതന്നെ. ആ കഥയിൽ വാമനൻ, തട്ടിയെടുത്ത ഭൂമി ബലീന്ദ്രന് തിരിച്ചുകൊടുക്കാമെന്ന് സമ്മതിക്കുന്നുണ്ട്. എന്നാണെന്നോ? കല്ല് കായാവുന്ന കാലത്ത്. വെള്ളാരംകല്ലുകൾ പൂക്കുന്ന കാലത്ത്. ഉപ്പ് കർപ്പൂരവും ഉഴുന്ന് മദ്ദളവുമാകുന്ന കാലത്ത്. മരംകൊത്തി സ്വന്തം തലപ്പൂവു താഴെ യിറക്കുകയും കുന്നിക്കുരുവിന്റെ കറുത്തകല മായുകയും ചെയ്യുന്നകാലത്ത്. അതായത് ഒരിക്കലും, തട്ടിയെടുത്ത ഭൂമി തിരിച്ചുനൽകുകയില്ലെന്ന്. തട്ടിപ്പിന്റെ ഐതിഹാസിക തലം! അക്കാലത്ത് അധികാരം തിരിച്ചുകൊടുക്കാമെന്നുകൂടി പാഴ്വാക്കുപറയുന്നുണ്ട്. ബലീന്ദ്രപ്പാട്ടിൽ ഒരു സവിശേഷത യുള്ളത്, മഹാബലിയെ വാമനൻ 'ഭൂമിപുത്രാ...' എന്ന് അഭി സംബോധനചെയ്യുന്നതാണ്. ആ വിവേകം ഗദ്ദറിന്റെ വാദമുഖ ങ്ങളെ സാധൂകരിക്കുന്നുണ്ട്.

ഭൂമി ആരുടേതാണ്. ആദ്യം തന്നെ ഇവിടെ വസിച്ചവരുടേ താണ്. അവർക്കു ഭൂമി എങ്ങനെ നഷ്ടപ്പെട്ടു? തട്ടിപ്പിന്റെ കഥ അവിടെ പുഷ്ടിപ്പെടുന്നു. മാതാപിതാക്കളെ സംസ്ക്കരിക്കാൻ ആറടിമണ്ണുപോലുമില്ലാതെ മണ്ണിന്റെ ഉടമകൾ നിലവിളിക്കുന്നു. ഈ നിലവിളിയെ മുദ്രാവാക്യങ്ങളാക്കിമാറ്റുകയാണ് ഗദ്ദർ ചെയ്യു ന്നത്.

തെലുങ്കു വിപ്ലവമഹാകവി 'ശ്രീ ശ്രീ'യുടെ ഒരു കവിത മലയാള ത്തിന്റെ പ്രിയകവി ഒ. എൻ. വി കുറുപ്പ് വിവർത്തനം ചെയ്തി ട്ടുണ്ട്.

> "മറ്റൊരുലോകം മഹിതം
> മഹാദ്ഭുതം
> അതിൻ, ഉത്തമംഗത്തിൽ അഗ്നിമകുടം ജ്വലിക്കുന്നു
> അതിന്റെ പുലർവേള കൈയിലേന്തിയ കൊടി
> അരുണം, മഹാകാലയാഗാഗ്നി നാളംപോലെ."

അതേ 'ശ്രീ ശ്രീ'യുടെ തുടർച്ചയാണ് ഗദ്ദർ. 'ഞങ്ങളുടെ രക്തം കൊണ്ട് അവർ അണക്കെട്ടുകൾ തീർക്കുന്നു' എന്നെഴുതിയ ചേര ബന്ത രാജുവിന്റെയും 'വിമോചനത്തിന്റെ ലഘുലേഖകൾ വായിച്ചോളൂ' എന്ന വാക്കുകൾ കേൾപ്പിക്കാനത്രെ ഭഗത് സിംഗിന് ചെകിടനായ പാർലമെന്റിൽ ബോംബുപൊട്ടിക്കേണ്ടി വന്നത് എന്നെഴുതിയ വരവരറാവുവിന്റെയും തുടർച്ചയാണ് ഗദ്ദർ. അതുകൊണ്ടാണ് മുതലാളിമക്കളെ നോക്കി, "ഈ തെമ്മാടിമക്കളെ മുതലാളിവെറികളെ തച്ചുതുലയ്ക്കുവാനോടി വാ കാറ്റേ" എന്ന് ഗദ്ദർ ഉച്ചത്തിൽ പാടുന്നത്.

പ്രച്ഛന്നവേഷധാരികളായ ഭരണകൂടപ്രതിനിധികളുടെ ആക്രമ ണത്തെ അതിജീവിച്ച കവിയാണ് ഗദ്ദർ. അതിന്റെ ഓർമ്മയ്ക്കായി ഒരു വെടിയുണ്ട അദ്ദേഹത്തിന്റെ ശരീരത്തിൽ ഇപ്പോഴും അവശേഷിക്കുന്നു. ഗദ്ദർ മുന്നോട്ടുവയ്ക്കുന്ന മറ്റൊരു സാമൂഹിക പ്രശ്നം, ശ്രീനാരായണ ഗുരുവിനെ ദൈവമാക്കുന്നതാണ്. അമ്പലങ്ങൾ സ്ഥാപിച്ചതു ദുർവ്യയമായിപ്പോയി എന്ന് തിരിച്ച റിഞ്ഞ സാമൂഹ്യപരിഷ്ക്കർത്താവായിരുന്നു നാരായണഗുരു. അദ്ദേഹത്തിന്റ പേരിൽ ക്ഷേത്രങ്ങൾ സ്ഥാപിക്കുന്നതും ചതയ ദിന പൂജയും പുഷ്പാഞ്ജലിയുമടക്കമുള്ള ആരാധനാക്രമങ്ങൾ ഏർപ്പെടുത്തുന്നതും അമിതകക്ഷിരാഷ്ട്രീയബോധമുള്ള കേരള ത്തിലെ സാംസ്ക്കാരിക നായകന്മാരെ ഇപ്പോഴും അലോസര പ്പെടുത്തിയിട്ടില്ലെന്നോർക്കുമ്പോഴാണ് തെലുങ്കുനാട്ടിലെ ഈ കവി കേരളീയ പുരോഗമനബോധത്തിന്റെ കവിയായി മാറു ന്നത്.

ഗദ്ദറിന്റെ ചിന്തകൾ മലയാളികളുടെ സജീവശ്രദ്ധ അർഹിക്കു ന്നതാണ്.

കുരീപ്പുഴ ശ്രീകുമാർ

സൂര്യനിൽ
കൂടുകൂട്ടുന്ന പത്മരാഗപ്പക്ഷി

ആന്ധ്രാപ്രദേശിലെ കരീംനഗറിലുള്ള ബീർപുർ (Bheerpur) ഗ്രാമം. വർഷങ്ങൾക്കുമുൻപ്,

മധ്യാഹ്നസൂര്യൻ എരിഞ്ഞുകൊണ്ടിരിക്കുന്നു. ഗോദാവരി നദിയിൽ അസ്വസ്ഥതയുടെ നീർച്ചുഴികൾ. മാവോയിസ്റ്റ് പ്രസ്ഥാനത്തിന് ഏറ്റവും വളക്കൂറുള്ള മണ്ണാണ് ബീർപൂർ. (മാവോയിസ്റ്റ് തലവൻ മുപ്പള ലക്ഷ്മൺ റാവുവെന്ന ഗണപതിയുടെ ജന്മസ്ഥമാണ് ബീർപുർ). തലമുറകളായി ഗ്രാമീണർ രക്തത്തിലേറ്റു വാങ്ങിയ സായുധപോരാട്ടത്തിന്റെ ബീജങ്ങൾ ചുറ്റുപാടുകളിലെ നെറികേടുകൾക്കെതിരെ ചിലപ്പോഴൊക്കെ മുളയിടുന്നു, പടർന്നു പന്തലിക്കുന്നു. കൊടുങ്കാറ്റുതിർക്കുന്നു.

ഗ്രാമവാസികൾക്ക് അതൊരു സാധാരണ ദിവസമായിരുന്നു. അവശേഷിക്കുന്ന പകൽ.കൂടി വയലിൽ പണിയെടുത്തും കന്നുകാലികളെ മേയ്ച്ചും കഴിച്ചു കൂട്ടണം. പിന്നെ വീടണയണം. വൈകീട്ട്, സ്ത്രീകൾക്ക് ധാന്യപാത്രങ്ങളിൽ അവശേഷിക്കുന്ന പരിമിതമായ നെന്മണികൾ വറ്റാക്കി ഒരുപാട് വയറുകൾ നിറയ്ക്കണം. പുരുഷന്മാർക്ക് പരിദേവനങ്ങളുടെയും പ്രാരബ്ധങ്ങളുടെയും കണക്കുകൾ പരസ്പരം പറഞ്ഞ് റാക്കു മോന്തണം. പ്രതീക്ഷകളുടെ വലിയ ഭാരം ആർക്കുമില്ല. മോചനങ്ങളെക്കുറിച്ചുള്ള സ്വപ്നമില്ല. പോംവഴികളൊന്നുമില്ലാത്തവന്റെ നിസ്സഹായാവസ്ഥയാണ് ഓരോ മുഖങ്ങളിലും.

എല്ലാം പതിവുപോലെ തന്നെ. ഒന്നിനും ഒരു മാറ്റവുമില്ല.

പക്ഷേ, ഗ്രാമത്തിലെ ചില യുവാക്കളുടെ കാര്യം ഇപ്പോഴങ്ങനെയല്ല. അവർ മോചനത്തക്കുറിച്ച് വീണ്ടും പറയാൻ തുടങ്ങിയിരിക്കുന്നു. പുതിയൊരു നാളെയെക്കുറിച്ച് പറയാൻ തുടങ്ങിയിരിക്കുന്നു. എല്ലാം ചൗക്കിദാർ എന്ന് അവർ സ്നേഹപൂർവ്വം വിളിക്കുന്ന വ്യക്തിയുടെ വരവോടെയാണ്. മാവോയിസ്റ്റ് ആശയങ്ങളുമായി ഗ്രാമത്തിലെ യുവാക്കളെ ഇളക്കിമറിക്കാൻ വന്ന വ്യക്തിയാണ് ചൗക്കിദാർ. അയാളുടെ പേര് എന്താണെന്ന് ആർക്കും അറിയില്ല. പക്ഷേ, ഏതു പേര് വിളിച്ചാലും അയാൾ വിളികേൾക്കും. നീണ്ടു ചുരുണ്ട മുടിയും തീക്ഷ്ണമായ

കണ്ണുകളുമുള്ള മനുഷ്യൻ. കുറച്ചു നാളായി അയാളെ ഗ്രാമത്തിൽ കാണാനില്ലായിരുന്നു.

പെട്ടെന്ന്, ഗ്രാമവീഥികളിൽ പൊടിപാറിച്ച് ഒരു കാളവണ്ടി പാഞ്ഞു. അതിനു പിറകിലിരുന്ന് ചൗക്കിദാർ ഗ്രാമവാസികളെ ഗോദാവരി നദിയുടെ കരയിലേക്ക് ക്ഷണിച്ചു.

നാട്ടുകാർ ഒറ്റയ്ക്കും കൂട്ടമായും നദിക്കരയിലേക്ക് നടന്നു. നദിക്കരയിലെ കാട്ടിൽ വസന്തമെത്തിയിരിക്കുന്നു. മാവുകൾ പൂത്തുലഞ്ഞു നിൽക്കുന്നു. ഇളംകാറ്റ് വീശിയപ്പോൾ വസന്തത്തിന്റെ ഉന്മാദഗന്ധം ചുറ്റും പരന്നു. രാവിലെ പെയ്ത മഴയുടെ നനവ് അങ്ങിങ്ങ് അവശേഷിക്കുന്നു. കാടരികിൽ പാമ്പുകൾ ഇണചേരുന്നതു കണ്ട് പുരുഷന്മാർ ചിരിച്ചു. അർത്ഥംവെച്ചുള്ള ചിരി. നദിക്കരയിൽ മണൽത്തിട്ടിനപ്പുറമുള്ള പാറക്കെട്ടിൽ ഒരു ചെങ്കൊടി പാറുന്നു. ചൗക്കിദാർ ഗ്രാമീണരെ നോക്കി ചിരിച്ചു. എല്ലാവരോടും മണൽത്തിട്ടയിൽ ഇരിക്കാൻ പറഞ്ഞു.

അൽപ്പസമയത്തിനകം ഇരുപത് കലാകാരന്മാർ ഗ്രാമീണർക്കു മുന്നിലായി ചെങ്കൊടിക്കു കീഴെയായി അണിനിരന്നു. അവർ ഇത്രയും വേഗത്തിൽ എവിടെ നിന്നും എത്തിയെന്നത് ഗ്രാമീണർക്ക് അത്ഭുതമായി. ശരീരത്തിൽ ചുവന്ന തുണി പുതച്ച്, അരയിൽ തോർത്തുമുണ്ടുകൊണ്ട് കെട്ടി, തലയിൽ ചുവന്ന റിബൺ ചുറ്റി കലാകാരന്മാർ അണിനിരന്നു. ചൗക്കിദാർ ഗ്രാമവാസികളോട് വിപ്ലവത്തെക്കുറിച്ച് പറയുന്നുണ്ടായിരുന്നു. തീയ്ക്കു ചുറ്റുമിരുന്ന് നാലുപേർ തപ്പിന്റെ തുകൽ ചൂടാക്കുകയും ഇടയ്ക്കിടെ അതിൽ അടിച്ച് താളം ശരിയാക്കുകയും ചെയ്യുന്നുണ്ടായിരുന്നു.

ചൗക്കിദാറിന്റെ സംസാരം അവസാനിച്ച ഉടൻതന്നെ തപ്പുകാർ താളമിടാൻ തുടങ്ങി. കലാകാരന്മാർ ചെറിയൊരു നാടകം അവതരിപ്പിച്ചു. ഇടയ്ക്കിടെ പാട്ടും സംഭാഷണവുമുള്ള നാടകം. കർഷകരുടെ ഭൂമി തട്ടിയെടുത്ത ജമീന്ദാരെയും അയാളുടെ സിൽബന്തിയായ പോലീസുകാരനെയും ഗ്രാമീണർ സംഘം ചേർന്ന് ആക്രമിക്കുകയും ഭൂമി തിരച്ചെടുക്കുകയും ചെയ്യുന്നതായിരുന്നു കഥ.

പിന്നെ അവതരിപ്പിച്ച കഥയിങ്ങിനെ, കാടു നഷ്ടമായൊരു ഗോത്രജനത തലചായ്ക്കാൻ ഇടത്തിനുവേണ്ടി പോരാട്ടത്തിനിറങ്ങി. കൈകളിൽ അമ്പും വില്ലും. ഏറ്റവും വലിയ ജനായത്ത വ്യവസ്ഥിതി എന്ന് കൊട്ടിഘോഷിക്കപ്പെട്ട രാഷ്ട്രശരീരത്തിലെ ഇരുണ്ട ഭൂതലങ്ങളിൽ പാർക്കുന്ന പ്രാക്തനമനുഷ്യർ. അവർക്കുനേരെ നിറതോക്കുകളുമായി കാക്കിയണിഞ്ഞ ഭരണവ്യവസ്ഥിതി. വെടിമരുന്നിന്റെ ഗന്ധകപ്പുക അന്തരീക്ഷത്തിൽ നിറഞ്ഞുനിന്നു. ശാപഗ്രസ്തരായ ഒരുപിടി മനുഷ്യർ സ്വപ്നങ്ങളുപേക്ഷിച്ച് അഭയമില്ലാതെ ചിതറിയോടി. കാനേഷുമാരിയിൽപ്പോലും വിലയില്ലാത്ത ഗോത്രജനതയിലൊരുവന്റെ മരണം കൊണ്ട് കുടിലതയുടെ യുദ്ധനീതിക്ക് സർക്കാർ അടിക്കുറിപ്പെഴുതി. ചുടുരക്തം

കണ്ണീരുപോലെയൊഴുക്കിയ ഒരമ്മ ആരോടെന്നില്ലാതെ ഉറക്കെ പറഞ്ഞു, "വെടിയുണ്ടകൾക്കു പകരം ഞങ്ങൾക്ക് ഉണ്ണാനും ഉടുക്കാനും തരൂ. തല ചായ്ക്കാൻ മണ്ണുതരൂ... നിങ്ങൾ ഞങ്ങളിൽ നിന്ന് എല്ലാം കവർന്നെടുത്തില്ലേ! കാടേറി വന്ന് കരളറുത്തില്ലേ!"

കാഴ്ചകൾ അവസാനിച്ചപ്പോൾ ചൗക്കിദാർ ഗ്രാമവാസികളോട് പറഞ്ഞു, "തോൽവികൾ ഇവിടെ തുടർക്കഥയാകുന്നു. ആദിവാസികൾ എന്ന് എല്ലാ പരിഷ്കൃതരും വിളിക്കുന്ന ജനത ഊരുതേടി, നീതിതേടി അലയുകയാണ്. അധികാരിവഗ്ഗത്തിന് അവർക്കുമുന്നിൽ വെയ്ക്കാനുള്ളത് വഞ്ചനയുടെ കണക്കുപുസ്തകം മാത്രമാണ്. ഈ കാഴ്ചകൾ ഇവിടെ അവസാനിക്കുന്നില്ല. ഇനി രക്തസാക്ഷികൾ നിങ്ങളോട് സംസാരിക്കും..."

കലാസംഘത്തിലെ ഇരുപതുപേരിൽ ഒരാൾ രക്തസാക്ഷിയായി ഒരു വശത്തേക്ക് മാറിനിന്നു. അവശേഷിക്കുന്ന പത്തൊൻപതുപേരും കൂട്ടമായി മറുവശത്ത്. നാട്ടുകൂട്ടവും രക്തസാക്ഷിയും തമ്മിലുള്ള സംഭാഷണശൈലിയിൽ ചിട്ടപ്പെടുത്തിയ വീഥിനാടകവുമായിരുന്നു (ഒരുതരം തെരുവുനാടകം) അത്. തപ്പിന്റെതാളം മുറുകി. വായ്ത്താരി ഉയർന്നു.

രക്തസാക്ഷി : (ഒരു വശം തിരഞ്ഞ് കൈ ചൂണ്ടി) നിങ്ങൾ കാണുന്നില്ലേ?

നാട്ടുകൂട്ടം : എന്ത്? (നാട്ടുക്കൂട്ടം ഓരോ മറുപടിയ്ക്കൊപ്പവും കഴുത്ത് ഇരു വശത്തേക്കും ചലിപ്പിക്കുന്നുണ്ട്)

രക്തസാക്ഷി : (ചിരിച്ചുകൊണ്ട്) എന്തെന്നോ... ഗദ്ദർ പാടുന്നു!

നാട്ടുകൂട്ടം : (ആശ്ചര്യഭാവത്തിൽ) ഗദ്ദർ പാടുന്നു!... ആരാണ് ഗദ്ദർ? എന്താണ് ഗദ്ദർ പാടുന്നത്?

രക്തസാക്ഷി : (മുകളിലേക്ക് കൈകൾ ഉയർത്തി) അല്ലയോ, മാളോരേ... ഗദ്ദറിനെ അറിയില്ലെന്നോ! വിപ്ലവം പാടുന്ന കുയിലാണ് ഗദ്ദർ. വിമോചനം പൂക്കുന്ന മരമാണ് ഗദ്ദർ. നിങ്ങളുടെ മനസ്സുകളെ ഉഴുതുമറിച്ചിട്ടുപോയ ചില പാട്ടുകാരില്ലേ...ചില പോരാളികളില്ലേ? അവരിലെ ഒരു കണ്ണിയാണ് ഗദ്ദർ. ഏറ്റവും ഉറപ്പുള്ള കണ്ണി.

നാട്ടുകൂട്ടം : ഓഹോ... എന്താണ് ഗദ്ദറിന്റെ പ്രത്യേകത? എന്താണ് പ്രസക്തി?

രക്തസാക്ഷി : ഗദ്ദർ ഇപ്പോഴും പോരാട്ടം തുടർന്നുകൊണ്ടിരിക്കുന്നു. ആദിവാസിക്കുവേണ്ടി, ദലിതനുവേണ്ടി, പിന്നാക്കക്കാരനുവേണ്ടി, സായുധപോരാളിക്കുവേണ്ടി, മണ്ണിനുവേണ്ടി, മനുഷ്യനുവേണ്ടി, സ്ഥിതിസമത്വത്തിനുവേണ്ടി, സ്ത്രീവിമോചനത്തിനുവേണ്ടി, ചുവന്നപ്രഭാതങ്ങൾക്കുവേണ്ടി... അയാൾ പാടിക്കൊണ്ടിരിക്കുന്നു. വെടിയുണ്ടപോലെയുള്ള പാട്ടുകൾ. പനിനീർപ്പൂവുപോലെയുള്ള പാട്ടുകൾ. അതെ, മുള്ളും മൃദുലതയും ഒരുപോലെയുള്ള

പാട്ടുകൾ, സങ്കടവും സന്തോഷവുമുള്ള പാട്ടുകൾ, പ്രത്യാശയും നിരാശയുമുള്ള പാട്ടുകൾ. ആ പാട്ടുകൾ സമരഭടന്മാർക്ക് എന്നും ആവേശമാണ്. അതിൽ യജമാന്മാർ കാണാത്ത ജീവിതമുണ്ട്. ഓരോ പാട്ടിലും ഗദ്ദർ അറിഞ്ഞ, അനുഭവിച്ച ജീവിതമുണ്ട്. ആ പാട്ടിനെ അറിയുകയെന്നാൽ ഒരുപാട് ജീവിതങ്ങളെ അറിയുക എന്നുകൂടിയാണ്. വിപ്ലവചരിത്രങ്ങളെ അറിയലാണ്.

നാട്ടുകൂട്ടം : എങ്കിൽ ഞങ്ങൾക്ക് ആ പാട്ട് കേൾക്കണം.

രക്തസാക്ഷി : ഉം (മൂളുന്നു) (പുഞ്ചിരിച്ചശേഷം... ഒരു വശം തിരഞ്ഞ് കൈ ചൂണ്ടി) നിങ്ങൾ കാണുന്നില്ലേ?

നാട്ടുകൂട്ടം : (ആവേശത്തോടെ) ഉണ്ട്. വ്യക്തമായി കാണുന്നുണ്ട്.

തുടർന്ന് രക്തസാക്ഷിയും നാട്ടുകൂട്ടവും വേദിയുടെ ഒത്തനടുവിൽ വന്നു നിന്നു. പരസ്പരം കൈകോർത്തു പിടിച്ചു ഉറക്കെ ഉറക്കെ പാടി. കാഴ്ചക്കാരായി മുന്നിലിരുന്നിരുന്ന ഗ്രാമീണരുടെ നെഞ്ചിൽ പേമാരി പോലെ പെയ്തിറങ്ങുന്നൊരു പാട്ട്.

"ഗദ്ദർ പാടുന്നു... ഗദ്ദർ പാടുന്നു... ഗദ്ദർ പാടുന്നു.
സൂര്യനിൽ കൂടുകൂട്ടുന്ന പാട്ടുകാരൻ പക്ഷി പാടുന്നു;
സോദരീസോദരരെ ഒന്നുചേർന്നു നിൽക്കൂ,
നമ്മൾ ഏകരാണ്, അദൃശ്യരാണ്, അസ്പർശ്യരാണ്
പക്ഷേ, നമ്മൾ ശക്തരാണ്...
കുരുക്കിൽ വീണ പുലിയെപ്പോലെ
നമ്മൾ നഗരങ്ങളാൽ വലയപ്പെട്ടിരിക്കുന്നു
മൈക്കുകൾക്കു മുന്നിൽ അലമുറയിട്ട നേതാക്കൾ
അടുത്ത പകലിനു മുൻപേ എങ്ങോ പോയിമറഞ്ഞു
പൊലീസുകാരന്റെ ലാത്തിയടിയേറ്റ് നമ്മുടെ ദേഹം ചിതറിത്തെറിച്ചു .....
നീതി മൗഢ്യമാകുമ്പോൾ
പീഡനം നിയമവ്യവസ്ഥയാകുമ്പോൾ
വിഭജനങ്ങൾ ഭരണരീതിയാകുമ്പോൾ
ബന്ധങ്ങൾ അറ്റുപോകുമ്പോൾ
അന്നം പകൽക്കിനാവാകുമ്പോൾ
രോഷം തിളയ്ക്കുന്ന നാവുമായി ഗദ്ദർ പാടുന്നു... വിപ്ലവം പൂക്കുന്നു.

ഉറക്കം നഷ്ടപ്പെടുത്തുന്ന ഉണ്ണിക്കഥകൾ

സന്ധ്യയ്ക്ക് ആകാശത്തു പടർന്ന ചുവപ്പിനൊപ്പം രക്തധമനികളെ കോരിത്തരിപ്പിച്ച് ആ ഗാനം കത്തിപ്പടരുകയാണ്. കൊയ്ത്തടുത്ത പാടങ്ങളിലെ നെൽക്കതിരുകളെ തഴുകി കാറ്റുവീശുന്നു. തണുപ്പിന്റെ നേരിയ വിരൽസ്പർശമുള്ള കാറ്റ്. കാറ്റിന്റെ ദിശക്കൊപ്പം കൊയ്ത്തരിവാളിന്റെ വായ്‌വട്ടംപോലെ നിരതെറ്റാതെ കിളികൾ പറന്നു. അത് പുതിയ പ്രതീക്ഷകളുടെ കൊയ്ത്തുകാലം. കാതങ്ങൾ താണ്ടിയെത്തുന്ന ആ പാട്ടിൽ ഒരു ജനതയുടെ സമരവീര്യമുണ്ട്. വിമോചന സ്വപ്നങ്ങളുണ്ട്. മനസ്സിന്റെ ആഴങ്ങളിലേക്ക് തുളഞ്ഞുകയറുന്ന തീക്ഷ്ണമായ ശബ്ദം. മലയാളിയുടെ വിപ്ലവഗാനവഴികളിൽ പി.കെ മേദിനിയെന്ന മേദിനിടീച്ചർ കൊളുത്തിയ പാട്ടിന്റെ കാട്ടുതീ. ഓരോ വരിയിലും തലമുറകളുടെ നെഞ്ചിടിപ്പറിയാം. ജീവശ്വാസത്തിന്റെ ചൂടനുഭവിക്കാം. ചോരത്തുള്ളികൾ തൊട്ടെടുക്കാം.

ഓർമ്മകളുടെ നാൽക്കവലയിൽ കോളാമ്പി ലൗഡ്സ്പീക്കറിലൂടെ ആ പാട്ട് ഒഴുകിയെത്തുകയാണ്. പാട്ടിന്റെ വഴിക്കിരുവശത്തും തൂക്കുമരങ്ങളിൽ നിന്നും ഇറ്റിവീണ, വെടിയുണ്ടകൾക്കൊപ്പം ചിതറിത്തെറിച്ച ചോരകൊണ്ട് ചുവന്ന ചെങ്കൊടികൾ.

സന്ധ്യ മാഞ്ഞു. നേരം ഇരുട്ടിത്തുടങ്ങി.

പാട്ടിനൊപ്പം ചില കാഴ്ചകൾ കൂടി തെളിയുന്നു. നാടിന്റെ അകത്തെ കാഴ്ചകൾ. നാടകക്കാഴ്ചകൾ.

വിശന്നൊട്ടിയ വയറുമായി വയലിൽ വിയർപ്പൊഴുക്കിയവനുമേൽ സിംഹാസനമിട്ട് കാലിന്മേൽ കാലുകയറ്റിയിരിക്കുന്ന ജന്മിത്വം. കല്ലുപിളർക്കുന്ന കൽപ്പനകളുടെയും കൊടിയ പീഡനങ്ങളുടെയും നാളുകൾ. പട്ടിണിയും സമൃദ്ധിയും, താൻപോരിമയും തീണ്ടായ്കയും, സ്വർഗവും നരകവും, വെളുപ്പും കറുപ്പും ഒരുനാണയത്തിന്റെ ഇരുവശങ്ങൾപോലെ നിറഞ്ഞ കാഴ്ചകൾ. 'നമ്മളുകൊയ്യും വയലെല്ലാം നമ്മുടേതാകുമെന്ന' ദീർഘദർശനത്തോടെയാണ് കേരള പീപ്പിൾസ് ആർട്സ് ക്ലബ്ബ് എന്ന

കെപിഎസിയുടെ ആ നാടകക്കാഴ്ചകൾക്ക് തിരശ്ശീല വീണത്. മേലാളന്റെ ചാതുർവർണ്യധാർഷ്ട്യത്തിനുമേൽ കീഴാളന്റെ അവകാശബോധം ചെങ്കൊടികുത്തി. ചങ്ങലകൾ നഷ്ടപ്പെട്ടു, പുതിയൊരു ലോകം തുറന്നുകിട്ടി. കമ്മ്യൂണിസ്റ്റ് മാനിഫെസ്റ്റോയും വർഗ്ഗസമരസിദ്ധാന്തങ്ങളും സാധാരണക്കാരന്റെ ജീവിതത്തോട് ചേർത്തുവെച്ചത് ഇത്തരം വിപ്ലവഗാനങ്ങളും നാടകങ്ങളുമായിരുന്നു. വിപ്ലവഗാനങ്ങളും നാടകങ്ങളും അടിച്ചമർത്തപ്പെട്ടവന്റെയുള്ളിലെ കടന്നൽകൂടിളക്കി. അവനെ സമരസജ്ജനാക്കി. സ്വാതന്ത്ര്യത്തിന്റെ ആകാശവും സ്വയംപര്യാപ്തതയുടെ ഭൂമിയും സ്വന്തമാക്കാൻ അവന് വീറുനൽകി. ചെറുമൻ നാളെകളിലേക്ക് തലയുയർത്തിനിൽക്കുന്ന ദൃശ്യത്തോടെ, പുതിയൊരു യുഗപ്പിറവി സ്വപ്നം കണ്ടു. കാഴ്ചകൾക്കു തിരശ്ശീല വീണു. വെളിച്ചം പരന്നു.

"ഇതൊരു ചരിത്രമാണ്. നമ്മളെ നമ്മളാക്കിയ ചരിത്രം. ഒരിക്കലും മറക്കാൻ പാടില്ലാത്ത ചരിത്രം."

പോലീസ് ബൂട്ടിനു കീഴിൽ തകർന്നുപോയ വാരിയെല്ലു തടവി മുത്തച്ഛൻ (മുത്തച്ഛന്മാർ) പറഞ്ഞു. നെഞ്ചിൻകൂട്ടിലേക്ക് ശ്വാസം വലിച്ചു കയറ്റി മുത്തച്ഛൻ നിവർന്നുനിന്നു. മുണ്ട് മാടിക്കുത്തി. പ്രായം വെള്ളപ്പാടകൊണ്ട് കാഴ്ചമറക്കാൻ വെല്ലുവിളിക്കുന്ന ആ കണ്ണുകളിൽ കണ്ണുനീരിന്റെ നനവ്. വിറയ്ക്കുന്ന കൈകളിൽ കരുത്തിന്റെ വൈദ്യുതാലിംഗനം.

ഇതുപോലെ, വിപ്ലവസ്മൃതികളുടെ ഉണ്ണിക്കഥകൾ കേട്ടാണ് ഓരോ മലയാളിയും ജീവിതത്തിന്റെ ഓർമ്മവഴികൾ താണ്ടിയിട്ടുള്ളത്. കഥയല്ല, കഥയേക്കാൾ വിസ്മയകരമായ സാമൂഹിക ചരിത്രം. അനുഭവങ്ങളുടെ തീക്കടലുകൾ കടന്നുവന്ന മുത്തച്ഛന്മാർ പിൻതലമുറകളുടെ പൊതുബോധങ്ങളിൽ വിപ്ലവരാഷ്ട്രീയത്തിന്റെ തേനുംവയമ്പും അരച്ചു ചേർത്തതിന്റെ അനുഭവങ്ങൾ ഭൂരിപക്ഷം മലയാളിക്കും പറയാനുണ്ടാകും. ബാലറ്റ് പേപ്പറിലൂടെ കമ്മ്യൂണിസ്റ്റ് സർക്കാർ ആദ്യമായി അധികാരത്തിലെത്തിയതിന്റെ മുൻപും പിൻപുമുള്ള പോരാട്ടങ്ങളുടെ ഉണ്ണിക്കഥകൾ. കഥകൾ മുറതെറ്റാതെ പിന്മുറക്കാരിലെത്തിച്ച മുത്തച്ഛന്മാർ. ആ ഉണ്ണിക്കഥകൾ കേട്ട് ഉറക്കം നഷ്ടമായ പിൻതലമുറകൾ.

നമ്മുടെ അകക്കാമ്പിന്റെ ഉള്ളിന്റെയുള്ളിലുള്ള എന്തോ ഒന്ന്. പേരെടുത്ത് വിളിക്കാനാകാത്ത, നമ്മളെ നമ്മളാക്കുന്ന എന്തോ ഒന്ന്. സാമൂഹിക ശരീരത്തിലെ ആ മൂലകോശത്തിൽ നിന്നുതന്നെ തുടങ്ങുന്നു ഗദ്ദറിന്റെ ജീവിതരേഖയും. കൃത്യമായ ഒരിടത്തു തുടങ്ങി അനന്തമായി നീളുന്ന രേഖാഖണ്ഡം പോലെ.

കയ്യൂരിലെയും കരിവള്ളൂരിലെയും പുന്നപ്ര-വയലാറിലെയുമുൾപ്പെടെ നിരവധി ചെറുത്തുനിൽപ്പുകൾ. സ്മൃതിപഥങ്ങളിൽ കൊത്തിവെച്ചതും മാഞ്ഞുപോയതുമായ എണ്ണമറ്റ നേതാക്കൾ. മേദിനി

ടീച്ചറുടെ പാട്ടും കെ.പി.എ.സിയുടെ നാടകവുമുൾപ്പെടെ മണ്ണിനെ ചുവപ്പണിയിച്ച കലാരൂപങ്ങൾ എല്ലാം എല്ലാവരുടെയും ഉള്ളിൽ നിറഞ്ഞുനിൽപ്പുണ്ട്.

പിന്നെ, എഴുപതുകൾ മുതൽ വയനാടൻ ചുരമിറങ്ങി ഒരു കാറ്റ് ആഞ്ഞുവീശി. വന്മരങ്ങളെ കടപുഴക്കിയെറിഞ്ഞ കാറ്റ്. ജനാധിപത്യ ജന്മിത്വത്തിൽ മനംമടുത്ത പുതുരക്തങ്ങൾ കെട്ടഴിച്ചുവിട്ടതാണ് ആ കാറ്റ്. വസന്തത്തിന്റെ ഇടിമുഴക്കമുള്ള കാറ്റ്. പ്രത്യയശാസ്ത്രങ്ങൾ പുസ്തകങ്ങളിലൊതുങ്ങിയപ്പോൾ മോചനത്തിന്റെ മാവോ ദിശക്കൊപ്പമായിരുന്നു ആ കാറ്റ്. അതിനെ നക്സലിസമെന്ന് നമ്മൾ പരിചയപ്പെട്ടു. തിരുനെല്ലിക്കാടുകളിൽ അടിയാരുടെ പെരുമൻ തിളങ്ങി. അധികാരത്തിന്റെ ആയുധപ്പുരകളിൽ ആത്മരോഷത്തിന്റെ ചുവന്നകൈപ്പത്തിപ്പാടുകൾ പതിഞ്ഞു. ലോഹമൂർച്ചയിൽ രക്തം പടർന്നു. കലയിലും ജീവിതത്തിലും ക്ഷുഭിതയൗവനം തിളച്ചുമറിഞ്ഞു. മലയാളിയുടെ നടവഴിയിൽ ചുവന്ന വാകപ്പൂകൾ വീണുകിടക്കുന്നു. കത്തിയാളിയ മീനച്ചൂടിൽ തപിച്ച ജീവിതപ്പൂക്കൾ.

സായുധവിപ്ലവം പക്വതയില്ലാത്ത പ്രായത്തിന്റെ പകൽക്കിനാവാണെന്നു പ്രഖ്യാപിച്ച് പിന്നീട് പലരും പോരാട്ടങ്ങൾ അവസാനിപ്പിച്ചു. മറ്റുചിലർ പുതുവഴികൾ തിരഞ്ഞെടുത്തു. ഇനിയും ചിലർ പോകാൻ വഴികളില്ലാതെ വീർപ്പുമുട്ടി. വീണടിഞ്ഞു. അപ്പോഴേക്കും മറവികളുടെ അനിവാര്യതയിലേക്കു ദിശമാറി കഥപറച്ചിലുകാരായ മുത്തച്ഛന്മാർ പോയിരുന്നു. ആഗോളവത്ക്കരണത്തിന്റെ മലവെള്ളപ്പാച്ചിലിൽ മലയാളിയും ഉൾപ്പെട്ടു.

പക്ഷേ, സ്മൃതിനാശങ്ങൾക്കിടയിലും ഭൂസമരങ്ങൾ ചൂടുപിടിച്ചതിന്റെ വിലാപങ്ങൾ ഉയർന്നുകേൾക്കാം. മണ്ണിനുവേണ്ടി ദളിതൻ പോരാട്ടം തുടരുകയാണ്. നന്ദിഗ്രാം മുതൽ ചെങ്ങറ വരെ. സ്ഥലപ്പേരുകൾമാത്രമേ മാറുന്നുള്ളൂ. മുഖങ്ങളും മനോവ്യഥകളും ഒന്നുതന്നെ. തിരസ്കാരത്തിന്റെയും നീതിനിഷേധത്തിന്റെയും പിന്നണിക്കഥകൾ ഒന്നുതന്നെ. ഒരുകൈയിൽ ജീവിതവും മറുകൈയിൽ മരണവുമായി ഒരു ചോദ്യചിഹ്നംപോലെ ഒരുപാട് കറുത്ത ജീവിതങ്ങൾ. പഴയ രക്തസാക്ഷികൾ പിൻഗാമികളുടെ ടി- ഷർട്ടുകളിലും ഫ്ളക്സ് ബോർഡുകളിലും നിറംമങ്ങി മരണാനന്തര ജീവിതം മുന്നോട്ടുകൊണ്ടുപോകുന്നു.

ജനാധിപത്യത്തിന്റെ മണൽഘടികാരത്തിനു പറയാനുള്ളത് വഞ്ചനയുടെയും പാലിക്കപ്പെടാതെപോയ വാഗ്ദാനങ്ങളുടെയും കഥകൾ. അശാന്തി വേവുന്ന മൺകലങ്ങൾക്കടുത്ത് ബുദ്ധനും അംബേദ്ക്കറും തീപിടിച്ചു കടക്കുന്നു. തലവര മാറ്റിയെഴുതാനാകാതെ ഒരു വലിയ ജനത. വഴിയിൽ സൗന്ദര്യവർദ്ധകവസ്തുവിന്റെ പടുകൂറ്റൻ പരസ്യപ്പലക. കറുപ്പ്

വെളുപ്പാക്കുന്ന ഇന്ദ്രജാലം. അതിനുതാഴെ വിശന്നുചത്ത കറുത്ത പെണ്ണിന്റെ മുല തെരുവുപട്ടികൾ കടിച്ചുകീറുന്നു. ഉത്തരമില്ലാത്ത ഒരു പാട് ചോദ്യങ്ങൾ നിരാശയുടെ വാരിക്കുഴിയൊരുക്കി കാത്തിരിക്കുന്നു.

"അതെ, നമ്മൾ ഒരു തോറ്റ ജനതയാണ്."

പദപ്രശ്നങ്ങൾയ്ക്കിടെ സ്വയം തെളിയുന്ന ഉത്തരങ്ങൾ

"രണ്ടാഴ്ചയ്ക്കുശേഷം നമുക്ക് നേരിട്ടുകാണാം. ഞാൻ ഇപ്പോൾ ഒരു യാത്രയിലാണ്. വിശദമായി അപ്പോൾ സംസാരിക്കാം "

മൊബൈൽഫോൺ കീപ്പാഡിലെ അരണ്ടവെളിച്ചത്തിൽ ഗദ്ദറിന്റെ സന്ദേശം ഞാൻ വായിച്ചു. കൂടിക്കാഴ്ചയ്ക്കായുള്ള അഭ്യർത്ഥനയ്ക്ക് അൽപ്പംപോലും വൈകാതെയുള്ള മറുപടി.

ഗദ്ദർ ഒരേസമയം ഒരു ഉത്തരവും വലിയ ചോദ്യവുമാണ്. മലയാളിയുടെ ചരിത്ര- വർത്തമാനകാല അനുഭവങ്ങൾ ചേർത്തുവച്ചാൽ ഗദ്ദറിന്റെ പേരും തെളിഞ്ഞു വരും. പദപ്രശ്നങ്ങളിൽ നമ്മൾക്കറിയാവുന്ന ഉത്തരങ്ങൾ എഴുതുമ്പോൾ പുതിയൊരു ഉത്തരം കൂടി കോളങ്ങളിൽ തെളിഞ്ഞു വരുന്നതുപോലെ. ജിക്സോ പസിൽ കളിക്കുന്നതുപോലെ. കമ്മ്യൂണിസവും മാവോയിസവും കലയും കീഴാളമുന്നേറ്റവും ഒരുപോലെ ഗദ്ദറിൽ ഇടംപിടിക്കുന്നുവെന്നതാകാം കാരണം. സമരതീക്ഷ്ണതകളുടെ പര്യായപദം പോലെ. മേദിനി ടീച്ചറിന്റെ പാട്ടും കെ.പി.എ.സിയുടെ നാടകങ്ങളുമെല്ലാം മലയാളിയിലേക്കു പകർന്ന വിപ്ലവബോധത്തിന്റെ, പോരാട്ട പാരമ്പര്യത്തിന്റെ ചിത്രം കുറേകൂടി വലിയ ക്യാൻവാസിൽ ഗദ്ദറെന്ന നാടോടിഗായകനിൽ കാണാൻ കഴിയും.

പിന്നിട്ട സമരവഴികൾ, ഉണ്ണിക്കഥകൾ ഓർമ്മകളിൽ മായാതെ നിൽക്കുന്ന, ചരിത്രത്തിലേക്ക് വേരോട്ടമുള്ള ഒരു മലയാളിക്കും ഗദ്ദർ അപരിചിതനല്ല. തിളച്ചുമറിഞ്ഞ ഒരു കാലഘട്ടത്തെ ഗദ്ദർ സ്വന്തം ജീവിതംകൊണ്ടും പാട്ടുകൾകൊണ്ടും ശരീരംകൊണ്ടും അടയാളപ്പെടുത്തുകയായിരുന്നു. ദക്ഷിണേന്ത്യയിൽ നക്സലിസത്തിന്റെ വികാസപരിണാമങ്ങൾ ഗദ്ദറിന്റെ കലാസപര്യയുമായി ആഴത്തിൽ ബന്ധപ്പെട്ടുകിടക്കുന്നു. ആന്ധ്രയെ പ്രക്ഷുബ്ധമാക്കിയ എല്ലാ ഇടങ്ങളിലും ഗദ്ദറിന്റെ സാന്നിധ്യമുണ്ടായിരുന്നു. നക്സലൈറ്റ്പ്രസ്ഥാനത്തിൽ, ദളിത് മുന്നേറ്റത്തിൽ, തെലുങ്കാന സമരത്തിൽ.. എന്നിങ്ങനെ ആ പട്ടിക നീളുന്നു.

ഗദ്ദർ, ഒരു ഓർമ്മപ്പെടുത്തലാണ്. നിലയ്ക്കാത്ത പോരാട്ടങ്ങളുടെ, ചോരാത്ത വീര്യത്തിന്റെ, പൊള്ളുന്ന വാക്കുകൾ കോർത്തെടുത്ത പാട്ടിന്റെ ഓർമ്മപ്പെടുത്തൽ. ആയുധത്തിന്റെ മൂർച്ചയുള്ള വരികൾകൊണ്ടു അടിച്ചമർത്തപ്പെട്ട ജനതയെ വിമോചനത്തിന്റെ വാഗ്ദത്ത ഭൂമിയിലേക്ക് വഴിനടത്തുന്ന ഈ വിപ്ലവ കലാകാരന് ആമുഖങ്ങൾ ഏറെ

ആവശ്യമില്ല. ഇന്ത്യയിലെ ഏറ്റവും ശക്തനായ ജനകീയ കവി. ഒരു വ്യക്തി എന്നതിനപ്പുറം പാർശ്വവത്കരിക്കപ്പെട്ട ഒരു ജനതയുടെ ചെറുത്തുനിൽപ്പിന്റെയും പോരാട്ടത്തിന്റെയും പ്രതീകം. പീപ്പിൾസ് വാർ ഗ്രൂപ്പിന്റെ പോരാളിയും ദളിത് ആക്റ്റിവിസ്റ്റുമായ ഗദ്ദർ, ജനകീയവിപ്ലവത്തിന്റെ മഹാസ്തംഭമായി നിലകൊള്ളുന്നു. കാലം നിശ്ശബ്ദമാക്കിയവർക്കുവേണ്ടി ഗദ്ദർ പാടുന്നു. മൂർച്ചയേറിയ ശബ്ദത്തിൽ.

സമരോന്മുഖരായ കവികളും നാടോടിഗായകരും തെരുവുനാടക പ്രവർത്തകരും എഴുപതുകളിലെ സാമൂഹികജീവിതത്തിന്റെ ഭാഗമായിരുന്നു. നഗരവത്ക്കരണത്തിന്റെയും നവഉദാരവത്ക്കരണത്തിന്റെയും സുഖശീതളിമയിൽ ഉയർന്നുവന്ന കോൺക്രീറ്റ് വനങ്ങളിൽ ആ സമര ഗീതികൾ മിക്കവരും ഉപേക്ഷിച്ചുവെങ്കിലും ഗദ്ദർ അതിനെ കൂടുതൽ ഹരിതാഭമാക്കുകയായിരുന്നു. സ്വപ്നങ്ങളെ പ്രലോഭനങ്ങളുടെ അഴുക്കുചാലിൽ ഉപേക്ഷിച്ചില്ല. സമരസപ്പെടലുകൾക്ക് വഴങ്ങിയില്ല. വൈകിവന്ന ബോധോദയത്തിൽ വന്നവഴികളെ തള്ളിപ്പറഞ്ഞില്ല. മറിച്ച് പുതിയ പോരാട്ടങ്ങൾ ഏറ്റെടുത്തു.

ഒരിക്കൽ പൂനെയിൽ നടന്ന വാർത്താസമ്മേളനത്തിൽ ഗദ്ദർ മുഖ്യധാരാ ഇടതുപക്ഷത്തെ രൂക്ഷമായി വിമർശിച്ചു. കുറിക്കുകൊള്ളുന്നതായിരുന്നു ഗദ്ദറിന്റെ വാക്കുകൾ. “ഇടതുപക്ഷത്തിന്റെ കൊടി ചുവന്നതാണ്, പക്ഷേ, അവരുടെ മനസ് കറുത്തതാണ്.” അധികാരത്തിനു മുന്നിലെ വിട്ടുവീഴ്ചകൾക്കിടയിൽപ്പെട്ട് വഞ്ചിക്കപ്പെട്ട ജനതയ്ക്ക് ഗദ്ദറിന്റെ വാക്കുകൾ പ്രതീക്ഷ നൽകുന്നു. ആ പാട്ടിന്റെ വഴി തേടിയുള്ള യാത്രയാണിത്. ആന്ധ്രയുടെ ഗ്രാമവീഥികളിലൂടെ... കീഴാളന്റെ ചോരയും വിയർപ്പും വീണു നനഞ്ഞ തെന്നിന്ത്യൻ നാട്ടിൻപുറങ്ങളിലൂടെ... നിറതോക്കുകൾ കണ്ണിമചിമ്മാതെ കാവലിരിക്കുന്ന നക്സൽഭൂമിയിലെ പത്മവ്യൂഹങ്ങളിലൂടെ... ഒരു സഞ്ചാരം.

“Miles to go before I meet
Miles to go before I meet
Places to go, People to talk ”

പ്രിയ കവി റോബർട്ട് ഫ്രോസ്റ്റിൽ നിന്ന് ഒരു വഴിമാറ്റം. ഗദ്ദറുമായുള്ള കൂടിക്കാഴ്ചയ്ക്കു മുൻപ് നീണ്ടുനിവർന്നു കിടക്കുന്ന രണ്ടാഴ്ച മറ്റൊരു രീതിയിൽ പിന്നിടാനായിരുന്നു എന്റെ പദ്ധതി. ഗദ്ദറിനെ, അദ്ദേഹത്തിന്റെ നിലപാടുകളെ കുറേക്കൂടി അടുത്തറിയാൻ കഴിയും വിധത്തിൽ ഒരു യാത്ര. തെൻതമിഴകത്തെയും നക്സൽഹൃദയ ഭൂമിയെയും അറിഞ്ഞുള്ള യാത്ര. ഇന്ത്യയിലെ ജാതിയഭേദങ്ങളുടെ പൊള്ളുന്ന യാഥാർത്ഥ്യങ്ങൾ കണ്ടറിഞ്ഞാണ് ആദ്യം ഗദ്ദറിലെത്തിയത്. അടുത്തറിഞ്ഞ കറുത്ത യാഥാർത്ഥ്യങ്ങൾ മഞ്ഞുമലയുടെ അറ്റംമാത്രമായിരുന്നു.

ഗദ്ദറുമായുള്ള ആദ്യസംഭാഷണത്തിന് ഇടവേളയിട്ടാണ് നക്സൽ ഭൂമികകളിലേക്ക് പോയത്. ഈ രണ്ട് യാത്രകളുടെ പശ്ചാത്തലത്തിൽ കൂടിയാണ് ഈ പുസ്തകം. കണ്ടും കേട്ടും പറഞ്ഞും അറിഞ്ഞും ഹൃദയത്തോട് ചേർന്നുനിന്ന ചിലതിന്റെ പങ്കുവെയ്ക്കൽ. അത്രമാത്രം. അതെ, ഗദ്ദറെന്ന വിപ്ലവകാരിയിലേക്കുള്ള ജീവിതയാത്രാപുസ്തകം. എന്റെ യാത്രാപഥങ്ങളിൽ തണൽ വിരിച്ച നന്മയുടെ പൂമരങ്ങൾക്കെല്ലാം നന്ദി. സൗഹൃദങ്ങളായിരുന്നു ഏറ്റവും വലിയ ബലം. ഓരോ ചുവടിലും, ഓരോ വാക്കിലും വരിയിലും കരുത്തുനൽകിയ പ്രിയമിത്രങ്ങൾക്കെല്ലാം നന്ദി. “ജീവിത കഥയുടെ ദൈർഘ്യമല്ല, പറയുന്ന ജീവിതത്തിന്റെ അനുഭവ തീക്ഷണതയാണ് കാര്യം” സെനക്കയുടെ വാക്കുകൾ അടയാളവാക്യമായി കരുതുന്നു.

വരൂ, ഗദ്ദർ പാടുന്നു. ആ പാട്ടു കേൾക്കാം.

പാട്ടിൽ പൊട്ടിമുളച്ച
വിപ്ലവത്തിന്റെ വിത്തുകൾ

സെക്കന്തരാബാദിലെ നിസ്സാം കോളേജ് ഗ്രൗണ്ട്.

രണ്ടര ലക്ഷത്തിലേറെ വരുന്ന ആൾക്കൂട്ടം ആ മൈതാനത്ത് ആർത്തിരമ്പുന്നു. മിക്കവരും ദൂരദേശങ്ങളിൽനിന്നും വന്നവർ. പലപ്രായത്തിലുള്ളവർ. പല ജീവിതസാഹചര്യങ്ങളിലുള്ളവർ. അവരിൽ നിരക്ഷരരായ ഗ്രാമീണരുണ്ട്, വിദ്യാർത്ഥികളുണ്ട്, ദലിതരുണ്ട്, തീവ്ര ഇടതുപക്ഷ രാഷ്ട്രീയ നിലപാടുള്ളവരുണ്ട്, ബുദ്ധിജീവികളുണ്ട്. അക്കമിട്ടുനിരത്താൻ തുടങ്ങിയാൽ പട്ടിക പലതും നീളും. എല്ലാവരും ഉത്സാഹക്കൊടുമുടിയിൽ. കൊടികളും തോരണങ്ങളുമായി ചെങ്കടൽ അവിടെ ആർത്തിരമ്പി. രാജ്യത്തെ ഏറ്റവും പ്രമുഖ നക്സലൈറ്റ് സംഘടനയായ പീപ്പിൾസ് വാർ ഗ്രൂപ്പിന് ആന്ധ്രാപ്രദേശ് സർക്കാർ ഏർപ്പെടുത്തിയിരുന്ന നിരോധം നീക്കിയതിന്റെ ആഘോഷവേളകൂടിയായിരുന്നു അത്.

ഹർഷാരവങ്ങൾക്കിടയിലൂടെ അയാൾ കടന്നുവന്നു. കറുത്ത കമ്പിളിപ്പുതപ്പ് തോളിലൂടെയിട്ട അയാൾ നിശ്ശബ്ദനായി വേദിയിലൂടെ നടന്നുനീങ്ങി. കാലിൽ ചിലങ്കയണിഞ്ഞ, ഷർട്ടിടാത്ത മധ്യവസ്ക്കനായൊരാൾ. വേദിക്കു മധ്യഭാഗത്തെത്തിയപ്പോൾ കൈയിലെ ചെങ്കൊടി മുകളിലേക്ക് ആഞ്ഞുവീശി.

"ലാൽസലാം... ഇൻക്വിലാബ് സിന്ദാബാദ്" ഉച്ചത്തിൽ അയാൾ വിളിച്ചു പറഞ്ഞു. ആ ശബ്ദം പീരങ്കിയുണ്ടപോലെ ദിക്കുകളിൽ പൊട്ടിത്തെറിച്ചു. കാഴ്ചക്കാരുടെ കണ്ഠങ്ങൾ ഒരേ സ്വരത്തിൽ ആർത്തുവിളിച്ചു.

"ഗദ്ദർ... ഗദ്ദർ"

വിദേശങ്ങളിൽ വിശ്വവിജയിയായ ഒരു പോപ്പ് സംഗീതജ്ഞനോട് ജനങ്ങൾ പ്രകടിപ്പിക്കാറുള്ള അഭിനിവേശത്തിന് സമാനമായ അന്തരീക്ഷം. ജനകീയതയുടെ ഹിമാലയശൃംഗമായി അയാൾ നിന്നു. കണ്ണുകൾ പതിയെ അടച്ച് തലതാഴ്ത്തി. പിന്നെ തല മേൽപ്പോട്ടുയർത്തി ശ്വാസം വിട്ടു. മൈക്ക് കൈയിലെടുത്ത് ഒന്ന് മൂളി.

ആസ്വാദകരിൽ ചിലർ കൈയടിച്ചു. ചിലർ വിപ്ലവമുദ്രാവാക്യങ്ങൾ വിളിച്ചു. ഇനിയും ചിലർ ഒരു ഇടിമുഴക്കത്തിനായി കാതോർത്തു. നെല്ലിയില വീണാൽ കേൾക്കാൻ കഴിയുന്ന നിശ്ശബ്ദത. ഗായകൻ പുഞ്ചിരിച്ചുകൊണ്ട് സദസ്സിന് വന്ദനം പറഞ്ഞു. താളവൃന്ദം സ്വരവർഷം പൊഴിക്കാൻ തുടങ്ങവെ തെലങ്കാനയുടെ തനത് വാമൊഴിവഴക്കത്തിൽ അയാൾ ഉച്ചത്തിൽ പാടി...

> "ഞാൻ നക്സൽബാരിയുടെ മകനാണ്
> നീതിയുടെ ചിഹ്നമാണ്.
> ചൂഷണത്തിന് എതിരാണ്.
> സത്യത്തിന്റെ സഹോദരനാണ്.
> ഞാൻ രക്തപതാകയേന്തി സമരം നയിക്കുന്നു."

അടിയന്തിരാവസ്ഥക്കാലത്തെ നരനായാട്ടിൽ പ്രതിഷേധിച്ച് ഗദ്ദർ എഴുതിയ ഓഗുകഥാഗാനമാണിത്. പേര്, 'നക്സലൈറ്റിന്റെ മക്കൾ'. ഏകാധിപതിയുടെ ഹേമന്തനാളുകളിൽ അസ്ഥി മരവിപ്പിക്കുന്ന മർദ്ദനമുറകളേറ്റുവാങ്ങി ഭരണകൂടഭീകരതയുടെ ഇരുട്ടറകളിൽ ജീവിതം ഹോമിച്ച നിരവധിപേർ ആ പാട്ടിന്റെ പിറവിക്ക് വഴിയൊരുക്കി. കൈവിലങ്ങുകൾ തകർത്തെറിയാൻ ആഗ്രഹിച്ച ഒരു ജനതയുടെ സ്വാതന്ത്ര്യമോഹങ്ങളെ വാക്കുകളിലേക്ക് ആവാഹിച്ചാണ് ഗദ്ദർ 'നക്സലൈറ്റിന്റെ മക്കൾ' ചിട്ടപ്പെടുത്തിയത്.

പീപ്പിൾസ് വാർ ഗ്രൂപ്പിന്റെ യുവജനസംഘടനയാണ് റാഡിക്കൽ സ്റ്റുഡന്റ്സ് യൂണിയൻ. ആർ.എസ്.യുവിന്റെ പ്രവർത്തകർക്ക് അടിയന്തിരാവസ്ഥക്കാലത്ത് ഒളിവിൽ പോകേണ്ടിവന്നു. അത്തരത്തിൽ ഒളിവിൽപോയ ജനാർദൻ, മുരളി, ആനന്ദ്, സുധാകർ എന്നീ വിദ്യാർത്ഥികൾ പൊലീസ് കസ്റ്റഡിയിലാവുകയും ക്രൂരമായ മർദ്ദനത്തിനിരയാവുകയും ചെയ്തു. ജീവച്ഛവങ്ങളായ അവരെ ഗിരിയപ്പിള്ളി വനത്തിൽവെച്ച് വ്യാജഏറ്റുമുട്ടലിൽ പൊലീസ് വെടിവെച്ച് കൊന്നു. ഈ സംഭവമാണ് 'നക്സലൈറ്റിന്റെ മക്കൾ' എന്ന ഓഗുകഥാഗാനത്തിന്റെ പശ്ചാത്തലം.

തീക്ഷ്ണമായ ആ പാട്ടിന്റെ താപോർജ്ജധാരയിൽ രണ്ടരലക്ഷത്തിലേറെ വരുന്ന മനസ്സുകൾ തിളച്ചുമറിയാൻ തുടങ്ങി. ജീവിതത്തിനുമുന്നിലുള്ള അനീതിയുടെ കരിങ്കൽഭിത്തികളെ തച്ചുതകർക്കാൻ അവരുടെ കൈകൾ തരിച്ചു. സ്വാതന്ത്ര്യവും സമത്വവും ജന്മാവകാശമാണെന്ന് അവർ ഉറക്കെപ്പറഞ്ഞു. സ്വയംമറന്ന് അലിഞ്ഞുചേർന്നു. ഗദ്ദർ പാട്ടുനിർത്തിയപ്പോൾ ആദ്യം, സദസ്സൊന്നു മൂകമായി. ശബ്ദങ്ങളുടെയും വരികളുടെയും കാന്തികവലയത്തിൽ നിന്നും ചുറ്റുപാടുകളിലേക്ക് മോചിതരായ അവർ പിന്നെ അടുത്ത പാട്ടിനായി ആരവം മുഴക്കി.

ഗദ്ദർ പിന്നെ പാടിയത് മറ്റൊരു പഴയപാട്ടാണ്. പാട്ടിന്റെ ഓരോ വരിക്കുമൊപ്പം സദസ്സിനെക്കൊണ്ട് ഏറ്റുപാടിപ്പിച്ചു.

"അവരുടെ ഉള്ളിലെ രോഷത്തിന്
മനുഷ്യ ചരിത്രത്തോളം പഴക്കമുണ്ട്.
അവർ അനുഭവിച്ച ദുരിതങ്ങൾക്ക്
ദ്രവിച്ചുതുടങ്ങിയ ശാസ്ത്രങ്ങളോളം പഴക്കമുണ്ട്.
അവരുടെ ചിതറിയ വാക്കുകളെ
നെഞ്ചിടിപ്പിന്റെ താളത്തിൽ
കോർത്തെടുത്തു പാടുകമാത്രമാണ്
ഇപ്പോൾ ഞാൻ ചെയ്യുന്നത്.
അവരുടെ വക്കുപൊട്ടിയ കാഴ്ചകളെ
ചേർത്തുവെയ്ക്കുകമാത്രമാണ്
ഞാൻ ചെയ്യുന്നത്
പക്ഷേ, നിങ്ങൾ അധികാരികൾ ഭയക്കുന്നു
ഞാൻ പാട്ടിന്റെ കാട്ടുതീ പടർത്തുകയാണെന്ന്. "

(ഗദ്ദറിന്റെ സമരഗാനം)

സമയസീമകളെ അപ്രസക്തമാക്കി ആ സംഗീതസദിരിന്റെ പ്രവാഹം തുടർന്നു. ഗദ്ദറെന്ന ജനകീയഗായകന്റെ സ്വാധീനശക്തിക്ക് ഇതൊരു ചെറിയ ഉദാഹരണം മാത്രം.

ഗദ്ദർ, ആന്ധ്രയിലെ ഒരു കൊടുങ്കാറ്റാണ്. വിന്ധ്യപർവ്വതത്തിനപ്പുറവും ഇപ്പുറവും അത് വീശിയടിച്ചു. നമ്മുടെ കേരളത്തിലും പാട്ടിന്റെ ആ ന്യൂനമർദ്ദം വീശിയടിച്ചിട്ടുണ്ട്. ഗദ്ദർ; കൊലപാതങ്ങളെ അതിജീവിച്ച പാട്ടുകാരൻ. ആ പാട്ടുകൾ ലക്ഷക്കണക്കിന് ദലിതരും ആദിവാസികളും ഗ്രാമീണരും ഏറ്റുപാടുന്നു. ബി ബി സി യും വോയ്സ് ഓഫ് അമേരിക്കയും തിളച്ചുമറിയുന്ന ആ തീവ്രനാദം ലോകത്തിന് കേൾപ്പിച്ചു കൊടുത്തിട്ടുണ്ട്. ഗദ്ദറിന്റെ ഓരോ പരിപാടിയിലും പങ്കെടുത്തത് ജനലക്ഷങ്ങളാണെന്നു പറഞ്ഞാൽ അത് അതിശയോക്തിയോ, അലങ്കാരമോ അല്ല അക്ഷരം പ്രതി; അക്കം പ്രതി ശരിയാണ്. ഇന്ത്യയിൽ ഒരു ഗായകനും ഒരു കവിക്കും അവകാശപ്പെടാനാകില്ല ഇത്രയും ജനസമ്മതി. ഗദ്ദർ അഭിസംബോധനചെയ്യുന്ന ജീവിതപരിസരങ്ങൾ ഒരു ശരാശരി മലയാളിയുടെ സാമൂഹികാനുഭവങ്ങളായിരുന്നിട്ടില്ല. ചൂഷണത്തിന്റെ വടുക്കൾ ശരീരത്തിലും മനസ്സിലും പേറുന്ന മഹാഭൂരിപക്ഷത്തിനുവേണ്ടിയാണ് ഗദ്ദർ പാടുന്നത്.

'പാട്ട്' 'പോരാട്ടം'

ഗദ്ദറിനെക്കുറിച്ചെഴുതുമ്പോൾ ആദ്യമീ രണ്ടുവാക്കുകൾ കുറിച്ചു. ദിവസത്തെ പകുത്തെടുക്കുന്ന സൂര്യചന്ദ്രന്മാരെയെന്നപോലെ ഗദ്ദറെന്ന

കലാകാരനെ, കലാപകാരിയെ പകുത്തെടുക്കുന്ന രണ്ടുധ്രുവങ്ങൾ. ഗദ്ദറിനെ അറിയണമെങ്കിൽ പഞ്ചവത്സരപദ്ധതികൾ പലതുപിന്നിട്ടിട്ടും പാപമോക്ഷം ലഭിച്ചിട്ടില്ലാത്ത ഇന്ത്യൻ ഗ്രാമങ്ങളുടെ ഇരുണ്ടമുഖങ്ങളിലെ വേരുകൾ തൊട്ടറിയണം. ജീവിതം അടിമത്വത്തിന്റെയും പട്ടിണിയുടെയും അഗ്നികുണ്ഡങ്ങളിൽ ഹോമിക്കപ്പെടുന്ന നിസ്സഹായരായ ജനതതികളെ അറിയണം. ഒരു ശരാശരി മലയാളിയുടെ സുരക്ഷിതവലയങ്ങൾക്കപ്പുറ മാണ് ആ ഇന്ത്യൻ യാഥാർത്ഥ്യങ്ങൾ. അവിടെ ആറുപതിറ്റാണ്ടു പിന്നിട്ട നമ്മുടെ ജനാധിപത്യത്തിന് അഭിമാനിക്കാൻ ഒന്നും തന്നെ അവശേഷി ക്കുന്നില്ല. അഴിമതിയുടെയും അധികാരത്തിന്റെയും പിരമിഡല്ലാതെ. ആ പിരമിഡിനെ പാട്ടുകൊണ്ടും പോരാട്ടംകൊണ്ടും തകർക്കാൻ ശ്രമിക്കുന്ന നാടോടി ഗായകനാണ് ഗദ്ദർ. യാത്ര ഇവിടെ തുടങ്ങുന്നു.

അസ്പർശരായ കറുത്ത സൂര്യന്മാർ

ജനൽ ഓരത്തെ കറുത്തപക്ഷികൾ

ഇമാനുവൽ ശേഖറും പസുംപൊൻ മുത്തുരാമലിംഗ തേവരും നേർക്കു നേർ നിന്നു! റോഡിന് ഇരുവശത്തുമായി.

ചുറ്റിലും പോർവിളി മുഴങ്ങുന്നു. ശേഖർ സൈനികവേഷത്തിൽ. നെറ്റിത്തടത്തിൽ ഭസ്മം പൂശി, വെള്ള വസ്ത്രമണിഞ്ഞ് തേവരും. ഇരുവരുടെയും മുഖത്ത് ശത്രുതയില്ലെങ്കിലും അത് ആജന്മശത്രുക്കൾ മുഖാമുഖം വന്നു നിന്നപോലെയുണ്ട്. അഭിവാദ്യമർപ്പിച്ചും പരസ്പരം വെല്ലുവിളിച്ചും അണികൾ ഉയർത്തിയ ഇരുവരുടെയും കൂറ്റൻ കട്ട്ഔട്ടായിരുന്നു അത്. ചരിത്രത്തെ പുതിയ പശ്ചാത്തലത്തിൽ തിരിച്ചുപിടിയ്ക്കുന്ന ആ കട്ട്ഔട്ടുകൾക്കിടയിലൂടെ ഞങ്ങളുടെ വാഹനം പാഞ്ഞു. കഴിഞ്ഞ കാലത്തിന്റെ ആ മടങ്ങിവരവിന് വെറുപ്പിന്റെ മറുവശം കൂടിയുണ്ട്.

തമിഴകത്തിന്റെ ചരിത്രവഴികളിൽ സ്വജീവിതംകൊണ്ടും സമരങ്ങൾകൊണ്ടും നാഴികക്കല്ലുകൾ തീർത്തവരാണ് ഇരുവരും. തമിഴ്നാട്ടിലെ ദലിത് വിമോചനത്തിന്റെ ശക്തനായ വക്താവും പോരാളിയുമായിരുന്നു ഇമാനുവൽ ശേഖർ. അടിച്ചമർത്തപ്പെട്ട ദലിതനെ ആത്മാഭിമാനത്തിന്റെ ആകാശത്തിലേക്ക് ഉയർത്താൻ ഇമാനുവൽ ശേഖർ സ്വജീവിതം ബലിനൽകി. തമിഴകത്തെ ദേശീയസ്വാതന്ത്ര്യസമരപോരാട്ടത്തിലെ വേറിട്ടൊരധ്യായമാണ് തേവരുടെ ജീവിതം. സുഭാഷ് ചന്ദ്രബോസിനൊപ്പം നിന്ന് സമരം നടത്തിയ നേതാവ്.

പക്ഷേ, ഇന്ന് ശേഖറും തേവരും മറ്റുചിലതിന്റെയെല്ലാം പ്രതീകങ്ങളാണ്. തെക്കൻ തമിഴ്നാട്ടിലെ ജാതിപ്പകയുടെ തിടമ്പേറ്റിനിൽക്കാൻ വിധിക്കപ്പെട്ടതാണ് ഇവരുടെയും തലയെടുപ്പ്. ശേഖർ ദലിത് പ്രതീകമാകുമ്പോൾ തേവർ തേവർസമുദായത്തിന്റെ അഭിമാനചിഹ്നമാണ്. തേവരുടെ പേരുപറഞ്ഞാണ് തേവർസമുദായക്കാർ വർണ്ണാഭിമാനം ഉയർത്തിക്കാട്ടുന്നത്. തെക്കൻ തമിഴ്നാട്ടിലെ ഒട്ടുമിക്കഗ്രാമങ്ങളിലും തേവർ വിഭാഗക്കാരും ദലിതരും തമ്മിൽ സംഘർഷം പതിവാണ്. ഈ വേളകളിൽ ഇരുവിഭാഗങ്ങളും തങ്ങളുടെ കുലവീര്യത്തിന്റെ പ്രതീകമായി

ഈ നേതാക്കളെ പ്രതിഷ്ഠിക്കുന്നു. അവരുടെ കൂറ്റൻ കട്ട്ഔട്ടുകൾ സ്ഥാപിക്കുന്നു. ദലിതർ തങ്ങളുടെ വീര്യം വീണ്ടെടുക്കുന്നത് ഇമ്മാനുവൽ ശേഖറുൾപ്പെടെയുള്ള പിന്നാക്കപശ്ചാത്തലത്തിൽ നിന്നുവന്ന നേതാക്കളെ പ്രതീകങ്ങളാക്കിയാണ്.

ഓർമ്മയില്ലേ, ഭരതൻ സംവിധാനം ചെയ്ത 'തേവർമകൻ' എന്ന ചിത്രവും ഇശൈ ജ്ഞാനി ഇളയരാജയുടെ സ്വരശുദ്ധിയിൽ പിറന്ന 'പൊട്രി പാടടിപെണ്ണേ.. തേവർകാലടി മണ്ണേ..' എന്ന പാട്ടും. തെൻതമിഴകത്തിന്റെ ജാതീയ ഉന്മാദങ്ങളെ ചേതോഹരമായി വരച്ചുകാട്ടിയ മികവുറ്റ ചിത്രം. ചിത്രത്തിനുമപ്പുറം കുലമഹിമയും വർണ്ണവെറിയും നിറഞ്ഞ ജനിതകഘടനയുമായി തലമുറകൾ ഇപ്പോഴും ജീവിക്കുന്നു.

രാജരഥങ്ങൾ ഊർവലംപോയിരുന്ന മാമധുരാപുരി പിന്നിട്ട് ഞങ്ങളുടെ വാഹനം മുന്നോട്ടുപോയി. ഗ്രാമവഴികളിലൂടെ. നോക്കെത്താദൂരം നീണ്ടുകിടക്കുന്ന വയലുകൾക്കിടയിലൂടെ തമിഴകത്തിന്റെ ജീവവാഹിനിയായ വൈഗൈ നദിയൊഴുകുന്നു. ഒരു ജലരേഖപോലെ. തമിഴകത്തിന്റെ കാവ്യകൽപ്പനകളെ, കലാസപര്യകളെ സമ്പന്നമാക്കിയ മഹാനദി ഇന്ന് വരണ്ടുണങ്ങിയിരിക്കുന്നു. കാലം കൊത്തിയെടുത്ത അനവധി ക്ഷേത്രഗോപുരങ്ങൾക്ക് വിശ്വാസവും; വെള്ളം കിട്ടാക്കനിയായ മണ്ണിൽ നൂറുമേനി വിളയിക്കുന്ന കർഷകർക്ക് ആശ്വാസവും പകർന്ന് വൈഗൈ ഒഴുകുന്നു. മരണാസന്നയെങ്കിലും ശൈവപ്രണയത്തിന്റെ മഹാപ്രവാഹം ഇവളിൽ നിറഞ്ഞുതുളുമ്പുന്നു. നദിക്കരയിൽ ഒറ്റപ്പെട്ട വീടുകൾ. വാടാത്ത മല്ലികൈപ്പൂവിന്റെ മണം.

അത് ആടിപൊങ്കൽ നാളുകളായിരുന്നു. തമിഴ് കർഷകന്റെ ആഘോഷനാളുകൾ. പുത്തൻ പ്രതീക്ഷകളുമായെത്തുന്ന പുതുവർഷം. മൺകുടത്തിൽ തിളച്ചുമറിയുന്ന പൊങ്കലിനൊപ്പം ആരവങ്ങളും കരിമ്പിൻ മധുരവും. പനയോലമേഞ്ഞ കൂരകൾ നിറയെ തോരണങ്ങൾ. ചാണകം മെഴുകിയ മുറ്റങ്ങളിൽ വർണ്ണക്കോലങ്ങൾ. എല്ലാത്തിനും സൂര്യൻ സാക്ഷി. അണിഞ്ഞൊരുങ്ങി നാടും നാൽക്കാലികളും. തെക്കൻ തമിഴ് മണ്ണിൽ ഇത് ജെല്ലിക്കെട്ടിന്റെ നാളുകൾ കൂടിയാണ്. കലിയടങ്ങാത്ത കാളക്കൂറ്റന്മാരെ പിടിച്ചുകെട്ടാൻ ചാവേറുകളായി യുവാക്കൾ. ജീവിതവും മരണവും കൊമ്പുകോർക്കുന്ന അങ്കത്തട്ട്.

പൊടിപാറുന്ന ജെല്ലിക്കെട്ട് മൈതാനങ്ങളെ പിന്നിട്ട് ഞങ്ങൾ വയലോരത്തുള്ള ഓലമേഞ്ഞ കുടിലിലാണ് എത്തിനിന്നത്. അകത്ത് വെളിച്ചം കുറച്ചു മാത്രം. ആളുകൾ ചാണകം മെഴുകിയ നിലത്തിരുന്ന് പനങ്കള്ള് മോന്തുന്നു.

"സർ, ഇവൻ താൻ സെൽവൻ" ഒരു മൂലയിലിരുന്നിരുന്ന ചെറുപ്പക്കാരനെ ചൂണ്ടിക്കാട്ടി ഡ്രൈവർ എന്നോടു പറഞ്ഞു. മെലിഞ്ഞ ശരീരം. തിളക്കമില്ലാത്ത കണ്ണുകൾ. തെക്കൻ തമിഴ്നാട്ടിലെ ഒരു ദലിത്

സംഘടനയുടെ പ്രവർത്തകനാണ് സെൽവൻ. പരിചയപ്പെടുത്തലുകൾക്കുശേഷം ജാതിവിവേചനം കോമരം തുള്ളുന്ന തെൻതമിഴകത്തെ കണ്ടറിയാനുള്ള എന്റെ ആഗ്രഹത്തിന് കൂട്ടുവരാമോ എന്ന് സെൽവനോട് ചോദിച്ചു. സെൽവൻ ഒന്നും പറഞ്ഞില്ല.

"അണ്ണേ.." സെൽവൻ ഉറക്കെ വിളിച്ചു. തടിച്ച ഒരു മനുഷ്യൻ ഞങ്ങളുടെ അടുത്തേക്ക് വന്നു. അയാളുടെ കൈയിൽ പനയോലകൾ പിണച്ച് കുമ്പിൾപോലെ കെട്ടിയ പാത്രം. അതിൽ ഇളംവെള്ള നിറത്തിൽ മധുരക്കള്ള്. പൊങ്കൽ നാളുകളിലെത്തുന്ന അതിഥികൾക്കായുള്ള സ്നേഹപാനീയം. സൗഹൃദത്തിന്റെ ലഹരി നുരഞ്ഞുപതയവെ സെൽവൻ പാടി. എല്ലാവരും പാത്രങ്ങളിൽ തട്ടി താളമിട്ടു.

"മനിതനായി പിറന്തുവിട്ടാൽ പോതുമാ..
നാം മാൻപുയരെ വിടുതലൈ വര വേണ്ടാമാ
ജാതിയിൻ പേരെ, മതത്തിൻ പേരെ
ശാസ്തിരങ്കൾ ഇരിക്കിത്
സമനീതി ഉലകത്തിലെ
എവനെക്ക് എങ്കേ കിടയ്ക്കിത്."

(മനുഷ്യനായി ജനിച്ചതുകൊണ്ടുമാത്രം കാര്യമുണ്ടോ നമ്മുടെ അഭിമാനം കാത്തുസൂക്ഷിക്കാൻ കഴിയുവിധം സ്വാതന്ത്ര്യം ലഭിക്കണ്ടെ. ജാതിക്കും മതത്തിനും വേണ്ടി തത്ത്വസംഹിതകൾ ഒരുപാടുണ്ട്. തുല്യനീതി ആർക്കെങ്കിലും എവിടെയെങ്കിലും കിട്ടുമോ?)

ജാതിവിവേചനം ഗ്രാമങ്ങളിലെ യാഥാർത്ഥ്യമാണ്. സെൽവൻ പറഞ്ഞതുപോലെ അഗ്നിപർവ്വതത്തിനു മുകളിലാണ് തെൻതമിഴകത്തെ ഓരോ ഗ്രാമവും കഴിയുന്നത്. ജാതിക്കലാപങ്ങൾ ഏതു നിമിഷവും പൊട്ടിപ്പുറപ്പെടാം. വിജാതീയപ്രണയങ്ങളുടെ പേരിൽ, വസ്തുതർക്കത്തിന്റെ പേരിൽ, കോവിൽ തിരുവിഴകളുടെ പേരിൽ എന്തിനേറെ മറ്റൊരുത്തന്റെ പറമ്പിലേക്ക് ചാഞ്ഞുനിൽക്കുന്ന മരക്കൊമ്പിന്റെ പേരിൽവരെ ആളുകൾ ജാതിനോക്കി ചേരിതിരിഞ്ഞ് പരസ്പരം കൊന്നൊടുക്കുന്നു.

"സ്വാതന്ത്ര്യം കിട്ടി എന്ന് എല്ലാവരും അഹങ്കരിക്കുന്ന ഈ നാട്ടിൽ മാടുകൾക്ക് മനുഷ്യരേക്കാൾ ഒരുപാട് ഇരട്ടി വിലയുണ്ട്." ഉത്തരപുര എന്ന ഗ്രാമത്തിലെ ജാതിമതിൽ ചൂണ്ടിക്കാട്ടി സെൽവൻ പറഞ്ഞു. കീഴാളന്റെ സ്പർശനമേറ്റ് തങ്ങളുടെ മണ്ണ് അപവിത്രമാകാതിരിക്കാൻ മേലാളന്മാർ കെട്ടിപ്പൊക്കിയ അറുനൂറ് മീറ്റർ ഉയരമുള്ള വർണ്ണവെറിയുടെ മതിൽക്കെട്ട്. പുറംലോകത്തെത്താനുള്ള എല്ലാപൊതുവഴികളും കൊട്ടിയടച്ചാണ് ഉത്തപുരയിലെ സവർണ്ണർ 1989-ൽ ഈ മതിൽ നിർമ്മിച്ചത്. നമ്മുടെ സ്ഥിതിസമത്വവാദങ്ങൾക്കുമേൽ ചോദ്യചിഹ്നമായി ഉത്തരപുരയിലെ മതിൽ ഇന്നും അവശേഷിക്കുന്നു.

തിരഞ്ഞെടുപ്പിന്റെ ഉത്സവാഘോഷങ്ങൾക്കും സംവരണത്തിന്റെ കെട്ടുകാഴ്ചകൾക്കും അപ്പുറമാണ് ദളിതന്റെ അവസ്ഥ. ദൈവങ്ങൾക്കു പോലും ഈ മണ്ണിൽ ജാതിയുണ്ട്. കൃഷിയിടത്തിനായി, തൊഴിലിനായി, ആരാധനാലയങ്ങളിൽ പ്രവേശിക്കാൻ, വിവാഹം കഴിക്കാൻ, എന്തിനേറെ ഉടുമുണ്ട് മടക്കിക്കുത്താനും, ചെരുപ്പ് ധിരിക്കാനുംവരെ അവർണ്ണന് ഇന്നും സവർണ്ണന്റെ അനുമതിവേണം. വിവേചനത്തിന്റെ കാട്ടുനീതി ഏതെങ്കിലും ഒരു മതത്തിൽമാത്രം ഒതുങ്ങി നിൽക്കുന്നില്ല. എല്ലാ വിശ്വാസപ്രമാണങ്ങൾക്കും ഒരുപോലെ വിഹിതമുണ്ട്.

സെൽവൻ ആരോടോ ഫോണിൽ സംസാരിച്ചുകൊണ്ടിരിക്കുകയാണ്. തമിഴ്നാട്, ആന്ധ്രാഗ്രാമങ്ങളിലെ നിറങ്ങൾ ചോർന്നുപോയ മനുഷ്യജീവിതങ്ങൾക്കിടയിലൂടെയാണ് ഞാൻ ഗദ്ദറിലേക്ക് വഴിവെട്ടുന്നത്. സാമൂഹികമുന്നേറ്റത്തിന്റെ വെളിച്ചം കടന്നുവരാത്ത ആ ഇരുളടഞ്ഞ ജീവിതങ്ങളെ അറിഞ്ഞാൽ മാത്രമേ ഗദ്ദറെന്ന കലഹിക്കുന്ന കാട്ടുചോലയെ അറിയാൻ കഴിയൂ. ഏതു മതവിഭാഗത്തിൽപ്പെട്ടവനായിക്കൊള്ളട്ടെ ദലിതനാണെങ്കിൽ മരിച്ചുകഴിഞ്ഞാൽ സംസ്ക്കരിക്കുന്നത് പ്രത്യേക ശ്മശാനത്തിലാണ്. പിറവിയിൽ തുടങ്ങുന്ന വേർതിരിവിന്റെ അധഃകൃതവൽക്കരണം ആദിദ്രാവിഡനെ ചുടലവരെ വേട്ടയാടുന്നു. വിശ്വാസങ്ങളും വ്യവസ്ഥിതിയും സവർണ്ണന് ഭരണാവകാശം തുല്യം ചാർത്തിനൽകിയപ്പോൾ അവർണ്ണൻ കളത്തിനു പുറത്തായി. ഇതിന് മറുപടിയായി 'ദലിത് ദേശം' രാഷ്ട്രകൽപ്പനയാണ് ഗദ്ദർ മുന്നോട്ടു വെയ്ക്കുന്നത്.

വംശഭേദങ്ങളുടെ തായ്‌വേരുതൊട്ട് ഞങ്ങൾ മാവട്ടങ്ങൾ (ജില്ലകൾ) കടന്നു. "ഭൂമിയിൽ രണ്ടു ജാതിയേ ഉള്ളൂ. ഒന്ന്, മറ്റുള്ളവർക്ക് നന്മചെയ്യുന്നവരും രണ്ട്, അതിനെ എതിർക്കുന്നവരും." എന്നുപാടിയ തമിഴകത്തിന്റെ കാവ്യതാരകം ഔവ്വയാറിന്റെ വരികൾ സ്ഥിതിസമത്വത്തിന്റെ സംഘകാല സ്വപ്നം മാത്രമായി അവശേഷിക്കുന്നു. ശിവഗംഗയുടെ പാതിവരണ്ട മണ്ണിലൂടെ സഞ്ചരിക്കുമ്പോൾ പേരുകേട്ട വൻകിട ബാങ്കുകളിൽ മിക്കതിന്റേയും ശാഖകൾ കണ്ടു. ആഗോളവത്കരണത്തിന്റെ ശക്തനായ വക്താവുകൂടിയായ രാഷ്ട്രീയനേതാവിന്റെ മണ്ഡലമാണിത്. പൊതുചടങ്ങുകളിൽ ഇന്ദിരാഗാന്ധിയുടെ ഹിന്ദിയിലും ഇംഗ്ലീഷിലുമുള്ള പ്രസംഗങ്ങൾ തമിഴിലേക്ക് പരിഭാഷപ്പെടുത്തിക്കൊണ്ട് രാഷ്ട്രീയത്തിലേക്ക് കടന്നുവന്ന പളനിയപ്പൻ ചിദംബരമെന്ന പി.ചിദംബരത്തിന്റെ മണ്ഡലം. ചിദംബരമാണ് സാമ്പത്തീകഭീമന്മാർക്ക് ശിവഗംഗയിലേക്ക് വാതിൽ തുറന്നുകൊടുത്തത്. "സ്വീഡിഷ് ബാങ്കിന്റെ ശാഖയിലെ കണ്ണാടി കൂടിനു മുന്നിൽ നിന്നാൽ പാവപ്പെട്ടവന്റെ പശിയടങ്ങുമോ?" സെൽവൻ പുച്ഛത്തോടെ പറഞ്ഞു.

തെരുവോരത്തെ പെട്ടിക്കടകളിൽ കൊക്കക്കോള തൂങ്ങിക്കിടക്കുന്നു. അമേരിക്കൻ സാമ്രാജ്യത്വത്തിന്റെ കഞ്ചാവുപാനീയമെന്നാണ് സെൽവൻ

കൊക്കക്കോളയെ വിളിക്കുന്നത്. എന്റെ മനസ്സിൽ വന്നത് അമേരിക്കൻ അധിനിവേശത്തിനെതിരെ ഗദ്ദർ പാടിയ പാട്ടാണ്,

"ഇതാ! ഇവിടെ നോക്കൂ,
അമേരിക്ക വരുന്നുണ്ടേ...
വല്ല്യേട്ടൻ വരുന്നുണ്ടേ...
അതികാലെയിൽ ടൂത്ത് പേസ്റ്റിന്റെ രൂപത്തിൽ
അവൻ വരുന്നു.
ഉച്ചയ്ക്ക് ഉച്ചിയിൽ സൂര്യൻ തിളങ്ങുമ്പോൾ
ശീതളിമയിൽ പൊതിഞ്ഞ കൊക്കക്കോളയായ് വരുന്നു.
വൈകുന്നേരങ്ങളിൽ ലഹരിനുരയുന്ന
വിസ്കിയും ബ്രാൻഡിയുടെയും രൂപത്തിൽ അവൻ വരുന്നു.
നമ്മുടെ ചിന്തകളെ കീഴടക്കുവാൻ
സ്റ്റാർ ടി വിയുടെ രൂപത്തിൽ അവൻ നമ്മുടെ ഇടയിൽ ജീവിക്കുന്നു."

(ഗദ്ദറിന്റെ അമേരിക്കൻ വിരുദ്ധ ഗാനം)

വിരുദനഗറിൽവെച്ചാണ് രണ്ടുപേർകൂടി ഞങ്ങൾക്കൊപ്പം കൂടിയത്. സെൽവൻ അതിലൊരാളെ "തോഴാ.." എന്നാണ് വിളിച്ചത്. അമ്പതു പിന്നിട്ട അൽപ്പം തടിയുള്ള ഒരു മനുഷ്യൻ. അയാളുടെ ഇടതുകാലിന് എന്തോ കുഴപ്പമുണ്ട്. വാഹനത്തിലേക്ക് കയറുന്ന സമയത്ത് ഞാൻ അത് ശ്രദ്ധിച്ചിരുന്നു. അൽപ്പം നരച്ച ചുവന്ന ഷർട്ടും നീല ജീൻസുമാണ് വേഷം. മുഖത്ത് കട്ടികണ്ണട.

"ഡോൺബോസ്കോ" അയാൾ പരിചയപ്പെടുത്തി. ഡോൺ ബോസ്കോ എന്നെ ഗദ്ദറിലേക്ക് എത്തിക്കുമെന്ന് സെൽവൻ പറഞ്ഞു.

പെൺകുട്ടി പിറന്നാൽ വീടിനു ബാധ്യതയാണെന്നു വിശ്വസിച്ച് കൊലപ്പെടുത്തിയിരുന്ന, പെൺകൊലകൾക്ക് കുപ്രസിദ്ധി നേടിയിരുന്ന ഉസലംപെട്ടി പിന്നിട്ടപ്പോൾ ഡോൺബോസ്കോ അയാളുടെ കഥ പറയാൻ തുടങ്ങി. പുറംകാഴ്ചകളിലേക്കുള്ള ജാലകം തൽക്കാലത്തേക്ക് അടച്ചിട്ട് ഞാൻ ആ കഥകൾക്കൊപ്പം നീങ്ങി. തമിഴ്നാട്-ആന്ധ്രാ അതിർത്തിഗ്രാമത്തിലാണ് ഡോൺബോസ്കോ ജനിച്ചത്. അച്ഛൻ പള്ളിയിലെ ജീവനക്കാരനായിരുന്നു. കഷ്ടപ്പാടുകൾ നിറഞ്ഞ കുട്ടിക്കാലം. ദൈവഭയമുള്ള കുടുംബാന്തരീക്ഷം. ഡോൺബോസ്കോ നന്നായി പഠിക്കുമായിരുന്നു. അധ്യാപകനാകാനായിരുന്നു ആഗ്രഹം. പക്ഷേ, വീട്ടുകാരുടെ തീരുമാനം മറ്റൊന്നായിരുന്നു. അവർ അവനെ വൈദികനാക്കാൻ സെമിനാരിയിലെത്തിച്ചു. ഡോൺബോസ്കോയ്ക്കും അസ്വാരസ്യങ്ങളൊന്നുമുണ്ടായിരുന്നില്ല. ദൈവത്തിന് ജീവിതം സമർപ്പിച്ച് പൗരോഹിത്യവും സ്വപ്നം കണ്ട് കഴിഞ്ഞുകൂടിയ അയാളുടെ ജീവിതം മാറി മറിഞ്ഞത് വളരെ ആകസ്മികമായാണ്. നാട്ടിൽ നിന്നെത്തിയ സുഹൃത്തിനൊപ്പം ഒരു കലാപരിപാടി കാണാൻപോയതാണ് എല്ലാം

തിരുത്തിയെഴുതിയത്. പരിപാടി അവതരിപ്പിച്ചിരുന്ന തടിച്ചുകുറിയ മനുഷ്യൻ ഡോൺബോസ്കോയുടെ ജീവിതത്തെ മറ്റൊരിടത്തെത്തിച്ചു. നേരത്തെ അസ്തിത്വത്തോട് ചേർന്നുനിന്ന എല്ലാത്തിൽ നിന്നും തീർത്തും വ്യത്യസ്തമായൊരിടം.

"ഗദ്ദർ, പാട്ടിന്റെ കൊടുങ്കാറ്റുകൊണ്ട് എന്റെ വിശ്വാസവന്മരങ്ങളെ കടപുഴക്കിയെറിഞ്ഞു കളഞ്ഞു. ഞാൻ അവിടെ കണ്ടത് തീർത്തും വേറിട്ടൊരുലോകമായിരുന്നു. പലതും തകർത്തുകളയാൻ എന്റെ മനസ്സ് വെമ്പൽകൊണ്ടു. എന്റെയുള്ളിലെ റോക്കറ്റുകൾക്ക് ആരോ അഗ്നി പകർന്നപോലെ.. മുന്നോട്ടുപോകാതിരിക്കാൻ എനിക്ക് ആകുമായിരുന്നില്ല. ആ പരിപാടിയിൽ ഉയർന്നുകേട്ട ചോദ്യങ്ങൾ എന്നെ അലട്ടിക്കൊണ്ടിരുന്നു." പറഞ്ഞുനിർത്തുമ്പോൾ ഡോൺബോസ്കോയുടെ ഹൃദയമിടിപ്പ് വല്ലാതെ ഉയർന്നിരുന്നു. സംസാരിക്കുമ്പോൾ അയാൾ ഇടയ്ക്കിടെ പുരികങ്ങൾ മുകളിലേക്കുയർത്തി കണ്ണുരുട്ടുമായിരുന്നു.

ചിന്തകളുടെ വെടിപ്പുരയ്ക്കു തീപിടിച്ച ഡോൺബോസ്കോ അങ്ങനെ വിപ്ലവത്തിലേക്ക് ജ്ഞാനസ്നാനപ്പെട്ടു. 'പോകുന്നു' എന്ന ഒറ്റവാക്കു മറുപടിയിൽ എല്ലാം ഒളിപ്പിച്ചുവെച്ച് സെമിനാരിയുടെ പടികളിറങ്ങി. സായുധപോരാട്ടത്തിൽ അണിചേർന്നു. പുതിയൊരു തത്ത്വശാസ്ത്രത്തിന്റെ വേലിയേറ്റത്തിനൊപ്പം അയാൾ പുതിയ തീരങ്ങളിലെത്തി. ഒരു സമരമുഖത്തുവെച്ചാണ് ഇടതുകാൽ നഷ്ടമായത്. പിന്നീടെപ്പോഴോ ആയുധം ആത്മസംഘർഷങ്ങളുടെ അലകടലിലുപേക്ഷിച്ചു. ഇപ്പോൾ സമൂഹികസേവനവും പുസ്തകവിൽപ്പനയുമൊക്കെയായി ജീവിച്ചുപോകുന്നു. പഴയപോരാട്ടങ്ങളുടെ കാൽപ്പനികതയെ മനസ്സിൽ താലോലിക്കുന്നതുകൊണ്ടാകണം ഡോൺബോസ്കോ തന്റെ മകന് സമരൻ എന്നു പേരിട്ടത്.

"എനിക്ക് അന്നും ഇന്നും കുറ്റബോധമോ പരിഭവമോ ഇല്ല. തിരഞ്ഞെടുത്ത വഴികൾ തെറ്റായിരുന്നുവെന്ന തോന്നലില്ല. കാരണം, എന്റെ മുന്നിൽ രണ്ടു കാലഘട്ടങ്ങളിൽ ദിശാസൂചികകളായി ഉണ്ടായിരുന്ന ക്രിസ്തുവും കാൾമാക്സും വലിയ വിമോചകരായിരുന്നു. ഗദ്ദർ, ഞാൻ കടന്നുപോയ ചുവന്നകാലത്തിന്റെ വിരലടയാളമായിരുന്നു. വലിയ സ്വാധീനമായിരുന്നു."

മുപ്പത്തിയഞ്ച് വയസ്സ് പ്രായം തോന്നിക്കുന്ന ഒരാളായിരുന്ന ഡോൺബോസ്കോയ്ക്കൊപ്പം ഞങ്ങളുടെ വാഹനത്തിൽ കയറിയത്. യൗവനാരംഭത്തിൽ മാവോയിസത്തിനൊപ്പം കാടുകയറിയ അയാൾ ഇപ്പോഴും തോക്കിനൊപ്പം വനവാസം തുടരുന്നു. പേര് ഇളംചെഗുവേര. അഥവാ ചെഗുവേര ജൂനിയർ. ഇത് സംഘടനയിലെത്തിയപ്പോൾ സ്വീകരിച്ച പേരാണ്. യഥാർത്ഥപേര് മറ്റൊന്നാണ്. മാവോയിസ്റ്റ് എന്നു കേൾക്കുമ്പോൾ മനസ്സിൽ കടന്നുവരുന്ന പതിവ് ലക്ഷണങ്ങളൊന്നുമല്ല. തീർത്തും

വ്യത്യസ്തം. കാഴ്ചയിൽ ഒരു ഐ.ടി പ്രൊഫഷണലിനെപ്പോലെ. ഒരു സാധാരണ യുവാവ്. അൽപ്പം അത്ഭുതം കലർന്നുള്ള എന്റെ നോട്ടത്തിന് പുഞ്ചിരികൊണ്ട് ആ കുഞ്ഞുചെഗുവേര മറുപടി നൽകി.

"നമ്മൾ ആന്ധ്രയുടെ ആകാശത്തിനു താഴെയാണിപ്പോൾ." സെൽവൻ പറഞ്ഞു. ആന്ധ്രയെന്നുകേട്ടപ്പോൾ എന്തുകൊണ്ടോ പെട്ടെന്ന് മനസ്സിൽ നിറഞ്ഞത് നന്ദമുരി താരകാ രാമറാവുവെന്ന എൻടിആറിന്റെ ഗാംഭീര്യമാർന്ന മുഖമാണ്. 'ആറുകോടല ആന്ധ്രുല ആത്മ ഗൗരവ്വം' (ആറുകോടി വരുന്ന ആന്ധ്രക്കാരന്റെ ആത്മാഭിമാനം) ഒരു കാലഘട്ടത്തെ ഇളക്കിമറിച്ച മുദ്രാവാക്യം. അറുപതു പിന്നിട്ട താര രാജാവ് ആന്ധ്രയുടെ ഭരണസിംഹാസനം പിടിച്ചെടുത്തത് തെലുങ്ക് സ്വത്വബോധത്തിന്റെ ഈ രാഷ്ട്രീയ സമവാക്യത്തിന്റെ അങ്കഗണിതത്തിലൂടെയാണ്. എന്നാൽ എൻ.ടി. ആറിനേക്കാൾ എന്നും ആന്ധ്രയുമായി ബന്ധപ്പെട്ട് മനസ്സിൽ ഇടംപിടിച്ചിട്ടുള്ളത് മറ്റുചിലതെല്ലാമാണ്.

അതിമാനുഷികരായ നായകർ വാഴുന്ന തെലുങ്കിലെ തട്ടുപൊളിപ്പൻ സിനിമാക്കാഴ്ചകളും, വൈശാഖൻമാഷിന്റെ റയിൽവേ കഥകളും, തിളച്ച എണ്ണയിൽ പൊന്തിനിൽക്കുന്ന ജിലേബി പേലെ വളഞ്ഞുപുളഞ്ഞ അക്ഷരങ്ങളും, എണ്ണ ചാലിച്ച ചമ്മന്തികൂട്ടിയുള്ള ഊണും, 'ലു' വിൽ അവസാനിക്കുന്ന സംസാരശൈലിയുമൊക്കെയാണ്.

കൃഷ്ണ, ഗോദാവരിമാരുടെ ഓളപ്പരപ്പുകളെ അറിഞ്ഞ് യാത്ര തുടർന്നു. കറുത്തമണ്ണിൽ വിയർപ്പുവീഴ്ത്തി പൊന്നുവിളയിക്കുന്ന കർഷകർ. മുളകുവിളഞ്ഞ പാടങ്ങളിൽനിന്നും വിപ്ലവവീര്യമുള്ള കാറ്റു വീശുന്നു. ഉഷ്ണം നിറഞ്ഞ അന്തരീക്ഷം. ഒരു മഴപെയ്തിരുന്നെങ്കിൽ എന്ന് ആരും അറിയാതെ ആഗ്രഹിച്ചുപോകും.

"വിശപ്പ്
ചോറിനെ സ്വപ്നം കാണുമ്പോൾ
പാടങ്ങളിൽ നിന്നും വീഴുന്ന
നെല്ലിന്റെ ഗന്ധം
ശവത്തിന്റെ വായ മൂടുന്നു.
അറ്റകൈയിൽ
ഖഡ്ഗം പിടയുന്നു"

എ. അയ്യപ്പൻ (ചോറ്)

സുഹൃത്തിന്റെ ഈ ഫേസ്ബുക്ക് അപ്ഡേഷന് ഒരു ലൈക്ക് കൊടുത്ത് ഞാൻ ഒന്നു മയങ്ങി. "മകളുടെ വിവാഹത്തിനും മകന്റെ പഠനത്തിനുമൊക്കെ വൃക്കകൾ വിൽക്കുന്ന നിസ്സഹായരായ ഗ്രാമീണരുടെ മണ്ണാണിത്. രാപ്പകൽ പണിയെടുത്താലും ഇവരുടെയൊക്കെ ജാതകത്തിൽ കടങ്ങളുടെ കാലഗണനമാത്രം." ഇളംചെഗുവേരയുടെ വാക്കുകൾ പാതിഉറക്കത്തിലും എന്നെ അസ്വസ്ഥമാക്കി.

കൂരിരുട്ട് കാട്ടാനപോലെ മേഞ്ഞുനടക്കുന്ന വനാതിർത്തിയിൽ വാഹനം നിർത്തിയിട്ടു. അറ്റമില്ലാത്ത പെരുമ്പാമ്പ് കണക്കെ നീണ്ടുകിടക്കുന്ന പാത. അലമുറയിട്ടുകൊണ്ട് ഇടയ്ക്ക് വാഹനങ്ങൾ കടന്നുപോയി. ചിന്തകളുടെ നെരിപ്പോടിൽ കനലുകൾ എരിഞ്ഞുകൊണ്ടിരുന്നു.

വിപ്ലവം വാതിൽ തുറന്നപ്പോൾ

വെങ്കിടാചല സ്തുതിക്കൊപ്പം പ്രഭാതമെത്തി. നൈസാമിന്റെ മണ്ണ്. ചരിത്രത്തിന് ചാർമിനാറിന്റെ തലപ്പൊക്കം. നാലു കമാനങ്ങൾക്കു നടുവിൽ പ്രണയത്തിന്റെ ശിലാസ്തൂഭം. ചാർമിനാർ പടുത്തിയർത്തിയ ഇടത്താണ് പഴങ്കഥയിൽ ബഗമതി എന്ന നർത്തകിയും മുഹമ്മദ് അലിയും ആദ്യമായി കണ്ടുമുട്ടിയത്. പ്ലേഗ് എന്ന മഹാവ്യാധി നാടുനീങ്ങിയതിന്റെ സ്മാരകം. പ്രണയവും പ്ലേഗും ചാർമിനാറിനെ അടയാളപ്പെടുത്തുന്നു.

ഊദും അത്തറും മണക്കുന്ന, സുറുമ തിളങ്ങുന്ന ഓർമ്മവഴികൾ. കടുത്ത വേനലിനുശേഷം വർഷം പെയ്തിറങ്ങുമ്പോൾ ഉയരുന്ന കന്നി മണ്ണിന്റെ മണമുള്ള 'ഗിൽ' എന്ന ഹൈദ്രബാദ് സുന്ധലേപനം പ്രണയവും രതിയും തൊട്ടുണർത്തുന്നു. തിങ്ങി നിറഞ്ഞ പാതയോരങ്ങളിൽ ഹൈദ്രാബാദി മുത്തിന്റെ വെണ്മ. ആവിപറക്കുന്ന ദം ബിരിയാണിയുടെ രുചിപ്പെരുമ. തെലുങ്കും ഹിന്ദിയും ഉറുദുവും തമിഴും പുഴകൾ കടലിലേക്കെന്നപോലെ സംഗമിക്കുന്നു. പ്രാചീന കൊട്ടാരങ്ങളും വർണ്ണപ്പകിട്ടാർന്ന തെരുവുകളും മുഗൾശൈലിയോട് സാദൃശ്യമുള്ള പള്ളികളും ഒക്കെ ഇടകലർന്നു കിടക്കുന്നു. കാഴ്ചകൾ മറച്ചുകൊണ്ട് പൊടിക്കാറ്റ് വീശി. അതിനിടെ, ഞങ്ങളോട് യാത്ര പറഞ്ഞ് ഇളംചെഗുവേര ആൾക്കൂട്ടത്തിൽ അലിഞ്ഞുചേർന്നു.

ഹുസൈൻ തടാകത്തിലെ ബുദ്ധനെ താണ്ടി സെക്കന്തിരാബാദിലെത്തിയപ്പോൾ വരവറിയിക്കാൻ ഗദ്ദറിനെ ഫോണിൽ വിളിച്ചു. ഗദ്ദറിലേക്കുള്ള പത്തക്കങ്ങളുടെ അകലം പിന്നിടും മുൻപ് കോളർ ട്യൂൺ മുഴങ്ങി.

"പൊടുസ്തുന്ന പൊന്തുമീട..." എന്ന പാട്ട്. 'ജയ് ബോലോ തെലങ്കാന' എന്ന ചിത്രത്തിൽ ഗദ്ദർ പാടി അഭിനയിച്ച പാട്ട്. പെട്ടെന്ന് മനസ്സിലോർത്തത് ഗദ്ദറിനെക്കുറിച്ചുള്ള രണ്ട് വിലയിരുത്തലുകളാണ്.

ആശയപ്രചാരണത്തിനായി സാങ്കേതിവിദ്യ വളരെ സമർത്ഥമായി ഉപയോഗിച്ച ജനപ്രിയ നക്സലൈറ്റാണ് ഗദ്ദറെന്ന് ഒരു വിഭാഗം പറയുന്നു. എന്നാൽ പാർട്ടിയുടെ ചട്ടക്കൂടിലൊതുങ്ങാതെ ചിലപ്പോഴെല്ലാം ജനകീയതയുടെ മുതലാളിത്തസ്വാധീനങ്ങൾക്ക് ഗദ്ദർ വഴങ്ങിയെന്ന് മറുവിഭാഗം രൂക്ഷമായ വിമർശനമുന്നയിക്കുന്നു. ഇതിൽ 'ഏതാണ് ശരി?' ചോദ്യങ്ങൾക്ക് ഗദ്ദറിന്റെ ജീവിതം തന്നെ മറുപടി പറയും. കോളർ ട്യൂൺ മുഴങ്ങുന്നതിനിടെ ഗദ്ദർ ഫോണെടുത്തു. മറുതലയ്ക്കൽ

ആവേശത്തോടെയുള്ള സ്വാഗതം. ഗദ്ദറിന്റെ സഹായി വഴികാട്ടിയായി വന്നു. കൂടെ ഞങ്ങളുടെ സുഹൃത്തും മാധ്യമപ്രവർത്തകനുമായ കുമാറും: ആൽവാൽ എന്ന ചെറുഗ്രാമം താണ്ടിയുള്ള യാത്ര അവസാനിച്ചത് ഇരുനിലയുള്ള ഒരു വീടിനുമുന്നിലാണ്. ഗദ്ദറിന്റെ സുരക്ഷാ ഉദ്യോഗസ്ഥർ രണ്ടുപേർ പുറത്തുവന്നു. ഞങ്ങൾ വീടിന്റെ മുകൾ നിലയിലേക്ക് പോയി.

"ഗദ്ദർ അണ്ണാ.." സഹായി വിളിച്ചു. ഉയരം കുറഞ്ഞ, തടിച്ച ഒരു മനുഷ്യൻ; നിറഞ്ഞ ചിരിയുമായി കടന്നുവന്നു. നരച്ച നീണ്ട മുടി, നരച്ച താടി. ചിന്താമഗ്നനായ വിപ്ലവതാപസൻ. കട്ടികുറഞ്ഞ നേർത്തതുണി കൊണ്ടുണ്ടാക്കിയ വെളുത്ത മുറിക്കയ്യൻ ജുബ്ബയും ഇരുനിറത്തിലുള്ള ദോത്തിയുമായിരുന്നു വേഷം. ആദ്യം ശ്രദ്ധിക്കുക നെറ്റിയിൽ വലതു പുരികം തൊട്ട് മുകളിലേക്ക് കിടക്കുന്ന മുറിപ്പാടാണ്. കാഴ്ചയിൽ ഒരു വീട്ടുകാരണവരെപ്പോലെ. ഒരു ഗ്രാമത്തലവനെപ്പോലെ. ഊഷ്മളമായ സ്വീകരണം. കരുത്തുറ്റ കരസ്പർശത്തോടെയുള്ള ഹസ്തദാനം. സെൽവനും ഡോൺബോസ്കോയും കുമാറും ഞങ്ങളുടെ സംസാരത്തിന് തടസ്സം നിൽക്കുന്നില്ലെന്ന മുഖവുരയോടെ പുറത്തേക്കു പോയി.

അതെ, ഗുമ്മഡി വിറ്റൽ റാവു എന്ന ഗദ്ദർ. ഭരണകൂടങ്ങളും ചൂഷകരും ഭയക്കുന്ന, അടിച്ചമർത്തപ്പെട്ടവരെ ആത്മവീര്യത്തിന്റെ ആയുധമണിയിക്കുന്ന ശബ്ദമാന്ത്രികതയുടെ ആൾരൂപം. ഗദ്ദറിന്റെ വീടിന്റെ മുകളിലെ നിലയിലെ ഒരു ചെറിയ മുറിയിലാണ് ഞങ്ങളിരുന്നത്. ഇടുങ്ങിയ ആ മുറി നിറയെ പുസ്തകങ്ങൾ. സഹപ്രവർത്തകർ ' സിംഹമട' എന്നുവിളിക്കുന്ന ഗദ്ദറിന്റെ സർഗാത്മകസാമ്രാജ്യം. വിപ്ലവചിന്തകളുടെ ഒരിക്കലും വറ്റാത്ത ഉറവയായി മാർക്സും മാവോയും ചുമരിൽ. ഒപ്പം സംഗീതസാന്നിധ്യമായി അംജദ് അലിഖാനും ഇംഗ്ലീഷ് ഗായകൻ ഫിൽ കോളിൻസും, എസ്.എൻ.എ.പിയും, അമേരിക്കയിലെ വിവിധ ക്ലബുകളിൽ ഹിറ്റായ ഡാൻസ് നമ്പറുകളും. അതിനടുത്ത് ഒരു യുവാവിന്റെ ഫോട്ടോ. ഫോട്ടോയ്ക്കുതാഴെ ' ഡോക്ടർ ചന്ദ്രകിരൺ' എന്നെഴുതിയിരുന്നു. ഗദ്ദറിന്റെ ഇളയ മകനാണ്. അപസ്മാരബാധയെത്തുടർന്നാണ് ചന്ദ്രകിരൺ മരിച്ചത്. മേശപ്പുറത്തുള്ള ഒരു ചെറിയ കറുത്തബാഗ്. ഗദ്ദർ എപ്പോഴും കൈയിൽ കരുതുന്ന ആ ബാഗിൽ നിറതോക്കാണെന്ന് പലരും പറഞ്ഞിട്ടുണ്ട്. ചോദിച്ചപ്പോൾ ഗദ്ദർ പൊട്ടിച്ചിരിച്ചു. "പാട്ടാണെന്റെ ആയുധം. അതിനു തുളച്ചുകയറാൻ കഴിയാത്ത ഇടങ്ങളൊന്നുമില്ല. തോൽപ്പിക്കാൻ കഴിയാത്ത ഇടങ്ങളുമില്ല." ഗദ്ദർ ജീവിതംകൊണ്ട് ഇത് അടിവരയിടുന്നു.

"എത്ര മാവോയിസ്റ്റുകളെ വേണമെങ്കിലും നേരിടാം. പക്ഷേ, ഗദ്ദറിന്റെ പാട്ടിനെ എതിരിടാൻ കഴിയില്ല." ഭരണകൂടവും സായുധസേനയും പറയാതെ പറയുന്ന വാക്കുകളാണിത്. ഗദ്ദർ, നിരന്തരം വധഭീഷണിയിൽ

കഴിയുന്ന ജനങ്ങളുടെ പാട്ടുകാരൻ. ഭരണകൂടത്തിന്റെയും വർഗ്ഗശത്രുവിന്റെയും ഭീഷണികൾക്ക് വഴങ്ങി ഗദ്ദർ തന്റെ പാട്ട് പാതിവഴിയിൽ അവസാനിപ്പിച്ചില്ല. കൂടുതൽ ഉച്ചത്തിൽപ്പാടി.

ജനകീയ ഗായകൻ, വിപ്ലവകാരി, നക്സൽ അനുഭാവി, നാടൻ കലാകാരൻ, കവി, ദളിത് ആക്റ്റിവിസ്റ്റ് തുടങ്ങി മാവോയിസത്തിന്റെ ഈ ജനകീയമുഖത്തിന് ജീവിതപ്പകർച്ചകൾ ഏറെയാണ്. കനൽചവിട്ടി കടന്നുവന്ന ജീവിതപ്പാതകളെക്കുറിച്ച് ഗദ്ദർ പറഞ്ഞുതുടങ്ങി. കടുംതുടി കൊട്ടുന്നപോലുള്ള ശബ്ദത്തിൽ.

നട്ടെല്ലുതൊട്ടുനിൽക്കുന്ന 9 എംഎം വെടിയുണ്ട

1997 ഏപ്രിൽ 6, ഞായർ

വൈകീട്ട് ആറുമണി

ഗദ്ദറിന്റെ വെങ്കിടാപുരത്തെ വീട്.

ചില സന്ധ്യകൾ അങ്ങനെയാണ്. വേനലിൽ വിണ്ടുകീറിയ മണ്ണിന്റെ മുറിവിനുമീതെ ഉപ്പുകലർന്ന ചൂടുകാറ്റ് വീശിക്കൊണ്ടിരുന്നു. ഉള്ളം എരിയുന്നു. ചുറ്റിലും അശാന്തിയുടെ നിഴൽപരക്കുന്നതുപോലെ. പടർന്നുകൊണ്ടിരിക്കുന്ന ഇരുട്ടിനുള്ളിലെവിടെയോ ദുരന്തം പതിയിരിപ്പുണ്ട്. എപ്പോൾ വേണമെങ്കിലും സംഭവിക്കാവുന്ന ദുരന്തത്തെക്കുറിച്ചുള്ള അവ്യക്തമായ സൂചനകൾ മനസ്സിനെ വല്ലാതെ അസ്വസ്ഥമാക്കിക്കൊണ്ടിരിക്കും. എല്ലാത്തിനോടും പേടിതോന്നും. ഗദ്ദറിന്റെ ഭാര്യ വിമലയും ആ മാനസികാവസ്ഥയിലായിരുന്നു. അപായഭീതി ചൂണ്ടക്കൊളുത്തുപോലെ അവരുടെ മനസ്സിനെ കോർത്തുവലിച്ചുകൊണ്ടിരുന്നു. എന്താണെന്നറിയല്ല. പ്രിയപ്പെട്ടവർക്കാർക്കോ അപകടം സംഭവിക്കാനിരിക്കുന്നപോലെ.

ഗദ്ദറിന്റെ വീടിനു മുന്നിലേക്ക് വെളുത്ത അംബാസിഡർ കാർ പൊടുന്നനെ വന്നുനിന്നു. കാറിന്റെ അരണ്ടവെളിച്ചത്തിൽ പൊടിപടലങ്ങൾ നിറഞ്ഞുപാറി. കാറിന്റെ വലതുവശത്തെ വാതിൽ തുറന്ന് രണ്ടുപേർ പുറത്തിറങ്ങി. ശരാശരി ഉയരമുള്ള, ഉറച്ച ശരീരമുള്ള രണ്ടുപേർ.

"ഗദ്ദർഗാരു.." അവർ വാതിലിൽ തട്ടിവിളിച്ചു. ഗദ്ദറിന്റെ മകനാണ് വാതിൽ തുറന്നത്. ഉമ്മറപ്പടിയിൽ ഇരിക്കാൻ പറഞ്ഞശേഷം അവൻ അകത്തുപോയി രണ്ടുപേർ കാണാൻ വന്നിരിക്കുന്നതായി ഗദ്ദറിനോട് പറഞ്ഞു. വിമല അതിഥികളുടെ അടുത്തേക്ക് പോയി. വന്നവർക്ക് ചായ നൽകാൻ ഗദ്ദർ അകത്തുനിന്നും ഭാര്യയോട് വിളിച്ചുപറയുന്നുണ്ടായിരുന്നു. രണ്ടുപേരെയും വിമല മാറിമാറി സൂക്ഷിച്ചുനോക്കി. എന്തോ പന്തികേടുള്ളതുപോലെ. അവർ എന്തോ മറയ്ക്കാൻ ശ്രമിക്കുന്നതുപോലെ.

പെട്ടെന്നുതന്നെ അതിലൊരാൾ കാറിനടുത്തേക്ക് പോയി. കാറിൽനിന്നും മൂന്നുപേർ പുറത്തിറങ്ങി. എല്ലാവരും ചേർന്ന് പതിഞ്ഞ ശബ്ദത്തിൽ ഏറെനേരം സംസാരിക്കുന്നുണ്ടായിരുന്നു.

സംഘടനാസംബന്ധമായ പ്രവർത്തനങ്ങൾക്കായി സെക്കിന്തരാബാദിൽപോയി തിരിച്ചെത്തിയതേയുള്ളൂ ഗദ്ദറപ്പോൾ. ഏറെ ക്ഷീണിതനും. തിരക്കേറെയുള്ള ഒരു ദിവസമായിരുന്നു അത്. രാവിലെ മുതൽ ആരംഭിച്ച വിശ്രമമില്ലാത്ത യാത്രകൾ. ആവിഷ്കാരസ്വാതന്ത്ര്യം അടിച്ചമർത്തുന്ന ഭരണകൂടഭീകരതയ്ക്കെതിരെ അന്ന് ഉച്ചയ്ക്ക് യുവാക്കൾക്കൊപ്പം ഗദ്ദർ ആടിയും പാടിയും പ്രതിഷേധിച്ചു. സർക്കാർ നടത്തുന്ന വ്യാജഏറ്റുമുട്ടലുകൾക്കെതിരെ പ്രസംഗിച്ചു. അൽപ്പനേരം മയങ്ങാൻ മനസ്സ് ഏറെ ആഗ്രഹിക്കുന്നുണ്ടെങ്കിലും കാണാനെത്തിയവരെ നിരാശപ്പെടുത്തേണ്ടെന്ന് ഗദ്ദർ ഉറപ്പിച്ചു. പുറത്തേക്കിറങ്ങാൻ ജുബ്ബ ധരിക്കുന്നതിനിടയിൽ വിമല അടുത്തേക്ക് പാഞ്ഞെത്തി. വിമല ഏറെ പരിഭ്രാന്തയായിരുന്നു. അവർ ഗദ്ദറിനോട് പുറത്തേക്ക് ഇറങ്ങരുതെന്നു വിലക്കി. ഗദ്ദർ സ്നേഹത്തോടെ നിരസിച്ചു. ഭാര്യയെ ആശ്വസിപ്പിച്ചുകൊണ്ട് പുറത്തേക്കിറങ്ങി.

"എന്താണ് കാര്യം?" ഉമ്മറപ്പടിയിൽ ഇരുന്നിരുന്ന അജ്ഞാതനോട് ഗദ്ദർ ചോദിച്ചു.

അൽപ്പം ദൂരെനിന്നും വരികയാണെന്നും കൃഷിഭൂമിയുമായി ബന്ധപ്പെട്ട ഒരു പ്രശ്നത്തിന് ഗദ്ദറിന്റെ സഹായം വേണമെന്നും വന്നയാൾ മറുപടി നൽകി. കാറിനടുത്ത് സംസാരിച്ച് നിന്നിരുന്നവരിൽ മൂന്ന് പേർ പെട്ടന്ന് ഗദ്ദറിനടുത്തേക്ക് ഓടിവന്നു. നല്ല ഉയരമുള്ള ചെറുപ്പക്കാർ. അതിലൊരാൾ അരയിൽനിന്നും തോക്കുപുറത്തെടുത്ത് ഗദ്ദറിനുനേരെ തുരുതുരാ വെടിയുതിർത്തു. ക്ലോസ് റൈഞ്ചിൽ. ആദ്യവെടിയുണ്ട നെഞ്ചു തുളച്ച് വാരിയെല്ലിൽ തട്ടിക്കിടന്നു. അഞ്ചുവെടിയുണ്ടകൾ ഗദ്ദറിന്റെ ശരീരത്തിൽ ആഴ്ന്നുപതിച്ചു. നിലവിളിച്ചുകൊണ്ട് അകത്തുനിന്നും ഓടിയെത്തിയ വിമലയുടെ മടിയിലേക്ക് ഗദ്ദർ ബോധരഹിതനായി കുഴഞ്ഞുവീണു. ആക്രമിച്ചവർ അപ്പോഴേക്കും കാറുമായി എവിടേക്കോ പാഞ്ഞുപോയി.

രക്തത്തിൽ കുളിച്ചുകിടന്നിരുന്ന ഗദ്ദറിനെ ബൈക്കിൽ ഭാര്യയും മകനും ചേർന്ന് ആശുപത്രിയിലേക്കു കൊണ്ടുപോയി. മകൻ മരണത്തെ വേഗതകൊണ്ട് തോൽപ്പിക്കാൻ ബൈക്കിൽ പാഞ്ഞു. പിറകിൽ ഗദ്ദറിനെ നെഞ്ചോട് ചേർത്തുപിടിച്ച് വിമല സങ്കടം ഉള്ളിലൊതുക്കിയിരുന്നു. അൽപ്പ ദൂരം പിന്നിട്ടപ്പോൾ ബൈക്കിന്റെ കണ്ണാടിയിലൂടെ ഗദ്ദറിന്റെ മകൻ ആ കാഴ്ച കണ്ടു. അക്രമികളെത്തിയ വെളുത്ത അംബാസിഡർ കാർ അവരെ പിന്തുടരുന്നു. ബൈക്കിന്റെ വേഗതകൂട്ടാൻ പരിശ്രമിച്ചുവെങ്കിലും സാധിക്കുന്നില്ല. രണ്ടുപേർ കാറിനു പുറത്തേക്ക് തലയുയർത്തി

ഉച്ചത്തിൽ ശബ്ദമുണ്ടാക്കുന്നുണ്ടായിരുന്നു. ബൈക്ക് ഒരുവശത്തേക്ക് ചായാൻ തുടങ്ങി. ഏതു സമയത്തും മറിഞ്ഞുവീഴാം. വഴിയോരത്ത് ബൈക്ക് നിർത്തി ഗദ്ദറിനെ ഓട്ടോയിലേക്ക് മാറ്റി. ശരീരം രക്തത്തിൽ കുതിർന്നിരുന്നു. ചെറിയ തണുപ്പ് ഒച്ചിനെപ്പോലെ ഇഴഞ്ഞുകയറുന്നു. ജീവന്റെ ചെറിയ തുടിപ്പുമാത്രം. ശ്വാസഗതിയിൽ നേരിയ ചലനം മാത്രം. ഗദ്ദറിനെ അടുത്തുള്ള മഹാത്മാഗാന്ധി ആശുപത്രിയിൽ പ്രവേശിപ്പിച്ചു. തുടർന്ന് വിദഗ്ധ ചികിത്സയ്ക്കായി സെക്കന്തരാബാദിലെ നൈസാം ഇൻസ്റ്റിറ്റ്യൂട്ട് ഓഫ് മെഡിക്കൽ സയൻസിലേക്ക് മാറ്റി. മരണത്തിനും ജീവിതത്തിനും ഇടയിലെ നൂൽപ്പാലത്തിലൂടെ പ്രാണൻ ചാഞ്ചാടിക്കൊണ്ടിരുന്നു.

ആന്ധ്രയാകെ പ്രതിഷേധം ഇരമ്പി. സർക്കാരിനും പൊലീസിനും എതിരെ യുവാക്കളും കർഷകരും വിദ്യാർത്ഥികളും തെരുവിലിറങ്ങി. തെരുവുകളിൽ അമർഷം ആളിക്കത്തി. ഗദ്ദറിന്റെ ആരോഗ്യനിലയെക്കുറിച്ചറിയാൻ പതിനായിരങ്ങൾ ദിവസവും ആശുപത്രിക്കുവെളിയിൽ ആകാംക്ഷയോടെ കാത്തുനിന്നു. കണ്ണീരണഞ്ഞ പ്രാർത്ഥനകൾ, കണ്ണിമ ചിമ്മാത്ത കാത്തുനിൽപ്പ്, ആശുപത്രിക്കിടക്കയ്ക്കു ചുറ്റും മനസ്സുകൊണ്ടുള്ള കൂട്ടിരിപ്പ്. നിസ്സഹായരായ ഒരു ജനതയ്ക്ക് തങ്ങളുടെ പ്രിയ പാട്ടുകാരനുവേണ്ടി അത്രയേ ചെയ്യാൻ കഴിയുമായിരുന്നുള്ളൂ. ദുഃഖമടക്കാൻ ഗദ്ദറിന്റെ പാട്ടുകൾ വേദനയോടെ പാടിനടന്നു. ഉൾക്കരുത്തോടെ വിളിച്ചു പറഞ്ഞു, “ഗദ്ദർ, ചിരഞ്ജീവി.. ആർക്കും നിങ്ങളെ നിശബ്ദമാക്കാൻ കഴിയില്ല. ആർക്കും നിങ്ങളെ തോൽപ്പിക്കാൻ കഴിയില്ല. ആർക്കും നിങ്ങളുടെ ചിലമ്പൊലി തടയാനാകില്ല.” “പടപ്പാട്ടിന് പൂർണ്ണ വിരാമമില്ല.”

“കൊല്ലാം, പക്ഷെ തോൽപ്പിക്കാനാകില്ല.” ചെ ഗുവേരയുടെ വാക്കുകളാണെങ്കിലും ആന്ധ്രയുടെ യുവത്വം അന്ന് ഏറ്റെടുത്ത ശബ്ദമാണത്. ഗദ്ദറിനോടുള്ള അനുതാപവും സർക്കാരിനോടുള്ള രോഷവും പരന്നൊഴുകിയപ്പോൾ ഈ വാക്കുകൾക്ക് ശക്തികൂടി.

ആന്ധ്രാപ്രദേശ് മുഖ്യമന്ത്രി എൻ. ചന്ദ്രബാബു നായിഡുവിനും ആഭ്യന്തരമന്ത്രി എ. മാധവ റെഡ്ഡിക്കും പൊലീസ് മേധാവി എച്ച്.ജെ. ദൊരെയ്ക്കെതിരെയും മുദ്രാവാക്യങ്ങളുമായി ആളുകൾ തെരുവുകളിൽ നിറഞ്ഞു. ഭയചകിതനായ ചന്ദ്രബാബു നായിഡു ആക്രമണത്തെ അപലപിക്കുകയും ആരോഗ്യവകുപ്പ് സെക്രട്ടറിയോട് ഗദ്ദറിന്റെ ചികിത്സയുടെ നേരിട്ടുള്ള മേൽനോട്ടം ഏറ്റെടുക്കാൻ ആവശ്യപ്പെടുകയും ചെയ്തു. ആന്ധ്രാപ്രദേശ് സിവിൽ ലിബർട്ടീസ് കമ്മിറ്റിയും പീപ്പിൾസ് വാർ ഗ്രൂപ്പും സംസ്ഥാനവ്യാപകമായി ഹർത്താൽ നടത്തുകയും ചെയ്തു.

ഒരു തോക്കിനും തോൽപ്പിക്കാനാകാത്ത ആ ജീവിതം വിപ്ലവത്തിന്റെ അഗ്നിപഥങ്ങളിലേക്ക് മെല്ലെ തിരിച്ചുവന്നു. കാരണം അത് പുതിയ

സമരങ്ങൾക്കുവേണ്ടിയുള്ള കാലത്തിന്റെ നിയോഗമായിരുന്നു. നാലു വെടിയുണ്ടകൾ ശസ്ത്രക്രിയയിലൂടെ എടുത്തു. ഒരു 9 എം.എം. വെടിയുണ്ട നട്ടെല്ലിനോട് ചേർന്ന് ഇപ്പോഴും ഗദ്ദറിന്റെ ശരീരത്തിലുണ്ട്. ശസ്ത്രക്രിയ സംബന്ധമായ സങ്കീർണ്ണതകളുള്ളതിനാൽ പുറത്തേക്ക് എടുക്കാനാകാതെ. ഈ ആക്രമണത്തിനുശേഷമാണ് ഗദ്ദറിന് പ്രത്യേക സുരക്ഷാ ഉദ്യോഗസ്ഥരെ വെച്ചത്. ഇപ്പോഴും വെറുംതറയിൽ കിടന്നുറങ്ങാനാണ് ഗദ്ദറിന് ഡോക്ടറുടെ നിർദ്ദേശം. അധികനേരം ഇരിക്കാനും സാധിക്കില്ല.

പോലീസിന്റെ ഗൂഢാലോചനയാണ് ആക്രമണത്തിന് പിന്നിലെന്ന് ഗദ്ദർ ആരോപിക്കുന്നു. "ആ കാലത്ത് ഞാനും പാർട്ടിയും (പീപ്പിൾസ് വാർ ഗ്രൂപ്പ്) തമ്മിൽ ചില അഭിപ്രായഭിന്നതകളുണ്ടായിരുന്നു. ഞാൻ അച്ചടക്ക നടപടി നേരിടുകയായിരുന്നു. ഈ അവസരം മുതലെടുക്കാനുള്ള ശ്രമമായിരുന്നു പോലീസിന്റേത്. സിവിൽ ഡ്രസ്സിലെത്തിയ പോലീസുകാർ ആക്രമണം നടത്തുകയായിരുന്നു. അക്രമികളുടെ ശരീരപ്രകൃതിയും പെരുമാറ്റരീതികളും പോലീസുകാരുടേതായിരുന്നു. ആദ്യം രണ്ടുപേർ വീട്ടിലെത്തി ഞാനുണ്ടെന്ന് ഉറപ്പുവരുത്തിയശേഷമാണ് ആക്രമണം നടത്തിയത്. ആക്രമണത്തിന്റെ ഉത്തരവാദിത്വം പാർട്ടിയുടെ തലയിൽ കെട്ടിവെയ്ക്കാനുള്ള ശ്രമമാണ് പിന്നീട് പോലീസ് നടത്തിയത്. പക്ഷേ, എനിക്ക് പൊലീസിന്റെ കുടിലതകളും എന്റെ പാർട്ടിയുടെ സമീപനങ്ങളും നന്നായി അറിയാവുന്നതാണ്. അതുകൊണ്ട് പൊലീസിന്റെ പദ്ധതി വിജയിച്ചില്ല." ഓർമ്മകൾ ഗദ്ദറിന്റെ മനസ്സിനെ ചൂടുപിടിപ്പിക്കുന്നുണ്ടായിരുന്നു. സർക്കാർ അതിന്റെ മർദ്ദനോപകരണമായ പൊലീസിനെ ഉപയോഗിച്ച് ഗദ്ദറിനെ ഇല്ലാതാക്കാൻ ശ്രമിക്കുകയായിരുന്നുവെന്നാണ് പൊതുവെയുള്ള വിലയിരുത്തൽ. ഭരണകൂടത്തിന്റെ നിലപാടുകൾക്കെതിരായുള്ള ഗദ്ദറിന്റെ രണോത്സുക നിലപാടുകൾതന്നെയാണ് അധികാരികളെ ചൊടിപ്പിച്ചത്. സായുധവിപ്ലവത്തിന് വിത്തുപാകി, ജനരോഷങ്ങളെ പാട്ടിലൂടെ ആളിക്കത്തിച്ചു, സർക്കാരിന്റെ മൗനാനുവാദത്തോടെ നടക്കുന്ന വ്യാജഏറ്റുമുട്ടലുകൾക്കെതിരെ രംഗത്തുവന്നു, ഭൂവുടമകൾക്കെതിരെ കലാപത്തിന് നേതൃത്വം നൽകി, ദലിത് മുന്നേറ്റത്തിന് വഴിയൊരുക്കി, ഭൂമാഫിയകൾക്കും ആഗോളഭീമന്മാർക്കുമെതിരെ പ്രതിരോധം തീർത്തു, സവർണഫാസിസത്തിന്റെ തായ്‌വേര് അറുത്തുമാറ്റാൻ ശ്രമിച്ചു, ആന്ധ്രയിലെ ഫ്യൂഡൽ നിരയായ ബ്രാഹ്മണ, കമ്മ, റെഡ്ഡി, വെല്ലമ വിഭാഗങ്ങളെ വെല്ലുവിളിച്ചു എന്നിങ്ങനെ നീളുന്നു ഗദ്ദറിനെതിരെ 'മരണവാറണ്ട്' ഇറക്കുവാനുണ്ടായ കാരണങ്ങൾ.

ജനങ്ങൾക്കിടയിൽ ശക്തമായ സ്വാധീനമുള്ള കലാ-സാംസ്കാരിക ബിംബമായി ഗദ്ദർ പടർന്നുപന്തലിച്ചതിൽ മുഖ്യമന്ത്രി ചന്ദ്രബാബു നായിഡുവിനുൾപ്പെടെ കടുത്ത അതൃപ്തിയുണ്ടായിരുന്നതായി വിലയിരുത്തപ്പെടുന്നു. നക്സലൈറ്റ് പ്രസ്ഥാനങ്ങളിൽനിന്ന് അൽപ്പം

അകന്നു നിൽക്കുന്ന ഗദ്ദർ മുഖ്യധാര രാഷ്ട്രീയത്തിലേക്കെങ്ങാനും കടന്നുവന്നാൽ തങ്ങളുടെ അധികാരമോഹങ്ങൾക്ക് വാവുബലിയിടേണ്ടിവരുമെന്ന് ഭയപ്പെട്ടിരുന്ന രാഷ്ട്രീയനേതാക്കളും ആന്ധ്രയിലുണ്ടായിരുന്നു. ഈയൊരു സാമൂഹിക - രാഷ്ട്രീയ സാഹചര്യമാണ് ഗദ്ദറിനു നേരെയുള്ള ആക്രമണത്തിൽ കലാശിച്ചത്.

ആ ആക്രമണത്തിനു ശേഷം ഗദ്ദറിനെ 'ഉരുക്കു മനുഷ്യൻ' എന്നാണ് ജനങ്ങൾ വിളിക്കുന്നത്. വെടിയുണ്ടകൾ ഗദ്ദറിന്റെ ശരീരത്തെയല്ല, ഗദ്ദറിന്റെ ശരീരം വെടിയുണ്ടകളെയാണ് തകർത്തതെന്ന് ജനം വിലയിരുത്തുന്നു.

"പോരാട്ടവീര്യം വെടിയുണ്ടയുടെ രൂപത്തിൽ സ്വന്തം ശരീരത്തിൽ പേറുന്നവനാണ് ഞാൻ.." ഒരു ചെറുചിരിയോടെ ഗദ്ദർ പറഞ്ഞപ്പോൾ ഞാൻ മനസ്സിലോർത്തത് ഭയമെന്നത് തൊട്ടുതീണ്ടിയിട്ടില്ലാത്ത, നിറതോക്കുകൾക്ക് നിശ്ശബ്ദമാക്കാൻ കഴിയാത്ത ആ സമരവഴികളെക്കുറിച്ചായിരുന്നു.

ജീവിതം നാമ്പിട്ടതിങ്ങനെ

ആദ്യസ്കൂൾ യാത്രയെക്കുറിച്ച് പറയുമ്പോൾ വർണ്ണശബളമായ ഓർമ്മകളായിരിക്കും എല്ലാവരുടെയും മനസ്സിൽ ഉണ്ടാവുക. അക്ഷരങ്ങളിൽ തൊട്ട് വിരലറ്റത്ത് മുറിവേറ്റതിന്റെ ആനന്ദംകലർന്ന ഓർമ്മകൾ. എന്നാൽ ഗദ്ദറിനെ സംബന്ധിച്ചിടത്തോളം ആറാം വയസ്സിലെ ആദ്യസ്കൂൾയാത്ര ഉണങ്ങാത്ത മറ്റൊരു മുറിവിന്റെ ഓർമ്മയാണ്. മുറിവേറ്റത് വിരൽ തുമ്പിലല്ല മനസ്സിലാണെന്നുമാത്രം. ആ അനുഭവത്താളുകളിൽ അച്ഛന്റെ തോരാത്ത കണ്ണീരുപ്പു പടർന്നുകിടക്കുന്നു. അപമാനഭാരവുമായി തലകുനിച്ചു നിൽക്കുന്ന അച്ഛന്റെ രൂപം ബാല്യത്തിന്റെ കാഴ്ചവട്ടത്തിലുണ്ട്. എത്ര മായ്ക്കാൻ ശ്രമിച്ചിട്ടും പളുങ്കുപാത്രത്തിൽ കോറിയിട്ടപോലെ ഒരിക്കലും മായാതെ ഗദ്ദറിൽ ആ അനുഭവം നിറഞ്ഞു നിൽക്കുന്നു. കാലം ഒരുപാട് മുന്നോട്ടുപോയെങ്കിലും ആ മുറിവുകളിൽ നിന്നും ഇന്നും രക്തം ഇറ്റുവീഴുന്നുണ്ട്. ഗദ്ദറിന്റെ ആത്മാന്വേഷണങ്ങളും ആത്മസംഘർഷങ്ങളും തുടങ്ങുന്നത് ആദ്യസ്കൂൾദിനത്തിന്റെ ആ ഓർമ്മയിൽ നിന്നാണ്. ആ ദിനം ജീവിതത്തിന്റെ ഗതിമാറ്റിയെന്ന് ഗദ്ദർ വിശ്വസിക്കുന്നു.

അച്ഛന്റെ കണ്ണീരിൽ കുതിർന്ന അക്ഷരമുറ്റം

ഓലമേഞ്ഞ പ്രൈമറിസ്കൂളിന്റെ വരാന്തയിൽ ശേഷയ്യ തന്റെ മകന്റെ കുഞ്ഞുകൈകളിൽ മുറുകെപ്പിടിച്ച് നിന്നു. പ്രധാന അധ്യാപകന്റെ മുറിക്കു പുറത്തായി കാത്തുനിൽക്കുമ്പോൾ ശേഷയ്യയുടെ മനസ്സിൽ ആകുലതകൾ പെരുമ്പറകൊട്ടുന്നുണ്ടായിരുന്നു. ഓരോ നിമിഷത്തിനും ഒരു വർഷത്തിന്റെ ദൈർഘ്യമുള്ളതുപോലെ. ആദ്യമായാണ് അയാൾ ഒരു സ്കൂളിന്റെ പടി ചവിട്ടിയത്. പാളത്താറുടുത്ത ശിപായി അവരെ അകത്തേക്ക് വിളിക്കുന്നതായി അറിയിച്ചു.

ഹെഡ്മാസ്റ്ററുടെ മുറിക്കുള്ളിലേക്ക് കടക്കുന്നതിന് മുൻപ് ശേഷയ്യ കുലദൈവത്തെ മനസ്സിൽ തൊഴുതു. ആറുവയസ്സുള്ള മകനെ ചേർത്തു നിർത്തി ഹെഡ്മാസ്റ്റർക്കുനേരെ ആദരപൂർവ്വം തലകുനിച്ച് ശേഷയ്യ നടന്നടുത്തു. നട്ടെല്ലുവളച്ച് കുനിഞ്ഞുനിന്നു. ശിരസ്സ് താഴ്ത്തി, പുരികങ്ങൾ വില്ലുപോലെ വളച്ച് ഹെഡ് മാസ്റ്റർ ശേഷയ്യയെയും മകനെയും തറപ്പിച്ചു നോക്കി. ദഹിപ്പിക്കുന്ന നോട്ടം.

"ഉം.." ഹെഡ്മാസ്റ്ററുടെ അമർത്തിയുള്ള മൂളലിൽ എല്ലാമുണ്ടായിരുന്നു.

തന്റെ മകനെ സ്കൂളിൽ ചേർത്തണമെന്ന് ശേഷയ്യ വിറയ്ക്കുന്ന ശബ്ദത്തിൽ പറഞ്ഞൊപ്പിച്ചു.

വായിലെ വെറ്റില മുറുക്ക് കോളാമ്പിയിലേക്ക് തുപ്പിയ ശേഷം ഹെഡ്മാസ്റ്റർ ചുണ്ടു തുടച്ചു.

"ശേഷയ്യ, നിനക്കു ഭ്രാന്താണോ! പഠിക്കാനുള്ള ബുദ്ധിയൊക്കെ ഈ കരുമാടി ചെറുക്കനുണ്ടോ? ഇവനെ വല്ല കാലിയെ മേയ്ക്കാൻ പറഞ്ഞുവിടുന്നതല്ലേ നല്ലത്. അടിയാളച്ചെക്കൻ പഠിച്ചിട്ട് എന്ത് കാണിക്കാനാണ്? " ഹെഡ്മാസ്റ്റർ പരിഹാസച്ചിരിയോടെ പറഞ്ഞു.

"കടന്നു പോകൂ.. സമയം മെനക്കെടുത്താതെ." മുന്നിലെ കടലാസിലേക്ക് ഫൗണ്ടൻപേനയിൽ നിന്നു മഷിവീഴ്ത്തിക്കൊണ്ട് ഹെഡ്മാസ്റ്റർ പറഞ്ഞു.

"അയ്യാ, ഇവനെ എങ്ങനെയെങ്കിലും സ്കൂളിൽ ചേർത്തണം. ഇവന് നല്ല ബുദ്ധിയുണ്ട്. പറയുന്നതെല്ലാം ഇവൻ പെട്ടെന്നുതന്നെ മനസ്സിലുറപ്പിക്കും. ഞാൻ കാലു പിടിക്കാം അയ്യാ, ഇവനെ എങ്ങിനെയെങ്കിലും സ്കൂളിൽ ചേർത്തണം." മകന്റെ തലമുടിയിലൂടെ വിരലോടിച്ച് ശേഷയ്യ പറഞ്ഞു.

"നിന്റെ ചാളയിലെ നാടൻപാട്ട് മനസ്സിലുറപ്പിക്കുന്നതുപോലെയല്ല ശാസ്ത്രവും ഗണിതവുമൊന്നും പഠിക്കൽ." ഹെഡ്മാസ്റ്റർ പുച്ഛത്തോടെ പ്രതികരിച്ചു.

ഏറെ നേരത്തെ അഭ്യർത്ഥനകൾക്കൊടുവിൽ ശേഷയ്യയുടെ മകനെ സ്കൂളിൽ ചേർക്കാമെന്ന് ഹെഡ്മാസ്റ്റർ സമ്മതിച്ചു. ക്ലാസ്മുറിയുടെ മൂലയിൽ സവർണവിദ്യാർത്ഥികൾക്ക് ശല്യമാകാതെ തറയിലിരുന്ന് പഠിക്കണം. മറുപടികേട്ട് ശേഷയ്യ കണ്ണീരിലൂടെ പുഞ്ചിരിച്ചു. ഒരു വലിയ സ്വപ്നം സത്യമാകുന്നതിന്റെ അഭിമാനബോധം അയാളെ ആഹ്ലാദവാനാക്കി. ശിപായി സ്കൂൾ രജിസ്റ്റർ കൊണ്ടുവന്നു.

"ങ്ഹും. എന്താ ചെറുക്കന്റെ പേര്?" രജിസ്റ്ററിന്റെ പേജുകൾ മറിക്കുന്നതിനിടെ ഹെഡ്മാസ്റ്റർ ശേഷയ്യയോട് ചോദിച്ചു.

"വിറ്റൽ റാവു" ശേഷയ്യയുടെ മറുപടികേട്ടതും ഹെഡ്മാസ്റ്ററുടെ മുഖം ചുവന്നു തുടുത്തു. മുഖത്തെ പേശികൾ വലിഞ്ഞു മുറുകി. ചുണ്ടുകൾ വിറച്ചു.

"തോന്ന്യാസം പറയുന്നോടാ നായേ.." ഹെഡ്മാസ്റ്റർ ആക്രോശിച്ച് എഴുന്നേറ്റു. അപ്രതീക്ഷിതമായ ആ പ്രതികരണത്തിൽ ശേഷയ്യ നടുങ്ങി. ഭയന്നുവിറച്ച മകൻ ശേഷയ്യയുടെ കാലുകളിൽ മുറുകെപ്പിടിച്ച് പിന്നിലേക്ക് മാറിനിന്നു.

“എടാ, അടിമക്കാളെ എന്നുമുതൽക്കാടാ നീയൊക്കെ ഉന്നതകുല ജാതനായത്. ആരോട് ചോദിച്ചിട്ടാടാ നിന്റെ ചെറുക്കന് റാവു എന്നു പേരുവെച്ചത്.” ഉച്ചത്തിൽ സംസാരിച്ചുകൊണ്ട് ഹെഡ്മാസ്റ്റർ ശേഷയ്യ യുടെ അടുത്തേക്ക് നടന്നു. ആന്ധ്രയിലെ ഉയർന്ന ജാതിക്കാർ പേരി നൊപ്പം ചേർക്കുന്ന റാവുവെന്ന സ്ഥാനപ്പേര് താണജാതിക്കാരനായ ശേഷയ്യ തന്റെ മകന്റെ പേരിനൊപ്പം ചേർത്തതാണ് ഹെഡ്മാസ്റ്ററെ കോപാകുലനാക്കിയത്. മുറുക്കാൻ കോളാമ്പി ശേഷയ്യയുടെ മുഖത്തിനു നേരെ എറിഞ്ഞു. ശേഷയ്യയുടെ അഴുക്കുപുരണ്ട വസ്ത്രത്തിൽ വെറ്റില ക്കറ പടർന്നു. മേശപ്പുറത്തിരുന്ന വടിയെടുത്ത് ഹെഡ്മാസ്റ്റർ ശേഷയ്യയെ മർദ്ദിച്ചു. ശരീരമാകെ തല്ലുകൊണ്ട് വീർത്തു. കീഴ്ച്ചുണ്ട് കടിച്ചുപിടിച്ച് ശേഷയ്യ അടിയെല്ലാം ഏറ്റുവാങ്ങി. കരയാതെ.. കണ്ണീരുവീഴ്ത്താതെ.. മറുത്തൊരു വാക്ക് മിണ്ടാതെ..

വടിയൊടിഞ്ഞ് കഷ്ണം കഷ്ണങ്ങളായപ്പോൾ ഹെഡ്മാസ്റ്റർ മർദ്ദനം അവസാനിപ്പിച്ച് തന്റെ കസേരയിൽ ചെന്നിരുന്നു. എല്ലാം കണ്ട് കരഞ്ഞു തളർന്ന് ആറുവയസ്സുകാരൻ പയ്യൻ അച്ഛനെ കെട്ടിപ്പിടിച്ചുനിന്നു.

“അയ്യാ.. എന്റെ മകനെ പഠിപ്പിക്കാൻ സമ്മതിക്കണം..” തളർന്നു നേർത്ത ശബ്ദത്തിൽ ശേഷയ്യ കേണപേക്ഷിച്ചു.

ഒടുവിൽ പേരിലെ റാവു വെട്ടിമാറ്റി വിറ്റലിനെ സ്കൂളിലെടുത്തു. ഹെഡ്മാസ്റ്റർക്ക് നന്ദി പറഞ്ഞ് ശേഷയ്യയും മകനും മുറിക്കു പുറത്തേക്ക് കടന്നു. ചൂടും വിയർപ്പും ചേർന്ന് നീറ്റലായി സൂചിമുനകളാഴ്ത്തുന്ന, രക്തം വടുകെട്ടി നീലിച്ചുകിടക്കുന്ന മുറിവുകൾ ശേഷയ്യ തോർത്തു മുണ്ടുകൊണ്ട് തുടച്ചു.

“അച്ഛാ..” ശേഷയ്യയുടെ വിരൽത്തുമ്പിൽ മുറുകെ പിടിച്ചുകൊണ്ട് വിറ്റൽ വിളിച്ചു. സ്കൂൾ മുറ്റത്തെ ആൽമരത്തറയിൽ മകനെ ഇരുത്തി അവന്റെ മുഖത്തേക്ക് ശേഷയ്യ വാത്സല്യപൂർവ്വം നോക്കി.

“ആരെങ്കിലും ജാതി പറഞ്ഞു പരിഹസിച്ചാൽ, അടിച്ചാൽ തിരിച്ചടി ക്കണമെന്നല്ലേ അച്ഛൻ എന്നെ പഠിപ്പിച്ചിട്ടുള്ളത്. നമ്മൾ ആരുടെയും കീഴെയല്ല എന്നല്ലേ അച്ഛൻ പഠിപ്പിച്ചിട്ടുള്ളത്. എന്നിട്ടും എന്തുകൊണ്ടാണ് ഇന്ന് അപമാനിക്കപ്പെട്ടപ്പോൾ മിണ്ടാതിരുന്നത്? അടിച്ചപ്പോൾ തിരിച്ചടിക്കാതിരുന്നത്?” ശേഷയ്യയുടെ കൈമുട്ടിലെ മുറിവിൽ തടവി ക്കൊണ്ട് മകൻ ചോദിച്ചു. മകനെ കെട്ടിപ്പിടിച്ച് ശേഷയ്യ ഏറെനേരം കരഞ്ഞു. അവന്റെ കൈകളിൽ ഉമ്മവെച്ചു. എണ്ണമയമില്ലാത്ത അവന്റെ തലമുടിയിഴകളിലൂടെ വിരലോടിച്ചു.

“മോൻ, അച്ഛന്റെ ഈ കുപ്പായം കണ്ടോ? ആകെ അഴുക്കുപുരണ്ടല്ലേ ഇരിക്കുന്നത്. ഈ അഴുക്ക് നമ്മുടെ ജീവിതത്തിലുമുണ്ട്. നല്ല വസ്ത്രം, വയറുനിറച്ചും ഭക്ഷണം ഇവയെല്ലാം നമുക്ക് ഒരു സ്വപ്നം മാത്രമാണ്. നമ്മൾ എന്നും ചേറിൽ കഴിയാൻ വിധിക്കപ്പെട്ടിരിക്കുന്നത് നമുക്ക്

വിദ്യാഭ്യാസം ഇല്ലാത്തതുകൊണ്ടാണ്. അക്ഷരത്തിന്റെ ശക്തി നമുക്ക് ഇനിയും ലഭിച്ചിട്ടില്ല. നല്ലൊരു ജീവിതവും മറ്റുള്ളവരുടെ ബഹുമാനവും നമുക്ക് കിട്ടണമെങ്കിൽ വിദ്യാഭ്യാസം വേണം. എന്റെയും നിന്റെയും നമ്മുടെ വീട്ടിലുള്ളവരുടെയും മാത്രമല്ല, നമ്മുടെ വിഭാഗത്തിൽപ്പെട്ട എല്ലാവരുടെയും ഉയർച്ചയ്ക്ക് അറിവാണ് ഏക ചവിട്ടുപടി. അക്ഷരത്തിന്റെ കരുത്ത്, വിദ്യാഭ്യാസത്തിന്റെ വിശാലലോകം നീ സ്വന്തമാക്കണം. മറ്റുള്ളവർക്ക് പകർന്നുകൊടുക്കണം. അറിവുകൊണ്ടുമാത്രമേ അധഃകൃതന് അംഗീകാരങ്ങൾ നേടിയെടുക്കാൻ കഴിയൂ. നിന്നെ അറിവിന്റെ ലോകത്തെത്തിക്കാൻ അച്ഛന് അൽപ്പം ചോരയും കണ്ണീരും ഒഴുക്കേണ്ടി വന്നാലും സങ്കടമില്ല. നിന്നെ പഠിപ്പിക്കാൻ അച്ഛൻ എന്തും സഹിക്കും. അറിവിനുവേണ്ടി കൈനീട്ടി യാചിക്കാൻ മാത്രമേ ഇപ്പോൾ എനിക്ക് കഴിയൂ. നിന്നിലൂടെ ഞാൻ സ്വപ്നം കാണുന്നത് നമ്മുടെ വംശത്തിന്റെ ഉയർത്തെഴുന്നേൽപ്പാണ്. അത് സ്വന്തമാക്കാൻവേണ്ടി നിന്റെ ഈ അച്ഛന് പകരം നൽകാൻ കഴിയുക എന്റെ ജീവിതം മാത്രമാണ്. അത് ഞാൻ നൽകുകതന്നെ ചെയ്യും."

അച്ഛന്റെ ഈ മറുപടി കേട്ടിട്ടും വിറ്റലിന്റെ ഉള്ളിലെ സംശയങ്ങൾ നീങ്ങിയിരുന്നില്ല. തന്റെ മകന്റെ മനസ്സിൽനിന്നും അവ്യക്തതകളുടെ കാർമേഘങ്ങൾ മാഞ്ഞിട്ടില്ലെന്ന് ശേഷയ്യക്ക് ബോധ്യമായി. ആകാശത്തേക്ക് വിരൽചൂണ്ടി ശേഷയ്യ മകനോട് പറഞ്ഞു. "ആ സൂര്യനെ നീ കണ്ടോ, അതിനെ മാത്രം ലക്ഷ്യമാക്കിയാൽ മതി. മറ്റൊന്നിനെക്കുറിച്ചും ചിന്തിക്കണ്ട. പഠിക്കുക! പഠിക്കുക! പഠിക്കുക!"

കസേരയിലേക്ക് തല ചാരിവെച്ച് ഗദ്ദർ കണ്ണടച്ചിരുന്നു. അടഞ്ഞ കൺപോളകൾ വിറയ്ക്കുന്നു. പഴയ കാഴ്ചകളെ സ്മരണകൾകൊണ്ട് തൊട്ടുമടങ്ങുമ്പോൾ കണ്ണീർ നനവ്. കൈയെത്തുംദൂരെ ആ കുട്ടിക്കാലം. ചുറ്റിലും പുന്നെല്ലിന്റെ ഗന്ധംപോലെ അച്ഛന്റെ മണം. നെറ്റിത്തടത്തിലെ ചുംബനത്തിന്റെ ചൂട്. ആലിംഗനത്തിന്റെ സൂര്യസ്പർശം. "അച്ഛൻ, പ്രായോഗികബുദ്ധികൊണ്ട് ജീവിതം സ്വന്തമാക്കാമെന്നു പഠിപ്പിച്ച എന്റെ ഹീറോ." അച്ഛൻ കൊളുത്തിവെച്ച നെരിപ്പോടാണ് വർഷങ്ങൾ പലതു പിന്നിട്ടിട്ടും എല്ലാത്തരം മേൽക്കോയ്മകളുടെയും ചിത കത്തിക്കാനുള്ള തീ ഗദ്ദറിനു നൽകിയത്. ഗദ്ദറിനു ചുറ്റും അദൃശ്യസാന്നിധ്യമായി അച്ഛൻ നിറഞ്ഞു. കൽവിളക്കിലെ എണ്ണപോലെ. ഒപ്പം ഗോദാവരി നദിപോലെ സ്നേഹപ്രവാഹമായി അമ്മയും. വാൽസല്യത്തിന്റെ ഇളംതണുപ്പുള്ള അമ്മപ്പുഴയിൽ ഗദ്ദർ മുങ്ങാംകുഴിയിട്ടു. ഓരോ തവണ മുങ്ങുമ്പോഴും പുതിയ ഉന്മേഷം. പുതിയ ഊർജ്ജം. ഈറൻസ്മൃതികളിൽ കുളിച്ചുതോർത്തി കുട്ടിക്കാലത്തിന്റെ ഉമ്മറപ്പടിയിലേക്ക് വീണ്ടും കാലെടുത്തുവെച്ചു. നനുത്ത കാറ്റ് ശരീരത്തെ തൊട്ടുരുമ്മി കടന്നുപോയി. വീട്ടുമുറ്റത്തെ മരത്തിൽ കൂനനുറുമ്പുകൾ നിരതെറ്റാതെ ലോങ് മാർച്ച് നടത്തുന്നുണ്ടായിരുന്നു. ദൂരെ, ദൂരെനിന്നും പതിഞ്ഞ ശബ്ദത്തിൽ അമ്മ വിളിക്കുന്നുണ്ടായിരുന്നു, "വിറ്റൽ ..."

പേരുകൊണ്ടൊരു വിപ്ലവം

> "മനുഷ്യൻ സാഹചര്യങ്ങളുടെയും വൈഷമ്യങ്ങളുടെയും കഷ്ട പ്പാടുകളുടെയും സന്താനമാണ്. ഒരു ലെയ്ത്ത് ലോഹക്കഷ ണത്തെ രൂപപ്പെടുത്തുന്നതുപോലെ പ്രശ്നങ്ങൾ അവനെ രൂപ പ്പെടുത്തും. ആരും വിപ്ലവകാരിയായി ജനിക്കുന്നില്ല എന്ന് ഞാൻ ഉറപ്പിച്ചു പറയും. സ്വയം വിപ്ലവകാരിയാവുകയാണ്. അതിനാ വശ്യമായ ഗുണങ്ങൾ ഓരോ സന്ദർഭത്തിലും അനുഭവത്തിലും ആർജിച്ചുകൊണ്ടിരിക്കുന്നു."
>
> - ഫിഡൽ കാസ്ട്രോ

1949-ൽ ആന്ധ്രയിലെ മേഥക്ക് ജില്ലയിലെ തൂപ്രാൻ എന്ന കൊച്ചു ഗ്രാമത്തിൽ ശേഷയ്യയുടെയും ലാച്ചുമമ്മയുടെയും ഇളയമകനായാണ് ഗുമ്മിഡി വിറ്റൽ റാവുവെന്ന ഗദ്ദറിന്റെ ജനനം. ജാതിഭേദത്തിന്റെ പാപ ത്തറകളിൽ തലതല്ലി മരിച്ച നിരവധി ജന്മങ്ങൾ ഊരുകാവലായി നിൽക്കുന്ന ഗ്രാമം. പട്ടിണിക്കിടയിൽ പുഞ്ചിരിയുടെയും പരസ്പര സ്നേഹത്തിന്റെയും നിലാവെളിച്ചം പങ്കുവെച്ച ഒരു സാധാരണ മാല ദലിത് കുടുംബം. മഹാരാഷ്ട്രയിലെ ഔറംഗബാദിൽ കൽപ്പണിക്കാര നായിരുന്ന ശേഷയ്യയ്ക്ക് അംബേദ്കർ എന്നും അടങ്ങാത്ത ആവേശ മായിരുന്നു. ഗദ്ദറിന് മൂന്ന് സഹോദരിമാരും ഒരു സഹോദരനും. സരസ്വതി, സാന്താബായ്, ബാലാമണി, നരസിംഗറാവു. ദലിതർ സാധാരണ ഉപയോഗിക്കുന്ന പേരുകൾക്കു പകരം സവർണപേരുകളാണ് ശേഷയ്യ തന്റെ മക്കൾക്ക് നൽകിയത്.

ഓർമ്മയുറയ്ക്കുന്നതിന് മുൻപേ തുടങ്ങിയിരുന്നു ഗദ്ദറും ജാതി വിരുദ്ധ പോരാട്ടങ്ങളും തമ്മിലുള്ള ബന്ധം. ശേഷയ്യ മകനു നൽകിയ വിറ്റൽ റാവുവെന്ന പേരിലും ഒരു ജാതിവിരുദ്ധതയും ഉച്ചനീചത്വങ്ങളോ ടുള്ള പരിഹാസവും നിറഞ്ഞുനിൽക്കുന്നു. ജാതിയുടെപേരിൽ അടിച്ച മർത്തുന്നവരോടുള്ള വെല്ലുവിളിയും പ്രതിഷേധവുമായാണ് ശേഷയ്യ മകന് വിറ്റൽ റാവുവെന്ന സവർണനാമം നൽകിയത്. സവർണന്റെ കുല മഹിമാചിഹ്നങ്ങളെ ശേഷയ്യ ചോദ്യംചെയ്തു. ഒപ്പം, ശ്വസിക്കുന്ന വായു വിൽപോലും ജാതി തിരയുന്ന വർണ്ണവെറിയന്മാർക്കിടയിൽ പേരു കൊണ്ടെങ്കിലും തന്റെ മകൻ സുരക്ഷിതനായിരിക്കട്ടെ എന്ന് ആ അച്ഛൻ കരുതിയിരിക്കാം.

ശേഷയ്യയുടെ തന്റേടത്തിൽ സവർണ പ്രമാണിമാർ ഏറെ അസ്വസ്ഥ രായിരുന്നു. ശേഷയ്യയും ലാച്ചുമമ്മയും മകനെ "എടാ, റാവു" എന്നു വിളിക്കുമ്പോൾ മേലാളന്മാർ മുഖത്തടിയേറ്റതുപോലെ നിന്നു. അമർഷം കൊണ്ട് കലിതുള്ളി. ശേഷയ്യ മക്കൾക്ക് ഉന്നതകുലനാമങ്ങൾ നൽകിയ തിനെതിരെ ദുരമൂത്ത മേലാളന്മാർ ചോദ്യം ചെയ്തു. ഭീഷണി പ്പെടുത്തി. എല്ലാവർക്കും പുഞ്ചിരി കലർന്ന ധീരമായ മറുപടിയായിരുന്നു ശേഷയ്യ പകരം നൽകിയത്. "ഞങ്ങൾ കല്ലും മണ്ണും ചുമന്ന് പണിത

ക്ഷേത്രങ്ങളും ഞങ്ങൾ ചോരനീരാക്കി കൊത്തിയെടുത്ത ദൈവങ്ങളെയും നിങ്ങൾ സ്വന്തമാക്കിയില്ലേ. എന്നിട്ട് ഞങ്ങളെ പുറത്താക്കി ക്ഷേത്രകവാടം അടച്ചില്ലേ. ഞങ്ങൾ ഒരക്ഷരം മിണ്ടിയില്ലല്ലോ!. ഇപ്പോൾ ഞാൻ നിങ്ങളിൽ നിന്നും എടുത്തത് ഒരു പേരല്ലേ. അതിന് ഇത്ര കെറുവിക്കാനുണ്ടോ. എന്റെ മകൻ ദലിത് റാവുവാണ്. പോരേ!"

താൻ ജീവിതത്തിൽ കണ്ട ആദ്യവിപ്ലവം അച്ഛന്റെ ഈ മറുപടികളായിരുന്നുവെന്ന് ഗദ്ദർ പറയുന്നു. ആരുടെ മുന്നിലും തലകുനിക്കാതെ നട്ടെല്ലുറപ്പോടെ ജീവിക്കണമെന്ന പാഠമാണ് അച്ഛൻ പകർന്നുതന്നതെന്നും അതിന്റെ കടംകൊള്ളൽ മാത്രമായിരുന്നു തന്റെ ശിഷ്ടകാലമെന്നും ഗദ്ദർ അടിവരയിടുന്നു. ആത്മാഭിമാനത്തിന് അത്രയേറെ വിലകൽപ്പിച്ചിരുന്ന ശേഷയ്യ ഒരിക്കൽമാത്രം പാതാളത്തോളം താണു. തന്റെ മകനെ സ്കൂളിൽ ചേർക്കുന്ന വേളയിൽ. അന്ന് ശേഷയ്യയ്ക്കു മുന്നിൽ മറ്റുവഴികളൊന്നും ഇല്ലായിരുന്നു. അറിവിന്റെ ലോകത്തേക്ക് മകനെ കൈപിടിച്ചുകൊണ്ടുപോകാൻ ആ അച്ഛന് തനിയെ സാധിക്കുമായിരുന്നില്ല. അതുകൊണ്ടുതന്നെ ഹെഡ്മാസ്റ്ററാൽ അപമാനിക്കപ്പെട്ടപ്പോഴും, പരിഹാസംകൊണ്ട് മുറിവേറ്റപ്പോഴും ഉള്ളിലൊതുക്കി നിന്നു.

സ്കൂളിലെത്തിയ ആദ്യനാൾമുതൽ ജാതിയുടെപേരിലുള്ള കൊടിയ പീഡനങ്ങൾക്ക് വിറ്റലിന്റെ ജീവിതം വേദിയായി. അവന്റെ പേരുകേട്ട് അസഹിഷ്ണുക്കളായ അധ്യാപകർ പേരിലെ 'റാവു' എന്ന സവർണ ചിഹ്നം അറുത്തുമാറ്റി വിറ്റൽ എന്നുമാത്രമാക്കി. ജാതിയുടെ പേരിലുള്ള പീഡനങ്ങൾ അനുദിനം കൂടിവന്നു.

ശേഷയ്യ ഒരിക്കൽ വിറ്റലിന് മൂന്ന് ചിത്രങ്ങൾ നൽകി. മൂന്ന് നേതാക്കളുടെ ചിത്രങ്ങൾ. ഗാന്ധി, നെഹ്രു, അംബേദ്ക്കർ. വടിയും കൈയിലേന്തി നിൽക്കുന്ന അർധനഗ്നനായ, അഹിംസാവാദിയായ രാഷ്ട്രപിതാവ്. പനിനീർപ്പൂവ് നെഞ്ചിൽ കുത്തിയ, ഗാന്ധിത്തൊപ്പി ധരിച്ച ആദ്യ പ്രധാനമന്ത്രി. പുസ്തകം കൈയിലേന്തിയ, കട്ടിക്കണ്ണടവെച്ച ഭരണഘടനാശിൽപ്പി. അംബേദ്ക്കറിന്റെ ചിത്രം മകന്റെ മുഖത്തിനടുത്തേക്ക് പിടിച്ചശേഷം ശേഷയ്യ പറഞ്ഞു. "വിറ്റൽ, ഇദ്ദേഹമാണ് ബാബ സാഹേബ്. നമ്മുടെ നേതാവ്. വഴികാട്ടി. ഇദ്ദേഹത്തിന്റെ കൈയിൽ പുസ്തകമാണുള്ളത്. നമ്മൾ പിന്നാക്കവിഭാഗക്കാർ പുസ്തകങ്ങളെ, അറിവിനെയാണ് എപ്പോഴും മുറുകെ പിടിക്കേണ്ടതെന്നാണ് ബാബാ സാഹേബ് പറയുന്നത്. നീ ഇദ്ദേഹത്തെയാണ് മാതൃകയാക്കേണ്ടത്." അച്ഛന്റെ ആ വാക്കുകൾ വിറ്റൽ കുറിച്ചെടുത്തത് ഹൃദയത്തിലായിരുന്നു. വിറ്റലിന്റെ പത്താം പിറന്നാളിന് ശേഷയ്യ ഒരു ഉപഹാരം നൽകി. അംബേദ്ക്കറിന്റെ ജീവചരിത്രപുസ്തകം. ആദ്യമായും അവസാനമായും വിറ്റലിന് അച്ഛനിൽ നിന്നും ലഭിച്ച പിറന്നാൾസമ്മാനം.

അക്ഷരങ്ങളുടെ ലോകത്തേക്ക് പിച്ചവെയ്ക്കാൻ തുടങ്ങിയ ആദ്യനാളുകൾ മുതൽ വിറ്റൽ അച്ഛനു നൽകിയ വാക്ക് പാലിക്കാൻ

പരിശ്രമിച്ചു. പഠനത്തിൽ അറിയാതെ വീഴ്ച്ചകൾ സംഭവിക്കുമ്പോൾ അച്ഛന്റെ മുഖം മനസ്സിലോർക്കും. പ്രത്യാശയുടെ ഊർജ്ജകണങ്ങൾ അപ്പോൾ ശരീരമാകെ നിറയും. സ്കൂളിൽനിന്നും വീട്ടിലെത്തിയാൽ പഠിച്ച പാഠങ്ങൾ ഗ്രാമത്തിലെ ദലിത് കുട്ടികൾക്കു പറഞ്ഞുകൊടുക്കും. വിറ്റൽ ദരിദ്രരായ കുട്ടികൾക്ക് അക്ഷരം പകർന്നുകൊടുക്കുന്നത് ശേഷയ്യ നിറകണ്ണുകളോടെ നോക്കിനിൽക്കും. മകനിലൂടെ തന്റെ സമുദായത്തിന്റെ ഉന്നതി സ്വപ്നം കാണും.

പഠനത്തിൽ മിടുക്കനായ വിറ്റലിന്റെ കഴിവുകളെ 'ദലിതന് ബുദ്ധിയുണ്ടാകരുതെന്ന' വരട്ടുവാദത്തിന്റെ പേരിൽ എല്ലാവരും കണ്ടില്ലെന്നു നടിച്ചു. ജാതിക്കോമരങ്ങളായ അധ്യാപകരും സഹപാഠികളും അവനു ചുറ്റും ഉറഞ്ഞുതുള്ളി. ദാരിദ്ര്യം, ജാതിയുടെ പേരിലുള്ള അപമാനങ്ങൾ എന്നിവ ഉള്ളിലൊതുക്കി അവൻ ബാല്യത്തിന്റെ നടവഴികൾ പിന്നിട്ടു. വിശപ്പു മറക്കാൻ പുസ്തകങ്ങളെ നെഞ്ചോട് ചേർത്തുപിടിച്ചു. അക്ഷരങ്ങളും അച്ഛൻ പകർന്നുതന്ന അംബേദ്കർ ചിന്തകളും അവന്റെ ചിറകുകൾക്ക് കരുത്തുപകർന്നു.

മഹാരാഷ്ട്രയിൽനിന്നും സ്വന്തം ഗ്രാമത്തിലേക്കുള്ള ഓരോ വരവിലും ശേഷയ്യ മകനു വായിക്കാൻ പഴയ പുസ്തകങ്ങൾ കൊണ്ടുവരും. മറാത്തി പാട്ടുകൾ പാടിക്കൊടുക്കും. സ്വയം അറിഞ്ഞും മറ്റുള്ളവർക്ക് അറിവ് പകർന്നുകൊടുത്തും വിറ്റൽ വളർന്നു. പക്ഷേ, ആ വളർച്ച കണ്ടറിയാൻ ശേഷയ്യ ഏറെനാൾ ഉണ്ടായില്ല. വിറ്റലിന് പതിനൊന്നു വയസ്സുള്ളപ്പോൾ ശേഷയ്യ മരിച്ചു.

ചെറുത്തുനില്പിന്റെ ചുവടുകളും അമ്മയെന്ന നീലാകാശവും

“ഓ ലാച്ചുമമ്മാ.. അമ്മയുടെ വസ്ത്രങ്ങൾ കീറിയിരിക്കുന്നു.
അമ്മയുടെ നരച്ചമുടിയിഴകളിൽ ചെളിപുരണ്ടിരിക്കുന്നു.
അമ്മയുടെ സാരി നിറംമങ്ങി പഴന്തുണിയായിരിക്കുന്നു
കീറിപ്പറഞ്ഞ വസ്ത്രങ്ങൾ തുന്നാനോ,
പുത്തനൊന്ന് വാങ്ങാനോ അമ്മയ്ക്ക് കഴിവില്ല.
അമ്മയുടെ ശരീരം ക്ഷീണിച്ച് തളർന്നിരിക്കുന്നു.
ഈ ദുരിതങ്ങൾക്കിടയിലും അമ്മ ചെയ്യുന്നത് എന്താണെന്നോ,
ഞങ്ങളെ പോറ്റാൻ കാളയെപ്പോലെ
കൃഷിയിടത്തിൽ പണിയെടുക്കുന്നു.
നാളേക്കുവേണ്ടി തൈകൾ നട്ടുനനയ്ക്കുന്നു.
എന്റെ വിശപ്പുമാറ്റാൻ മണ്ണിൽ പൊന്നുവിളയിക്കുന്നു.”

(ഗദ്ദറിന്റെ അമ്മപ്പാട്ടിൽ നിന്നും)

അമ്മയെന്ന നന്മയുടെ ഈറൻനിലാവിനെക്കുറിച്ചുള്ള ഗദ്ദറിന്റെ വരികളിങ്ങനെ... ഓർമ്മകൾ താരാട്ടുമൂളുന്നു.

അമ്മയായിരുന്നു ഗദ്ദർ അറിഞ്ഞ ആദ്യത്തെ കമ്മ്യൂണിസ്റ്റ്. പ്രത്യയശാസ്ത്രംകൊണ്ടോ പാർട്ടിഅനുഭാവംകൊണ്ടോ അല്ല അമ്മയെ അങ്ങനെ വിശേഷിപ്പിക്കുന്നത്, ജീവിതത്തിൽ പുലർത്തിയ കരളുറപ്പു കണക്കിലെടുത്ത്. അച്ഛൻ മരിച്ചപ്പോൾ അമ്മ തകർന്നില്ല. മക്കൾ കാൺകെ കരഞ്ഞില്ല. അവർ ഒറ്റയ്ക്കായിരുന്നു. ദുരന്തങ്ങളെല്ലാം ജീവിതത്തിലെ അനിവാര്യതകളാണെന്ന് അവർ തിരിച്ചറിഞ്ഞിരുന്നു. ദുഃഖം കടിച്ചുപിടിച്ച് വർഷങ്ങളോളം പൊരുതി ജീവിച്ചു. 78 വയസ്സുവരെ. ചങ്കുറപ്പോടെ. നെഞ്ചുവിരിച്ച്.

അച്ഛൻ ചെറുത്തുനിൽപ്പിന്റെയും അറിവിന്റെയും പ്രതിരൂപമാണെങ്കിൽ ഗദ്ദറിന് അമ്മ സ്നേഹത്തിന്റെയും സംഗീതത്തിന്റെയും

മൂർത്തീഭാവമാണ്. ഗദ്ദറിന്റെ ജനിതകഘടനയിൽ വിപ്ലവം അടയാളപ്പെടുത്തിയത് അച്ഛനും പാട്ടിന്റെ ക്രോമസോംദളം അമ്മയുമായിരുന്നു. മാക്സിം ഗോർക്കി വാക്കുകൾകൊണ്ട് വരച്ചിട്ട വിപ്ലവത്തിന്റെ മാതൃരൂപം പോലെ ഒരമ്മ.

കുടുംബത്തിന്റെ ഏക ആശ്രയമായിരുന്ന ശേഷയ്യയുടെ മരണശേഷം ലാച്ചുമമ്മ തളർന്നില്ല. പറക്കമുറ്റാത്ത അഞ്ചുമക്കളെയും ചേർത്തുപിടിച്ച് ജീവിതത്തിന്റെ കഠിനവഴികൾ താണ്ടി. തളരാതെ, കൂലിപ്പണിയെടുത്ത് കുടുംബം പോറ്റി. പ്രതിസന്ധികൾ നിരവധിയായിരുന്നെങ്കിലും വിറ്റലിനെ സ്കൂളിലയച്ചു.

സ്കൂളിൽ വിറ്റൽ മികച്ചൊരു വിദ്യാർഥിയായിരുന്നു. എന്തും വളരെ പെട്ടെന്ന് ഹൃദിസ്ഥമാക്കാൻ വിറ്റലിന് കഴിയുമായിരുന്നു. പഠനത്തിലെ ആ മികവ് മറ്റുള്ള ദലിത് കുട്ടികൾക്കു പാഠങ്ങൾ പറഞ്ഞുകൊടുക്കുന്നതിലും വ്യക്തമായുണ്ടായിരുന്നു. പ്രായത്തിൽ ഒരുപാട് മുതിർന്നവരുൾപ്പടെ നിരവധിപേർ വിറ്റലിനുകീഴിൽ പഠിക്കാനെത്തി. വെള്ളം കുടിച്ചോ, ഉണക്കറൊട്ടി മുളകുകൂട്ടിക്കഴിച്ചോ പാതിവയർനിറച്ച് വിറ്റൽ കിലോമീറ്ററുകൾ താണ്ടി സ്കൂളിലെത്തി. ഉച്ചയ്ക്ക്, വിറ്റൽ അമ്മ പണിയെടുക്കുന്ന വയലിലെത്തും. വിറ്റലിന്റെ മുടിയിഴകൾ വിരലുകൾകൊണ്ട് മാടിയൊതുക്കി ലാച്ചുമമ്മ അവന്റെ നെറ്റിത്തടത്തിൽ ഉമ്മവെയ്ക്കും. തന്റെ ഭക്ഷണത്തിന്റെ പകുതി മകനു കൊടുക്കും. പിന്നെ അവനെ പാടവരമ്പിലിരുത്തി പാട്ടുപാടിക്കൊടുക്കും. നാടൻപാട്ടുകൾ, കൊയ്ത്തുപാട്ടുകൾ, ഭക്തിഗാനങ്ങൾ എന്നിങ്ങനെ നീളുന്നു പാട്ടിന്റെ നിര. അമ്മയുടെ സ്നേഹമായിരുന്നു ആ മകന്റെ വയറു നിറച്ചിരുന്നത്.

ഗദ്ദറിന് അമ്മ എന്നും ഉള്ളുപിടഞ്ഞു കത്തുന്നൊരോർമ്മയാണ്. ജനങ്ങളെ വാക്കുകൊണ്ടും താളംകൊണ്ടും തന്നിലേക്ക് അടുപ്പിക്കുന്ന മാന്ത്രികവിദ്യ ഗദ്ദർ പഠിച്ചത് അമ്മയിൽനിന്നാണ്. വെടിയേറ്റു വീണാലും തകർന്നടിയാതെ ഉയർത്തെഴുന്നേൽക്കാനുള്ള ഇച്ഛാശക്തിയും ഇരട്ടച്ചങ്കും ഗദ്ദറിലെത്തിയത് അമ്മയിലൂടെ. "എന്റെ അമ്മ.. ലാച്ചുമമ്മ.. അമ്മയാണെനിക്കെല്ലാം.. എന്റെ ചുണ്ടിലെ പാട്ട്, എന്റെ നെഞ്ചിലെ രോഷം, എന്റെ കൈയിലെ ചെങ്കൊടിച്ചുവപ്പ്.. എല്ലാം അമ്മ തന്നതാണ്. കുട്ടിക്കാലത്ത് വിശന്നുതളരുമ്പോൾ അമ്മ എന്നെ മടിയിലിരുത്തി പാട്ടുകൾ പാടിത്തരും. നാട്ടുതാളങ്ങളിലുള്ള പാട്ടുകൾ. ഓരോ പാട്ടിനും അമ്മയുടെ അപ്പോഴത്തെ മാനസികാവസ്ഥയ്ക്കനുസരിച്ചുള്ള ഓരോ ഭാവമാണ്. മിക്കപ്പോഴും ശോകം. ചിലപ്പോൾ വരികളൊന്നുമുണ്ടാകില്ല. വെറും മൂളൽമാത്രമായിരിക്കും. അമ്മയുടെ വരണ്ട തൊണ്ടയിൽനിന്ന് രക്തമിറ്റുവീഴുന്ന വരികൾ വേദനയോടെ പുറത്തേക്ക് വരും. ഒപ്പം കണ്ണീരും. ഓർമ്മകൾക്ക് മങ്ങലുകൾ വന്നിട്ടുണ്ടെങ്കിലും ഒന്നുറപ്പാണ്, ആ പാട്ടുകൾ ചെന്നെത്തിയിരുന്നത് എന്റെ കാതിലായിരുന്നില്ല; നെഞ്ചിലായിരുന്നു. അങ്ങനെയുള്ള ഒരമ്മയുടെ മകൻ ഒരിടത്തും തളരില്ല." മുഖം രണ്ടു

കൈകൾകൊണ്ടും അമർത്തിത്തുടച്ച് ഗദ്ദർ ഓർമ്മകൾക്ക് അർധവിരാമമിട്ടു. മാതൃസ്മൃതികളുടെ മാസ്മരികവലയം ഒരു നേർത്ത താരാട്ടുപോലെ മനസ്സിനെ തൊട്ടുനിന്നു. വിപ്ലവത്തിനുവേണ്ടിയും മണ്ണിനുവേണ്ടിയും തെലങ്കാനയ്ക്കുവേണ്ടിയും പാടിയപ്പോഴെല്ലാം അതിനുള്ളിൽ അമ്മയെന്ന ആഴക്കടലിന്റെ അടങ്ങാത്ത അലമാലകളുണ്ടായിരുന്നു.

''എന്റെ അമ്മ ലാച്ചുമമ്മ
എന്നെ അനുഗ്രഹിച്ചു പറഞ്ഞു:
'മകനേ, നീ വിഷമിക്കരുത്
തകരരുത്... തളർന്നു വീഴരുത്
വിട്ടുവീഴ്ച്ചയില്ലാതെ ജീവിതം അവസാനിക്കുന്നില്ല'
അമ്മ,
ജീവിതം ഒരു വലിയ പാഠപുസ്തകംപോലെ
എനിക്കു മുന്നിൽ തുറന്നുതന്നവൾ
ഹൃദയത്തിൽ സൂര്യചന്ദ്രന്മാരെ ഉൾക്കൊള്ളുന്നവൾ
അവരുടെ പാദങ്ങളിൽ ഞാൻ സാഷ്ടാംഗം പ്രണമിക്കുന്നു.
അമ്മേ, പ്രണാമം."

(ഗദ്ദറിന്റെ പാട്ട്)

"കുട്ടിക്കാലം വല്ലാത്തൊരു അനുഭവമായിരുന്നു. വിരൽത്തുമ്പുപിടിച്ച് ആ കാലം ഇപ്പോഴും എന്റെ കൂടെത്തന്നെയുണ്ട്. എവിടെപ്പോയാലും കൂട്ടുവരാറുണ്ട്. രാവിലെ മണ്ണുകൊണ്ടുള്ള പല്ലുതേപ്പും ഗ്രാമക്കുളത്തിലെ കുളിയും ഒഴിഞ്ഞ വയറുമായുള്ള സ്കൂൾയാത്രയുമെല്ലാം. സ്കൂൾ വിട്ടുവന്നാൽ വലിയ വീടുകളിൽപോയി പശുവിൻചാണകം കോരി കുട്ടയിലാക്കി ചന്തയിൽകൊണ്ടുപോയി വിൽക്കും. ഓരോ വീട്ടുകാരും തുച്ഛമായൊരു തുക എല്ലാമാസവും കൂലിയായി തരും. എനിക്ക് ആ നാണയത്തുട്ടുകൾ ഏറെ വിലയുള്ളതായിരുന്നു. പണം മുഴുവൻ അമ്മയെ ഏൽപ്പിക്കുകയാണ് പതിവ്. അവധിദിവസങ്ങൾ ഞാൻ അമ്മയ്ക്കൊപ്പം പാടത്തു പണിക്കിറങ്ങും. എന്തുചെയ്യുമ്പോഴും മരിച്ച് ഉച്ചിയിൽ നിൽക്കുന്ന അച്ഛനെയാണ് ഓർമ്മവരിക." ഗദ്ദർ പറഞ്ഞുനിർത്തി. കല്ലുംമുള്ളും നിറഞ്ഞ കുട്ടിക്കാലം ഗദ്ദറിൽ വളരെ വലിയ സ്വാധീനമാണ് ചെലുത്തിയിട്ടുള്ളത്.

ഹൈസ്കൂളിലെത്തിയതോടെ വിറ്റലിന്റെ ജീവിതത്തിൽ ചില മാറ്റങ്ങളുണ്ടായി. പിന്നാക്കവിദ്യാർഥികൾക്കായി തുടങ്ങിയ ഹോസ്റ്റലിലേക്ക് വിറ്റൽ താമസംമാറ്റിയതാണ് അതിൽ പ്രധാനം. രണ്ടുനേരം മുടങ്ങാതെ ഭക്ഷണം ലഭിക്കുമെന്നതായിരുന്നു വിറ്റലിനെ ഹോസ്റ്റലിലേക്ക് മാറ്റാൻ ലാച്ചുമമ്മയെ പ്രേരിപ്പിച്ചത്. സമാനമായ ജീവിതസാഹചര്യങ്ങളിൽ നിന്നുവരുന്ന നിരവധിപേരെ പരിചയപ്പെടാൻ ഹോസ്റ്റൽ വാസം വിറ്റലിനെ സഹായിച്ചു. പീഡനങ്ങളുടെയും വിവേചനങ്ങളുടെയും

വേറിട്ട വിവരണങ്ങൾ വിറ്റൽ അവരിൽ നിന്നും അറിഞ്ഞു. അത് വിറ്റിലിന്റെ ഉള്ളിലെ തീപ്പൊരിക്ക് കാറ്റുപകർന്നു. വിറ്റൽ മെച്ചപ്പെട്ട ഭക്ഷണം എന്താണെന്ന് അറിയുന്നത് തന്നെ ഹോസ്റ്റൽകാലത്താണ്.

ഭക്ഷണത്തോടൊപ്പം മറ്റൊന്നുകൂടി വിറ്റലിന്റെ ജീവിതത്തിലേക്ക് കടന്നുവന്നു. ബുരകഥ. ആന്ധ്രയിലെ നാടോടി കലാരൂപം. സ്കൂളിലെ കലാ കായിക മത്സരങ്ങളിലെല്ലാം വിറ്റൽ പങ്കെടുത്തു. ഫുട്ബോളായിരുന്നു ഏറെ പ്രിയം. സ്കൂളിൽ ബുരകഥ അവതരിപ്പിച്ചു. അങ്ങനെ ക്രമേണ 'ബുരകഥ വിറ്റൽ' എന്ന് അറിയപ്പെടാൻ തുടങ്ങി. പതിയെ പതിയെ സ്കൂൾ മുറ്റം വിട്ട് നാട്ടിൻപുറത്ത് കലാരൂപങ്ങൾ അവതരിപ്പിക്കാൻ തുടങ്ങി. തൂപ്രാനിലെ നാടോടിഗായകനായി പേരെടുത്തു.

അടുത്ത ഗ്രാമങ്ങളിലും കലാപരിപാടികൾ അവതരിപ്പിക്കാൻ വിറ്റൽ പോകുമായിരുന്നു. സ്കൂൾ സമയം കഴിഞ്ഞാൽ ഹോസ്റ്റലിനു അടുത്തുള്ള വീടുകളിൽ വിറ്റൽ ജോലിയെടുത്തു. ഒഴിവുദിവസങ്ങളിൽ ഹോസ്റ്റലിൽനിന്നും വീട്ടിലെത്തിയാൽ അമ്മയ്ക്കൊപ്പം പാടത്തുപണിയ്ക്കുപോകും. അമ്മയ്ക്കൊപ്പം പതിനഞ്ചു കിലോമീറ്ററിലധികം സഞ്ചരിച്ച് കാട്ടിലേക്കുപോയി വിറകുശേഖരിച്ച് വിൽക്കും. ഹൈസ്കൂളിലെ പ്രധാനഅധ്യാപകൻ ശേഷറെഡ്ഢിക്കും ഹോസ്റ്റൽ വാർഡനും വിറ്റലിനെ ഏറെ ഇഷ്ടമായിരുന്നു. അവർ വിറ്റലിന്റെ കലാവാസനകളെ പ്രോത്സാഹിപ്പിച്ചു. ആര്യസമാജം പ്രവർത്തകരായിരുന്ന അവർ വിറ്റലിനെ ഭഗവദ്ഗീതയും, ഖുറാനും ബൈബിളും പഠിപ്പിച്ചു. പുരാണകഥകൾക്കനുസരിച്ച് നാടൻപാട്ടുകളുണ്ടാക്കാൻ വിറ്റലിനോട് അവർ ആവശ്യപ്പെട്ടു.

1968-ൽ വിറ്റൽ എച്ച്.എസ്.സി പരീക്ഷ പാസ്സായി. ആ സ്കൂളിൽ എച്ച്.എസ്.സി പാസാകുന്ന ആദ്യ ദലിത്‌വിദ്യാർഥി. പിന്നീട്, പ്രീയൂണിവേഴ്സിറ്റി പരീക്ഷ 77 ശതമാനം മാർക്കോടെ വിജയിച്ചു. തുടർന്ന്, ഉസ്മാനിയ സർവകലാശാലക്ക് കീഴിലുള്ള എൻജിനീയറിങ് കോളേജിൽ ബി.ഇയ്ക്ക് ചേർന്നു. എൻജിനിയറിങ് പഠനത്തോടൊപ്പം രാത്രിയിൽ കോളേജിനടുത്തുള്ള ഒരു ഹോട്ടലിൽ പണിയെടുത്തു. കവികളും കലാകാരന്മാരും ആ ഹോട്ടിലെ നിത്യസന്ദർശകരായി എത്തുമായിരുന്നു. വിറ്റൽ അവരുടെ സംസാരം ഏറെ ശ്രദ്ധയോടെ നോക്കിനൽക്കുമായിരുന്നു. അവർ പറയുന്ന വാക്കുകൾ, പങ്കുവെയ്ക്കുന്ന ആശയങ്ങൾ എല്ലാം വിറ്റലിന് പുത്തൻ ആശയപ്രപഞ്ചങ്ങളിലേക്ക് സഞ്ചരിക്കാനുള്ള ആകാശനൗകകൾ സമ്മാനിക്കുമായിരുന്നു. പുരോഗമനചിന്താധാരകളെ അറിയാനും വിഗ്രഹങ്ങൾ തച്ചുടയ്ക്കാനുള്ള തിരിച്ചറിവിനും ഇത് വഴിയൊരുക്കി. അതുകൊണ്ടുതന്നെ തൊഴിലിടം എന്നതിനൊപ്പം പ്രിയപ്പെട്ടൊരു ആശ്രയകേന്ദ്രമായി ആ ഹോട്ടൽ മാറി. എന്നാൽ, വീട്ടിലെ സ്ഥിതി അനുദിനം വഷളായി വന്നു. അങ്ങനെ ബി.ഇ പഠനം പാതിവഴിയിലുപേക്ഷിച്ച് അന്നന്നത്തെ അന്നത്തിനായുള്ള വഴിതേടാൻ തുടങ്ങി.

പഠനം പൂർത്തിയാക്കാത്തവന്റെ മുന്നിൽ കുടുംബത്തിന്റെ മുഴുവൻ ഭാരവുംപേറാൻ പറ്റുന്നൊരു തൊഴിൽ കണ്ടെത്തുകയെന്ന സ്വപ്നം ഉത്തരമില്ലാത്ത ചോദ്യമായി അവശേഷിച്ചു. ഒരു കെമിക്കൽ കമ്പനിയിലുൾപ്പെടെ നിരവധി സ്ഥലങ്ങളിൽ തൊഴിലെടുത്തു.

അതിനിടയിൽ വാർത്താവിതരണ പ്രക്ഷേപണവകുപ്പിനു കീഴിൽ പൊതുജനസമ്പർക്ക പരിപാടി അവതരിപ്പിക്കാനുള്ള അവസരം ലഭിച്ചു. ഇതിനായി 'ബാബുജി ബുരകഥാ പാർട്ടി' എന്നൊരു കലാസംഘമുണ്ടാക്കി. ഒരു അവതരണത്തിന് 75 രൂപയായിരുന്നു പ്രതിഫലം. കഷ്ടിച്ച് കാര്യങ്ങൾ നടക്കും എന്ന അവസ്ഥ. എങ്കിലും, ആളുകളുമായി നിരന്തരം സംവദിക്കാനും ആൾക്കൂട്ടത്തിന്റെ മനഃശാസ്ത്രം മനസ്സിലാക്കാനും ആ ജോലിയിലൂടെ കഴിഞ്ഞു. പക്ഷേ, ആ തുച്ഛമായ വരുമാനംകൊണ്ട് കുടുംബം പുലർത്താൻ കഴിയില്ലെന്ന് മനസ്സിലായപ്പോൾ പൊതുജനസമ്പർക്കപരിപാടിക്കൊപ്പം മറ്റുപണികളുമെടുത്തു. 1975-ലാണ് വിറ്റൽ കനറാബാങ്കിൽ ജോലിക്കു ചേരുന്നത്. ജീവിതം അൽപ്പം സുരക്ഷിതമായെന്നു തോന്നിയ സമയം. പക്ഷേ, ശാന്തിയുടെ നാളുകൾ ഏറെ നീണ്ടുനിന്നില്ല. 1976-ൽ അടിയന്തിരാവസ്ഥ പ്രഖ്യാപിച്ചപ്പോൾ ഗദ്ദർ പൊലീസ് കസ്റ്റഡിയിലായി. ദിവസങ്ങൾ നീണ്ട ചോദ്യംചെയ്യലിനും മർദ്ദനത്തിനും ശേഷമാണ് വിട്ടയച്ചത്. അതോടെ ബാങ്കിൽ ഗദ്ദർ നോട്ടപ്പുള്ളിയായി. ജോലിയും രാഷ്ട്രീയപ്രവർത്തനവും ഒരുമിച്ച് കൊണ്ടുപോകാൻ കഴിയാതെ വന്നപ്പോൾ 1984-ൽ വിപ്ലവമെന്ന വലിയ സ്വപ്നത്തിനുവേണ്ടി ജോലി രാജിവെച്ചു. ഓർമ്മകളെ ഗദ്ദർ കനലുപോലെ ഊതി തെളിച്ചു വച്ചിരിക്കുകയാണ്. വരും ജീവിതത്തിൽ വെട്ടം കാണിക്കാനും തീ കൊളുത്താനും.

പ്രണയസമുദ്രത്തിനു നടുവിലെ ഏകാന്തദ്വീപ്

"ഗദ്ദറണ്ണനെ കെമിക്കൽ കമ്പനിയിൽ ജോലിയെടുക്കുന്ന നാളുകളിലാണ് ഞങ്ങൾ ആദ്യമായി കാണുന്നത്." ഗദ്ദറിന്റെ ഭാര്യ വിമല പ്രണയത്തിന്റെ പാരിജാതഗന്ധം പടർന്നൊഴുകിയ ഒരു കാലം അൽപ്പം ചിരിയോടെ ഓർത്തെടുക്കാൻ തുടങ്ങി. ചിരിക്കുമ്പോൾ വിമലമ്മയുടെ ഇടത്തേ മൂക്കിലെ മൂക്കുത്തിക്കല്ല് തിളങ്ങും. കടുംചുവപ്പുകൊണ്ട് അതിർത്തിവരച്ച ഇളംപച്ച നിറമുള്ള സാരി ചുറ്റിയ ഒരു സാധാരണ വീട്ടമ്മ. ഗദ്ദർഗാരുവിന്റെ 'സത്യമണി'വിമല. ഗദ്ദറിന്റെ കലങ്ങിമറിഞ്ഞ ജീവിതത്തിനൊപ്പം പരാതികളും പരിഭവങ്ങളുമില്ലാതെ കഴിഞ്ഞ സ്നേഹത്തിന്റെ നാട്ടുചെമ്പകം. "നിനക്കും എനിക്കും ഇടയിലുള്ളത് കേവലം ഒരു വെടിയുണ്ടയുടെ അകലം. വേദനകൾ മാത്രം നീക്കിയിരിപ്പാകുമെന്നറിഞ്ഞിട്ടും നീ എന്നിലേക്കുള്ള സഞ്ചാരം തുടർന്നു. വെളിച്ചം വിട്ട് ഇരുട്ടിലേക്ക് നടന്നവളെപ്പോലെ" പ്രണയത്തിന്റെ തീവ്രാനുഭവങ്ങളെ ഗദ്ദർ സംഗീതഭരിതമാക്കിയത് ഈ വരികളിലൂടെയായിരുന്നു.

പ്രണയവും ഒരു വിപ്ലവമാണെന്ന് ഗദ്ദർ പറയുന്നു. നല്ല വിപ്ലവകാരിക്കേ നല്ല മനുഷ്യസ്നേഹിയാകാൻ പറ്റൂ... നല്ല പ്രണയിതാവാകാൻ കഴിയൂ. തോൽവിയും ജയവുമറിയാത്ത സംഘർഷങ്ങളുടെ തമോഭൂമിയിൽ സ്നേഹിക്കാൻ ഒരു തിരിവെട്ടം വേണമെന്ന് ഗദ്ദർ ജീവിതം കൊണ്ട് അടിവരയിടുന്നു. പോരാട്ടങ്ങളുടെ കാനനവാസങ്ങൾക്കിടയിൽ കാത്തിരിക്കാൻ ഒരാളുണ്ടെന്ന തോന്നൽ വലിയ കരുത്താണെന്ന് അർത്ഥശങ്കയ്ക്കിടയില്ലാതെ വ്യക്തമാക്കുന്നു. ക്ഷുഭിതമായ യൗവനാരംഭത്തിലാണ് ഗദ്ദർ വിമലയെ കാണുന്നത്. രാഷ്ട്രീയപ്രചാരണപ്രവർത്തനങ്ങളുടെ ഭാഗമായുള്ള ഒരു യാത്രയ്ക്കിടയിൽ. കച്ചിഗുഡ എന്ന ഗ്രാമത്തിൽ വെച്ച്.

പാവപ്പെട്ട ഒരു തൊഴിലാളികുടുംബമായിരുന്നു വിമലയുടേത്. കാര്യമായ രാഷ്ട്രീയപാരമ്പര്യമൊന്നുമില്ലാത്ത ഗൃഹാന്തരീക്ഷം. ദാരിദ്ര്യം ജീവിതത്തിന്റെ താളം തെറ്റിച്ച ദിനരാത്രങ്ങൾ. വിശപ്പിനൊപ്പം നീറി

പ്പുകയുന്ന അടുപ്പ്. വിമലയുമായി ബന്ധപ്പെട്ടു കിടന്നിരുന്നത് ബാധ്യതകളുടെ നീണ്ട പട്ടികമാത്രമായിരുന്നു. ഗദ്ദർ തന്റെയുള്ളിലെ ഇഷ്ടം അറിയിച്ചെങ്കിലും വിമല പ്രതികരിച്ചില്ല. പിന്നീട് പലപ്പോഴും ഗദ്ദർ മനസ്സു തുറന്നു. ആറുമാസത്തെ കാത്തിരിപ്പിനൊടുവിൽ വിമല പ്രണയഗീതത്തിന്റെ അനുപല്ലവി പാടി. വിവാഹത്തിനു സമ്മതിക്കുമ്പോൾ വിമലയ്ക്ക് ഒരൊറ്റ കാര്യമേ പറയാനുണ്ടായിരുന്നുള്ളൂ. താൻ ഒരു ദരിദ്രകുടുംബാംഗമാണ്, വിവാഹത്തിന്റെ പേരിൽ ചെലവഴിക്കാൻ വീട്ടിൽ പണമില്ല, സ്ത്രീധനം ലഭിക്കുമെന്ന പ്രതീക്ഷയുംവേണ്ട. വിമലയുടെ എല്ലാ ആശങ്കകൾക്കും ഗദ്ദറിന് ഒരു ഉത്തരമേ ഉണ്ടായിരുന്നു. "ഞാനൊരു കമ്മ്യൂണിസ്റ്റുകാരനാണ്. ആത്മാഭിമാനമാണ് എനിക്ക് വലുത്."

1975 നവംബർ 9-ന് വിമലയുടെ ഗ്രാമത്തിലെ ഹനുമാൻ കോവിലിൽ വെച്ചായിരുന്നു വിവാഹം. ലളിതമായ ചടങ്ങ്. വധുവിന്റെയും വരന്റെയും പക്ഷത്തുനിന്നുമുണ്ടായിരുന്നത് മുപ്പതിൽ താഴെ ആളുകൾമാത്രം. വിവാഹത്തിനുശേഷം എല്ലാവർക്കും ചായയും ഓരോ ബജ്ജിയും. "ഞങ്ങളുടെ വിവാഹത്തിന് ഇരുനൂറ്റി അൻപതുരൂപ ചെലവായി. അതും പാവം ഗദ്ദർഅണ്ണാ തന്നെയാണ് എടുത്തത്. ഞങ്ങൾ മർരേദ്പള്ളി എന്ന സ്ഥലത്ത് വാടകവീടെടുത്ത് താമസം ആരംഭിച്ചു." മധുരസ്മരണകൾ ദീപ്തമാക്കിയ പുഞ്ചിരിയോടെ വിമല പറഞ്ഞു. ഗദ്ദർ തന്റെ ഇടതുവശത്തിരിക്കുന്ന വിമലയെ സ്നേഹപൂർവ്വം ഒന്ന് നോക്കി. കാലം ആ പ്രണയത്തെ കൂടുതൽ കരുത്താർന്നതാക്കിക്കൊണ്ടേയിരിക്കുന്നു. വിവാഹം കഴിഞ്ഞശേഷമാണ് ഗദ്ദറിന് കനറാബാങ്കിൽ ജോലി കിട്ടിയത്. രാഷ്ട്രീയ പ്രവർത്തനത്തിന്റെ തിരക്കുകളിലായിരുന്നു ഗദ്ദർ മിക്കപ്പോഴും. ഏകാന്തതകളെ സ്വയംവരിച്ച് വിമലയും.

വിമലയിൽ കണ്ട പ്രധാന സവിശേഷതകൾ എന്തൊക്കെയാണെന്ന് ചോദിച്ചാൽ ഗദ്ദർ ഒരു നിമിഷം നിശ്ശബ്ദനാകും. ഭാര്യയുടെ സ്നേഹവും അമ്മയുടെ കരുതലും ഗദ്ദറിന് വിമലയിൽനിന്നും ലഭിച്ചു. വിമലയെക്കുറിച്ചുള്ള ഇത്തരം ചോദ്യങ്ങൾ ഗദ്ദറിനെ ആദ്യം എത്തിക്കുക അമ്മയെക്കുറിച്ചുള്ള ഓർമ്മകളുടെ കടൽക്കരയിലാണ്. ആ കടൽത്തിരകളിൽത്തൊട്ട് പാദം നനഞ്ഞാണ് വിമലയിലെത്തുക. "എന്നെ ശരിക്കും മനസ്സിലാക്കിയിട്ടുള്ള വ്യക്തിയാണ് വിമല. എന്റെ ക്ഷോഭങ്ങളെ ക്ഷമയോടെ ഏറ്റുവാങ്ങും. എന്റെ സ്വപ്നങ്ങൾക്ക് ചിറകുകൾ തുന്നിച്ചേർക്കും. എന്റെ പരാജയങ്ങളെ കൈനീട്ടി സ്വീകരിക്കും. എന്റെ രാഷ്ട്രീയജീവിതം ആവശ്യപ്പെടുന്ന സംഘർഷാവസ്ഥകളെക്കുറിച്ച് ഉത്തമബോധ്യമുള്ള ആളാണ് വിമല. അതുകൊണ്ടുതന്നെ രണ്ടുപേർക്കും നിരാശകളില്ല. പ്രണയവും പോരാട്ടവും ഒരേ നാണയത്തിന്റെ രണ്ടുവശങ്ങളാണെന്ന് ഞാൻ വിശ്വസിക്കുന്നു. എന്നേക്കാൾ മികച്ച പോരാളിയാണ് വിമല. ഞാൻ വ്യവസ്ഥിതിയോട് പോരാടിയപ്പോൾ സ്വന്തം ജീവിതത്തോടു തന്നെ പോരാടിയവരാണ് എന്റെ അമ്മയും വിമലയും." പറഞ്ഞു

തീർക്കുമ്പോൾ ഗദ്ദറിന്റെ കണ്ണുകൾ ഈറനണിയുന്നു. ഗദ്ദറിന് മുൻകാലങ്ങളെ അപേക്ഷിച്ച് സംസാരത്തിൽ വേഗതയൽപ്പം കൂടുതലാണെന്ന് വിമല നിരീക്ഷിക്കുന്നു. മുൻപ് രാഷ്ട്രീയ അനിശ്ചിതത്വങ്ങളുടെ നാളുകളിൽ ഗദ്ദറിന് കുടുംബവുമായി ബന്ധപ്പെടാൻ വഴികളില്ലായിരുന്നു. ഫോണില്ല. വീടിനുചുറ്റും പോലീസ് കഴുകൻകണ്ണുകളുമായി കാത്തുനിൽക്കുന്നതിനാൽ കത്തെഴുതാൻ നിർവ്വാഹമില്ല. അനുനിമിഷം നീറിനീറിക്കഴിയുകയായിരുന്നുവെന്ന് വിമല പറയുന്നു. ഇപ്പോഴും ഗദ്ദറിന്റെ അനിശ്ചിതത്വങ്ങൾ നിറഞ്ഞ സ്വഭാവത്തിന് മാറ്റങ്ങളില്ലത്രേ. പലപ്പോഴും പരിപാടികൾക്ക് പോകുന്നത് വിമലയെ കൃത്യമായി അറിയിക്കാതെയാകും. പിന്നെ താൻ ഇന്ന സ്ഥലത്താണെന്ന് എവിടെനിന്നെങ്കിലും വിളിച്ചുപറയും. വരാമെന്ന് അറിയിച്ച ദിവസവും കടന്ന് പലനാൾ പിന്നിട്ടിട്ടായിരിക്കും വീട്ടിലേക്കുള്ള മടക്കം. വിമലയുടെ പരിഭവങ്ങളെ പാട്ടുകൾകൊണ്ടാണ് ഗദ്ദർ തോൽപ്പിക്കുക.

കനറാബാങ്കിലെ ജോലിയുപേക്ഷിച്ച് ഗദ്ദർ മുഴുവൻസമയ രാഷ്ട്രീയ പ്രവർത്തകനായതോടെ വീടിന്റെ ഭാരം മുഴുവൻ വിമലയുടെ ചുമലിലായി. കുടുംബം പട്ടിണിയില്ലാതെ മുന്നോട്ടുകൊണ്ടുപോവുകയെന്ന വലിയ വെല്ലുവിളി വിമലയ്ക്കു മുന്നിൽ ഉത്തരംതേടി നിലകൊണ്ടു. ഗദ്ദർ ആഴ്ചകളോളം യാത്രകളിലായിരിക്കും. സംഗീതപരിപാടികൾ, അണ്ടർഗ്രൗണ്ട് പ്രവർത്തനങ്ങൾ, ആശയപ്രചാരണം എന്നിങ്ങനെ ഗദ്ദറിന്റെ ജീവിതം തിളച്ചുമറിഞ്ഞപ്പോൾ വീടിന്റെ ഉത്തരവാദിത്വങ്ങളെല്ലാം വിമല ഏറ്റെടുത്തു. കുടുംബം പുലർത്താൻ ഹൈദ്രാബാദിൽ തുച്ഛവരുമാനത്തിന് പല ജോലികളും ചെയ്തു. എഴുനൂറ്റിയൻപത് രൂപയായിരുന്നു അന്ന് വിമലയുടെ മാസവരുമാനം. അതിനുള്ളിൽ വീട്ടുവാടക നൽകുന്നതുൾപ്പെടെ എല്ലാം നിറവേറണം.

രണ്ടാമത്തെ മകൻ പിറന്ന് ആഴ്ചകൾക്കുള്ളിൽ ഗദ്ദറിന് ഒളിവിൽ പോകേണ്ടിവന്നു. പിന്നെ വർഷങ്ങൾ കഴിഞ്ഞാണ് ഈ മകൻ അച്ഛനെക്കാണുന്നത്. "അടിയന്താരാവസ്ഥക്കാലത്തെ അജ്ഞാതവാസം കഴിഞ്ഞ് തകർന്ന മനസ്സും ശരീരവുമായി ഞാൻ വീട്ടിലേക്കു ചെല്ലുമ്പോൾ വിമല എന്നെ മകന് പരിചയപ്പെടുത്തിക്കൊടുത്തു. മോനെ ഇത് നിന്റെ അച്ഛനാണെന്ന് വിമല പറഞ്ഞപ്പോൾ അവന്റെ മുഖത്തുണ്ടായിരുന്ന വേദന കലർന്ന പുഞ്ചിരി എന്നെ ഇന്നും ചുട്ടുപൊള്ളിക്കുന്നു. മാസത്തിലൊരിക്കൽ പോലീസിന്റെ കണ്ണുവെട്ടിച്ച്, ഇരുട്ടിന്റെ മറപറ്റി ഭാര്യയെയും മക്കളെയും കാണാൻ എത്തുന്ന ഗൃഹനാഥൻ. അച്ഛൻ കള്ളനോ, കൊള്ളക്കാരനോ എന്നറിയാതെ ആദ്യകാലങ്ങളിൽ എന്റെ മക്കൾ കുഴങ്ങിയിട്ടുണ്ട്. വയറു നിറച്ച് ഭക്ഷണം, നല്ല വസ്ത്രം, സന്തോഷഭരിതമായ കുടുംബാന്തരീക്ഷങ്ങൾ എല്ലാം അവർക്ക് അന്യമായിരുന്നു. എന്റെ മക്കൾ എന്നും അമ്മയുടെ മക്കളായിരുന്നു. അവരുടെ വഴിയും ജീവനും വിമലയായിരുന്നു." ആയുധമറ്റ പോരാളിയെ

പ്പോലെ ഗദ്ദർ ഓർമ്മകൾക്കുമുന്നിൽ ബന്ധനസ്ഥനായി. നക്സലൈറ്റ് പ്രസ്ഥാനം നിരോധിച്ച നാളുകളിൽ, പുറംലോകത്തിന്റെ ഇലയനക്കങ്ങൾ നിരീക്ഷിച്ച് ആരുമറിയാതെ സ്നേഹം പങ്കുവെയ്ക്കാൻ വരുന്ന നിസ്സഹായനായ മനുഷ്യനായിരുന്നു ഗദ്ദറെന്ന വീട്ടുകാരൻ. ജാതിമതചിന്ത കൾക്ക് അതീതമായി മക്കൾ പ്രപഞ്ചസത്യം പോലെ നിലനിൽക്കണ മെന്ന ആഗ്രഹമാണ് ഗദ്ദറിന്റെ ഉള്ളിലെ കവിഹൃദയം മക്കൾക്ക് പേര് തിരഞ്ഞെടുക്കുമ്പോൾ ശ്രദ്ധിച്ചത്. സൂര്യൻ, ചന്ദ്രൻ പിന്നെ നിലാവ് അഥവാ സൂര്യ കിരൺ, ചന്ദ്ര കിരൺ പിന്നെ വെണ്ണിലാ ഇതായിരുന്നു അച്ഛൻ മക്കൾക്ക് നൽകിയ പേരുകൾ. ഭാര്യ വിമലയും രണ്ടു മക്കളുമട ങ്ങുന്ന കുടുംബം. മകൻ സൂര്യ കിരൺ. മകൾ വെണ്ണിലാ. ഒരു മകനു ണ്ടായിരുന്നത് (ചന്ദ്ര കിരൺ) മരിച്ചു.

മക്കൾ ഹോസ്റ്റലിൽ നിന്നാണ് വളർന്നത്. മുട്ടില്ലാതെ ആഹാരം കിട്ടു മെന്ന ചിന്തയായിരുന്നു മക്കളെ സർക്കാർ ഹോസ്റ്റലിലാക്കാൻ വിമലയെ പ്രേരിപ്പിച്ചത്. പല തവണയും മക്കൾക്ക് അസുഖമായപ്പോൾ വാടക വീടിന്റെ മുകളിൽ താമസിച്ചിരുന്ന വീട്ടുടമസ്ഥനിൽനിന്നും കടം വാങ്ങുക യായിരുന്നു. വെള്ളിയാഴ്ചകളിൽ മക്കൾ ഹോസ്റ്റൽ വിട്ട് വീട്ടിലെത്തു മ്പോൾ ഗദ്ദറിനെക്കുറിച്ച് പത്രങ്ങളിൽവന്ന വാർത്തകൾ വെട്ടിയെടുത്ത് വിമല അവർക്ക് കാണിച്ചുകൊടുക്കും. എല്ലാവരുടെയും പട്ടിണിമാറ്റാ നാണ് അച്ഛൻ പോരാടുന്നതെന്ന് അവരോട് പറയും. എന്നിട്ടുമെന്തേ, തങ്ങളുടെ വിശപ്പുമാറാത്തതെന്ന മക്കളുടെ മറുചോദ്യത്തിനു മുന്നിൽ പതിവായി പരാജിതയാകും. കണ്ണീരുകൊണ്ട് വിമല തന്റെ തോൽവിക്ക് അടിക്കുറിപ്പെഴുതും.

മിക്കദിവസങ്ങളിലും അർദ്ധരാത്രിയോടെ പൊലീസ് പരിശോധന യ്ക്കെത്തുമായിരുന്നു. പിന്നെ നേരംപുലരുന്നതുവരെ ഗദ്ദറിനായുള്ള തെര ച്ചിലും ചോദ്യംചെയ്യലുമാണ്. വീട്ടിലെ പാത്രങ്ങളെല്ലാം എറിഞ്ഞുടയ്ക്കു ന്നത് പതിവാണ്. പാത്രത്തിൽ സൂക്ഷിച്ചിരുന്ന അരി മുറ്റത്തേക്ക് വലി ച്ചെറിയും. വിമല നിശ്ശബ്ദയായി അരിമണികൾ മണ്ണിൽ നിന്നും വാരി യെടുക്കും. ഇല്ലെങ്കിൽ പിന്നീടങ്ങോട്ട് പട്ടിണി കിടക്കേണ്ടിവരുമായിരുന്നു. "ആ തെമ്മാടിയെയല്ലാതെ മറ്റാരെയും നിങ്ങൾക്ക് കല്യാണം കഴിക്കാൻ കിട്ടിയില്ലേ?" എന്ന് വിമലയോട് ചോദിച്ചുകൊണ്ടായിരിക്കും പൊലീസിന്റെ മടക്കം.

ചെന്നൈയിൽ പരിപാടി അവതരിപ്പിച്ചുകൊണ്ടിരിക്കെയാണ് ചന്ദ്രഡു അപസ്മാര ബാധയെത്തുടർന്ന് അപകടത്തിൽപ്പെട്ട് മരിച്ച വിവരം ഗദ്ദർ അറിയുന്നത്. പാട്ടു പകുതിയിൽ നിർത്തി മൈക്കിനുമുന്നിൽ നിൽക്കവെ പരിപാടിയുടെ സംഘാടകയാണ് ഗദ്ദറിന്റെ കാതിൽ മരണവിവരം പറയുന്നത്. "ലോകത്തിലെ ഏറ്റവും ശപിക്കപ്പെട്ട അച്ഛനാണ് ഞാനെന്ന് തോന്നിപ്പോയി. കണ്ണിൽനിന്നും ഒഴുകിവീണ രക്തവുമായി ഞാൻ ആ

ഗാനം പാടി മുഴുമിപ്പിച്ചു. പാട്ട് എനിക്ക് ദുഃഖങ്ങൾ നിമഞ്ജനം ചെയ്യാനുള്ള മഹാനദി കൂടിയാണ്. അവന്റെ നെറ്റിയിൽ ഉമ്മ കൊടുത്താണ് ഞാൻ ചെന്നൈയിലെ പരിപാടിക്ക് പോയത്. തിരികെ വീട്ടിലെത്തുമ്പോൾ ഏറെ വൈകിയിരുന്നു. എല്ലാം ഉള്ളിലൊതുക്കി വിമല എനിക്കായി കാത്തിരുന്നു. എന്നെ കണ്ടതും അതുവരെ അടക്കിവെച്ചിരുന്ന എല്ലാ സങ്കടങ്ങളും വിമലയിൽ വലിയ മഴപോലെ പെയ്തു. ഞങ്ങളുടെ ഒരു വലിയ സ്വപ്നത്തിന്റെ പേരുകൂടിയായിരുന്നു ചന്ദ്രഡു അഥവാ ചന്ദ്ര കിരൺ. എം.ബി.ബി.എസ് മൂന്നാംവർഷ വിദ്യാർത്ഥിയായിരിക്കെയാണ് ചന്ദ്ര ഞങ്ങളെ വിട്ടുപിരിഞ്ഞത്. അവനെ ഒരു ഡോക്ടറാക്കി എന്റെ ഗ്രാമത്തിൽ പാവപ്പെട്ടവർക്കായി ഒരു ചെറിയ ആശുപത്രി പണിയുക എന്നതായിരുന്നു ഞങ്ങളുടെ മോഹം. പക്ഷേ, വിധി അത് തകർത്തു കളഞ്ഞു. ദുഃഖത്തിന്റെ അമാവാസികൾ കടന്ന് ഞങ്ങളുടെ ചന്ദ്രൻ വീണ്ടും തെളിയും. എനിക്ക് നേരിടേണ്ടിവന്നത് വെടിയുണ്ടകളായിരുന്നെങ്കിൽ വിമലയ്ക്ക് ഏറ്റുവാങ്ങേണ്ടിവന്നത് അതിലും മൂർച്ചയുള്ള അനുഭവങ്ങളുടെ ആയുധമുനകളെയായിരുന്നു. എന്റെ പാട്ടുകൾ അവളുടെ ത്യാഗത്തിന്റെ മറുപിറവികളായിരുന്നു." ഒറ്റക്കമ്പി ഇടറുന്നതുപോലെ ഗദ്ദർ പാതിയിൽ പറഞ്ഞുനിർത്തി. വേദനകളിൽ നീട്ടിമുറുക്കിയ ആ ഒറ്റക്കമ്പിയിൽ നിന്നും പ്രണയത്തിന്റെ ശലഭങ്ങൾ ഗദ്ദറിന്റെയും വിമലയുടെയും ഇടയിലൂടെ പറന്നു.

"അണ്ണയുടെ ഭക്ഷണകാര്യത്തിൽ ഒരിക്കലും കാര്യമായ ശ്രദ്ധ ചെലുത്താൻ എനിക്ക് കഴിഞ്ഞിട്ടില്ല എന്ന വിഷമം എപ്പോഴുമുണ്ട്. ഒളിവുജീവിതവും, നിരന്തരമായ യാത്രകളും, നിലയ്ക്കാത്ത പരിപാടികളും, പോലീസ്പീഡനങ്ങളും ആ ശരീരം തകർത്തുകളഞ്ഞു. ഇപ്പോൾ രോഗങ്ങളും വേട്ടയാടാൻ തുടങ്ങിയിട്ടുണ്ട്." വിമല ദുഃഖം പോറൽ വീഴ്ത്തിയ വാക്കുകളോടെ പറഞ്ഞു.

"ഈ അനുഭവങ്ങൾക്കിടയിൽ ഒരിക്കലെങ്കിലും ഗദ്ദറിനോട് ദേഷ്യം തോന്നിയിട്ടുണ്ടോ?" വിമലമ്മയ്ക്കുനേരെ ഞാൻ ചോദ്യമെറിഞ്ഞു.

"അണ്ണ എനിക്ക് തന്ന സ്നേഹത്തേക്കാളും പാട്ടിനേക്കാളും എത്രയോ തുച്ഛമാണ് എന്റെ വേദനകൾ. ഞാൻ അനുഭവിച്ചതെല്ലാം ഞങ്ങളുടെ പ്രണയത്തിനുവേണ്ടിയായിരുന്നു. അതെന്റെ കടമമാത്രമായിരുന്നു. " വിമലയുടെ ഉറച്ച ശബ്ദത്തിലുള്ള മറുപടി പെട്ടെന്നായിരുന്നു. പ്രണയഗോദാവരി പാട്ടിൽ നിറഞ്ഞു തുളുമ്പി. സമരതീക്ഷ്ണതകളിൽ കലങ്ങിമറിഞ്ഞ ജീവിതക്കരയിൽ മേഘരൂപന്റെ കാർകുഴൽ മുഴക്കം.

"ഇത് മഴക്കാലം
വരണ്ട തൊണ്ടയിൽ... വരണ്ട മണ്ണിൽ
നിന്റെ പ്രണയത്തിന്റെ തേൻതുള്ളി വീണുടയുന്നു.

പൂത്തുലഞ്ഞ മഹ്വാ മരങ്ങളിൽ
കാറ്റുലഞ്ഞു തീചിന്തുന്നു.
ദണ്ഡകാരണ്യം പ്രണയത്തിന്റെ പൂങ്കാവനമായ്.
കാട്, നാട്, വീട്, അന്നം, വസ്ത്രം
ആയുധമെടുത്ത ഈ പാട്ടുകാരന് നീ തന്നെയെല്ലാം..."

(വിമലയെക്കുറിച്ചുള്ള ഗദ്ദറിന്റെ പാട്ടുകളിലൊന്ന്)

ഗദ്ദറിന്റെ ഈ പാട്ടിൽ സ്നേഹത്തിന്റെ നക്ഷത്രത്തിളക്കം. ചുട്ടുപൊള്ളുന്ന വിപ്ലവവഴികളിൽ പ്രണയമന്ദാരത്തിന്റെ തണുപ്പ്. സാർത്ഥകമായ ദാമ്പത്യജീവിതത്തിന്റെ.. പങ്കുവെയ്ക്കലിന്റെ നാടോടി ഈണം ആ പാട്ടിന് തുണ വന്നു.

ഗോദാവരിയിലെ ശിലാലിഖിതങ്ങൾ

ഗോദാവരി ശാന്തമായി ഒഴുകുന്നു. കിളികൾ കലപിലകൂട്ടി നിശ്ശബ്ദതയുടെ കരിമ്പടം കൊത്തിപ്പറിച്ചു. രാമായണസ്മൃതികൾ ഘനീഭവിച്ച് കിടക്കുന്ന വൃദ്ധഗംഗയുടെ ഓളപ്പരപ്പുകളിൽ പുലരിവെട്ടം ചിന്നിച്ചിതറി. ചെറിയ തണുപ്പുള്ള കാറ്റ് ഞങ്ങളുടെ ശരീരത്തെയും ക്ഷീണിച്ച മോട്ടോർ സൈക്കിളിനെയും തഴുകി കടന്നുപോയി. ചുരുങ്ങിയ വാക്കുകളിൽ വരച്ചിടാൻ കഴിയാത്ത ചില അനുഭവങ്ങളുടെ വൻകരകളുണ്ട്. ഗദ്ദറിന്റെ ആശയലോകം അതുപോലൊരു ഭൂഖണ്ഡമാണ്. ഒരുപാട് പോരാട്ടങ്ങളുടെ നാൾവഴികൾ അതിന് അനുബന്ധമായുണ്ട്. അതിൽ ചിലതെങ്കിലും രേഖപ്പെടുത്താതെ മുന്നോട്ടുപോകാൻ കഴിയില്ല.

ഞാനും സുഹൃത്തുക്കളും തമിഴ്നാട്ടിൽനിന്നും ആന്ധ്രയിലെത്തിയ വാഹനം തിരിച്ചുപോയിരുന്നു. ചെന്നൈ അണ്ണാശാലയിൽ മലയാളിയുടെ ട്രാവൽ ഏജൻസിയിലെ വാഹനമായിരുന്നു അത്. യാത്രകൾ നേരത്തെ നിശ്ചയിച്ചിരുന്നതിലും അനന്തമായി നീണ്ടുപോയപ്പോൾ വാഹനം തിരികെ വിളിക്കട്ടെയെന്ന് ട്രാവൽസ് ഉടമ ചോദിച്ചിരുന്നു. ഡ്രൈവർ മൂർത്തി വാഹനവുമായി മടങ്ങി. അതോടെ തുടർയാത്ര ഒരു ചോദ്യചിഹ്നമായി അവശേഷിക്കുകയായിരുന്നു. പൊടുന്നനെ സെൽവനാണ് ബൈക്കിൽ ഉലകം ചുറ്റുകയെന്ന ആശയം മുന്നോട്ടുവെച്ചത്. സുഹൃത്ത് രമണ സംഗതി സംഘടിപ്പിച്ചു തന്നു. ഒരുമാസത്തെ കരാർവ്യവസ്ഥയിൽ. ആ യാത്ര ഗോദാവരിക്കരയിൽ എത്തിനിൽക്കുന്നു.

നീണ്ടുകിടക്കുന്ന മൺപാത താണ്ടി ഞങ്ങൾ ഇരുചക്രസഞ്ചാരം തുടർന്നു. ഒരു വശത്ത് ഗോദാവരിയുടെ ജലശയ്യ. മറുവശത്ത് കട്ടിയേറിയ ഇലകൾ നിറഞ്ഞ കുറ്റിച്ചെടികൾ അതിരിട്ട വയൽവരമ്പ്. ഇടുങ്ങിയ പാതയുടെ ഓരത്തേക്ക് ഞങ്ങളുടെ ബൈക്കിനെ വകഞ്ഞുമാറ്റി കാളവണ്ടികൾ കുടമണി കിലുക്കി കടന്നുപോയി. ആന്ധ്രാപ്രദേശിലെ കരീംനഗറിലൂടെയാണ് ഞങ്ങളുടെ സഞ്ചാരം. കഷ്ടിച്ചൊരു കിലോമീറ്റർ അപ്പുറത്ത് ഛത്തീസ്ഗഡും മഹാരാഷ്ട്രയും അതിരിട്ടു കിടക്കുന്നു.

മാവോയിസ്റ്റ് സാന്നിധ്യമുള്ള സ്ഥലമായതിനാൽ സുരക്ഷാപരിശോധന ശക്തം. തിരിച്ചറിയൽരേഖകളെല്ലാം വീണ്ടും വീണ്ടും പരിശോധിച്ച ശേഷം സുരക്ഷാ സൈനികർ ഞങ്ങൾക്ക് തുടർയാത്രക്ക് അനുമതി നൽകി. ഞങ്ങൾ മുന്നോട്ടുപോകുമ്പോഴും സംശയം വിട്ടുമാറിയിട്ടില്ലാത്ത കണ്ണുകൾ ഞങ്ങളെ പിന്തുടർന്നുകൊണ്ടേയിരുന്നു.

ടോപ് ഗിയറിൽ ബുള്ളറ്റിന്റെ പരുപരുത്ത ഹാൻഡിൽകവറിൽ വിരലമർത്തുമ്പോൾ മനസ്സിൽ തെളിയുന്നത് കറുത്തുമെലിഞ്ഞ ആദിവാസി യുവാവിന്റെ കഴുത്തിൽ തിണർത്തുതടിച്ചുകിടക്കുന്ന ആഴമേറിയ മുറിപ്പാടുകളാണ്. ഈ ഗോദാവരിയുടെ വടക്കൻകരയിൽ പരിചയപ്പെട്ട അവൻ കൊമരം ഭീമു. ആന്ധ്രയിലെ ഖമ്മത്തെ മുര്യാ ഗോത്രവിഭാഗത്തിൽപ്പെട്ടവൻ. എന്റെ യാത്രാപുസ്തകത്തിൽ അവനെ രേഖപ്പെടുത്തിയത് 'ഖസാക്കിന്റെ ഇതിഹാസത്തിലെ' അപ്പുക്കിളിയെപ്പോലൊരുവൻ എന്നായിരുന്നു. അവന്റെ കണ്ണുകളിൽ കാളിമപടർത്തുന്ന നിരാശയും വെറുപ്പുമായിരുന്നു എന്നെ വേട്ടയാടിക്കൊണ്ടിരുന്നത്. മവോയിസ്റ്റാണെന്ന സംശയത്തെത്തുടർന്ന് പോലീസിൽനിന്നും ഏറ്റുവാങ്ങേണ്ടിവന്ന പീഡനങ്ങളും ജീവിതദുരന്തങ്ങളും അവന്റെ കഴുത്തിൽ മുദ്രചാർത്തിക്കിടപ്പുണ്ട്. ജീവനും മരണത്തിനും ഇടയിലെ സഞ്ചാരത്തിന്റെ അ'തി'ശോകമുദ്ര. അവന്റെ പേരിലെ കൗതുകം തിരക്കിയപ്പോഴാണ് കൊമരം ഭീമുവെന്നത് ഒരു ചരിത്രപുരുഷന്റെ പേരാണെന്ന് അറിയാൻ കഴിഞ്ഞത്. തെലങ്കാനയിലെ അദിലാബാദിൽ നൈസമിനെതിരെ പോരാടിയ ആദിവാസി നേതാവായിരുന്നു കൊമരം ഭീമു. ആ നേതാവിനോടുള്ള ആദരവാണ് പേരിന്റെ പിറവിക്ക് വഴിയൊരുക്കിയത്. വിമോചനത്തിനായി ഫ്യൂഡലിസത്തിന്റെ കോട്ടകൊത്തളങ്ങൾ അടിച്ചുതകർത്ത പഴയ കൊമരം ഭീമുവിൽനിന്ന് ഇന്നത്തെ കൊമരം ഭീമുവിലേക്ക് കാലം കറങ്ങിയെത്തുമ്പോഴും അടിയാളന്റെ ജീവിതത്തിന് കാര്യമായമാറ്റങ്ങളൊന്നും വന്നിട്ടില്ല. കുമ്പിട്ടുവണങ്ങേണ്ട തമ്പുരാക്കന്മാർ മാറിയതല്ലാതെ.

ഖമ്മത്തെ ആദിവാസി ഊരുകളിലുള്ളവരെ മാവോയിസ്റ്റ് ബന്ധമുണ്ടെന്ന സംശയത്തിന്റെ മറവിൽ പോലീസ് അറസ്റ്റുചെയ്ത് പീഡിപ്പിക്കുന്നത് പതിവാണ്. സമകാലിക ഇന്ത്യ നേരിടുന്ന ഏറ്റവും വലിയ ആഭ്യന്തരസുരക്ഷാ ഭീഷണിയെന്ന് ഭരണകൂടങ്ങൾ വിധിച്ച മാവോയിസത്തിന്റെ നിഴൽ വീണ മണ്ണാണ് ഖമ്മം. ഛത്തീസ്ഗഢ്, ജാർഖണ്ഡ്, ഒഡീഷ, പശ്ചിമബംഗാൾ, ബിഹാർ എന്നീ സംസ്ഥാനങ്ങൾ കടന്ന് നേപ്പാളിന്റെ അതിർത്തി തൊട്ടുനിൽക്കുന്ന മാവോയിസ്റ്റ് ചുവപ്പൻ ഇടനാഴിയുടെ തെക്കേ അറ്റമാണ് ഖമ്മം. ക്രമസമാധാനാന്തരീക്ഷം നിലനിർത്താൻ പ്രശ്നക്കാരെന്ന് സംശയമുള്ളവരെ മുൻകരുതൽ നടപടികളുടെ ഭാഗമായി കസ്റ്റഡിയിലെടുക്കാമെന്ന ക്രിമിനൽ നടപടിച്ചട്ടത്തിലെ 170-ാം വകുപ്പ് ദുരുപയോഗപ്പെടുത്തിയാണ് പോലീസ്

ആദിവാസികളെ വേട്ടയാടുന്നത്. പിന്നെ എല്ലാ ആഴ്ചയിലും ഊരുകളിൽനിന്നും കിലോമീറ്ററുകൾ താണ്ടി സ്റ്റേഷനിലെത്തി ആദിവാസികൾ ഒപ്പുവെയ്ക്കണം. ഒപ്പിടാനെത്തുന്ന ദിവസം സ്റ്റേഷനിലെയും പോലീസുകാരുടെ വീടുകളിലെയും പണികളുമെടുക്കണം. ധനനഷ്ടം, മാനഹാനി എന്നിവ മിച്ചം. തൊഴിൽ തേടി പുറത്തേക്ക്പോകുന്നതിനോ, സ്വസ്ഥമായി കുടുംബജീവിതം നയിക്കുന്നതിനോ കഴിയില്ല. പട്ടിണിയും പകർച്ചവ്യാധികളും പോലീസുമാണ് ആദിവാസി ഊരുകളിലെ മുഖ്യ ശത്രു. സഹികെട്ടാണ് ഒരുദിവസം കൊമരം ഭീമു ആത്മഹത്യയ്ക്ക് ശ്രമിച്ചത്. അതും പോലീസ് സ്റ്റേഷനിൽവെച്ച്. കത്തികൊണ്ട് കഴുത്തറുത്ത് അയാൾ തന്റെ ദുരിതജീവിതത്തിന് അവസാനം കാണാൻ ശ്രമിച്ചു. പക്ഷേ, മരണവും അയാളെ നിഷ്ക്കരുണം കൈയൊഴിഞ്ഞു.

ബദ്രാചലം സർക്കാർ ആശുപത്രിയുടെ വരാന്തയിൽനിന്നും അയാൾ ജീവിതത്തിലേക്ക് തിരിച്ചുനടന്നു. തന്റെ ജീവിതകഥ പറഞ്ഞുനിർത്തുമ്പോൾ കറവീണ പല്ലുകൾ കാണിച്ച് കൊമരം ഭീമു ചിരിച്ചു. ഉമിത്തീപോലെ എരിയുന്ന ഒരു ചിരി. ചാറ്റൽ മഴ അയാളുടെ ഇടുങ്ങിയ നെറ്റിത്തടത്തിലും ചുരണ്ട മുടിയിലും വീണു. മഴത്തുള്ളികളിൽ മഴവില്ലു തിളങ്ങി. പെട്ടെന്ന് എന്തോ ഒന്ന് ബൈക്കിനു കുറുകേ ചാടിയതുപോലെ. കൊമരം ഭീമുവിന്റെയും അയാളുടെ സഹോദരി ലച്ചിയുടെയും കണ്ണാടിക്കാഴ്ചകൾ വീണുടഞ്ഞു.

കരീംനഗറിൽ ഞങ്ങളെക്കാത്ത് ഗണപതി നിൽപ്പുണ്ടായിരുന്നു. നിറം മങ്ങിയ വെള്ളഷർട്ടും കറുത്തപാന്റ്സുമാണ് വേഷം. കഷണ്ടി കയറിയ തല. കഴുത്തിൽ വെള്ള തോർത്തുമുണ്ട് ചുറ്റിയിരുന്നു. മേൽച്ചുണ്ടിനു മുകളിൽ പഴുതാരയെപ്പോലെ പറ്റിക്കിടന്നിരുന്ന അയാളുടെ മീശയിലായിരുന്നു എന്റെ ശ്രദ്ധ. ഗണപതി മോട്ടോർ സൈക്കിളിന് പിറകിലേക്ക് ഏന്തിവലിഞ്ഞ് കയറി. സർവൈപേട്ട് ഗ്രാമത്തിലേക്ക് ഇനി യാത്ര. യാത്രയ്ക്കിടെ ഗണപതി എന്നോട് ചോദിച്ചു, "ഇന്ത്യയിലെ ഗ്രാമങ്ങളെ ഭരണകൂടത്തിനു കീഴിൽ അണിനിരത്തുന്ന ഘടകം എന്താണെന്ന് പറയാമോ?"

"ദേശീയത.. പൗരബോധം.. ആത്മാഭിമാനം.. നിയമങ്ങൾ.. നാനാത്വത്തിലെ ഏകത്വം.." എന്നിങ്ങനെ എനിക്കറിയാവുന്ന മറുപടികളെല്ലാം പറഞ്ഞുനോക്കി. രക്ഷയില്ല.

"അല്ല. അവനവനിലുള്ള വിശ്വാസക്കുറവ്, അടിമത്തമനോഭാവം, അറിവില്ലായ്മ എന്നിങ്ങനെ നീളുന്നു പട്ടിക." ഗണപതി പറഞ്ഞു.

പൊടി പാറുന്ന നാട്ടുവഴി. ഗ്രാമത്തിലേക്ക് പ്രവേശിക്കുന്നിടത്ത് ചുവന്ന ചായം പൂശിയ സ്തൂപവും അതിൽ ചെങ്കൊടിയും. ഓടു പാകിയ ചെറിയ കൂരകൾ. ചുറ്റിലും മുളങ്കമ്പുകളും തടിക്കഷ്ണങ്ങളും കൊണ്ട് നിർമ്മിച്ച വേലികൾ. വേലിയോടുചേർന്ന് കാളവണ്ടികൾ നിരനിരയായി കിടക്കുന്നു. വൈദ്യുതിയില്ല. റോഡില്ല. വൈദ്യസഹായം ലഭിക്കാനുള്ള

സാഹചര്യങ്ങളില്ല. പൊതുഗതാഗത സംവിധാനങ്ങളില്ല. ഇവിടെ മനുഷ്യർ നരകിച്ച് ജീവിക്കുന്നുണ്ടെന്ന് ഭരണവർഗ്ഗത്തിന് അറിയുകയുമില്ല. ഇതൊക്കെ തന്നെയാണ് മാവോയിസമെന്ന തീക്കാറ്റിന് വഴിമരുന്നിടുന്നതും. ഉണങ്ങിവാടിയ പുൽക്കൊടികൾ പോലുള്ള ദലിത് ജീവിതങ്ങളിൽ ആ തീ ആളിപ്പടർത്തുന്നതും.

ബൈക്കുകൾ ഗണപതിയുടെ വീട്ടിൽവെച്ച് പുറത്തേക്ക് ഇറങ്ങി നടന്നു. കരീംനഗറിലെ ചുവന്ന ഇളം ചൂടുള്ള മണ്ണിൽ ചവിട്ടിയപ്പോൾ നിരാശ വേട്ടയാടിയ, തളർന്ന രണ്ടുമുഖങ്ങളും ചോരകൊണ്ട് കുറിച്ചുവെച്ച ചില സംഭവങ്ങളും മനസ്സിൽ തിടംവെച്ചുനിന്നു. കനു സന്യാലിന്റെയും കൊണ്ടപ്പള്ളി സീതാരാമയ്യയുടെയും മുഖങ്ങൾ. നക്സൽബാരിയിലെയും തെലങ്കാനയിലെയും ബസ്തറിലെയും ആയുധമൂർച്ചകൾ എന്നിവയായിരുന്നു അവ.

രാജ്യത്തിന്റെ അധികാരശരീരത്തെ പിടിച്ചുകുലുക്കിയ വൻഭൂകമ്പങ്ങളുടെ പ്രഭവകേന്ദ്രമായിരുന്നു കനുസന്യാലും കൊണ്ടപ്പള്ളിയും. ശരീരത്തിന്റെ ഒരറ്റത്തിന് തീ പകർന്ന് ജീവിച്ചവർ. പക്ഷേ, കാലം അവർക്ക് പരാജിതരുടെയും ബഹിഷ്കരിക്കപ്പെട്ടവരുടെയും വേഷം നൽകി. ആത്മവ്യഥകളോടെ നിഷ്ക്രിയരായി മരണത്തിലേക്ക് പിൻവാങ്ങാനായിരുന്നു രണ്ടുപേരുടെയും നിയോഗം. കരീംനഗറിൽനിന്നാണ് നക്സലൈറ്റ് പ്രസ്ഥാനം പുതുരൂപം കണ്ടെടുത്തത്. കേന്ദ്രീകൃതമായ സംഘടനാചട്ടക്കൂടുകളിലേക്ക് ഉടച്ചുവാർക്കപ്പെട്ടത്. അതുകൊണ്ടുതന്നെ നക്സലൈറ്റ് പ്രസ്ഥാനത്തിന്റെ നാൾവഴികൾ അടയാളപ്പെടുത്താൻ ഉചിതമായ കേന്ദ്രബിന്ദു എന്തുകൊണ്ടും കരീംനഗർ തന്നെയാണ്.

അൽപ്പം ഭേദപ്പെട്ട ഒരു വീടിനുമുൻപിൽ ഞങ്ങൾ നിന്നു.

“ഇത് സത്യമൂർത്തി അണ്ണാ” തടിച്ച ഒരു മനുഷ്യനുനേരെ കൈ പായിച്ച് ഗണപതി പറഞ്ഞു.

‘ശീലാബതി’യുടെ നീല പുകച്ചുരുളുകൾക്കിടയിൽ സ്വയം മറന്ന സത്യമൂർത്തി ഞങ്ങളെ നോക്കി ചിരിച്ചു. ആന്ധ്രാ-ഒറീസ മേഖലയിൽ പൂത്തുവിളയുന്ന കഞ്ചാവിന്റെ പര്യായ പദമാണ് ‘ശീലാബതി’. നക്സൽ ബാധിതമേഖലകളിൽ കഞ്ചാവ് വൻതോതിൽ കൃഷിചെയ്യപ്പെടുന്നു. ചോളത്തിന്റെ ഇടവിളയായി ഗ്രാമീണർ കഞ്ചാവ് കൃഷിചെയ്യുന്നു. പൊലീസിന്റെയും എക്സൈസിന്റെയും ഇടപെടലുകളില്ല. കഞ്ചാവ് കൃഷി നടത്തുന്നവരിൽ ഇടുക്കിയിൽ നിന്നുള്ള ചിലരുമുണ്ട്. കഞ്ചാവ് സംസ്ഥാനാതിർത്തികൾ താണ്ടി കേരളത്തിലേക്കുമെത്തുന്നു. നക്സലിസത്തിന്റെ മറവിൽ കൊള്ളയും പിടിച്ചുപറിയും, ലഹരിമരുന്ന് കടത്തുമെല്ലാം ചിലയിടങ്ങളിലെങ്കിലും നിലനിൽക്കുന്നതായി റിപ്പോർട്ടുകളുണ്ട്.

മനസ്സും ശരീരവും ആത്മാവുണ്ടെങ്കിൽ അതും കഞ്ചാവിന്റെ ലഹരിമേഘങ്ങൾക്കൊപ്പം മേയാൻ വിട്ട് സത്യമൂർത്തി നിർവ്വികാരനായി

ഇരുന്നു. ഒരു നിമിഷം നിശ്ശബ്ദരായി ഞങ്ങളും. പെട്ടെന്ന്, ഒരു ചെറിയ മുരൾച്ചയ്ക്കുശേഷം സത്യമൂർത്തിയുടെ മൊബൈൽ ഫോണിൽ ഗിറ്റാറിന്റെ നെടുവീർപ്പുകൾക്കൊപ്പം സ്പാനിഷിൽ നതാലി കാർഡോൺ പാടി... കോളർ ട്യൂൺ...

> "അകി സെ ക്വരാ ല ക്ലാര
> ലാ എന്ത്രാനാബിൾ ട്രാൻസ്പരിന്ത്യാ
> ദേ തു ക്വരിദാ പ്രെസിന്ത്യാ
> കൊമുദാന്തേ ചെ ഗുവേര"

"ലാൽസലാം കോമ്രേഡ്" ഉച്ചത്തിലുള്ള ശബ്ദത്തോടെ, ഉറക്കത്തിൽ നിന്നും ഞെട്ടിയുണർന്നതുപോലെ സത്യമൂർത്തി തന്റെ അഭൗമജീവിതത്തിൽനിന്നും ഉണർന്നശേഷം ഫോണെടുത്ത് സംഭാഷണമാരംഭിച്ചു. നാടൻ തെലുങ്കിന്റെ തിരുവിളയാടൽ. ഫോണിലൂടെയുള്ള സംസാരം അവസാനിച്ചശേഷം സത്യമൂർത്തി എനിക്ക് കൈതന്നു. ഞങ്ങൾ അടുത്തു നിൽപ്പുണ്ടായിരുന്ന വിവരം സത്യമൂർത്തി ശരിക്കും മനസ്സിലാക്കിയത് അപ്പോഴായിരിക്കാം. ഇംഗ്ലീഷിൽ സ്വാഗതമോതി, "ഇ.എം. എസിന്റെ നാട്ടിൽ നിന്നുള്ള സഖാവേ, ആന്ധ്രയുടെ ചുവന്ന വാതായനത്തിലേക്ക് നിനക്ക് സ്വാഗതം." സത്യമൂർത്തിക്ക് പ്രിയപ്പെട്ട പുസ്തകങ്ങളിലൊന്നാണ് ഇ.എം.എസിന്റെ ആത്മകഥ. അതിൽത്തന്നെ ഏറെ ഇഷ്ടം അമ്മയെക്കുറിച്ചുള്ള ഭാഗങ്ങൾ.

സത്യമൂർത്തിയാണ് ഇനി ഞങ്ങളുടെ വഴികാട്ടി. ഗണപതി ഞങ്ങളോട് യാത്ര പറഞ്ഞു പിരിഞ്ഞു. "ജാർഖണ്ഡ് എന്നു കേട്ടാൽ എല്ലാവരുടെയും മനസ്സിൽ തെളിയുക ലിറ്ററുകണക്കിന് പാലു കുടിക്കുന്ന, സൂപ്പർ ബൈക്കുകൾ ഒരുപാടെണ്ണം സ്വന്തമായുള്ള, അതീവ സമ്പന്നനായ ഇന്ത്യൻ ക്രിക്കറ്റ് താരം മഹേന്ദ്രസിങ് ധോണിയെ മാത്രമാണ്. എന്നാൽ കൽക്കരിപ്പാടങ്ങളിൽ കരിഞ്ഞുണങ്ങി നിൽക്കുന്ന ബാല്യങ്ങളെക്കുറിച്ച് ആരെങ്കിലും ഓർക്കാറുണ്ടോ? സൂപ്പർ ബൈക്കുകളിൽ കുതിക്കാനല്ല, കാൽനടയായി പോലുമാകാത്ത റോഡുകളെക്കുറിച്ച് ചിന്തിക്കാറുണ്ടോ? പാലു പോയിട്ട് ഒരു തുള്ളിവെള്ളം പോലും കിട്ടാതെ വരണ്ടുണങ്ങിയ കൃഷിയിടങ്ങളെക്കുറിച്ച് ചിന്തിക്കാറുണ്ടോ? പട്ടിന്റെ പകിട്ടല്ല, ഉടുതുണിക്ക് മറുതുണിയില്ലാത്ത ഗ്രാമീണ സ്ത്രീപുരുഷന്മാരെക്കുറിച്ച് ചിന്തിക്കാറുണ്ടോ? അധികാരികളും, ആഘോഷകമ്മിറ്റിക്കാരും ബോധപൂർവ്വം മറക്കുന്ന ഇവിടങ്ങളിൽനിന്നാണ് വിപ്ലവത്തിന്റെ ഇടനാഴിയൊരുങ്ങുന്നത്. വരൂ കോമ്രേഡ്, കാണാം..." സത്യമൂർത്തി പറഞ്ഞുനിർത്തിയപ്പോൾ എന്റെ യാത്രാപുസ്തകത്തിൽ ഇടിമുഴങ്ങി. ഇനി നക്സൽബാരിയിലേക്ക്.

വസന്തത്തിന്റെ ഇടി മുഴങ്ങുന്നു

1967

പോരാട്ടങ്ങളുടെ അധ്യായം ഇവിടെ തുടങ്ങുന്നു. പശ്ചിമ ബംഗാളിലെ ഡാർജിലിങ് ജില്ലയിലെ നക്സൽബാരി ഗ്രാമത്തിൽ 'കൃഷിഭൂമി കർഷകന് ' എന്ന മുദ്രാവാക്യമുയർത്തി നടന്ന പ്രക്ഷോഭമാണ് നക്സലിസത്തിന് തുടക്കം കുറിച്ചത്. നേപ്പാളിനും ബംഗ്ലാദേശിനും (അന്ന് കിഴക്കൻ പാകിസ്താൻ) ഇടയിലുള്ള, ഏതാണ്ട് അഞ്ഞൂറ് ചതുരശ്ര കിലോമീറ്റർ വിസ്തൃതിയുള്ള ഗ്രാമം. സാന്താൾ, ഓറോൺ, രാജ്ബൻസി തുടങ്ങിയ ഗോത്രവിഭാഗങ്ങളിൽപ്പെട്ടവരായിരുന്നു നക്സൽബാരിയിൽ കൂടുതലും. സമീന്ദാർമാരുടെ കളപ്പുരകൾ നിറയ്ക്കാൻ വിധിക്കപ്പെട്ട പട്ടിണിപ്പാവങ്ങളായ ഭൂരഹിതകർഷകർ. പ്രതിഷേധത്തിന്റെ നെരിപ്പോട് ഉള്ളിലൊതുക്കി ജീവിച്ചിരുന്നവരായിരുന്നു ഈ കർഷകർ. അവരുടെയുള്ളിലെ തീച്ചൂട് സിലുഗുഡിക്കാരനായ ഒരു രാഷ്ട്രീയനേതാവ് തിരിച്ചറിഞ്ഞിരുന്നു. ചാരു മജുംദാർ. സി.പി.ഐയും പിന്നീട് രൂപംകൊണ്ട കൂടുതൽ ഇടതുപക്ഷമായ സി.പി.എമ്മും തിരഞ്ഞെടുപ്പ് രാഷ്ട്രീയത്തിന്റെ പേരിൽ കമ്മ്യൂണിസ്റ്റ് ആശയങ്ങളെ വഞ്ചിച്ചുവെന്ന് സിപിഎം നേതാവായിരുന്ന മജുംദാർ വിശ്വസിച്ചിരുന്നു. ഇതിന്റെ പേരിൽ പാർട്ടിയുമായി മാനസികാകൽച്ചയിലായിരുന്നു മജുംദാർ. വിപ്ലവം തോക്കിൻകുഴലിലൂടെയെന്ന മാവോ സേതുങ് സിദ്ധാന്തം മജുംദാറിനെ ഏറെ ആകർഷിച്ചിരുന്നു. മാവോ പറഞ്ഞതുപോലെ ഗ്രാമങ്ങൾ നഗരങ്ങളെ വളയാൻ സമയമായി എന്ന് വിശ്വസിച്ചു.

കടുത്ത ക്ഷാമത്തിന്റെ നാളുകളിലൂടെയാണ് ഇന്ത്യ കടന്നുപോയിരുന്നത്. നാൽപ്പതു ശതമാനം ഭൂമിയും അഞ്ചു ശതമാനം പേരുടെ കൈകളിലൊതുങ്ങിയ ജന്മിത്തജനാധിപത്യത്തിന്റെ നാളുകൾ. പട്ടിണിമരണങ്ങൾകൊണ്ട് ഗ്രാമങ്ങളിൽ കലിതുള്ളിനിന്നപ്പോഴും ഭരണവർഗ്ഗം അത് കണ്ടില്ലെന്ന് നടിച്ചു. ഇന്ത്യൻഗ്രാമങ്ങളിൽ മാവോയുടെ തത്ത്വസംഹിതയനുസരിച്ചുള്ള സായുധവിപ്ലവത്തിന് സാധ്യതകളുണ്ടെന്ന് ചാരുമജുംദാർ അടിയുറച്ച് വിശ്വസിച്ചു. കരുത്തരായ രണ്ടുപേർകൂടി ചാരു

മജുംദാറിനൊപ്പം ചേർന്നു. മികച്ച സംഘാടകനും തേയിലത്തൊഴിലാളി കൾക്കിടയിൽ ശക്തമായ സ്വാധീനമുള്ള നേതാവുമായ കനു സന്യാൽ. ഗോത്രനേതാവായ ജംഗൾ സാന്താളായിരുന്നു മറ്റൊരാൾ.

ചാരുമജുംദാറിന്റെയും കനു സന്യാലിന്റെയും ജംഗൾ സാന്താളി ന്റെയും കീഴിൽ കർഷകർ സംഘടിച്ചു. കളപ്പുരകൾ കൈയേറി ധാന്യ ങ്ങൾ സ്വന്തമാക്കി. ചൂഷണത്തിനെതിരെ പ്രതിഷേധിച്ചു. എന്നാൽ ഭൂവുടമകൾ പൊലീസിനെ ഉപയോഗിച്ച് ചെറുത്തുനിൽപ്പുകളെ പ്രതി രോധിച്ചു.

1967 മേയ് 23ലെ ചൂടുള്ള പ്രഭാതം. ഇൻസ്പെകടർ സോനം വാങ്കഡെയുടെ നേതൃത്വത്തിലുള്ള പൊലീസ് സംഘം സമരനേതാക്കളെ അറസ്റ്റുചെയ്യാൻ ശ്രമിച്ചു. കർഷകരും നാട്ടുകാരും പ്രതിഷേധവുമായി പൊലീസിനെ നേരിട്ടു. കർഷകന്റെ അമ്പ് നെഞ്ചിൽ തറച്ച് വാങ്കഡെ മരിച്ചുവീണു. അത് ഭരണകൂടവും ജനങ്ങളും തമ്മിലുള്ള ഒരു യുദ്ധ ത്തിന്റെ തുടക്കമായിരുന്നു. രണ്ടു ദിവസത്തിനുശേഷം വൻ പൊലീസ്പട നക്സൽബാരിയിലെത്തി. കൈയിൽ കിട്ടിയ ആയുധങ്ങളുമായി നാട്ടുകാർ പൊലീസിനെ നേരിട്ടു. പൊലീസ് വെടിവെയ്പ്പിൽ ആറു സ്ത്രീകളും രണ്ടു കുട്ടികളുമടക്കം ഒൻപത് ഗ്രാമീണർ കൊല്ലപ്പെട്ടു.

സായുധവിപ്ലവത്തിന്റെ കൊടുങ്കാറ്റ് ഇന്ത്യൻ മണ്ണിൽ ആഞ്ഞുവീശു മെന്ന പ്രത്യാശയോടെ നക്സൽബാരി സംഭവത്തിൽ ചൈനീസ് കമ്മ്യൂ ണിസ്റ്റ് പാർട്ടിയുടെ മുഖപത്രം 'പീപ്പിൾസ് ഡെയ്‌ലി' മുഖപ്രസംഗ മെഴുതി. സി.പി.എമ്മിൽ മജുംദാർ പൂർണ്ണമായും ഒറ്റപ്പെട്ടു കഴിഞ്ഞിരുന്നു. മിക്ക നേതാക്കളും മജുംദാറിനെ ഭ്രാന്തനെന്ന് മുദ്രകുത്തി. 1968-ൽ കനു സന്യാലിന്റെ നേതൃത്വത്തിൽ ഒരു സംഘം ചൈനയിലേയ്ക്കുപോയി ചൈനീസ് കമ്മ്യൂണിസ്റ്റ് പാർട്ടിയിൽനിന്നും തുടർവിപ്ലവങ്ങൾക്ക് പിന്തുണ വാങ്ങി. 1969-ൽ ലെനിന്റെ ജന്മദിനത്തിൽ ചാരുമജുംദാർ പുതിയ പാർട്ടി രൂപീകരിക്കാൻ തീരുമാനിച്ചു; സി.പി.ഐ. (മാർക്സിസ്റ്റ് - ലെനിനിസ്റ്റ്) അഥവാ സി.പി.ഐ (എം.എൽ). "അങ്ങേയറ്റത്തെ അഭി മാനത്തോടെ, അതിരറ്റ ആഹ്ലാദത്തോടെ ഒരു യഥാർത്ഥ കമ്മ്യൂണിസ്റ്റു പാർട്ടി നമ്മൾ രൂപീകരിച്ചിരിക്കുന്നു"വെന്ന് അതേവർഷം മേയ് ദിനത്തിൽ കനു സന്യാൽ പുതിയ പാർട്ടിയുടെ പ്രഖ്യാപനവും നടത്തി.

പക്ഷേ, പ്രതീക്ഷയുടെ നാളങ്ങൾ പതിയെപ്പതിയെ ഒളിമങ്ങാൻ തുടങ്ങി. എഴുപത്തിരണ്ട് ദിവസം കൊണ്ട് നക്സൽബാരി പ്രക്ഷോഭം കെട്ടടങ്ങി. നേതാക്കളും ഒളിപ്പോരാളികളുമെല്ലാം പൊലീസ് പിടിയിലായി. കർഷകർ ഇയ്യാമ്പാറ്റകളെപ്പോലെ പോരാട്ടത്തിന്റെ അഗ്നി കുടിച്ചു മരിച്ചു. മിഡ്നാപൂരിൽ ഉന്മൂലനത്തിന്റെ പുതിയ പോരാട്ടങ്ങൾക്ക് കളമൊരുക്കി യെങ്കിലും നിരാശയായിരുന്നു ഫലം. പിന്നീട് ശ്രീകാകുളത്തും ഗോപീ ബല്ലവ്പ്പൂരിലും മുഷാഹരിലും ലക്കിംപൂരിലും പോരാട്ടത്തിന്റെ കനലു കൾ കുറച്ചുനാൾ എരിഞ്ഞു. അണികൾ അനേകം കൊല്ലപ്പെട്ടതോടെ

നേതാക്കളുൾപ്പെടെ മോഹഭംഗത്തിലായി. സ്വപ്നം കണ്ടിരുന്ന സ്ഥിതിസമത്വത്തിന്റെ ആകാശത്തിലേക്ക് ദൂരമേറെയുണ്ടെന്ന് പലരും മനസ്സിലുറപ്പിച്ചു.

പക്ഷേ, ചൈനയിലെ സാംസ്കാരികവിപ്ലവവും, വിയറ്റ്നാമിലെ അമേരിക്കയുടെ മുട്ടുമടക്കലും വിപ്ലവചിന്തകൾക്ക് പുതിയ ദിശ പകർന്നു. 1968-ൽ നക്സൽബാരിക്ക് അഭിമുഖമായി കിടക്കുന്ന നേപ്പാളിലെ ഭാദാർപ്പൂറിൽ കർഷസമരം പിടിച്ചുലച്ചു. നക്സൽബാരിയിൽനിന്നും ഉറവയെടുത്ത മാവോയിസത്തിന്റെ പ്രവാഹം ഭാദാർപ്പൂറും കടന്ന് വർഷ ങ്ങൾക്കിപ്പുറം നേപ്പാളിൽ മാവോയിസ്റ്റുകളുടെ അധികാരാരോഹണം പോലും സാധ്യമാക്കി. നക്സൽബാരി പടർത്തിയ തീനാളം പലയിട ങ്ങളിലും കെടാതെ അവശേഷിച്ചു. ഭരണവർഗ്ഗത്തിന്റെ അഴിമതിയും അധികാരദുർവിനിയോഗവും ചൂഷണവും ആ തീയ്ക്ക് പിന്നെയും പിന്നെയും കാറ്റു പകർന്നുകൊണ്ടേയിരുന്നു.

പുകയുന്ന അഗ്നിപർവ്വതങ്ങൾ
അഥവാ ശ്രീകാകുളത്തെ നെരിപ്പോട്

1967

ആന്ധ്രാപ്രദേശിന്റെ വടക്കുകിഴക്കൻ പ്രദേശമായ ശ്രീകാകുളത്ത് അസ്വസ്ഥതകളുടെ കാർമേഘങ്ങൾ ഉരുണ്ടുകൂടാൻ തുടങ്ങിയിട്ട് നാളുകൾ ഏറെയായി. നക്സൽബാരിയിൽ വസന്തത്തിന്റെ ഇടിമുഴങ്ങി നാലുമാസം പിന്നിട്ടപ്പോഴാണ് ശ്രീകാകുളത്ത് പ്രതിഷേധത്തിന്റെ പേമാരി പെയ്തിറങ്ങിയത്. രണ്ടു കർഷകരുടെ രക്തക്കറയുമായി. കാഴ്ചകൾ ചിലത് മുറിഞ്ഞുപോയെങ്കിലും എന്റെ യാത്രാപുസ്തകത്തിൽ 1967-ലെ ആ ദിവസത്തിന് ഏറെ പ്രാധാന്യമുണ്ട്. അതെ, ഒക്ടോബർ മുപ്പത്തിയൊന്ന്. സ്ഥലം ശ്രീകാകുളം പാർവതിപുരത്തെ ലെവിദി ഗ്രാമം.

കോരണ്ണയും (Koranna) മങ്കണ്ണയും (Manganna) ആ നാട്ടുപാതയിലൂടെ വേഗത്തിൽ നടന്നു. ചുറ്റും വിജനമായ പറമ്പുകൾ. ഇടയ്ക്ക് പൊന്തക്കാടുകൾ. പിരിമുറുക്കം നിറഞ്ഞ മുഖവും വിട്ടൊഴിയാത്ത ആശങ്കകളുമായാണ് ഇരുവരും നടന്നത്. അത്യാവശ്യം നല്ല വേഗത്തിലാണ് നടത്തം. ഗിരിജൻ സഭ എന്ന സംഘടയുടെ യോഗത്തിൽ പങ്കെടുക്കുകയാണ് ലക്ഷ്യം. യാത്രക്കിടെ സംഘടനയിൽ പ്രവർത്തിക്കുന്ന ചില ഗോത്രവർഗ്ഗക്കാരും കർഷകരും അവർക്കൊപ്പം ചേർന്നു. പെട്ടെന്നാണ് ആ ആക്രമണമുണ്ടായത്. ഭൂവുടമകളുടെ നേതൃത്വത്തിൽ ഗുണ്ടകൾ അവരെ ആക്രമിച്ചു. കോരണ്ണയെയും മങ്കണ്ണയെയും വെടിവെച്ചു കൊന്നു. ശ്രീകാകുളം ഇതോടെ ആളിപ്പടരാൻ തുടങ്ങി.

ശ്രീകാകുളത്തെ ആദിവാസികളും കർഷകത്തൊഴിലാളികളും വർഷങ്ങളായി ഭൂവുടമകളുടെയും ധനാഢ്യരുടെയും കാൽക്കീഴിൽ ഞെരിഞ്ഞമർന്ന് ജീവിക്കുകയായിരുന്നു. ഒരുതുണ്ട് ഭൂമിയില്ലാതെ, മാന്യമായ കൂലിയില്ലാതെ ഇവർ നരകയാതന അനുഭവിച്ചു. അൻപതുകളുടെ മധ്യത്തിൽ ചില കമ്മ്യൂണിസ്റ്റ് പ്രവർത്തകർ അടിയാളരുടെ

ഉന്നമനം ലക്ഷ്യമാക്കി അവിടെയെത്തി. പ്രവർത്തനങ്ങൾ തുടങ്ങി. ആദിവാസികൾക്കിടയിൽ വൻതോതിൽ സ്വാധീനശക്തിയുണ്ടായിരുന്ന വെമ്പടപു സത്യനാരായണ, ആദിബട്‌ല കൈലാസം (ഇവർ സത്യം - കൈലാസം എന്നാണ് അറിയപ്പെട്ടിരുന്നത്) എന്നിവർ പ്രധാനികളായിരുന്നു. അടിയാളരുടെ അവകാശ പ്രഖ്യാപനങ്ങൾക്കും പോരാട്ടങ്ങൾക്കുമായി 'സത്യം- കൈലാസം' സ്ഥാപിച്ച ഗിരിജൻ സഭയുടെ രഹസ്യയോഗത്തിൽ പങ്കെടുക്കാൻ പോകവെയാണ് കോരണ്ണയും മങ്കണ്ണയും വെടിയേറ്റ് മരിച്ചത്.

കോരണ്ണയുടെയും മങ്കണ്ണയുടെയും രക്തസാക്ഷിത്വം ശ്രീകാകുളത്തെ ചുവപ്പണിയിച്ചു. കൊലപാതകക്കേസിൽ പ്രതികളായ ഭൂവുടമകൾക്ക് പോലീസും ഭരണകൂടവും എല്ലാ ഒത്താശകളും ചെയ്തുകൊടുക്കുകയും പ്രതികൾ പിന്നീട് സ്വതന്ത്രരായി വിലസുകയും ചെയ്തത് ആദിവാസികൾക്കും കർഷകർക്കും നിയമത്തിലുണ്ടായിരുന്ന വിശ്വാസം നഷ്ടപ്പെടുത്തി. ഭരണകൂടം മർദ്ദനോപകരണമാണെന്ന തിരിച്ചറിവ് ഗ്രാമീണരെ സായുധരാക്കി. സർക്കാരിനും വർഗ്ഗശത്രുകൾക്കും ആയുധം കൊണ്ട് മറുപടി നൽകാൻ ഗ്രാമീണർ കൈലാസത്തിന്റെയും സത്യത്തിന്റെയും കീഴിൽ സംഘടിച്ചു. ചെറിയതോതിൽ പ്രതിഷേധങ്ങളും ആക്രമണങ്ങളും തലപൊക്കി. 1969 മാർച്ചിൽ നക്സൽബാരിയിലെ വിപ്ലവ താരകം ചാരുമജുംദാർ ശ്രീകാകുളം സന്ദർശിച്ചു. മജുംദാർ നാട്ടുകാർക്ക് ഉന്മൂലനസിദ്ധാന്തത്തിലൂടെയുള്ള മോചനമാർഗ്ഗം പറഞ്ഞുകൊടുത്തു. സർവ്വവും വെണ്ണീറാക്കാനുള്ള രോഷം ജനങ്ങൾക്കുള്ളിലുണ്ടെന്നും ശ്രീകാകുളത്ത് മാവോയിസ്റ്റ് മാതൃകയ്ക്ക് സാധ്യതയുണ്ടെന്നും മജുംദാർ മനസ്സിലാക്കി.

നക്സൽബാരിയിലെ ജനങ്ങളേക്കാൾ കുറേക്കൂടി യാഥാർത്ഥ്യബോധമുള്ളവരായിരുന്നു ശ്രീകാകുളത്തെ വിപ്ലവകാരികൾ. ഒറ്റരാത്രി കൊണ്ട് വിമോചനത്തിന്റെ വാതിൽ മലർക്കെ തുറക്കുമെന്ന പകൽക്കിനാവ് അവർക്കുണ്ടായിരുന്നില്ല. ആൾക്കൂട്ടത്തിന്റെ രോഷപ്രകടനം എന്നതിനപ്പുറം സായുധവിപ്ലവത്തിന് ശാസ്ത്രീയമായ ഘടന ആവശ്യമാണെന്ന തിരിച്ചറിവ് ശ്രീകാകുളത്തെ വിപ്ലവകാരികളിൽ ഉണ്ടായിരുന്നു. അതിന്റെ പരിണിതിയായിരുന്നു ഒളിപ്പോർ സംഘത്തിന്റെ രൂപീകരണവും ആസൂത്രിതമായ ആക്രമണങ്ങളും. ഗറില്ലകൾ ഭൂവുടമകളും ധനാഢ്യരുമുൾപ്പെട്ട വർഗ്ഗശത്രുക്കളെ കൊന്നൊടുക്കി. അവരുടെ പൂമുഖ ചുമരിൽ രക്തത്തിൽ കൈപ്പത്തി അടയാളങ്ങൾ പതിഞ്ഞു. മുന്നൂറോളം ഗ്രാമങ്ങൾ ചുവന്ന പ്രദേശങ്ങളാക്കി പ്രഖ്യാപിച്ച് ഗറില്ലകൾ സ്വതന്ത്രമാക്കി.

എന്നാൽ പൊലീസ് സായുധസമരം അടിച്ചമർത്തി. സമരനേതാക്കളും ഗറില്ലകളും കൊല്ലപ്പെട്ടു. 1970 ജൂലൈ 10-ന് സായുധ സമരത്തിന്റെ അമരക്കാരായ സത്യവും കൈലാസവും പോലീസ് ഏറ്റുമുട്ടലിൽ കൊല്ലപ്പെട്ടതോടെ ശ്രീകാകുളത്തെ വിപ്ലവസൂര്യൻ അസ്തമിച്ചു. രക്ത

ത്തിൽ കുതിർന്ന മോചനചരിത്രത്തിന് പരാജയത്തോടെ അർദ്ധവിരാമ മായി. നക്സൽബാരി മാവോയിസ്റ്റ് ചിന്തകൾക്ക് നിലമൊരുക്കിയെങ്കിൽ ശ്രീകാകുളം സമരം അതിന് ഘടനാപരമായി രൂപം നൽകി. നക്സൽ ബാരി, ശ്രീകാകുളം സമരങ്ങളുടെ വിളഭൂമിയിലാണ് മാവോയിസത്തിന്റെ വിത്തു മുളപൊട്ടിയത്. ആ വിളഭൂമിയിലാണ് ഗദ്ദർ എന്ന പാട്ടിന്റെ വന്മരം വേരാഴ്ത്തിയതും.

തോക്കുകൊണ്ടുള്ള മറുപടികൾ

2010 ഏപ്രിൽ 6

സ്വാതന്ത്ര്യാനന്തര ഇന്ത്യ നേരിട്ട ഏറ്റവും വലിയ തിരിച്ചടികളിലൊന്ന് നടന്നത് അന്നാണ്. ഛത്തീസ്ഗഡിലെ ദന്തേവാദയിലെ മുക്രാനയിലെ വനമേഖലയിൽവെച്ച് സി.ആർ.പി.എഫുകാർക്കുനേരെ മാവോയിസ്റ്റ് ആക്രമണമുണ്ടായി. വനത്തിനുള്ളിൽ പരിശീലനം കഴിഞ്ഞു മടങ്ങുകയായിരുന്ന സി.ആർ.പി.എഫുകാർക്കുനേരെ മാവോയിസ്റ്റുകൾ ചെറുഗ്രൂപ്പുകളായി തിരിഞ്ഞ് ആക്രമണം നടത്തി. എഴുപത്തിയഞ്ചു സി.ആർ.പി.എഫുകാരുടെ പിന്നെ അവർക്കൊപ്പമുണ്ടായിരുന്ന ഒരു പോലീസുകാരനും ആക്രമണത്തിൽ കൊല്ലപ്പെട്ടു.

1970 ഏപ്രിലിൽ 20-ന് കേന്ദ്ര ആഭ്യന്തരസഹമന്ത്രി വി.സി. ശുക്ല രാജ്യസഭയിൽ പറഞ്ഞത്, ചമ്പൽ താഴ്വരയിലെ കൊള്ളക്കാരുടേതിനേക്കാൾ ഗുരുതരമായ ഭീഷണിയാണ് നക്സലൈറ്റുകൾ എന്നായിരുന്നു. വിദ്യാർത്ഥികളും യുവാക്കളും വൻതോതിൽ നക്സലൈറ്റു പ്രസ്ഥാനത്തിലേക്ക് വരുന്നതിൽ ആശങ്കയുണ്ടെന്നും വിദ്യാർത്ഥികളിൽ അവരുദ്ദേശിക്കുന്ന സാമൂഹ്യമാറ്റങ്ങൾ ഭരണഘടനാപരമായും നിയമവിധേയമായും നടപ്പാക്കാൻ കഴിയും എന്ന തോന്നലുണ്ടാക്കാൻ വഴികൾ ആവിഷ്കരിക്കണമെന്നും ശുക്ല പറഞ്ഞു. പതിറ്റാണ്ടുകൾക്കിപ്പുറം ഇന്ത്യയുടെ ഭരണാധികാരികൾ മാവോയിസം രാജ്യം നേരിടുന്ന ഏറ്റവും വലിയ ആഭ്യന്തര സുരക്ഷാഭീഷണിയാണെന്ന് ആവർത്തിക്കുമ്പോൾ പ്രശ്നങ്ങൾ പരിഹരിക്കുന്നതിലും, പ്രസക്തമായ ചോദ്യങ്ങൾ അഭിമുഖീകരിക്കുന്നതിലും നമുക്ക് എവിടെയോ വീഴ്ച സംഭവിച്ചിട്ടുണ്ടെന്ന് വ്യക്തം. സാമൂഹികമാറ്റത്തിന്റെ തോന്നലുകൾ യുവാക്കൾക്കിടയിൽ ഉൽപ്പാദിപ്പിക്കാൻ ജനാധിപത്യത്തിന്റെ പരീക്ഷണശാലയ്ക്ക് കഴിഞ്ഞില്ലെന്ന് സ്പഷ്ടം.

നൂറുകണക്കിനു ജില്ലകളിൽ സമാന്തരഭരണം നടത്തുന്ന മാവോയിസ്റ്റുകൾ രാജ്യത്തിന്റെ പരമാധികാരത്തിന് ഭീഷണിയാണെന്നാണ് വിലയിരുത്തൽ.

അതേസമയം, തങ്ങളെ അമർച്ചചെയ്യാനുള്ള കേന്ദ്രസർക്കാർ ശ്രമങ്ങളെപ്പറ്റി 'ശത്രുവിനെ മനസ്സിലാക്കാതെയുള്ള യുദ്ധം ' എന്നാണു മാവോയിസ്റ്റുകൾ പറയുന്നത്. രാജ്യത്തെ ഏറ്റവും ദരിദ്രരായ ജനങ്ങളുടെ സമ്മതിയുള്ള പ്രസ്ഥാനമാണ് തങ്ങളുടേതെന്ന് അവർ അവകാശപ്പെടുന്നു. ഇന്നു പതിമൂന്ന് സംസ്ഥാനങ്ങളിലെ 156 ജില്ലകളിലെങ്കിലും ശക്തമായ ആധിപത്യം മാവോയിസ്റ്റുകൾക്കുണ്ടെന്നാണ് സർക്കാർ കണക്ക്. ആന്ധ്രാപ്രദേശ്, ഛത്തീസ്ഗഡ്, ജാർഖണ്ഡ്, ബിഹാർ, ഒഡീഷ, പശ്ചിമ ബംഗാൾ, മഹാരാഷ്ട്ര, മധ്യപ്രദേശ് എന്നീ സംസ്ഥാനങ്ങളിൽ ശക്തമായ സാന്നിധ്യവും ഉത്തർപ്രദേശ്, കർണ്ണാടക, തമിഴ്നാട് എന്നിവിടങ്ങളിൽ നേരിയ സാന്നിധ്യവുമുണ്ട്. മധ്യ ഇന്ത്യയിലെ ദണ്ഡകാരണ്യ വനങ്ങളിൽ ചുവടുറപ്പിച്ചുകൊണ്ടു രാജ്യമെമ്പാടും ചിറകുവിരിക്കാനുള്ള ശ്രമമാണു മാവോയിസ്റ്റുകൾ നടത്തുന്നത്.

ദണ്ഡകാരണ്യത്തിലെ വനശലഭങ്ങൾക്കൊപ്പം ഒരു ഗാനം ഞങ്ങളെ തേടി പറന്നുവരുന്നു. കാട്ടുമുളങ്കൂട്ടങ്ങളിൽ കാറ്റുതട്ടുമ്പോഴുണ്ടാകുന്ന ശബ്ദത്തിനൊപ്പം ആ പാട്ടും നിറയുന്നു. പ്രശസ്തമായൊരു ആദിവാസി ചെറുത്തുനിൽപ്പുഗാനം.

"ഗാവ് ഛോഡബ് നഹി
ജംഗൾ ഛോഡബ് നഹി
മായ്, മാട്ടി ഛോഡബ് നഹി
ലഡായ് ഛോഡബ് നഹി.."

എന്നു തുടങ്ങുന്ന ഗാനം. എന്തുകൊണ്ട് മാവോയിസം ഇന്ത്യൻ ഗ്രാമങ്ങളിൽ വേരാഴ്ത്തുവെന്ന ചോദ്യത്തിനുള്ള ഉത്തരം കൂടിയാണ് ഈ പാട്ട്.

"ഈ ഗ്രാമം ഞങ്ങൾ ഉപേക്ഷിക്കില്ല
കാടും ഞങ്ങൾ ഉപേക്ഷിക്കില്ല
പിറന്നു വീണ മണ്ണും, പോരാട്ടവും ഞങ്ങൾ ഉപേക്ഷിക്കില്ല.
....
എവിടെ, ഞങ്ങളുടെ മുൻഗാമികൾ
കാടിനെ ഉയിരുകൊടുത്തു കാത്തവർ?
മണ്ണിനെ പച്ചപ്പട്ടണിയിച്ചവർ,
അരുവികളിൽ തേൻതുള്ളി നിറച്ചവർ.
നിങ്ങളുടെ ആർത്തി മണ്ണു കരിച്ചു
പച്ചപ്പ് കൊള്ളയടിച്ചു
മീനുകൾ ചത്തുപൊന്തി
പക്ഷികൾ എങ്ങോ പറന്നുപോയ്

മന്ത്രിമാർ മുതലാളിമാരുടെ ഇടനിലക്കാരായ്
ഞങ്ങളുടെ ഭൂമി അവരെല്ലാം ചേർന്ന് തട്ടിയെടുത്തു.
ആയുധമേന്തിയ നീതിവ്യവസ്ഥ അവർക്ക് കാവൽനിന്നു.
പഴയ പുലരികളിൽ നിന്ന് ബിർസ പറയുന്നു;
'മുക്കുവരെ, ദലിതരെ, ആദിവാസികളെ സംഘടിക്കൂ
പോരാട്ടമാണ് ഏക പോംവഴി.'"

(ആദിവാസി പോരാട്ട ഗാനം)

ദണ്ഡകാരണ്യത്തിലെ ആയുധപ്പുരകൾ

ദണ്ഡകാരണ്യത്തിലേക്കുള്ള യാത്രയിൽ മഴ തിമിർത്തു പെയ്യുകയാണ്. മാവോയിസ്റ്റുകൾക്കിടയിൽ 'ഡികെ' എന്നാണ് ദണ്ഡകാരണ്യവനം അറിയപ്പെടുന്നത്. റോഡിൽ വെള്ളം കെട്ടിക്കിടക്കുന്നു. ഇരുവശങ്ങളിലും തഴച്ചു കിടക്കുന്ന പച്ചപ്പിൽ മഴവെള്ളം വീണതോടെ നവയൗവ്വനം കൈവന്നു. ഏറെ നേരത്തെ വിജനതയ്ക്കൊടുവിൽ ആട്ടിൻപറ്റങ്ങൾ ഞങ്ങൾക്കു കുറുകേ കടന്നുപോയി. കറുത്തുമെലിഞ്ഞ ശരീരവുമായി ഗ്രാമവാസികൾ പാതയോരത്ത് നിൽക്കുന്നു. സൈക്കിളിൽ കറുത്തു മെലിഞ്ഞ പുരുഷന്മാർ പോകുന്നു. ഈ യാത്ര കാറിലാണ്. ഞങ്ങളുടെ ബൈക്കുകൾ ട്രെയിനിൽ നാട്ടിലേക്കയച്ചിരുന്നു. ദണ്ഡകാരണ്യത്തിലേക്ക് ബൈക്ക് യാത്ര അത്ര സുരക്ഷിതമല്ലെന്ന സത്യമൂർത്തിയുടെ ഉപദേശം ഞങ്ങൾ വേദവാക്യമാക്കി.

"ചൂഷണം കുലത്തൊഴിലാക്കിയ ഭരണാധികാരികളും അവരുടെ പിണിയാളുകളായ ഉദ്യോഗസ്ഥരും തെമ്മാടികളായ പോലീസുകാരും ഇവിടേക്ക് കടക്കുമ്പോൾ സൂക്ഷിക്കുക. നിങ്ങളുടെ മരണം കുറിച്ച വെടിയുണ്ടകൾ ഇവിടെയുണ്ട്."

നക്സലൈറ്റ് പ്രസ്ഥാനത്തിന്റെ പേരിൽ ഒരു അപായബോർഡ്. അത്രയൊന്നും ഭംഗിയില്ലാത്ത കൈയക്ഷരത്തിൽ, ചുവന്ന പെയ്ന്റിൽ ഹിന്ദിയിൽ എഴുതി തൂക്കിയിരിക്കുന്നു. ആയുധമെടുക്കുന്നവരെല്ലാം നക്സലൈറ്റാണ്. പലർക്കും ആശയത്തിന്റെ അടിത്തറയോ, അടിയുറച്ച നിലപാടുകളോ ഇല്ല. ജീവിതാനുഭവങ്ങൾ മാത്രമാണ് മിക്കവരുടെയും സൈദ്ധാന്തിക അടിത്തറ. നക്സലൈറ്റുകൾ എന്ന പേരിൽ ചിലർ പിടിച്ചുപറിയും അക്രമങ്ങളും നടത്തുന്നുണ്ടെന്ന പരാതിയും ഉയർന്നുകേൾക്കുന്നു.

ഗ്രാമത്തിന്റെ പ്രവേശനമുഖത്ത് വാഹനം നിർത്തിയിട്ടു. കുറച്ച് ആദിവാസി കുടിലുകൾ. മണ്ണുതേച്ചു പടുത്തുയർത്തിയതാണ് വീടുകൾ. ചില വീടുകളുടെ മുന്നിലെ ചുമരുകളിൽ പച്ചിലകൊണ്ട് ചായമെഴുതിയിട്ടുണ്ട്.

വീട്ടുമുറ്റങ്ങളിൽ കോഴികൾ കൊത്തിപ്പെറുക്കുന്നു. വഴികാട്ടിക്കൊപ്പം ഇനി കാടിനുള്ളിലേക്ക്. സൈനികരുടേതുപോലെയുള്ള കടുംപച്ചനിറമുള്ള വസ്ത്രം ധരിച്ച ഒരു യുവാവ് ഞങ്ങൾക്കരുകിലേക്ക് വന്നു. പേര് പീതാംബർ. കൈയിൽ അരിവാളും അസ്ത്രവും അടയാളങ്ങൾ പച്ചകുത്തിയിരുന്നു. പീതാംബറിനൊപ്പം കാടിനുള്ളിലേക്ക്.

ചെളിനിറഞ്ഞ മൺവഴിയിലൂടെ നടന്നു. കരിയിലകളിൽ നനവു തട്ടിയതിന്റെ ഗന്ധം. പെരുമ്പാമ്പിനെപ്പോലെയുള്ള വള്ളികൾ വീണുകിടക്കുന്നു. ആരും പരസ്പരം സംസാരിച്ചില്ല. ഭയപ്പെടുത്തുന്ന നിശ്ശബ്ദത. ഏതാണ്ട് നാലുമണിക്കൂർ വനത്തിനുള്ളിലൂടെ നടന്നപ്പോൾ അൽപ്പം തുറസ്സായ പ്രദേശമെത്തി. തലയാട്ടി നിൽക്കുന്ന പനയോലകൾക്കിടയിൽ പുല്ലുമേഞ്ഞ കുടിലിനുമുന്നിൽ നടത്തം അവസാനിച്ചു. രണ്ടു സ്ത്രീകളടക്കം ആറു മാവോയിസ്റ്റ് സായുധപോരാളികൾ അവിടെ വിശ്രമിക്കുന്നുണ്ടായിരുന്നു. കൂട്ടത്തിൽ കമാൻഡർ എന്നു മറ്റുള്ളവർ വിളിച്ചിരുന്ന ആളുടെ തൊപ്പിയിൽ ചുവന്ന നക്ഷത്ര ചിഹ്നം തുന്നിച്ചേർത്തിരുന്നു. എല്ലാവരുടെയും പുറകിൽ റൈഫിൾ വിശ്രമിക്കുന്നു.

സായുധ വിപ്ലവത്തിന്റെ അപ്പോസ്തലൻ ചാരു മജുംദാറിനെതിരെ യുയർന്നിരുന്ന പ്രധാന വിമർശനങ്ങളിലൊന്ന് നാടൻ ആയുധങ്ങൾക്ക് അദ്ദേഹം നൽകിയ പ്രാമുഖ്യമായിരുന്നു. ദരിദ്രകർഷകന്റെ രോഷത്തെ കെട്ടഴിച്ചുവിടാൻ നാടൻ ആയുധങ്ങൾ മതിയെന്ന് അദ്ദേഹം വാദിച്ചു. എന്നാൽ പോലീസ് സർവ്വസന്നാഹങ്ങളോടെ അടിച്ചമർത്തിയപ്പോൾ അമ്പും വില്ലുമല്ലാതെ അവർക്കെതിരെ പ്രയോഗിക്കാൻ പരിഷ്കൃത ആധുങ്ങളില്ലാതെ പോയത് പാർട്ടിയെ തകർത്തുവെന്ന് ചിലർ വാദിക്കുന്നു. തോൽവികൾ മനുഷ്യരെ നിരാശരും പിന്നോട്ട് വലിയുന്നവരുമാക്കുമല്ലോ.

പക്ഷേ, ഇന്ന് കഥ മാറി. മാവോയിസ്റ്റുകൾ ഹൈടെക്കാണ്. ആയുധശേഖരങ്ങളും അവ പ്രയോഗിക്കുന്നതിൽ മാവോയിസ്റ്റുകൾ പ്രകടിപ്പിക്കുന്ന മികവും പോലീസിനെ വലയ്ക്കുന്നു. കോടികളാണ് മാവോയിസ്റ്റുകളുടെ സൈനികബജറ്റ്. പാകിസ്താൻ, ശ്രീലങ്ക എന്നിവിടങ്ങളിൽ നിന്നാണ് മാവോയിസ്റ്റു പ്രവർത്തകർ വിദഗ്ധപരിശീലനം നേടുന്നത്.

ചാരു മജുംദാറിനെതിരെ ഉയർന്ന മറ്റൊരു പ്രധാന വിമർശനം ഉന്മൂലനത്തിന് അദ്ദേഹം നൽകിയ ഏകപക്ഷീയമായ പ്രാധാന്യവും ബഹുജനസംഘടനകളോടുള്ള അവഗണനയുമാണ്. എന്നാൽ മാവോയിസ്റ്റു പ്രസ്ഥാനം വർഗ്ഗ ബഹുജനസംഘടനകൾക്ക് പിന്നീട് ഏറെ പ്രധാന്യം നൽകി. അതിന്റെ പരിണിതിയായിരുന്നു ഗദ്ദറിന്റെ ഉയർച്ചയും വികാസവും. ഏത് അർത്ഥത്തിൽ പരിശോധിച്ചാലും എഴുപതുകളിൽ നിലനിന്നിരുന്ന മാവോയിസ്റ്റ് പ്രസ്ഥാനമല്ല ഇപ്പോഴുള്ളതെന്ന് മനസ്സിലാകും. ഇക്കാര്യം എനിക്കൊപ്പമുള്ള കമാൻഡറോടു ചോദിച്ചപ്പോൾ ഒരു

മാക്സിയൻ വാചകമായിരുന്നു മറുപടി, "മാറ്റമില്ലാത്തത് മാറ്റത്തിനു മാത്രം."

ഞങ്ങൾക്കൊപ്പമുള്ള സ്ത്രീകൾ ഭക്ഷണം ഒരുക്കുന്ന തിരക്കിലാണ്. എല്ലാവരുടെയും ബാഗുകളിൽ പാത്രങ്ങളും പ്ലാസ്റ്റിക് ഷീറ്റുകളും പുസ്തകങ്ങളുമുണ്ടായിരിക്കും. കഠിനമായ കായിക പരിശീലനത്തോടെ യാണ് ഓരോ ദിവസവും തുടങ്ങുക. കാട് സ്വന്തം കൈരേഖപോലെ ഇവർക്ക് ഹൃദിസ്ഥം. "എന്റെ കുട്ടിക്കാലത്തെ അനുഭവങ്ങളാണ് ആയുധമെടുക്കാൻ പ്രേരിപ്പിച്ചത്. ഈ നിഷ്ക്കളങ്കരായ നാട്ടുകാരുടെ സന്തോഷമാണ് എന്റെയും പാർട്ടിയുടെയും ലക്ഷ്യം." പരിപ്പുകറിയും ചപ്പാത്തിയും കഴിക്കുന്നതിനിടയിൽ സംഘത്തലവൻ പറഞ്ഞു.

മാവോയിസ്റ്റ് സംഘങ്ങൾ ഒരിക്കലും ഒരുസ്ഥലത്ത് പതിവായി കഴിയാറില്ല. പോലീസിന്റെയും സുരാക്ഷാഉദ്യോഗസ്ഥരുടെയും കണ്ണു വെട്ടിച്ച് താവളങ്ങൾ മാറിക്കൊണ്ടേയിരിക്കും. പ്രധാനതാവളത്തി ലേക്കുള്ള യാത്രയിലാണ് ഞങ്ങളുടെ സംഘം. മറ്റൊരു സംഘം കൂടി ഞങ്ങൾക്കൊപ്പം ചേർന്നു. അതിനിടയിലാണ് രസകരമായ ഒരു കാര്യം ശ്രദ്ധയിൽപ്പെട്ടത്, ഒരു വിപ്ലവകാരിയുടെ തോക്കിന്റെ പിടിയിൽ ഒരു ഹിന്ദി നടിയുടെ ചിത്രം ഒട്ടിച്ചുവെച്ചിരിക്കുന്നു. എല്ലാ അംഗങ്ങളും 'ലാൽസലാം' പറഞ്ഞ് പരസ്പരം കൈകൊടുത്തു. ഇടത്താവളങ്ങളിലൊന്നിൽ ആദിവാസി ഊരിലെ ആളുകൾ കാത്തുനിൽപ്പുണ്ടായിരുന്നു. ഭൂവുടമ കളുടെ ക്രൂരതകൾ, അധികാരികളുടെയും ഭരണകൂടത്തിന്റെയും പോലീസിന്റെയും പീഡനങ്ങൾ, ഊരിലെ കുട്ടികളുടെ പ്രശ്നങ്ങൾ, മൈനിംങ് കമ്പനികളുടെയും മുതലാളിമാരുടെയും കൈയേറ്റങ്ങൾ... എല്ലാം ആദിവാസികൾ മാവോയിസ്റ്റുകളോട് പരാതി പറഞ്ഞു.

"നമ്മുടെ കാട് നമ്മുടെ ജീവിതമാണ്. നമ്മുടെ അവകാശമാണ്. പാർട്ടി അതിനുവേണ്ടിയാണ് പോരാടുന്നത്. ധൈര്യമായി ഇരിക്കുവിൻ." സംഘത്തലവൻ അവരോട് മറുപടി പറഞ്ഞു. പിന്നീട് ആദിവാസി കളുടെ മെഡിക്കൽ ചെക്കപ്പ് നടത്തി മരുന്നുകൾ വിതരണം ചെയ്തു. ഇരു സംഘങ്ങളും പിരിയാൻനേരം നേർക്കുനേർ നിന്ന് വിപ്ലവഗാനം പാടി. രക്തസാക്ഷികൾക്ക് വന്ദനം പറഞ്ഞു. കൈകൊടുത്തു പിരിഞ്ഞു.

തങ്ങൾക്കോ, തങ്ങളുടെ ബന്ധുക്കൾക്കോ ഏറ്റുവാങ്ങേണ്ടിവരുന്ന പീഡനങ്ങളും ദുരനുഭവങ്ങളുമാണ് പലരെയും നക്സലൈറ്റുകളാക്കി യത്. ചൂഷണം ഒരു വലിയ ചൂണ്ടക്കൊളുത്തുപോലെ നിലകൊള്ളുന്നു. സുശീലനെക്കുറിച്ച് സംസാരിക്കുമ്പോൾ സംഘത്തലവന്റെ മുഖത്ത് അഭിമാനവും നിരാശയും ഒരുപോലെ നിഴലിക്കുന്നത് ഞാൻ കണ്ടു. ജ്യേഷ്ഠൻ സുബോധിന്റെ വഴിപിന്തുടർന്നാണ് സുശീലും പ്രസ്ഥാനത്തി ലെത്തിയത്. ചുറുചുറുക്കും ആത്മവിശ്വാസവുമുള്ള യുവാവ്.

ആയുധമേന്തി പോരാടുന്നതിനേക്കാൾ ഗ്രാമീണരെ വിദ്യാഭ്യാസ പരമായി സായുധരാക്കുന്നതിലായിരുന്നു സുശീലിന്റെ ശ്രദ്ധ. ആർക്കു

നേരെയും ചോദ്യങ്ങളുന്നയിക്കാൻ സുശീൽ ഗ്രാമീണരെ പഠിപ്പിച്ചു. ഒരു ദിവസം പോലീസ് സുശീലിനെ കസ്റ്റഡിയിലെടുത്തു. ഇരുമ്പഴികൾക്കുള്ളിൽ അയാളുടെ ശരീരം പൊലീസുകാർ ഉഴുതുമറിച്ചിട്ടു.

"ആ നായിന്റെമോന് ഒരു തുള്ളി വെള്ളം കൊടുത്തുപോകരുത്." തടവറയുടെ ഒരു കോണിൽ മൃതപ്രായനായി കിടന്നിരുന്ന അയാളെ നോക്കി ഉദ്യോഗസ്ഥൻ വെറുപ്പോടെ പറഞ്ഞു. ഒരു രാത്രി മുഴുവൻ നീണ്ടുനിന്ന കൊടിയ പീഡനം. എത്ര തല്ലിച്ചതച്ചിട്ടും അരിശം തീർന്നില്ല. വെറിപൂണ്ട കാട്ടുപോത്തിനെപ്പോലെ വീണ്ടും ഓടിവന്ന് ആ പൊലീസ് ഉദ്യോഗസ്ഥൻ അയാളുടെ നെഞ്ചിൽ ആഞ്ഞുചവിട്ടി. ഒരു ഞെരക്കം മാത്രം. ജീവൻ ഇനിയും നഷ്ടപ്പെട്ടിട്ടില്ലെന്ന് അടയാളപ്പെടുത്താൻ അത്രമാത്രമാണ് അവശേഷിച്ചത്. പാതി ഇരുട്ടുവീണ ആ തടവറയിൽ ചോര തളംകെട്ടികിടന്നു. ഇരുമ്പഴി അടച്ച് പോലീസുകാർ തടവറയ്ക്ക് പുറത്തേക്ക് പോയി. സ്വന്തം രക്തത്തിൽ ചൂണ്ടുവിരൽ മുക്കി തടവറയുടെ അഴുക്കു പിടിച്ച ചുമരിൽ സുശീൽ "ഇൻക്വിലാബ് സിന്ദാബാദ്" എന്നെഴുതി. സുശീലിന്റെ മൃതദേഹം രണ്ടുദിവസം കഴിഞ്ഞ് കാട്ടിൽ നിന്നും ലഭിച്ചു. കറുപ്പും വെളുപ്പും കലർന്ന അവന്റെ കാഴ്ചകൾ പതിയെ മങ്ങിയില്ലാതായി. പക്ഷേ, ചോരച്ചുവപ്പാർന്ന ആ മുദ്രാവാക്യം മാത്രം മായാതെ അവശേഷിച്ചു.

നക്സൽ കലാപത്തിനുശേഷം ഇതുവരെ നാൽപ്പതോളം ഇടതു തീവ്രവാദസംഘടനകൾ രൂപമെടുത്തിട്ടുണ്ടെന്നാണ് കണക്ക്. ഇതിൽ ഏറ്റവും ശക്തി സംഭരിക്കാൻ കഴിഞ്ഞ പ്രസ്ഥാനമാണ് ഇപ്പോഴുള്ള സി.പി.ഐ (മാവോയിസ്റ്റ്).

1970 ലെ ഒന്നാം പാർട്ടി കോൺഗ്രസിൽനിന്നുതന്നെ തുടങ്ങി സി.പി.ഐ (എം.എൽ)ലെ തർക്കങ്ങളുടെയും ഉൾപ്പിരിവുകളുടെയും ചരിത്രം. 1972 ജൂലൈ 28-ന് ചാരു മജുംദാർ കൊലചെയ്യപ്പെട്ട ശേഷം പ്രസ്ഥാനം ഗുരുതരമായ തിരിച്ചടികളും പിളർപ്പുകളും നേരിട്ടുകൊണ്ടാണ് മുന്നോട്ട് പോയത്. വിഭാഗീയ നിലപാടെടുത്തവരെ പുറത്താക്കി പാർട്ടി ക്ഷയിച്ചുകൊണ്ടിരുന്നു. പ്രധാനമായും മൂന്നു ധാരകളാണ് നിലനിന്നിരുന്നത്. നക്സൽബാരി ലൈൻ പൂർണ്ണമായും ശരിയാണെന്ന് വാദിച്ച മഹാദേവ് മുഖർജിയെപ്പോലുള്ള ലിൻപിയാവോയിസ്റ്റുകൾ. ഇതിനെ എതിർത്ത നാഗിറെഡ്ഡി, ചന്ദ്രപുള്ള റെഡ്ഡി, ഡി.വി റാവു തുടങ്ങിയവരുൾപ്പെട്ട രണ്ടാംപക്ഷം. നക്സൽബാരി ലൈൻ ശരിവെയ്ക്കുമ്പോൾ തന്നെ വിഭാഗീയതയും വരട്ടുതത്ത്വവാദവും സ്വാധീനം ചെലുത്തിയ ഇടതുസാഹസികത പാർട്ടിക്ക് ദോഷം ചെയ്തുവെന്ന നിലപാടെടുത്ത മൂന്നാം ചേരി എന്നിവയായിരുന്നു ആ ഗ്രൂപ്പുകൾ.

സായുധവിപ്ലവത്തിന്റെ ചിന്താധാരകൾ പിന്നെയും പലവഴി പിരിഞ്ഞൊഴുകി. ചില സഖ്യങ്ങൾ ജനാധിപത്യവുമായി സന്ധിചെയ്തു.

ചിലർ പിന്നെയും ആയുധങ്ങൾക്ക് മൂർച്ച കൂട്ടി. ഉന്മൂലനത്തിന്റെ പ്രത്യയ ശാസ്ത്രത്തിനുചുറ്റും പരിക്രമണം ചെയ്തു.

അടിസ്ഥാനപരമായി നക്സൽബാരി ലൈൻ ശരിയാണെന്നു വാദിച്ച ആന്ധ്രാകമ്മിറ്റി 1974-ൽ ഇടതു വിഭാഗീയനിലപാടുകൾക്കെതിരെ ആശയസമരം കെട്ടഴിച്ചുവിട്ടുകൊണ്ട്, 'സ്വയം വിമർശനരേഖ' എന്ന ചരിത്രപരമായ രേഖ അംഗീകരിച്ചു. ഉന്മൂലനസമരത്തിന്റെ പ്രശ്നം, ബഹുജന സംഘടനകൾ കെട്ടിപ്പടുക്കുന്നതിലുണ്ടായ വീഴ്ചകൾ, കാല ഘട്ടത്തെയും സാഹചര്യങ്ങളെയും തെറ്റായി വിലയിരുത്തിയത്, ചാരു മജുംദാറിന്റെ ഭാഗത്തു നിന്നുണ്ടായ പ്രശ്നങ്ങൾ എന്നിവ സ്വയംവിമർശ നാത്മകമായി വിലയിരുത്തുകയും വിശകലനംചെയ്യുകയും തെറ്റുതിരു ത്തുകയും ചെയ്തു. കൊണ്ടപ്പള്ളി സീതാരാമയ്യ ബഹുജനാടിത്തറയ്ക്ക് പ്രാമുഖ്യം നൽകി സംഘടന ഉടച്ചുവാർക്കുകയും സി.പി.ഐ(എം.എൽ) പീപ്പിൾസ് വാർ ഗ്രൂപ്പ് എന്ന പുതിയ സംഘബലത്തിൽ കരീംനഗർ - അദിലാബാദ് എന്നീ പ്രദേശങ്ങളിൽനിന്നും രാജ്യമാകെ വർഗ്ഗസമരം കെട്ടഴിച്ചുവിടുകയും ചെയ്തു. അവിടെ നിന്നാണ് ഇന്നത്തെ മാവോയിസ്റ്റ് മുന്നേറ്റങ്ങളുടെ തുടക്കം.

ആന്ധ്രപ്രദേശ് സർക്കാരിനെ പതിറ്റാണ്ടുകൾ വിറപ്പിച്ച പീപ്പിൾസ് വാർ ഗ്രൂപ്പാണ് മാവോയിസ്റ്റ് പ്രസ്ഥാനത്തിന്റെ കേന്ദ്രബിന്ദു. 1980 ഏപ്രിൽ 22-ന് രൂപംകൊണ്ടതു മുതൽ നക്സൽ ഗ്രൂപ്പുകളെ ഒരുമിച്ച് കൊണ്ടു വരാൻ ശ്രമം നടത്തുകയായിരുന്നു കൊണ്ടപ്പള്ളി സീതാരാമയ്യയുടെ നേതൃത്വത്തിലുള്ള പീപ്പിൾസ് വാർ ഗ്രൂപ്പ്. 2004-ൽ ഐക്യം യാഥാർത്ഥ്യ മായി. ആ വർഷം ഒക്ടോബറിൽ പീപ്പിൾസ് വാർ ഗ്രൂപ്പ്, കമ്മ്യൂണിസ്റ്റ് പാർട്ടി ഓഫ് ഇന്ത്യ (മാർക്സിസ്റ്റ് - ലെനിനിസ്റ്റ്), മാവോയിസ്റ്റ് കമ്മ്യൂ ണിസ്റ്റ് സെന്റർ ഓഫ് ഇന്ത്യ (എം.സി.സി) എന്നിവ ലയിച്ച് സി.പി.ഐ (മാവോയിസ്റ്റ്) രൂപീകരിച്ചു. പീപ്പിൾസ് വാർ ഗ്രൂപ്പ് നേതാവ് മുപ്പല ലക്ഷ്മൺ റാവു എന്ന ഗണപതിയെ ജനറൽ സെക്രട്ടറിയായി തിരഞ്ഞെ ടുത്തു. കർഷകരെ സംഘടിപ്പിച്ചു സായുധ കലാപത്തിലൂടെ അധികാരം പിടിച്ചെടുക്കുക പ്രധാന ലക്ഷ്യമാക്കി.

നക്സൽബാരി കലാപത്തിന്റെ നാൽപ്പതാം വാർഷികത്തിൽ 2007 ഫെബ്രുവരിയിൽ സി.പി.ഐ (മാവോയിസ്റ്റ്)യുടെ ഒൻപതാം പാർട്ടി കോൺഗ്രസ് നടന്നു. നിരോധനവും ആഭ്യന്തരവകുപ്പിന്റെ നിതാന്തജാഗ്ര തയും മറികടന്ന് ബീഹാറിലെ ഭീംബന്ധ് വനമേഖലയിലാണ് അത്യാ ധുനിക സൗകര്യങ്ങളോടെ 'ഐക്യത്തിന്റെ സമ്മേളനം' എന്നു പേരിട്ട പാർട്ടി കോൺഗ്രസ് നടന്നത്.

കിഷൻദാ എന്ന പ്രശാന്ത് ബോസ്, ആനന്ദ് എന്ന കടക്കം സുദർശൻ എന്നിവരാണ് ഗണപതിക്കുപുറമേ ഇപ്പോൾ പ്രസ്ഥാനത്തെ നയിക്കുന്നത്. 14 അംഗ പോളിറ്റ് ബ്യൂറോയെക്കൂടാതെ 32 അംഗ കേന്ദ്രകമ്മിറ്റിക്കു കീഴിൽ

റീജണൽ ബ്യൂറോ (ഏതാനും സംസ്ഥാനങ്ങളുടെ ചുമതല) സ്റ്റേറ്റ് കമ്മിറ്റി, സോണൽ കമ്മിറ്റി, ജില്ലാ കമ്മിറ്റി, ദളം (സായുധ സ്ക്വാഡ്) എന്നിങ്ങനെയാണ് പാർട്ടിഘടന. മാവോയിസ്റ്റ് മേഖലയിൽ നിർമ്മാണ പ്രവർത്തനങ്ങൾ നടത്തുന്ന കരാറുകാർ, ഖനി ഉടമകൾ, വ്യാപാരികൾ എന്നിവരിൽനിന്നും പിരിച്ചെടുക്കുന്ന ലെവിയാണ് പാർട്ടിയുടെ പ്രധാന വരുമാന മാർഗ്ഗം. ഖനിമാഫിയകളുമായി മാവോയിസ്റ്റുകൾക്ക് അവിശുദ്ധകൂട്ടുകെട്ടുണ്ടെന്ന് അധികൃതർ ആരോപിക്കുന്നു. സർക്കാരിന്റെ ആയുധശേഖരങ്ങൾ തട്ടിയെടുത്തും ഏറ്റുമുട്ടലിൽ കൊല്ലപ്പെടുന്ന സുരക്ഷാ ഉദ്യോഗസ്ഥരുടെ ആയുധങ്ങൾ കവർന്നെടുത്തുമാണ് ഗറില്ലകൾ സായുധരാകുന്നത്.

സുരക്ഷാ സേനകൾക്ക് മാവോയിസ്റ്റ് നേതൃത്വത്തിലെ പകുതിയോളംപേരെ പിടികൂടാനോ കൊലപ്പെടുത്തുവാനോ സാധിച്ചു. കൊബാഡ് ഗണ്ടി, പ്രമോദ് മിശ്ര, അശുതോഷ് തുണ്ടു, അമിതാബ് ബഗ്ചി എന്നിവർ പിടിയിലായെങ്കിൽ പൊളിറ്റ് ബ്യൂറോ അംഗങ്ങളായ ചെറുകുറി രാജ്കുമാർ (ആസാദ്), കോടേശ്വര റാവു (കിഷൻജി) എന്നിവർ കൊല്ലപ്പെട്ടു. വനിതാ വിഭാഗത്തിനു നേതൃത്വം നൽകിയിരുന്ന നർമദ അക്കയും കൊല്ലപ്പെട്ടതായാണു സൂചന. ബംഗാൾ, ബിഹാർ, ജാർഖണ്ഡ് സംസ്ഥാനങ്ങളിലെ പാർട്ടിയുടെ എല്ലാമായിരുന്ന കിഷൻജിയുടെ മരണം മാവോയിസ്റ്റ് സംഘടനക്കു വൻതിരിച്ചടിയുണ്ടാക്കി. പത്തോളം വൻആക്രമണങ്ങൾ ആസൂത്രണം ചെയ്തയാളാണ് കിഷൻജി.

രാജ്യത്തെ ആക്ടിവിസ്റ്റുകൾക്കിടയിലും ചില എഴുത്തുകാർക്കിടയിലും ഉണ്ടാക്കിയെടുത്ത മതിപ്പാണ് മാവോയിസ്റ്റുകളുടെ മറ്റൊരു ശക്തി. മാവോയിസ്റ്റുകൾക്കൊപ്പം കാട്ടിൽ താമസിച്ച് അരുന്ധതി റോയ് ലേഖനമെഴുതിയത് അവർക്ക് ഊർജ്ജം പകർന്നു. ആശയത്തെ ഉന്മൂലനം ചെയ്യാൻ ആദിവാസിയെ ഉന്മൂലനം ചെയ്തുകൊണ്ടു സാധിക്കില്ലെന്ന അരുന്ധതിയുടെ പ്രസ്താവന സുരക്ഷാസേനകൾക്കുനേരെ വിരൽ ചൂണ്ടുന്നതായിരുന്നു.

ഛത്തീസ്ഗഡിൽ തെക്കൻ ബസ്തറിലുള്ള ദന്തേവാദയും ബിജാപ്പൂർ ജില്ലയിലെ മിക്ക സ്ഥലങ്ങളും മാവോയിസ്റ്റുകളുടെ സമാന്തരഭരണത്തിൻ കീഴിലാണ്. ജനതാന സർക്കാർ അഥവാ ജനങ്ങളുടെ സർക്കാർ രൂപീകരിക്കുകയാണ് വിപ്ലവത്തിലൂടെ ലക്ഷ്യമിടുന്നത്. ജാതി, മത, വർഗ്ഗ, വർണ്ണ, ലിംഗ, ഭാഷാ, പ്രദേശിക വേർതിരിവുകളില്ലാതെ ജനങ്ങളുടെ പ്രശ്നങ്ങൾക്ക് പരിഹാരം കാണാനാണ് ജനതാന സർക്കാർ ശ്രമിക്കുകയെന്ന് മാവോയിസ്റ്റ് നേതൃത്വം വ്യക്തമാക്കുന്നു. ദണ്ഡകാരണ്യത്തിൽ ജനതാന സർക്കാരിന്റെ വിപുലമായ സംവിധാനമാണ് ഭരണം നടത്തുന്നത്. കൃഷി, സാമ്പത്തികം, നീതി, ആരോഗ്യം, വിദ്യാഭ്യാസം, പ്രതിരോധം, പൊതുജനസമ്പർക്കം, വാണിജ്യം, വനം എന്നിങ്ങനെയുള്ള വകുപ്പുകളാണ് ജനതാന സർക്കാരിനുള്ളത്.

മാവോയിസ്റ്റുകളെ നേരിടാൻ കേന്ദ്രസർക്കാർ ആവിഷ്കരിച്ച 'ഓപ്പറേഷൻ ഗ്രീൻ ഹണ്ട്' മാവോയിസ്റ്റുകളെ പ്രതിരോധത്തിലാക്കി. സൽവാ ജുദം (ശുദ്ധീകരണസേന) എന്ന പേരിൽ അറിയപ്പെട്ടിരുന്ന സ്വകാര്യ സേനയെ മാവോയിസ്റ്റുകളെ നേരിടാൻ ഇടക്കാലത്തു സംസ്ഥാന സർക്കാരുകൾ നിയോഗിച്ചിരുന്നു. കടുത്ത മനുഷ്യാവകാശലംഘനങ്ങളാണ് സൽവാ ജുദം അഴിച്ചുവിട്ടത്. 1990-ൽ മാവോയിസ്റ്റുകളെ നേരിടാൻ ഭൂവുടമകൾ 'ജന ജാഗരൺ അഭിയാൻ' എന്നപേരിലൊരു സംഘം രൂപീകരിച്ചിരുന്നു. 2005-ലാണ് സൽവാ ജുദം രൂപീകരിച്ചത്. ആ വർഷം ദക്ഷിണ ദന്തേവാഡയിലെ നൂറുകണക്കിന് ഗ്രാമങ്ങൾ സൽവാ ജുദം ചുട്ടെരിക്കുകയും കൊലപാതകങ്ങളും ബലാത്സംഗങ്ങളും നടത്തി 'ശുദ്ധീകരണ സേന' ഗ്രാമീണരെ മാവോയിസ്റ്റുവേട്ടയുടെ പേരിൽ പീഡിപ്പിച്ചു. സൽവാ ജുദമിനെതിരെ വ്യാപക പ്രതിഷേധം വളർന്നു. 2011 ജൂലൈയിൽ സുപ്രീം കോടതി സൽവാ ജുദം നിയമവിരുദ്ധമാണെന്നു പ്രഖ്യാപിച്ചു.

തിരിച്ചടികളും ചെറുത്തുനിൽപ്പും ജീവിതരേഖയാക്കി ദണ്ഡകാരണ്യയിൽ നക്സലൈറ്റുകൾ കഴിഞ്ഞുകൂടുന്നു. പരിചയപ്പെടുന്നവർക്ക് നമ്മോടു പറയാൻ പേരുപോലുമില്ല. ആരും അവരവരുടെ സ്വന്തം പേരിൽ ജീവിക്കുന്നില്ല എന്നതുതന്നെ കാരണം. മരണമാണ് ഓരോരുത്തരുടെയും രഹസ്യങ്ങളിലേക്കുള്ള താക്കോൽ. അതിനിടയിൽ മറക്കാൻ പറ്റാത്തതാണ് മാധുരിയുടെ മുഖം. ജീവിതത്തിൽ കൈപ്പുനീർമാത്രം അനുഭവിച്ചറിഞ്ഞ മാധുരി. മാധുരിയുടെ പേര് അതുതന്നെയാണോ എന്നു നിശ്ചയമില്ല. മധ്യപ്രദേശ് സ്വദേശിനി. എണ്ണമയമില്ലാത്ത, ചെമ്പൻ മുടിയിഴകൾ തലോടി ഇന്ദ്രാവതി നദിയുടെ വെൺമണലിലിരുന്ന് അവൾ ജീവിതം പറഞ്ഞു. അവളുടെ മാസ്റ്റർജിയെ നഷ്ടമായ കഥ പറഞ്ഞു.

ഭർത്താവിനെ അവൾ മാസ്റ്റർജി എന്നാണ് വിളിച്ചത്. ആദിവാസികളുടെ ഭൂമി പ്രശ്നങ്ങളുടെ അധികാരികൾക്കു മുന്നിൽ ധീരതയോടെ അവതരിപ്പിച്ച മാസ്റ്റർജി. മണ്ണിന്റെ മക്കൾക്ക് നേടാൻ അവകാശങ്ങൾ ഏറെയുണ്ടെന്ന സ്വപ്നം നൽകിയ മാസ്റ്റർജി. മാസ്റ്റർജി ഒരു ചന്ദ്രക്കലപോലെ തേഞ്ഞുപോയ ദുർദിനം അവൾ വിതുമ്പലോടെ ഓർത്തെടുക്കുന്നു. അത് കർവ്വാചൗത്ത് ആഘോഷനാളിന്റെ തലേദിവസമായിരുന്നു. വടക്കേ ഇന്ത്യയിലെ ഭർതൃമതികളുടെ ആഘോഷമാണ് കർവ്വാചൗത്ത്. അന്ന് ദീപം തെളിയിച്ച് വൃത്താകൃതിയിലുള്ള അരിപ്പയ്ക്കുള്ളിലൂടെ ചന്ദ്രബിംബത്തോടൊപ്പം ഭാര്യമാർ ഭർത്താക്കന്മാരെ കാണുന്നു. വ്രതനിഷ്ഠയോടെ നടത്തുന്ന ഈ ചടങ്ങിന് നെടുമാംഗല്യമാണ് ഫലസിദ്ധി. ആ ആഘോഷദിനത്തിന്റെ തലേന്നാൾ നക്സലൈറ്റാണെന്ന് ആരോപിച്ച് സൽവാ ജുദത്തിലെ അംഗങ്ങൾ മാസ്റ്റർജിയെ വീട്ടിൽ നിന്നും പിടിച്ചുകൊണ്ടുപോയി. ആശ്രയമറ്റ് ഭയപ്പാടുകളോടെ

മാധുരി ആ രാത്രി കഴിച്ചുകൂട്ടി. പിറ്റേന്ന് മാസ്റ്റർജിയെ തിരഞ്ഞുള്ള അലച്ചിലായിരുന്നു. കരഞ്ഞുതളർന്ന അന്വേഷണങ്ങൾക്കൊടുവിൽ അവൾ അയാളെ കണ്ടെത്തി. സന്ധ്യാസമയത്ത്, മുളങ്കാടുകൾക്കു നടുവിൽ അയാളുടെ ശരീരം തൂങ്ങിയാടുകയായിരുന്നു.

'ആര്?' 'എന്തിന്?' ഉത്തരങ്ങളൊന്നുമില്ലായിരുന്നു. മംഗല്യഭാഗ്യത്തിന്റെ ആഘോഷനാളിൽ അവൾ വൈധവ്യം അനുഭവിച്ചു. നിത്യശാന്തിയുടെ പൗർണ്ണമിനാൾ അവൾക്ക് അമാവാസിയായി. നീതിയെ അവൾ അനുഭവങ്ങളിലൂടെ പുനർനിർവ്വചിച്ചു. കഠിനതകളുടെ കാനനവാസത്തിനിടയിൽ കലണ്ടറിലെ തീയതികൾക്ക് മാധുരിയുടെ ജീവിതത്തിൽ കാര്യമായ പ്രസക്തിയൊന്നുമില്ല പക്ഷേ, കണ്ണീരിൽ കുതിർന്ന ആ കർവ്വാചൗത്ത് ദിനം മായ്ച്ചുകളയാൻ കഴിയില്ല. നക്സലൈറ്റായി. എത്രയെത്ര ജീവിതങ്ങൾ. എത്രയെത്ര അനുഭവങ്ങൾ.

പുരുഷന്മാരാണെങ്കിൽ ഇഞ്ചിഞ്ചായി കൊലപ്പെടുത്താൻ ശ്രമിച്ചും സ്ത്രീകളാണെങ്കിൽ ബലാൽസംഗം ചെയ്തുമാണ് പോലീസും സൽവാജുദവും നക്സലൈറ്റുകളെ സ്വീകരിക്കുക. കാരണം ഇവർ രാജ്യം നേരിടുന്ന ആഭ്യന്തരഭീഷണിയാണെന്നതു തന്നെ.

മടക്കയാത്രയ്ക്ക് സമയമായി. "ആക്രമണമാണ് മികച്ച പ്രതിരോധം." സംഘത്തലവൻ പറഞ്ഞു.

"വെടിയുണ്ട നിങ്ങളുടെ എല്ലാ ചോദ്യങ്ങൾക്കും ഉത്തരം നൽകുന്നുണ്ടോ?" ഞാൻ ചോദിച്ചു.

"വിശക്കുമ്പോൾ നിങ്ങൾ എന്തുചെയ്യും. നിങ്ങളുടെ ഭക്ഷണം അന്യായമായി കൈക്കലാക്കിയവനിൽ നിന്ന് തട്ടിപ്പറിക്കുമോ, അതോ ഭക്ഷണം കിട്ടാൻ സത്യാഗ്രഹമിരിക്കുമോ? സത്യാഗ്രഹം വിജയിക്കണമെങ്കിൽ നിങ്ങളുടെ ശത്രുവിനും വേണം മിനിമം മനുഷ്യത്വം."

ഞങ്ങൾ ചിരിച്ചു.

ചുവന്ന ഇടനാഴിയുടെ സംക്ഷിപ്ത ചരിത്രം പിന്നിട്ട് വീണ്ടും ആന്ധ്രയുടെ മണ്ണിലേക്ക്. സംഘത്തലവനോടും പീതാംബറിനോടും മാധുരിയോടും ഞങ്ങൾ യാത്രപറഞ്ഞ് പിരിഞ്ഞു.

വാൽക്കഷ്ണം :
അടർന്നുവീണ രണ്ടു നക്ഷത്രങ്ങൾ

ബംഗാളിലെ സിംഗൂരിൽ നിന്നും 25 കിലോമീറ്റർ അകലെയുള്ള സെഫ്ടുലാജോട് ഗ്രാമം. രാപ്പകൽ ഭേദമില്ലാതെ പുല്ലുമേഞ്ഞ ഒരു മൺകുടിലിൽ ഒരാൾ മാത്രം ഓർമ്മകൾക്ക് ചിതയൊരുക്കി ഉറക്കം നഷ്ടപ്പെട്ട് കഴിയുന്നുണ്ടായിരുന്നു. പ്രിയപ്പെട്ടവർ 'കനുദാ' എന്നു വിളിച്ചിരുന്ന കനു സന്യാൽ. നക്സൽബാരി എന്ന ഗ്രാമത്തെ ഇന്ത്യയാകെ ഒരു

വികാരമാക്കിമാറ്റിയ സായുധവിപ്ലവത്തിന്റെ കുലപതി. തന്റെ കുടിലിന്റെ വെറും തറയിലിരുന്ന് അവസാനകാലത്തു ഗതകാല വിപ്ലവസ്മരണകൾ താലോലിക്കുകയും സമകാലികരാഷ്ട്രീയത്തിൽ ചെറിയ തോതിലുള്ള ഇടപെടലുകളിൽ ഒതുങ്ങി നിൽക്കുകയും ചെയ്തിരുന്നു സന്യാൽ. കൂട്ടിന് രോഗങ്ങളും പ്രായത്തിന്റെ അവശതകളും. മങ്ങിവരുന്ന കാഴ്ച. അവിവാഹിതൻ. പ്രത്യശാസ്ത്രനിരാശയും സ്വത്വപ്രതിസന്ധികളും ഏകാന്തതയും നിരന്തരം വേട്ടയാടിക്കൊണ്ടിരുന്നു. ശരീരത്തിനും മനസ്സിനുമേറ്റ പ്രഹരങ്ങൾ നീലിച്ചുകിടന്നിരുന്നു. ഒടുവിൽ എഴുപത്തിയെട്ടാം വയസ്സിൽ ഇന്ത്യൻ നക്സലൈറ്റ് പ്രസ്ഥാനത്തിന്റെ സ്ഥാപകനേതാക്കളിലൊരാളായ കനു സന്യാൽ ആത്മഹത്യയിൽ അഭയംതേടി. നഷ്ടസ്വപ്നങ്ങളുടെയും ജീവിതവ്യഥകളുടെയും ഭാരമിറക്കിവെച്ച് ആ ശരീരം തൂങ്ങിയാടി.

ഓർമ്മകൾ അറുത്തുമാറ്റപ്പെട്ട ശരീരവുമായി ജീവിതം തള്ളിനീക്കിയ മറ്റൊരു രക്തനക്ഷത്രം. ഹൈദ്രാബാദിലെ മലക്പേട്ടിലുള്ള ചെറിയ വീട്ടിൽ രോഗാതുരമായ പ്രാണനുമായി വേരുകൾ നഷ്ടമായ വടവൃക്ഷത്തെപ്പോലെ നാളുകൾ തള്ളിനീക്കിയ വിപ്ലവകാരി. സൗമ്യം. ദീപ്തം. കൊണ്ടപ്പള്ളി സീതാരമയ്യ. വീട്ടിലേക്കുള്ള വഴിയറിയാതെ ആൾക്കൂട്ടത്തിനു നടുവിൽ നിന്നുവിതുമ്പുന്ന കുട്ടിയെപ്പോലെ കെട്ടുകാഴ്ചകൾക്കു നടുവിൽ ഓർമ്മകൾക്കായി കൊണ്ടപ്പള്ളി വിതുമ്പി. വാർധക്യവും പാർക്കിൻസൺസ് രോഗവും പോറലേൽപ്പിച്ച ശരീരം. തലമുറകളുടെ സിരകളിൽ സ്വാതന്ത്ര്യബോധവും നീതിബോധവും ആളിപ്പടർത്തിയ ആ പോരാളി തന്റെ സായന്തനത്തിൽ ആരാലും ഓർക്കപ്പെടാതെ മരണത്തിനു കീഴടങ്ങി. എല്ലാ അർത്ഥത്തിലും തോൽപ്പിക്കപ്പെട്ടവനെപ്പോലെ. 2002 ലായിരുന്നു ആ അനിവാര്യമായ അസ്തമയം. ആൾക്കൂട്ടത്തെ ഇളക്കിമറിച്ച ആ മനുഷ്യന്റെ മരണാനന്തര ചടങ്ങിൽ പങ്കെടുത്തത് വിരലിൽ എണ്ണാവുന്നവർമാത്രം.

ഗോൽക്കൊണ്ടക്കോട്ടയിലെ പ്രതിധ്വനികൾ

"സർ, ആന്ധ്രാ സ്പെഷ്യൽ താലി." ഞങ്ങളുടെ ഇടയിലേക്ക് ഭക്ഷണവുമായി വെയ്റ്ററെത്തി. ഏറെ നേരത്തെ കാത്തിരിപ്പിന് ചൂടോടെയുള്ള പരിസമാപ്തി. ആന്ധ്രയുടെ മണ്ണിലേക്ക് ഒരിക്കൽക്കൂടിയുള്ള വരവ് പ്രിയപ്പെട്ട ആന്ധ്രാതാലിയോടെ ആഘോഷിക്കാമെന്ന് ഞങ്ങൾ തീരുമാനിച്ചു. വലിയ കിണ്ണത്തിൽ ആവിപറത്തി വെള്ളരിച്ചോറ്. വർണ്ണപ്പൊലിമയേകി വിവിധതരം കറികൾ. വഴുതനങ്ങകൊണ്ടുള്ള ഗുത്തിവെങ്കായ, പച്ചമാങ്ങ കടുകു പൊട്ടിച്ചുള്ള അത്തിരസം, ഇലകൊണ്ടുള്ള ഗോഗൂർ പിക്കിൾ എന്നിങ്ങനെ ആന്ധ്രയുടെമാത്രം രുചിവൈശിഷ്ട്യങ്ങൾ. കഴിക്കുന്നതിനും ചില ചിട്ടവട്ടങ്ങളൊക്കെയുണ്ട്. പാത്രത്തിൽ പൂർണ്ണചന്ദ്രന്മാരെപ്പോലെ വിളങ്ങുന്ന രണ്ടു കുഞ്ഞൻപൂരികൾ ഉരുളക്കിഴങ്ങു കൂട്ടിക്കഴിക്കുക. പിന്നെ എണ്ണ ചാലിച്ച ചമ്മന്തിപ്പൊടി തൊട്ടുകൂട്ടുക. പാത്രത്തിന്റെ മൂലയിലുള്ള മസാലച്ചോറ് കഴിക്കുക. ഇനിയാണ് ശരിക്കും ഊണ്. ഓരോ കറികളും മാറിമാറി ചോറുകൂട്ടിക്കഴിച്ച് മധുരം നുണഞ്ഞ് ഊണ് അവസാനിപ്പിക്കുക. പിന്നെ ഗുണ്ടൂർ വെർജീനിയൻ പുകയില കൂട്ടി നൂറു തേച്ചൊരു മുറുക്ക്. ഹൈദ്രാബാദി ഹലീമാണ് മറ്റൊരു പ്രിയവിഭവം. നെയ്യും ശർബതി ഗോതമ്പും ചേർത്ത് മണിക്കൂറുകൾ അടുപ്പത്തിരുന്ന് ഒരുങ്ങുന്ന ഹലീമുകൾ. വ്രതവിശുദ്ധിയുടെ, രുചിയുടെ പെരുന്നാൾ കാലമാണ് മനസ്സിൽ. ആഹാരം സാംസ്കാരികചിഹ്നം കൂടിയാണ്. ചരിത്രത്തിലേക്കുള്ള വഴി വയറിലൂടെയുള്ള വഴികൂടിയാണ് എന്ന് സാരം.

പക്ഷേ, തെലുങ്കുമണ്ണിൽ ആഹാരത്തിന് രാഷ്ട്രീയംകൂടിയുണ്ട്. കഴിഞ്ഞ കുറേ വർഷങ്ങളായി ഉസ്മാനിയ സർവ്വകലാശാല കേന്ദ്രീകരിച്ച് ബീഫ് ഫെസ്റ്റിവൽ നടക്കാറുണ്ട്. ഈ ഭക്ഷ്യമേളയിൽ ആഹാരം ഒരു രാഷ്ട്രീയ ആയുധം കൂടിയാണ്. സവർണ നിലപാടുകൾക്കുമേലെയുള്ള എരുമദേശീയതയുടെ ആയുധം. ആഹാരത്തിന്റെ സ്വത്വരാഷ്ട്രീയമാണ് ചർച്ചയാകുന്നത്. ആന്ധ്രയുടെ ആഹാരരാഷ്ട്രീയത്തിന് ഒരുപാട്

വർഷത്തെ പഴക്കമുണ്ട്. സ്വാദിന്റെ കലവറയായ ആന്ധ്രാപ്രദേശ് രൂപമെടുത്തതുതന്നെ ഒരാളുടെ ആഹാരമുപേക്ഷിച്ചുള്ള രക്തസാക്ഷിത്വത്തിലൂടെയാണ്. ഇന്ത്യയുടെ ചോറ്റുപാത്രം (ആന്ധ്രയ്ക്ക് അങ്ങനെയൊരു വിശേഷണമുണ്ട്) പിറവിയെടുത്തത് പട്ടിണിസമരത്തിലൂടെ. അതുകൊണ്ടുതന്നെ അന്നത്തിന്റെ ശക്തിയറിയാവുന്നവരാണ് ആന്ധ്രാക്കാരെന്നാണ് സുഹൃത്ത് കുമാറിന്റെ വിശേഷണം.

ഇന്ത്യയിൽ ഭാഷാടിസ്ഥാനത്തിൽ രൂപംകൊണ്ട ആദ്യസംസ്ഥാനമാണ് ആന്ധ്രാപ്രദേശ്. ബി.സി ആയിരത്തിൽ രചിക്കപ്പെട്ടതെന്നു കരുതുന്ന ഐതരേയ ബ്രാഹ്മണം എന്ന കൃതിയിൽ ആന്ധ്രയിലെ ജനവിഭാഗങ്ങളെക്കുറിച്ച് പറയുന്നുണ്ട്. മൗര്യ ചക്രവർത്തിമാരുടെ കാലത്ത് ആന്ധ്ര സമ്പൽസമൃദ്ധമായ പ്രദേശമായിരുന്നു. ശതവാഹനന്മാരും, ചാലൂക്യന്മാരും, കാകതീയ രാജവംശവും ഒടുവിൽ നൈസാമും വാണ മണ്ണ്. അശോകചക്രവർത്തിയുടെ ശാസനങ്ങൾ, കറുത്ത ബസാൾട്ട് ശിലകളിൽ കൊത്തിയെടുത്ത കാലത്തിന്റെ കൈയൊപ്പുകൾ, അന്യദേശക്കാരായ മെഗസ്തനീസിന്റെയും ടോളമിയുടെയും കുറിപ്പുകൾ, കലകൾ, കോട്ടകൊത്തളങ്ങൾ, കൊട്ടാരങ്ങൾ, പോച്ചംപള്ളിയിലെ വസ്ത്രവിസ്മയം എന്നിങ്ങനെ നീളുന്നു ആന്ധ്രയുടെ ഗതകാല സമ്പന്നതയുടെ അടയാളങ്ങൾ.

നാലു നൂറ്റാണ്ടുകൾക്ക് മുൻപ്, കൃത്യമായി പറഞ്ഞാൽ 1639 ഓഗസ്റ്റ് 22-ന് ദമർള വെങ്കിടാദ്രി നായകുഡു ഈസ്റ്റിന്ത്യ കമ്പനിക്ക് മദിരാശി പട്ടണത്തിൽ നൽകിയ മണ്ണിൽ സെന്റ് ജോർജ്ജ് കോട്ട ഉയർന്നിടത്തു നിന്നും തുടങ്ങുന്നു ആന്ധ്രയുടെ പുതിയ ചരിത്രം. ബ്രിട്ടീഷുകാർക്കുകീഴിൽ മദിരാശിപട്ടണത്തിന്റെ ഭാഗമായിരുന്നു ആന്ധ്രയുടെ ഭാഗങ്ങൾ. ആൾബലം കൊണ്ടും ആധികാരകേന്ദ്രത്തിനു തൊട്ടുകീഴെ കഴിയുന്നവർ എന്നതുകൊണ്ടും തമിഴർക്കായിരുന്നു പ്രാമുഖ്യം. അധികാരികൾ തങ്ങളെ രണ്ടാംകിടകളായി കാണുന്നുവെന്ന തോന്നൽ തെലുങ്കു സംസാരിക്കുന്നവരുടെ സ്വത്വബോധത്തെ വേട്ടയാടിക്കൊണ്ടിരുന്നു. വിജയവാഡ - ഗുണ്ടൂർ പ്രദേശങ്ങൾ കേന്ദ്രീകരിച്ച് തെലുങ്കു സാഹിത്യസാംസ്കാരിക പുനരുജ്ജീവന പ്രവർത്തനങ്ങൾ കൊടുമ്പിരിക്കൊണ്ടത് ഈ അസ്വസ്ഥതകളുടെ പരിണിതിയായിരുന്നു. തെലുങ്ക് സാംസാരിക്കുന്നവരെ ഒരു കുടക്കീഴിൽ കൊണ്ടുവരാനുള്ള ശ്രമങ്ങൾ ഊർജ്ജിതമായിരുന്നു. ആന്ധ്രാ സർവ്വകലാശാല, ആന്ധ്ര ബാങ്ക് എന്നിവയുടെ രൂപീകരണം ഇതിന്റെ ഭാഗമായിരുന്നു. 1920, 1929 വർഷങ്ങളിൽ പ്രത്യേക തെലുങ്കു സംസ്ഥാനത്തിനായി മദ്രാസ് അസംബ്ലിയിൽ പ്രമേയം പാസ്സാക്കിയിരുന്നെങ്കിലും യാഥാർത്ഥ്യമായില്ല. സ്വാതന്ത്ര്യലബ്ധിയുടെ വേളയിൽ ഹൈദ്രാബാദ് സ്വതന്ത്രരാജ്യമാകാനാണ് നൈസാം ശ്രമിച്ചതെങ്കിലും സർക്കാർ നടപടികളിലൂടെ 1948-ൽ ഹൈദ്രാബാദിനെ ഇന്ത്യൻ യൂണിയനിൽ ചേർത്തു. എന്നാൽ തെലുങ്കു പ്രദേശങ്ങൾ

ഉൾപ്പെടുത്തി പ്രത്യേക സംസ്ഥാനം വേണമെന്ന ആവശ്യം ശക്തമായിരുന്നു. ജവഹർലാൽ നെഹ്റു, സർദാർ വല്ലഭായ് പട്ടേൽ, പട്ടാഭി സീതാരാമയ്യ എന്നിവരടങ്ങിയ കമ്മറ്റി (ജെ.വി.പി കമ്മറ്റി എന്നാണ് അറിയപ്പെട്ടിരുന്നത്) ഈ വിഷയം പരിശോധിച്ചു. എന്നാൽ സ്വാതന്ത്ര്യത്തിന്റെ സൂര്യനുദിച്ച അർദ്ധരാത്രിയിൽ രാജ്യം രണ്ടായി പകുത്തമാറ്റപ്പെട്ടതിന്റെ മുറിവുകൾ മനസ്സിൽ നോവുപടർത്തിയതിന്റെ പശ്ചാത്തലത്തിൽ ഇനിയൊരു അതിർത്തി പങ്കുവെയ്ക്കൽ രാജ്യത്ത് വേണ്ടെന്ന് നെഹ്രു തീരുമാനിച്ചു.

1952 ഒക്ടോബർ 19. എല്ലാം മാറിമറിയാൻ തുടങ്ങിയത് അന്നു മുതലാണ്. 'അമരജീവി' പോറ്റി ശ്രീരാമലുവെന്ന ഗാന്ധിയൻ, ഐതിഹാസിക നിരാഹാരവ്രതം തുടങ്ങിയത് ആന്ധ്രയുടെ ജാതകം തിരുത്തിക്കുറിച്ചു. വടക്കൻ മദിരാശിയിലെ തീരമേഖലയിലുള്ള നെല്ലൂർ ജനിച്ച ശ്രീരാമലു റെയിൽവേയിൽ ജോലിക്കാരനായിരുന്നു. ഭാര്യയുടെ മരണത്തെത്തുടർന്ന് തകർന്നുപോയ ശ്രീരാമലു ജീവിതം പുതിയ ശാന്തിപഥകളിൽ അർപ്പണം ചെയ്യാൻ മനസ്സിലുറപ്പിച്ച് സബർമതി ആശ്രമത്തിലേക്ക് വണ്ടികയറി. മഹാത്മാവിന്റെ ശിഷ്യനായി. പിന്നീട് ഗാന്ധിയുടെ നിർദേശപ്രകാരം ഹരിജനോദ്ധാരണത്തിനായി സ്വന്തം ഗ്രാമമായ നെല്ലൂരിലേക്ക് മടങ്ങിയെത്തി.

സ്വാതന്ത്ര്യസമരസേനാനിയും അഭിഭാഷകനുമായ ബുലുസു സാംബമൂർത്തിയെന്ന സുഹൃത്തിന്റെ വീട്ടിൽ തെലുങ്ക് സംസാരിക്കുന്നവർക്കായി ആന്ധ്രയെന്ന സംസ്ഥാനം ആവശ്യപ്പെട്ടുകൊണ്ട് ശ്രീരാമലു ആരംഭിച്ച നിരാഹാരസമരം ആരും ആദ്യം അത്ര കാര്യമായെടുത്തില്ല. സി.രാജഗോപാലാചാരി നൽകിയ വിലയിരുത്തലുകളുടെ അടിസ്ഥാനത്തിൽ "സ്വതന്ത്ര ഭാരതത്തിൽ സത്യഗ്രഹത്തിന് യാതൊരു രാഷ്ട്രീയ പ്രധാന്യവുമില്ല" എന്ന വാക്കുകളോടെ നെഹ്റുവും ഈ സമരത്തെ തള്ളിക്കളഞ്ഞു. പക്ഷേ, നാളേറും തോറും സമരത്തിന്റെ തീവ്രതയും ജനപിന്തുണയും ഏറിവന്നു.

1952 ഡിസംബർ 16, അൻപത്തിയെട്ടു ദിവസത്തെ നിരാഹാര സമരത്തിനൊടുവിൽ പോറ്റി ശ്രീരാമലു അന്ത്യശ്വാസം വലിച്ചു. അമരജീവി അഥവാ അനശ്വരൻ എന്ന് ശ്രീരാമലു വിശേഷിപ്പിക്കപ്പെട്ടു. അശാന്തിയുടെ അഗ്നിപർവ്വത സ്ഫോടനങ്ങൾക്കാണ് ആ മരണം വഴിയൊരുക്കിയത്. മദിരാശിയിലെ മൗണ്ട്റോഡിൽ നിന്നാരംഭിച്ച ക്ഷോഭത്തിന്റെ തീനാമ്പുകൾ നാടിനെ വിഴുങ്ങി. ജനം തെരുവിലിറങ്ങി. ആന്ധ്രയ്ക്കായുള്ള പ്രക്ഷോഭത്തിന്റെ കരുത്ത് നെഹ്റുവിന് മനസ്സിലായത് അപ്പോഴാണ്. ആന്ധ്രാസംസ്ഥാനം രൂപീകരിക്കാമെന്ന് 1952 ഡിസംബർ 19-ന് നെഹ്റു വാക്കുനൽകി. ആന്ധ്രയുമായി ബന്ധപ്പെട്ട പ്രക്ഷോഭങ്ങൾക്ക് അപ്പോഴും പാതി പരിഹാരമേ ആയിട്ടുണ്ടായിരുന്നുള്ളൂ. മദ്രാസ്

തലസ്ഥാനമായി ലഭിക്കണമെന്ന ആവശ്യം ആന്ധ്രാനേതാക്കൾ മുന്നോട്ടു വെച്ചു. കാരണം മദ്രാസ് കേന്ദ്രീകരിച്ചാണ് വികസനം നടന്നിരുന്നത്. മദ്രാസ് ഇല്ലാത്ത ആന്ധ്ര ശിരസ്സില്ലാത്ത ശരീരംപോലെയാണെന്നായിരുന്നു അന്നത്തെ വിലയിരുത്തൽ. ഏറെ ചർച്ചകൾക്കൊടുവിലാണ് 1953 ഒക്ടോബർ 1-ന് മദിരാശി സംസ്ഥാനത്തിൽപ്പെട്ട തെലുങ്ക് സംസാരിക്കുന്ന ജില്ലകൾ ചേർത്ത് തുംഗഭദ്രാ നദീതീരത്തെ കർണ്ണൂൽ എന്ന കൊച്ചു പട്ടണം തലസ്ഥാനമാക്കി ആന്ധ്രാ സംസ്ഥാനം രൂപീകരിച്ചത്. എന്നാൽ ഹൈദരാബാദ് സംസ്ഥാനത്തിന്റെ കീഴിലായിരുന്ന ജില്ലകൾ കൂടെ ചേർത്ത് വിശാലആന്ധ്ര എന്ന ആവശ്യം ശക്തമായി. ഇതേത്തുടർന്നാണ് ജസ്റ്റിസ് ഫസൽ അലി അധ്യക്ഷനായ സംസ്ഥാനപുനർനിർണയകമ്മീഷന്റെ നിർദേശമുനസരിച്ച് 1956 നവംബർ 1-ന് ആന്ധ്രാപ്രദേശ് രൂപീകരിച്ചത്. രണ്ടാമത് കൂട്ടിച്ചേർത്ത ഹൈദ്രാബാദിന്റെ ഭാഗമായിരുന്ന തെലങ്കാന ഉൾപ്പെടുന്ന പ്രദേശങ്ങൾ.

സാംസ്കാരികമായും സാമ്പത്തിമായും ആന്ധ്രയും തെലങ്കാനയും തമ്മിലുള്ള അന്തരം വളരെയേറെയായിരുന്നു. അതുകൊണ്ട് തന്നെ വിശാല സംസ്ഥാനമെന്ന പേരിലുള്ള ഏച്ചുകെട്ടൽ തുടക്കം മുതലേ മുഴച്ചു കിടന്നിരുന്നു. ആന്ധ്രാ- തെലങ്കാന എന്ന് പുതിയ സംസ്ഥാനത്തിന് പേരിടണമെന്ന് തെലങ്കാന പ്രദേശത്തെ നേതാക്കൾ വാദിച്ചപ്പോൾ ആന്ധ്രാപ്രദേശ് എന്നു പേരിടണമെന്നായിരുന്നു ആന്ധ്രാനേതാക്കളുടെ ആവശ്യം. രണ്ട് ഹൈക്കോടതികൾ വേണമെന്ന് തെലങ്കാന നേതാക്കൾ നിലപാടെടുത്തപ്പോൾ ഹൈക്കോടതി ഒന്നുമതിയെന്നായിരുന്നു ആന്ധ്രാ നേതാക്കളുടെ സമീപനം. അതുകൊണ്ടുതന്നെ തെലങ്കാനയെ ആന്ധ്രയോടു ചേർക്കുന്നത് മോചനവ്യവസ്ഥകളുൾക്കൊള്ളിച്ച വിവാഹബന്ധം പോലെയാണെന്നായിരുന്നു നെഹ്റു പറഞ്ഞത്.

തെലങ്കാനയെന്ന വീണ്ടുവിചാരം

1956 ഫെബ്രുവരിയിൽ, ഡൽഹിയിലെ ഹൈദ്രാബാദ് ഹൗസിൽ ആന്ധ്ര, ഹൈദ്രാബാദ് സംസ്ഥാനങ്ങളിലെ നേതാക്കൾ യോഗം ചേർന്നു. ഇരുവിഭാഗത്തിലെയും നേതാക്കൾ തമ്മിൽ ജെന്റിൽമെൻസ് എഗ്രിമെന്റ് ഒപ്പുവെച്ചു. ആന്ധ്രാപ്രദേശ് ഉണ്ടാകുമ്പോൾ തെലങ്കാനയ്ക്കു ലഭിക്കേണ്ട പരിഗണനകളും ആനുകൂല്യങ്ങളും സംബന്ധിച്ച ഒരു കരാർ. ഹൈദ്രബാദ് മുഖ്യമന്ത്രി ബി.രാമകൃഷ്ണ റാവുവും ആന്ധ്രാ മുഖ്യമന്ത്രി ബി.ഗോപാൽ റെഡ്ഢിയുമുൾപ്പെടെ എട്ടു നേതാക്കൾ ഒപ്പുവെച്ച ഒരു കരാർ. കരാറിലെ ഒരു വ്യവസ്ഥ, മുഖ്യമന്ത്രി ആന്ധ്രാ ദേശത്തു നിന്നെങ്കിൽ ഉപമുഖ്യമന്ത്രിയായി തെലങ്കാനയിൽനിന്നും ഒരു നേതാവിന് ഇടം നൽകണം. ആന്ധ്ര വിസ്തൃതിയിൽ തെലങ്കാനയേക്കാൾ വലുതായതിനാൽ സ്വാഭാവികമായും എം.എൽ.എ.മാരുടെ എണ്ണത്തിലും മുന്നിലായിരിക്കും. ഇതുമൂലം ഭരണനിർവ്വഹണത്തിൽ തെലങ്കാനയുടെ

പ്രാതിനിധ്യം കുറയാതിരിക്കാനാണ് ഈ വ്യവസ്ഥ ഉൾപ്പെടുത്തിയിരുന്നത്. എന്നാൽ മാന്യന്മാരുടെ ആ ഉടമ്പടി മാന്യമായി തന്നെ ലംഘിക്കപ്പെട്ടു. ആന്ധ്രാപ്രദേശിന്റെ ആദ്യമുഖ്യമന്ത്രി നീലം സഞ്ജീവ റെഡ്ഢി തന്നെ കരാർലംഘനത്തിന് തുടക്കമിട്ടു. ആന്ധ്രയുടെ ഭാഗമായിരുന്ന റായൽ സീമയിലെ അനന്തപുരിൽ നിന്നുള്ള സഞ്ജീവ റെഡ്ഢി തെലങ്കാനയിൽനിന്നും ഉപമുഖ്യമന്ത്രിയെ നിയമിക്കാൻ സമ്മതിച്ചില്ല. കൈയിലെ അനാവശ്യമായ ആറാം വിരലാണ് ഉപമുഖ്യമന്ത്രി എന്നായിരുന്നു സഞ്ജീവ റെഡ്ഢിയുടെ നിലപാട്. ജെന്റിൽമെൻസ് കരാർ ഇപ്പോഴും നിലവിലുണ്ടെങ്കിലും പാലിക്കപ്പെടുന്നില്ല എന്നുമാത്രം. ആൺവാക്ക് വീൺവാക്കായതിന്റെ രോഷമാണ് തെലങ്കാനയെ ചൊടിപ്പിക്കുന്നത്. ആന്ധ്രാപ്രദേശിൽ ആന്ധ്രയിലെയും തെലങ്കാനയിലെയും ജനങ്ങളും ജീവിതവും മോരും മുതിരയും പോലെ വേറിട്ടുതന്നെ കിടന്നു.

കോസ്റ്റൽ ആന്ധ്ര, റായൽ സീമ, തെലുങ്കാന എന്നിങ്ങനെ മൂന്നായി ആന്ധ്രയെ തിരിക്കാം. ശ്രീകാകുളം, വിഴിനഗരം, വിശാഖപട്ടണം, ഈസ്റ്റ് ഗോദാവരി, വെസ്റ്റ് ഗോദാവരി, കൃഷ്ണ, ഗുണ്ടൂർ, പ്രകാശം, നെല്ലൂർ ജില്ലകൾ ഉൾപ്പെട്ടിരുന്നതാണ് കോസ്റ്റൽ ആന്ധ്ര. കർണൂൽ, അനന്ത്പൂർ, കടപ്പ, ചിറ്റൂർ എന്നീ ജില്ലകൾ ചേർന്നതായിരുന്നു റായലസീമ. അദിലാബാദ്, നൈസാമാബാദ്, മേഥക്, റംഗറെഡ്ഡി, മെഹബൂബ് നഗർ, നൽഗൊണ്ട, വാറങ്കൽ, കരീംനഗർ, ഖമ്മം, ഹൈദ്രാബാദ് എന്നീ പ്രദേശങ്ങൾ ഉൾപ്പെട്ടതാണ് തെലങ്കാന.

കോസ്റ്റൽ ആന്ധ്രയിലെയും റായൽസീമയിലെയും നഗരങ്ങളിൽ മാത്രമായി വികസനവും പുരോഗതിയും ഒതുങ്ങിയപ്പോൾ തെലുങ്കാന എല്ലാ അർത്ഥത്തിലും പിന്നോക്കാവസ്ഥയിൽ തുടർന്നു. കോസ്റ്റൽ ആന്ധ്ര സാമ്പത്തികമായും വിദ്യാഭ്യാസപരമായും മുൻപന്തിയിൽ നിൽക്കുന്നതിനാൽ നക്സൽ സ്വാധീനം ഈ മേഖലയിൽ കുറവാണ്. ദാരിദ്ര്യവും, തൊഴിലില്ലായ്മയും അരങ്ങുവാഴുന്ന തെലങ്കാനമേഖലയിലാണ് മാവോയിസ്റ്റ് മോചനസ്വപ്നങ്ങൾക്ക് ഇടമുള്ളത്. തെലങ്കാനയുടെ പിന്നാക്കാവസ്ഥയും സർക്കാരുകളുടെ അവഗണനയുമാണ് ഇതിന് കാരണം. തെലങ്കാന മേഖലയിലെ വ്യവസായസ്ഥാപനങ്ങളും വാണിജ്യ സ്ഥാപനങ്ങളും അടച്ചുപൂട്ടി.

ആന്ധ്രയുടെ രാഷ്ട്രീയ, സാമൂഹിക രംഗങ്ങളിൽ ആധിപത്യം പുലർത്തിയിരുന്നത് കോസ്റ്റൽ ആന്ധ്രയിലും റായലസീമയിലുമുള്ളവരായിരുന്നു. എന്തിനേറെ പറയുന്നു, തെലുങ്കു സിനിമയിലെ നായകന്മാർ ആരുംതന്നെ തെലങ്കാനയിൽ നിന്നല്ല. തെലങ്കാന പ്രദേശത്ത് ഏറ്റവും വലിയ ഉൽസവമാണ് ബതുക്കമ്മ. അത് ഒരു സിനിമയിലും കാണില്ല. ആന്ധ്രയിലെ ഉൽസവങ്ങൾമാത്രമേ സിനിമയിലുള്ളൂ. ആന്ധ്രാപ്രദേശിലെ പാഠപുസ്തകങ്ങളിൽ തെലങ്കാനക്കാരായ വീര

പുരുഷന്മാരുടെ ചരിത്രങ്ങളില്ലത്രേ. ധാതുസമ്പന്നമായ തെലുങ്കാനയിലെ പ്രകൃതി വിഭവങ്ങളും, കാർഷിക ഉൽപാദനവും ഊറ്റിയെടുത്ത് ആന്ധ്ര യുടെ നഗരങ്ങൾ വളർന്നു. ആന്ധ്രയെ തീറ്റിപ്പോറ്റുന്ന അടിമഭൂമിയായി തെലുങ്കാന. ഈ സാമൂഹിക അസമത്വങ്ങളാണ് തെലുങ്കാനയുടെ രാഷ്ട്രീയത്തെ സംഘർഷഭരിതമാക്കുന്നത്. പക്ഷേ, രോഷത്തിന്റെ വിത്തുകൾ അതിനുമുൻപേ തെലുങ്കാനയുടെ മണ്ണിൽ വീണിരുന്നു. അനീതിയും ചൂഷണവും അരങ്ങുവാണപ്പോഴെല്ലാം തെലുങ്കാന കർഷകന്റെ ആത്മബോധത്തിന്റെ ആയുധത്തിന്റെ മൂർച്ചയറിഞ്ഞു.

ഇടിമുഴക്കം ഇതാ ഇവിടെനിന്ന്

1946ലാണ് കർഷകസമരത്തിന്റെ കൊടുങ്കാറ്റ് തെലങ്കാനയിലെ വന്മരങ്ങളെ കടപുഴക്കിയെറിഞ്ഞത്. കൃത്യമായിപ്പറഞ്ഞാൽ നക്സൽബാരിയിൽ വസന്തത്തിന്റെ ഇടിമുഴങ്ങുന്നതിനും ഇരുപതുവർഷം മുൻപ്...

ചരിത്രവർത്തമാനങ്ങൾ ചികഞ്ഞുള്ള ഞങ്ങളുടെ ജീവിതയാത്ര തുടരുകയാണ്. കുത്തബ് ഷാഹി രാജവംശത്തിന്റെ കാലത്ത് നിർമ്മിച്ച ഗോൽക്കൊണ്ട കോട്ടയിലെ പുൽത്തലപ്പുകളിൽ ചവിട്ടി ഞങ്ങൾ നിന്നു. ആന്ധ്രയുടെ ഭൂതകാലസമൃതികൾ ഇവിടെ കാറ്റേറ്റു കിടക്കുന്നു. നാൽപ്പതു ചതുരശ്ര കിലോമീറ്ററിൽ വ്യാപിച്ചുകിടക്കുന്ന ഗോൽക്കൊണ്ട കോട്ട പ്രാചീന ശിൽപ്പവിദ്യയുടെ അതിശയിപ്പിക്കുന്ന മാതൃകകളിലൊന്നാണ്. ഗ്രാനൈറ്റുകൊണ്ട് നിർമ്മിച്ച വലിയ പുറംമതിൽ കടന്ന് പ്രധാന കവാടമായ ' ഫത്തേഹ് ദ്വാര' യിലെത്തി. വിജയത്തിന്റെ കവാടം എന്നാണ് ഫത്തേഹ് ദ്വാര എന്ന വാക്കിനർത്ഥം. ശത്രുവിന്റെ ആനപ്പടയെ നേരിടാനായി കോട്ടവാതിലുകളിൽ ഇരുമ്പിന്റെ കൂർത്തമുനകൾ പിടിപ്പിച്ചിരിക്കുന്നു. വജ്രത്തിന്റെ തിളക്കത്തിനൊപ്പം ഉലകംമുഴുവൻ പുകൾപ്പെറ്റതാണ് ഗോൽക്കൊണ്ടയുടെ പെരുമയും. പ്രകാശത്തെ പൊന്നാക്കും വിധത്തിൽ വജ്രക്കല്ലുകൾ ചെത്തിമിനുക്കാൻ പ്രഗൽഭ്യം നേടിയ തൊഴിലാളികൾ ഈ നാടിന്റെ യശസ്സുയർത്തി. ലോകപ്രശസ്തമായ കോഹിനൂർ അടക്കമുള്ള രത്നങ്ങൾ ഗോൽക്കൊണ്ടയ്ക്കടുത്തുള്ള വജ്രഖനിയിൽ നിന്നാണ് ലഭിച്ചത്. ഒരുകാലത്ത് വജ്രവ്യാപാരത്തിന് പേരുകേട്ട തെരുവുകളിലൂടെ നടന്നുനീങ്ങവെ, ഹൈദ്രാബാദിന്റെ സമ്പന്നത വിസ്മയകരമാം വിധം ചരിത്രത്തിൽ അടയാളപ്പെടുത്തിയ നൈസാം വംശത്തെ ഒരുനിമിഷം ഓർത്തുപോയി.

ഹൈദ്രാബാദിന്റെ ഏഴാമത്തെയും അവസാനത്തെയും നൈസാമായിരുന്ന ഒസ്മാൻ അലി ഖാൻ, 2008-ലെ ഫോർച്ച്യൂൺ മാസികയുടെ കണക്കെടുപ്പിൽ ഭൂമിയിലെ ഏറ്റവും സമ്പന്നനായ വ്യക്തികളിൽ ഒരാളായിരുന്നു. 1936-ൽ അദ്ദേഹത്തിനുണ്ടായിരുന്ന സമ്പാദ്യം ഇന്നത്തെ

കണക്കനുസരിച്ച് ഏതാണ്ട് 210.8 ബില്യൺ ഡോളറാണ്. ഇന്ന് കോടീശ്വരനായി ലോകം വാഴ്ത്തുന്ന മൈക്രോസോഫ്റ്റ് ഉടമ ബിൽ ഗേറ്റ്സിന്റെ സമ്പാദ്യം ഏതാണ്ട് 56 ബില്യൺ ഡോളറാണെന്നത് അളവുകോലായെടുത്താൽ നൈസാമിന്റെ സമ്പാദ്യത്തിന്റെ ആഴം വ്യക്തമാകും. മുത്തും, പവിഴവും, വജ്രവും, പുഷ്യരാഗവുമെല്ലാം അളവില്ലാതെ നൈസാമിന്റെ ഖജനാവിൽ കുമിഞ്ഞുകൂടിക്കിടന്നിരുന്നു. 185 കാരറ്റ് 'ജേക്കബ് ഡയമണ്ട്' വജ്രമാണ് പേപ്പർ വെയ്റ്റായി ഉപയോഗിച്ചിരുന്നത് അവിശ്വസനീയമായ സത്യം. ബ്രിട്ടീഷ് ഇന്ത്യയിലെ ഏറ്റവും സമ്പന്നമായ പ്രവിശ്യയായിരുന്നു ഹൈദ്രാബാദ്. ഡക്കാൻ പ്രദേശത്തെ മുഗൾ ഗവർണറായി എത്തിച്ചേർന്ന നൈസാം- ഉൾ- മുൾക്ക് ഹൈദ്രാബാദിൽ സ്വന്തം ഭരണം സ്ഥാപിച്ചുകൊണ്ടായിരുന്നു തുടക്കം. ഹിന്ദു ഭൂരിപക്ഷ പ്രദേശത്ത് മുസ്ലീം ഭരണാധികാരിയുടെ അധികാരവാഴ്ച വൻതോതിലുള്ള അസംതൃപ്തിക്ക് വഴിയൊരുക്കിയിരുന്നു. ഗോൽക്കൊണ്ടയിലെ വജ്രഖനികൾ നൈസാം വംശത്തിന് അളവില്ലാത്ത സമ്പത്ത് വന്നുചേരുന്നതിന് ഇടയാക്കി. ഫ്യൂഡൽ ഭരണത്തിന്റെ എല്ലാ ദുർഗുണങ്ങളും അതിന്റെ പാരമ്യതയിൽ നിറഞ്ഞു നിന്നിരുന്നു. അഴിമതി, കർഷകപീഡനം, അധികാരദുർവിനിയോഗം, കടുത്ത ഉച്ചനീചത്വങ്ങൾ അങ്ങനെ നീളുന്നു സമ്പന്നതയുടെ മറവിൽ അരങ്ങേറിയ നെറികേടുകൾ. നൈസാമിന്റെ കന്നുകാലിപ്പുരയുടെ പ്രഭപോലും സാധാരണക്കാരന്റെ ജീവിതത്തിനുണ്ടായിരുന്നില്ല. പ്രതിഷേധങ്ങളെ ക്രൂരമാംവിധം അടിച്ചമർത്തി. നൈസാമിനെതിരായ ചെറുത്തുനിൽപ്പുകൾ നടത്തിയത് കമ്മ്യൂണിസ്റ്റുകാരായിരുന്നു. അതുകൊണ്ടുതന്നെ നൈസാം കമ്മ്യൂണിസ്റ്റ് പാർട്ടി നിരോധിച്ചു.

ഈ കാലത്ത് തെലങ്കാന പ്രദേശത്തെ ശ്രീകാകുളത്തുള്ള വിസുനുരു ദേശ്മുഖ് എന്ന ഭൂപ്രഭുവിന്റെ വയലിൽ നടന്ന ഒരു സംഭവം ജന്മിത്വ ഭീകരതയുടെ ക്രൂരമുഖം വെളിവാക്കുന്നതാണ്. അത് കൊയ്ത്തിന്റെ നാളുകളായിരുന്നു. അടിയാളർ പണിയെടുക്കുന്നത് നേരിൽ കണ്ടറിയാൻ ജന്മി പാടത്തെത്തിയപ്പോൾ പണിക്കാരിൽ ഒരുവൾ അൽപ്പസമയം ഇടവേള നൽകണമെന്ന് അഭ്യർത്ഥിച്ചു. പാടവരമ്പത്തെ മരക്കൊമ്പിൽ പഴന്തുണികൊണ്ട് കെട്ടിയുണ്ടാക്കിയ തൊട്ടിലിൽ വിശന്നുകരഞ്ഞുറങ്ങുന്ന തന്റെ കുഞ്ഞിന് അൽപ്പം മുലപ്പാൽ നൽകാനായിരുന്നു അവൾ ഇടവേള ചോദിച്ചത്. ക്രുദ്ധനായ ജന്മി ഒരു മൺപാത്രം കൊണ്ടുവരാൻ തന്റെ സഹായികളോട് ആവശ്യപ്പെട്ടു. ഉടൻ മൺപാത്രമെത്തി. മൺപാത്രത്തിൽ മുലപ്പാൽ നിറയ്ക്കാൻ ചെറുമപെണ്ണിനോട് നിർദേശിച്ചു. ഭയചകിതയായ അവൾ ആ പാത്രത്തിലേക്ക് തന്റെ മുല ചുരത്തി. മൺപാത്രം തട്ടിയെടുത്തശേഷം ആക്രോശത്തോടെ ജന്മി അത് വയലിലേക്ക് വലിച്ചെറിഞ്ഞു. പാടവരമ്പിൽ പാൽ മുഴുവൻ തൂവിപ്പോയി. തൊട്ടിലിൽ

നിന്നും കുഞ്ഞിന്റെ തേങ്ങൽ ഉയർന്നു. നിസ്സഹായയായ അമ്മ ബോധ രഹിതയായി തളർന്നുവീണു. (വരവരറാവുവിന്റെ ജയിൽകുറിപ്പുകളിൽ നിന്ന്)

നിസ്സഹായരായ നാട്ടുകാർ കമ്മ്യൂണിസ്റ്റു നേതാക്കൾക്കുകീഴിൽ പതിയെ സംഘടിക്കാൻ തുടങ്ങി. 1946-ൽ ആന്ധ്രമഹാസഭ രൂപീകരിച്ചു. കർഷകർ സംഘടിതമായി പ്രതിരോധിക്കാൻ തുടങ്ങി. കമ്മ്യൂണിസ്റ്റ് നേതാക്കളുടെ കീഴിൽ കർഷകർ ആയുധമെടുത്തു. വന്മരങ്ങൾ പതിയെ കടപുഴകി വീഴാൻ തുടങ്ങി. പതിനഞ്ചോളം ഗ്രാമങ്ങളിൽനിന്ന് ആയിരക്കണക്കിന് ആളുകൾ മറ്റു ഗ്രാമങ്ങളിലേക്ക് മാർച്ചുചെയ്തു. ഖമ്മത്തെയും, നല്ലഗൊണ്ടയിലെയും, വാറങ്കല്ലിലെയുമെല്ലാം സായുധരായ കർഷകർ ജന്മിമാരിൽ നിന്നും ഭൂവുടമകളിൽനിന്നും ഭൂമി പിടിച്ചെടുത്ത് ജനകീയകമ്മറ്റികൾ വഴി വിതരണം ചെയ്തു. കർഷകസ്വരാജ് സ്ഥാപിച്ചു. കുടിയൊഴിപ്പിക്കലും നിർബന്ധിതതൊഴിലും നിർത്തലാക്കി. പോലീസിനെയും അധികാരികളുടെ ഗുണ്ടകളെയും കർഷകർ ചെറുത്തു തോൽപ്പിച്ചു. നല്ലഗോണ്ടയിൽ ആരംഭിച്ച ചെറുത്തുനിൽപ്പിന്റെ അലമാലകൾ നാലായിരത്തിലേറെ ഗ്രമങ്ങളിൽ ആഞ്ഞടിച്ചു. ചിട്യാല ഐലമ്മ എന്ന ധീരവനിത മണ്ണിനും മാനത്തിനുംവേണ്ടി ജമീന്ദാർ രാമചന്ദ്ര റെഡ്ഢിക്കെതിരെ അരിവാളെടുത്തതാണ് ജന്മിത്വത്തിനും തൊഴിൽ ചൂഷണത്തിനും രാജവാഴ്ചക്കുമെതിരായ ഒരു ജനതയുടെ ഉയർത്തെഴുന്നേൽപ്പായി പരിണമിച്ചത്. രക്തം ചിന്തിയ ചുവപ്പിച്ച ചെങ്കൊടിയിൽ ആ അരിവാൾ അവർ വരച്ചു ചേർത്തു.

ഇന്ത്യൻവിപ്ലവം ചൈനീസ്കർഷകവിപ്ലവത്തിന്റെ മാതൃകയിലായിരിക്കണമെന്ന് 1948 ഫെബ്രുവരി 28-ന് നടന്ന സി.പി.ഐ രണ്ടാം കോൺഗ്രസിൽ ആന്ധ്രാനേതാക്കൾ പറഞ്ഞത് തെലങ്കാന സമരത്തിന്റെ പശ്ചാത്തലത്തിലാണ്. 'തെലുങ്കാനയാണ് നമ്മുടെ മാർഗമെന്ന്' പി.സുന്ദരയ്യ പ്രഖ്യാപിച്ചു. എന്നാൽ പാർട്ടി കോൺഗ്രസ് ഇത് തള്ളിക്കളഞ്ഞു. തെലങ്കാന മാതൃകയെ ഇന്ത്യൻ സമരമാതൃകയാക്കാനുള്ള ആന്ധ്രാഘടകത്തിന്റെ നിർദേശം പാർട്ടി കേന്ദ്രനേതൃത്വം തള്ളിക്കളഞ്ഞു. ഇത് ആന്ധ്രയിൽ പാർട്ടിയുടെ അടിത്തറയിളകുന്നതിന് കാരണമായി.

എന്നാൽ നാലായിരത്തിലേറെ പേർ ജീവൻ ബലിനൽകി അരലക്ഷത്തിലധികം പേർ പീഡനം സഹിച്ച് ഒരു ജനത നേടിയെടുത്ത മണ്ണും മോഹങ്ങളും ജനാധിപത്യസർക്കാർ വീണ്ടും ജന്മിമാർക്ക് അടിയറവെച്ച കാഴ്ചയായിരുന്നു പിന്നീട് കണ്ടത്. നൈസാമിനെ പുറന്തള്ളാൻ നെഹ്റു സർക്കാർ സായുധസേനയെ നിയോഗിച്ചിരുന്നു. ഒടുവിൽ, കാൽച്ചുവട്ടിലെ മണ്ണൊലിച്ചു പോകുമെന്നുറപ്പായപ്പോൾ നൈസാം കേന്ദ്രസർക്കാരുമായി സന്ധിചെയ്തു. അതോടെ സായുധസൈന്യം കർഷകവിപ്ലവകാരികൾക്കുനേരെ തിരഞ്ഞു. സമരം അടിച്ചമർത്തി.

പ്രശ്നപരിഹാരത്തിനായി കമ്മ്യൂണിസ്റ്റ് പാർട്ടി എ.കെ ഗോപാലൻ (എ.കെ.ജി), മുസഫർ അഹമ്മദ്, ജ്യോതി ബസു എന്നിവരടങ്ങിയ സമിതിയെ നിയോഗിച്ചു. സൈന്യത്തെ പിൻവലിക്കുക, കമ്മ്യൂണിസ്റ്റ് തടവുകാരെ വിട്ടയക്കുക എന്നീ നിർദ്ദേശങ്ങളോടെ എ.കെ.ജി 1951-ൽ സമരം പിൻവലിച്ചു. പാർട്ടിയുടെ ഒരൊറ്റ പ്രസ്താവനകൊണ്ട് തീരുന്നതായിരുന്നില്ല കർഷകരും ജന്മിമാരും തമ്മിലുള്ള വൈരത്തിന്റെ വ്യാപ്തി. കർഷകസമരത്തെ ഭയന്ന് നാടുവിട്ട ജന്മിമാർ തിരികെയെത്തി സർക്കാർസഹായത്തോടെ കൃഷിഭൂമി സ്വന്തമാക്കി. ചൂഷണങ്ങൾ തുടർന്നു.

"കൊടിയ പീഡനങ്ങളേറ്റുവാങ്ങിയ സമരനേതാക്കൾ നിരാശരായിരുന്നു. അവരുമായുള്ള ബന്ധം പുനഃസ്ഥാപിക്കാൻ പാർട്ടിക്ക് കഴിഞ്ഞില്ല. സമരങ്ങളിൽനിന്നും നേടിയെടുത്ത അവകാശങ്ങൾ സംരക്ഷിക്കാൻ പാർട്ടിക്ക് കഴിഞ്ഞില്ല. തൊഴിൽചൂഷണം, നിർബന്ധിച്ച് പണിയെടുപ്പിക്കൽ, അന്യമായി പാട്ടം ഈടാക്കൽ, കുറഞ്ഞവേതനം, അക്രമപലിശ എന്നിവ വീണ്ടും ഗ്രാമങ്ങളിൽ നിലനിന്നുവരുന്നു." പി.സുന്ദരയ്യയുടെ വാക്കുകൾ തെലുങ്കാന സമരത്തിന്റെ ഫലശ്രുതിയും കമ്മ്യൂണിസ്റ്റ് പാർട്ടിയുടെ പ്രതിസന്ധിയും വ്യക്തമാക്കുന്നു. പാർട്ടി അതോടെ ജനങ്ങളിൽനിന്നും ബഹിഷ്കൃതമായി. എന്നാൽ പതിവുപോലെ പാർട്ടിയെത്തിപ്പെട്ട സങ്കീർണ്ണസമസ്യയ്ക്ക് ലളിതയുക്തിയാർന്ന വിശദീകരണവുമായി ഇ.എം.എസ് നമ്പൂതിരിപ്പാട് രംഗത്തെത്തി. തെലങ്കാന സമരത്തിൽ പാർട്ടി സ്വീകരിച്ച നിലപാടുകൾക്ക് കൗശലക്കാരനായ 'കമ്മ്യൂണിസ്റ്റ് ശങ്കരൻ' താത്ത്വികമായ മറുഭാഷ്യം ചമച്ചു. "കർഷകർ പോരാട്ടം തുടരുകയാണെങ്കിൽ നൈസാമിനെതിരായി തുടങ്ങിയ സായുധസമരം നെഹ്റുവിന്റെ സർക്കാരിനെതിരായി മാറുമായിരുന്നു. ജനവിരുദ്ധനായ ഒരു സ്വേച്ഛാധിപതിക്കെതിരായ രോഷം ഒരു ജനാധിപത്യസർക്കാരിനെതിരായ സമരമായി കലാശിക്കും. ഇന്ത്യയുടെ മറ്റുസ്ഥലങ്ങളിലേക്കും സമരം വ്യാപിക്കാം. ഇത് ജനാധിപത്യത്തെ ദുർബലമാക്കും. പ്രരംഭദിശയിൽ തന്നെ ജനാധിപത്യത്തിന്റെ പിന്തുണ നഷ്ടപ്പെടുത്തും. അതുകൊണ്ട് തെലങ്കാന സമരം പിൻവലിച്ചേ മതിയാകൂ." ഇതായിരുന്നു ഇ.എം.എസിന്റെ നിഗമനം.

സമരം പരാജയത്തിൽ കലാശിച്ചെങ്കിലും അന്നുമുതലേ മുറിവേറ്റ തെലുങ്കന്റെയുള്ളിൽ ആത്മരോഷം ഉമിത്തീയായി എരിയുന്നുണ്ടായിരുന്നു. കാലത്തിന്റെ ഉഷ്ണക്കാറ്റേറ്റ് അത് ആളിക്കത്തി. തെലുങ്കാന സമരത്തെ കേവലം ഒരു പ്രാദേശികവാദമായി എഴുതിത്തള്ളാനാകില്ല. അത് ദളിതരുടെ, കർഷകരുടെ, നിസ്സഹായരായ ഗ്രാമീണരുടെ ആറു പതിറ്റാണ്ടത്തെ മോചനസ്വപ്നം കൂടിയാണ്. നാലുകോടി ജനതയുടെ സ്വപ്നം, സ്വാശ്രയത്വത്തിന്റെയും, സുരക്ഷിതഭാവിയുടെയും ആ സ്വപ്നത്തിന്റെ വർത്തമാനകാല കൊടിയടയാളമാകുന്നു ഗദ്ദർ.

സങ്കീർണ്ണമായ രാഷ്ട്രീയ സാഹചര്യത്തിന്റെ സന്തതി

പതിറ്റാണ്ടുകൾ തെലങ്കാനയുടെ മണ്ണിൽ നീറിപ്പുകഞ്ഞ സ്വാതന്ത്ര്യ മോഹത്തെ രാഷ്ട്രീയകക്ഷികൾ കാലാകാലങ്ങളിൽ സമർത്ഥമായി ഉപയോഗിച്ചിട്ടുണ്ട്. പുതിയ സംസ്ഥാനമാകാനുള്ള തെലങ്കാനയിലെ സ്വപ്നങ്ങളും പോരാട്ടങ്ങളും വോട്ട് ബാങ്ക് രാഷ്ട്രീയത്തിന്റെ ലാഭനഷ്ട ക്കണക്കുകളിൽ പലപ്പോഴും ഒതുങ്ങിപ്പോയിട്ടുണ്ട്. അത്തരമൊരു ദശാ സന്ധിയിലാണ് ഇന്ത്യയുടെ 29-മത് സംസ്ഥാനമായി തെലങ്കാന രൂപ മെടുത്തത്.

13 ഫെബ്രുവരി 2014. സമയം ഉച്ചയ്ക്ക് 12.05 ന്. ഇന്ത്യൻ ജനാധി പത്യം ലജ്ജിച്ച് തലതാഴ്ത്തിയ കരിദിനമായിരുന്നു അത്. ലോക്സഭ യിൽ തെലങ്കാന ബില്ല് ചർച്ചയ്ക്കെത്തിയപ്പോൾ കുരുമുളക് സ്പ്രേയു മായെത്തി കയ്യാങ്കളിക്ക് മുതിർന്ന അംഗങ്ങൾ ആന്ധ്രാവിഭജനത്തിന്റെ പേരിൽ തമ്മിലടിച്ചു. പാർലമെന്റ് പോർക്കളമായി. തെലങ്കാനവിരുദ്ധ എം.പിയുടെ കുരുമുളക് സ്പ്രേ പ്രയോഗത്തിൽ ക്ഷീണിതരായ നാല് എം.പിമാരെ ആശുപത്രിയിൽ പ്രവേശിപ്പിച്ചു. തെലങ്കാന സംസ്ഥാന രൂപീ കരണ ബിൽ അവതരണത്തിനിടെ കുഴപ്പമുണ്ടാക്കിയ 16 അംഗങ്ങളെ അഞ്ചു ദിവസത്തേക്ക് സ്പീക്കർ മീരാകുമാർ സസ്പെൻഡു ചെയ്തു.

20 ഫെബ്രുവരി 2014-ന് ആന്ധ്രാപ്രദേശ് വിഭജിച്ചു തെലങ്കാന സംസ്ഥാനം രൂപീകരിക്കാനുള്ള ബിൽ രാജ്യസഭയും അംഗീകരിച്ചു. തെല ങ്കാനയില്ലാത്ത ആന്ധ്രപ്രദേശിനെ കേന്ദ്രസഹായങ്ങൾക്കായി അഞ്ചു വർഷത്തേക്കു പ്രത്യേക ഗണത്തിൽപ്പെടുത്തുമെന്നു പ്രധാനമന്ത്രി മൻമോഹൻ സിങ് സഭയിൽ ഉറപ്പുനൽകി. ഉടൻ നടക്കാനിരിക്കുന്ന പാർല മെന്റ് തിരഞ്ഞെടുപ്പിൽ കോൺഗ്രസിന്റെ സ്ഥിതി പരുങ്ങലിലാണെന്ന വിലയിരുത്തലിന്റെ അടിസ്ഥാനത്തിലാണ് പിടിച്ചു നിൽക്കാൻ തെലങ്കാന സംസ്ഥാന രൂപീകരണമെന്ന കാർഡ് മൻമോഹൻ സിങ് സർക്കാർ പുറത്തെടുത്തത്. ഏതായും ഏറെ വാദപ്രതിവാദങ്ങൾക്കൊടുവിൽ തെല ങ്കാന എന്ന സങ്കൽപ്പം പാതി യാഥാർത്ഥ്യമായി.

2014-ലെ ലോക്സഭാ തിരഞ്ഞെടുപ്പിനൊപ്പം തെലങ്കാനയും സീമാന്ധ്രയും ജനവിധി എഴുതി. കെ.ചന്ദ്രശേഖര റാവുവിന്റെ നേതൃത്വത്തിൽ തെലങ്കാന രാഷ്ട്രസമിതി തെലങ്കാനയിൽ ആദ്യസർക്കാർ രൂപീകരിച്ചു. സീമാന്ധ്ര എൻ.ചന്ദ്രബാബു നായിഡുവിന്റെ ടി.ഡി.പി - ബി.ജെ.പി സഖ്യം പിടിച്ചെടുത്തു. രാഷ്ട്രീയ ദിശമാറ്റങ്ങൾക്കനുസരിച്ച് ആന്ധ്രാപ്രദേശിന്റെ വിഭജനത്തിന് ചുക്കാൻ പിടിച്ച കോൺഗ്രസിന്റെ കണക്കുകൂട്ടലുകൾ തെറ്റി. കോൺഗ്രസ് ആന്ധ്രയുടെ രാഷ്ട്രീയ ഭൂപടത്തിൽ നിന്നും കടപുഴകി വീണു. ആന്ധ്രയുടെ വിഭജനത്തിന് കോൺഗ്രസ് വഴിയൊരുക്കിയപ്പോൾ ഒപ്പം നിന്ന എല്ലാ കേന്ദ്രമന്ത്രിമാരോടും ആന്ധ്രയിലെ ജനത ക്രൂരമായി തന്നെപെരുമാറി.

തെലങ്കാന മേഖലയ്ക്ക് പ്രത്യേകപദവി നൽകുകയോ ഹൈദ്രാബാദ് തലസ്ഥാനമാക്കി തെലങ്കാന സംസ്ഥാനത്തിന് രൂപം നൽകുകയോ ചെയ്ത് തെലങ്കാന പ്രശ്നത്തിനു പരിഹാരം കാണാനാണ് പ്രശ്നപരിഹാരത്തിനായി നിയോഗിച്ച ശ്രീകൃഷ്ണ സമിതി ശുപാർശ ചെയ്തിരുന്നത്. തൽസ്ഥിതി നിലനിർത്തുക, സംസ്ഥാനത്തെ വിഭജിക്കുകയും ഹൈദ്രാബാദിനെ കേന്ദ്രഭരണപ്രദേശമാക്കുകയും ചെയ്തു രണ്ടു സംസ്ഥാനങ്ങൾക്കും പ്രത്യേക തലസ്ഥാനം കണ്ടെത്തുക, റായല തെലങ്കാന, തീരദേശ ആന്ധ്ര മേഖലകളായി സംസ്ഥാനത്തെ വിഭജിച്ചു ഹൈദ്രാബാദിനെ റായല തെലങ്കാനയുടെ ഭാഗമാക്കുക, ആന്ധ്രയെ തെലങ്കാനയും സീമാന്ധ്രയുമായി വിഭജിക്കുകയും ഹൈദ്രാബാദിന്റെ വിസ്തൃതി വർധിപ്പിച്ചു കേന്ദ്രഭരണ പ്രദേശമാക്കുകയും ചെയ്യുക തുടങ്ങിയവയാണു റിപ്പോർട്ടിലുണ്ടായിരുന്ന മറ്റു പോംവഴികൾ. ദേശീയ താൽപ്പര്യവും ആന്ധ്രയിലെ മൂന്നു മേഖലകളുടെയും വികസന ലക്ഷ്യങ്ങളും കണക്കിലെടുത്ത് ഭരണഘടനാപരമായ അധികാരങ്ങളോടെ മേഖലാകൗൺസിൽ രൂപീകരിക്കാനും ശ്രീകൃഷ്ണ സമിതി ശുപാർശ ചെയ്തിരുന്നു. വാഗ്ദാനങ്ങളുടെ ഭാവി എന്താകുമെന്ന് കാലം തെളിയിക്കട്ടെ. നമ്മുടെ ജനാധിപത്യവ്യവസ്ഥിതിയിൽ അത്ഭുതങ്ങൾ ഏറെയൊന്നും നടന്നിട്ടില്ല.

പ്രതിധ്വനികൾക്കൊപ്പം മടക്കയാത്ര

ഗോൽക്കൊണ്ട കോട്ടയ്ക്കുള്ളിലെ ആനമരം കണ്ട് ഞങ്ങൾ പുറത്തിറങ്ങി. 700 വർഷത്തിലധികം പഴക്കമുള്ളതായി കരുതപ്പെടുന്ന വിദേശിയായ ഈ ആനമരം അബിസീനിയൻ പടയാളികളാണ് ഗോൽക്കൊണ്ട സുൽത്താന് സമ്മാനിച്ചത്. നമ്മുടെ ജനാധിപത്യത്തിൽനിന്ന്, ഭരണവ്യവസ്ഥയിൽനിന്ന്, ജീവിതാവസ്ഥകളിൽനിന്ന്, സമൂഹമനസ്സിൽനിന്ന് ഇനിയും മുറിച്ചുമാറ്റിയിട്ടില്ലാത്ത ഫ്യൂഡൽ ചിന്തകൾ പോലെ ആനമരം നീണ്ടുനിവർന്നുനിൽക്കുന്നു.

ഗോൽക്കൊണ്ട കുന്നിൽ ഒരു പകലിന്റെ ചിതയെരിയാൻ തുടങ്ങി. കല്ലുപാകിയ കോട്ടയുടെ നിമ്നോന്നതികളിൽ ഇരുട്ടുവീണു. യാത്ര

തുടങ്ങും മുൻപെ സുഹൃത്ത് പറഞ്ഞത് ഗോൽക്കൊണ്ട കോട്ടയിലെ ശബ്ദ സാങ്കേതിക മികവിനെക്കുറിച്ചായിരുന്നു. കോട്ടയിലെ ഒരു പ്രത്യേക സ്ഥലത്തു നിന്ന് ഉറക്കെ കൈയടിച്ചാൽ അത് ദൂരെയുള്ള രാജാവിന്റെ അറയിൽ വ്യക്തമായി കേൾക്കുമത്രേ. ആധുനിക ശബ്ദവാഹക സംവിധാനങ്ങളെ അതിശയിപ്പിക്കുന്ന തനത് പൗരാണിക ശിൽപ്പവിദ്യ. സുഹൃത്ത് പറഞ്ഞു നിർത്തിയപ്പോൾ ഞാൻ ഒരിക്കൽക്കൂടി കോട്ടയിലേക്ക് തിരഞ്ഞു നോക്കി. അതേ, ചില ശബ്ദങ്ങൾ ഇപ്പോഴും അവിടെ പ്രതിധ്വനിക്കുന്നു. തെലങ്കാനയിലെ കർഷകരുടെ സമരകാഹളം, പി.സുന്ദരയ്യ തുടങ്ങിവെച്ച കമ്മ്യൂണിസ്റ്റ് പ്രസ്ഥാനത്തിലെ നയസമീപന ചർച്ചകൾ, ഗ്രാമീണ ജീവിതങ്ങളുടെ പരാജയ രോദനം, നക്സൽ ബാരിയിലെ ഇടിമുഴക്കം, ചുവപ്പൻ ഇടനാഴിയിലെ വെടിയൊച്ചകൾ, തെലങ്കാന സംസ്ഥാന രൂപീകരണം, പാർലമെന്റിലെ കുരുമുളക് പ്രയോഗത്തിൽ ശ്വാസം മുട്ടി നീറുന്ന കണ്ണുകളുമായി നിൽക്കുന്ന ജനാധിപത്യ ശ്രീകോവിലിലെ വാദപ്രതിവാദങ്ങൾ ... എല്ലാത്തിനും മേലെയായി ചാട്ടുളി പോലുള്ള ശബ്ദത്തിൽ ഗദ്ദറിന്റെ പാട്ടുകൾ. എല്ലാം മുഴങ്ങിക്കേൾക്കുന്നു.

കോട്ടയ്ക്കടുത്തുള്ള കുത്തബ് ഷാഹി ടോംബ്സിൽ അന്ത്യവിശ്രമം കൊള്ളുന്ന ഏഴു സുൽത്താന്മാരുടെ ശവകുടീരത്തിനിടയിലൂടെ മടക്കയാത്ര തുടർന്നു. കാതങ്ങൾ പിന്നിടുമ്പോഴും മനസ്സിൽ നിന്നും ഇനിയും പടിയിറങ്ങിയിട്ടില്ലാത്ത ആ ശബ്ദങ്ങൾ ജീവിതാന്വേഷണങ്ങളുടെ കോട്ടയ്ക്കുള്ളിൽ പ്രതിധ്വനിച്ചുകൊണ്ടേയിരുന്നു. യാത്ര തുടരുകയാണ്...

പാട്ടിന്റെ പടക്കപ്പലിലേക്ക് വീണ്ടും

"ജാഗോരേ...
ജാഗോരേ ജാഗോ ജാഗോ
ദുനിയാകേ മജ്ദൂംദാരോ
ഇക്കാവേ.. ഇക്കാവേ
ദുനിയാകാ ദുഷ്മൻഹേ അമേരിക്ക, റഷ്യ
ഉൻകെ ദലാൽ ഹൈ ടാറ്റ, ബിർള
ഉൻകെ ഗുലാം ഹൈ ദേശ് കീ നേതാ
ഉൻകെ ചംചേ ഹൈ ഗാവ് കീ ജാലിം
ഇൻസെ ലഡ്നാ ഹൈ ജാഗോരേ..."

(ഗദ്ദർ, തൊഴിലാളി ഗീതം)

(സർവ്വരാജ്യത്തൊഴിലാളികളെ ഉണരൂ, ഒന്നിക്കൂ.. ലോകത്തിന്റെ ശത്രുക്കളാണ് അമേരിക്കയും റഷ്യയും. അവരുടെ ഇടനിലക്കാരാണ് ടാറ്റയും ബിർളയും. അവരുടെ അടിമകളാണ് രാജ്യത്തിന്റെ രാഷ്ട്രീയ നേതൃനിര. അവരുടെ സിൽബന്തികളാണ് ഗ്രാമത്തിന്റെ അധി കാരികൾ. ഇവർക്കെല്ലാം എതിരെ അടരാടണം. ഉണരൂ, തൊഴിലാളി കളെ...)

ഗദ്ദറിന്റെ 'തൊഴിലാളി ഗീതം' എനിക്ക് വഴിക്കണ്ണായി. പാട്ടിനെ ഒരു കേവലക്രിയയായി ഗദ്ദർ കരുതുന്നില്ല. വ്യവസ്ഥിതിയെ അടിമുടി മാറ്റി ത്തീർക്കാനുള്ള മോഹത്തിന്റെ ആവേശങ്ങളിൽ പാട്ട് ആയുധവും സാന്ത്വനവുമാകുന്നു. പാട്ടിന് ജീവിതത്തെ മാറ്റിമറിക്കാനുള്ള ഉപാധിയാ വാനാകുമെന്ന് ഗദ്ദറും ആസ്വാദകരും ഉറച്ചു വിശ്വസിക്കുന്നു. മനുഷ്യത്വ രഹിതമായ സാമൂഹികശീലങ്ങളെ ഗദ്ദറിന്റെ പാട്ട് കഴുത്തിന് പിടിച്ച് പുറ ത്താക്കുന്നു.

ദുഷിച്ച സാമൂഹികക്രമങ്ങളും, ചരിത്രവും, രാഷ്ട്രീയവും, മനുഷ്യാവസ്ഥകളും സവിശേഷമായ രീതിയിൽ പടർന്നുകിടക്കുന്ന വഴികളിലൂടെയും, അവ പ്രതിഫലിക്കുന്ന കാലങ്ങളിലൂടെയും യാത്ര തുടരുകയാണ്.

എല്ലാവഴികളും റോമിലേക്ക് എന്ന പഴമൊഴിപോലെ ഈ യാത്രയിൽ എല്ലാ വഴികളും ഗദ്ദറിലേക്കാണ്. കണ്ടും കേട്ടും അറിഞ്ഞ ഭൂതകാല വസ്തുതകളുടെ ഗൃഹപാഠവുമായി വീണ്ടും ഗദ്ദറിനരികിലേക്ക്. ഗദ്ദർ കടന്നുവന്ന വിപ്ലവവഴികളുടെ ശേഷിക്കുന്ന അധ്യായങ്ങൾ ഈ ഗൃഹപാഠങ്ങളുടെ തിരിച്ചറിവിൽ പൂരിപ്പിച്ചെടുക്കണം. ശേഷിക്കുന്ന കഥ പൂർത്തിയാക്കണം. വാറങ്കലിൽ നിന്നും സുഹൃത്ത് രമണയുടെ ഫോൺവന്നു. ഞങ്ങൾ കയറ്റിയയച്ച ബൈക്കുകൾ ഏറ്റുവാങ്ങിയതായി രമണ അറിയിച്ചു. ഇനി നേരെ വാറങ്കലിലേക്ക്. പാതി മുറിഞ്ഞുപോയ ഇരുചക്രസഞ്ചാരം പുനരാരംഭിക്കുന്നു.

വെനീഷ്യൻ സഞ്ചാരി മാർക്കോ പോളോ രേഖപ്പെടുത്തിയ വാറങ്കലിന്റെ പാതകൾ താണ്ടി സഞ്ചാരം തുടർന്നു. കാകതീയ രാജാക്കന്മാരുടെ കാലത്തെ അതിമനോഹരമായ ശിൽപവേലകൾ വാറംഗലിൽ തലയെടുപ്പോടെ അവശേഷിക്കുന്നു. ശിലാദൃഢമായൊരു ഭൂതകാലം അന്തരീക്ഷത്തിനുചുറ്റും പരന്നുകിടക്കുന്നു. വാൾത്തലപ്പുകൾ ജീവിതം രചിച്ച ഓർമ്മത്താളുകൾ. വാനോളം വാഴ്ത്തപ്പെടുന്ന വിജയികളും ചരിത്രത്തിൽ നിന്നും തിരസ്കൃതരാകുന്ന പാരാജിതരും. ഇതിൽ എവിടെയാണ് സാധാരണ ജനത്തിന്റെ സ്ഥാനം? അറിയില്ല.

"Imagine there's no countries
It isn't hard to do
Nothing to kill or die for
And no religion too
Imagine all the people living life in peace
You, you may say
I'm a dreamer, but I'm not the only one"

അതിരുകളില്ലാത്ത ലോകം സ്വപ്നം കണ്ട് റോക്ക് ആൻഡ് റോളിന്റെ തമ്പുരാൻ ജോൺ ലെനൻ ഐ പോഡിൽ കാതോരം വിതുമ്പി. കൺമുൻപിൽ മഞ്ഞു പടരുന്നു. പാതി ഇരുൾവീണ വഴികളിലൂടെ ജോൺലെനനും പ്രാണപ്രേയസിയും പാട്ടുപാടി ആളൊഴിഞ്ഞ കെട്ടിടത്തിനുള്ളിലേക്ക് പ്രവേശിക്കുന്നു. ലെനന്റെ വിരലുകൾ പിയാനോവിനെ തഴുകവെ പ്രേയസി വലിയ ജാലകങ്ങൾ തുറന്നിടുന്നു. വെളിച്ചം... ചുറ്റിലും വെളിച്ചം. വെളിച്ചത്തിന്റെ കുത്തൊഴുക്ക്.

എതിർദിശയിൽ കടന്നുവന്ന കൂറ്റൻ ലോറിയുടെ വെളിച്ചം കണ്ണിൽ തുളച്ചുകയറുന്നു. സൂചി കുത്തിയിറക്കുന്നതുപോലെ. ലോറി ഡ്രൈവറുടെ ഉറക്കെയുള്ള ശകാരം യഥാർത്ഥ്യങ്ങളുടെ തീരത്തേക്ക് എന്നെ തിരികെ കൊണ്ടുചെന്നിട്ടു. ദുരന്തം ഒന്ന് തൊട്ടുരുമ്മിക്കടന്നുപോയി. വാറംഗലിലെ തപ്പുതാളക്കാരുടെ പാട്ടുകളാണ് മനസ്സിലെത്തിയത്. ഒരോ തപ്പിനു മുകളിലും മിടിക്കുന്ന ഓരോ ഹൃദയം.

റായൽസീമയുടെ പച്ചമണ്ണിൽ തൊട്ട് യാത്ര തുടരുമ്പോൾ ശബ്ദഘോഷ സമ്പന്നമായ തട്ടുപൊളിപ്പൻ തെലുങ്കുപാട്ടുകളുടെ ആവേശത്തിമിർപ്പു കേൾക്കാം. നാട്ടുമണ്ണിൽ വേരുപിടിച്ചിട്ടില്ലാത്ത ഒരു കൃത്രിമ കലാരൂപത്തിന്റെ ആവേശക്കാറ്റാണത്. നാടൻകലയോ, ജന സംസ്കൃതിയോ അല്ല പക്ഷേ, ജനപ്രിയതയുടെ സീമകൾ താണ്ടിയ കലാരൂപം. റെക്കാഡ് ഡാൻസ്. 'റായൽസീമ റെക്കാർഡ് ഡാൻസെ'ന്ന് പൊതുവെ അറിയപ്പെടുന്ന നൃത്തരൂപം. റായൽസീമയിലെ ഒരു കുഞ്ഞൻപട്ടണത്തിന്റെ അതിർത്തിഭൂമിയിൽവെച്ചാണ് റെക്കാഡ് ഡാൻസ് കണ്ടത്. വികൃതകാമത്തിന്റെ മേളക്കൊഴുപ്പ്. താൽക്കാലിക മായി കെട്ടിയുയർത്തിയ ടെൻഡിനകത്താണ് ഷോ. ടിക്കറ്റുവെച്ചാണ് പ്രവേശനം. ആൾക്കൂട്ടത്തിനു മദ്ധ്യേ ഒരുക്കിയ പ്രത്യേക വേദിയിൽ 'അടിച്ചുപൊളി' തെലുങ്ക്, ഹിന്ദി ഗാനങ്ങൾക്കൊപ്പം സ്ത്രീകൾ ചുവടു വെയ്ക്കും. കണ്ണുകലങ്ങുംവിധമുള്ള പളപളപ്പൻ വസ്ത്രങ്ങളും അമിതമേക്കപ്പുമായിരിക്കും നർത്തകിമാർക്ക്. ആവേശം കൊഴുക്കുന്ന തിനിടയിൽ നൃത്തംചെയ്യുന്ന സ്ത്രീകൾ ഒരു നിമിഷത്തേക്ക് തങ്ങളുടെ വസ്ത്രങ്ങളെല്ലാം മാറ്റിക്കളഞ്ഞ് നഗ്നകളാകും. ആയിരക്കണക്കിന് കാമാർത്തിപൂണ്ട പുരുഷനോട്ടങ്ങൾ അവരുടെ ശരീരത്തിൽ തുളഞ്ഞു കയറും. അശ്ലീലവർണ്ണനകൾ അകമ്പടി സേവിക്കും. രാഷ്ട്രപിതാവ് പുഞ്ചിരിക്കുന്ന കറൻസികൾ തലങ്ങും വിലങ്ങും പായും. ആരെങ്കിലും സ്പർശനസുഖം തേടി വേദിയിലെത്താൻ ശ്രമിച്ചാൻ അവരെ നേരിടാൻ മരവടികളുമായി ഗുണ്ടകൾ കാത്തുനിൽപ്പുണ്ട്. മാംസപ്രദർശനത്തിന്റെ ആ ഉൽസവപ്പറമ്പ് ഇന്ത്യൻ സാമൂഹിക വ്യവസ്ഥയുടെ പരിച്ഛേദമാണ്. പട്ടിണിക്കോലങ്ങളുടെ മേനിപ്രദർശനത്തിൽ മൃഗതൃഷ്ണകൾ പൂർത്തീ കരിക്കുന്ന പുരുഷജന്മങ്ങൾ. ആ കൊട്ടകയുടെ പുറത്തിറങ്ങുമ്പോൾ ഞങ്ങൾകേട്ട തെലുങ്കുപാട്ടിന്റെ അർത്ഥം "പ്രണയം അനശ്വരമാണെ ന്നായിരുന്നു". എന്ത് പ്രണയം? എന്ത് അനശ്വരത?

സമരങ്ങൾക്ക് വിരാമമില്ല

അഞ്ചുമാസത്തെ ഇടവേളയ്ക്കുശേഷം വീണ്ടും ഗദ്ദറിനരികി ലേക്ക്. വീടിന്റെ പടിക്കെട്ടുകൾ കയറവെ മനസ്സിലോർത്തു. സമരചരിത്ര ങ്ങളുടെ നേർക്കാഴ്ചകൾ കണ്ടറിഞ്ഞാണ് ഈ വരവ്. കൂടിക്കാഴ്ച്ചയുടെ ആമുഖ നിമിഷങ്ങൾക്കുശേഷം ഞങ്ങൾ സംഭാഷണം തുടർന്നു. ഗദ്ദർ യാത്രയെക്കുറിച്ചു ചോദിച്ചു. കുഴപ്പമുണ്ടായിരുന്നില്ലെന്ന് ഞാൻ മറുപടി പറഞ്ഞു.

''ശ്രീകാകുളം സമരങ്ങളുടെ സന്തതിയാണ് ഞാൻ. എന്റെ തപ്പിനും തുടിക്കും താളത്തിനും പറയാനുള്ളത് പട്ടിണിയുടെയും പോരാട്ടത്തി ന്റെയും കഥകളാണ്.." വിപ്ലവപാതയിലേക്കുള്ള കടന്നുവരവിനെ

ക്കുറിച്ചും പോരാട്ടങ്ങൾ അവിരാമം നിറഞ്ഞുനിൽക്കുന്ന ജീവിതത്തെ ക്കുറിച്ചും ചോദിച്ചാൽ ഗദ്ദറിനു നൽകാനുള്ള മറുപടിയാണിത്. ഒപ്പം അലക്ഷ്യമായി വീണുകിടക്കുന്ന വെള്ളിമുടിയിഴകളിലൂടെ വിരലോടിച്ചു കൊണ്ടു ചിരിക്കും. ഗദ്ദർ എന്നത് ഒരു വ്യക്തിയുടെയോ കലാകാര ന്റെയോ പേര് എന്നതിനപ്പുറം മറ്റുപലതുമാണ്. സംഘർഷഭരിതമായ അദ്ധ്യായങ്ങൾ നിറഞ്ഞ ഒരു സമരചരിത്രമാണ്. വിപ്ലവത്തെക്കുറിച്ച് പറയുമ്പോഴുള്ള വാചാലത വ്യക്തിജീവിതത്തെക്കുറിച്ചാകുമ്പോൾ നിസ്സംഗതയിലേക്ക് ഇടർന്നുമാറുന്നു. " നേനു വിപ്ലവനൗക .. അന്തതാ.. ഞാൻ ജനകീയവിപ്ലവത്തിന്റെ പടക്കപ്പലാണ് .. അത്രമാത്രം." ലോകം തനിക്ക് ചാർത്തിനൽകിയ പരിവേഷങ്ങളെയെല്ലാം സ്നേഹപൂർവ്വം അടർത്തിമാറ്റി, പാർശ്വവത്ക്കരിക്കപ്പെട്ടവരുടെ ചെറുത്തുനിൽപ്പിന്റെയും പോരാട്ടത്തിന്റെയും പര്യായമായ തന്റെ ജീവിതത്തെ ഗദ്ദർ ഒറ്റവരിയി ലൊതുക്കുന്നു.

നക്സലൈറ്റ് പ്രസ്ഥാനത്തിന്റെ നേതൃനിരയിൽ ഇന്നുള്ളവരെയും ആന്ധ്രയുടെ സാമൂഹിക - രാഷ്ട്രീയ മണ്ഡലങ്ങളിൽ തിരുത്തൽ ശക്തിയായി നിലകൊള്ളുന്നവരെയും വാർത്തെടുത്തത് 1969-ലെ ഐതിഹാസികമായ തെലങ്കാന സമരമാണ്. വർഗ്ഗസമരത്തിന്റെ ആ രാജ സൂയാഗ്നിയിൽ നിന്നും ഉയർന്നുവന്നവരുടെ മുൻനിരയിൽ ഗദ്ദറുമുണ്ട്. തെലങ്കാന സമരത്തിൽ പരോക്ഷമായി പങ്കാളിയായാണ് ഗദ്ദർ രാഷ്ട്രീയ രംഗത്ത് ചുവടുറപ്പിക്കുന്നത്. സമരപ്രചാരണത്തിനായി ഗദ്ദറും സുഹൃ ത്തുക്കളും ചേർന്ന് 'തെലങ്കാന ഗോല സുന്ധലു' എന്നപേരിൽ ഒരു ബുരകഥാ സംഘമുണ്ടാക്കി ഗ്രാമങ്ങൾ തോറും സഞ്ചരിച്ചു. ആടിയും പാടിയും കഥപറഞ്ഞും കർഷകസമരത്തിന്റെ ചോരത്തിളപ്പുകൾ ഹൃദയ ങ്ങളിലേക്ക് പകർന്നു നൽകി.

അൻപതുകൾ മുതൽ തെലുങ്ക് സാഹിത്യം ശക്തമായി ഇടതു പക്ഷത്ത് നിലയുറപ്പിച്ചു. യുവാക്കളുടെ ഇടപെടലുകൾ തെലുങ്കുസാ ഹിത്യത്തിൽ ദിഗംബരകവികൾ എന്ന കൂട്ടായ്മയുടെ പിറവിക്ക് വഴി വെച്ചു. വ്യവസ്ഥിതിയോടുള്ള വെല്ലുവിളിയും അരാജകജീവിതവുമായി രുന്നു അറുപതുകളിൽ നിലനിന്നിരുന്ന ദിഗംബര കവിതാ പ്രസ്ഥാന ത്തിന്റെ അന്തർധാര. ക്ലാസിക്കൽ കാവ്യരീതികളെ കീഴ്മേൽമറിച്ചിട്ട ദിഗം ബരകവികൾ അലങ്കാരങ്ങളില്ലാത്ത നഗ്നമായ ജീവിതയാഥാർത്ഥ്യ ങ്ങളാണ് പ്രമേയങ്ങളാക്കിയത്. പൊടിപ്പും തൊങ്ങലുമില്ലാതെയുള്ള ശീർഷാസനക്കാഴ്ചകൾ. ശ്രീശ്രീയും, ജ്വാലാമുഖിയും (വീരവല്ലി രാഘ വാചാര്യലു), ചേരബന്ത രാജുവും നിറഞ്ഞുനിന്ന ആ കാവ്യസംഘത്തിൽ ഗദ്ദറും അണിചേർന്നു. ദിഗംബരയാത്രികനായാണ് ഗദ്ദർ കാവ്യരംഗത്ത് സജീവമാകാൻ തുടങ്ങിയത്. തെരുവോരങ്ങളിലും ശ്മശാനങ്ങളും അവർ കാവ്യസദസ്സുകൾ നടത്തി. രചനയിൽ കാവ്യമീമാംസകളുടെ നടപ്പുരീതി കൾ അതിലംഘിച്ചു. റിക്ഷക്കാരനും, യാചകനും നൽകി പുസ്തകങ്ങൾ

പ്രകാശനം ചെയ്തു. ബ്രാഹ്മണിക്കൽ രാഷ്ട്രസങ്കൽപ്പങ്ങളെ പുറം കാലുകൊണ്ടു ചവിട്ടിത്തെറിപ്പിച്ചു. ചേരബന്ത രാജുവിന്റെ 'വന്ദേമാതരം (1968)' എന്ന കവിത കപട ദേശസ്നേഹത്തെ രൂക്ഷമായി പരിഹസിക്കുന്നതാണ്.

കലാലയജീവിതത്തിനിടെ ബി.നരസിംഗ റാവുവിന്റെ ആർട്ട് ലവേഴ്സ് അസോസിയേഷനിലൂടെ ഗദ്ദർ തന്റെ രാഷ്ട്രീയകലാപ്രവർത്തനം ശക്തമാക്കി. സിനിമാപ്രവർത്തകൻ കൂടിയായ നരസിംഗ റാവുവിലൂടെയാണ് ഗദ്ദറിന്റെ ജീവിതം പൂർണ്ണ അർത്ഥത്തിൽ ചുവപ്പണിയുന്നത്. മാവോയിസ്റ്റ് ആശയങ്ങളിൽ എത്തിപ്പെടുന്നതും നക്സലൈറ്റ് പാർട്ടിയിൽ അംഗമാകുന്നതും നരസിംഗറാവു വഴിയാണ്. വർഗ്ഗസമരത്തിന്റെയും ഉന്മൂലനസിദ്ധാന്തത്തിന്റെയും പാഠപുസ്തകങ്ങൾ നരസിംഗറാവു ഗദ്ദറിനു മുൻപിൽ തുറന്നുവെച്ചു. കലയിലൂടെയുള്ള കലാപത്തിന് ഗൃഹപാഠം നൽകി.

അസോസിയേഷനുവേണ്ടി തയ്യാറാക്കിയ 'അപുരോ റിക്ഷ' എന്ന ഗാനമാണ് ഗദ്ദറിനെ ഏറെ ജനപ്രിയനാക്കിയത്. (ഈ പാട്ട് പിന്നീട് ബി.നരസിംഗറാവു തന്റെ റിക്ഷക്കാരെക്കുറിച്ചുള്ള സിനിമയിൽ ഉൾപ്പെടുത്തി.)

വികസനത്തിലെ അസന്തുലിതാവസ്ഥ തുറന്നുകാണിക്കുന്നതാണ് ഈ പാട്ട്. മുതലാളിത്ത സമ്പദ്‌വ്യവസ്ഥയുടെ ചൂഷണപ്രക്രിയയുടെ നിത്യസ്മാരകങ്ങളായിരുന്നു റിക്ഷവലിക്കാർ. നഗരത്തെ സ്വന്തം ജീവബലം കൊണ്ട് മുന്നോട്ട് നയിക്കുന്ന റിക്ഷവലിക്കാരന് പക്ഷേ, നാൾക്കുനാൾ ഓജസ്സറ്റ് മണ്ണടിയാനാണ് വിധി. "നമ്മുടെ ഗ്രാമങ്ങൾ ജലരാശികളെ ചുറ്റിയാണ് രൂപപ്പെട്ടതെങ്കിൽ നഗരങ്ങൾ രൂപപ്പെടുന്നത് ഹൈവേകളെ ചുറ്റിയാണ്. നഗരഭാരവും, ജീവിതപ്രതിസന്ധികളും വലിച്ചുകയറ്റാൻ പാടുപെടുന്ന റിക്ഷാക്കാരൻ ഹൈവേകളിലൂടെ ആയുസ്സു താണ്ടുന്നു. തേഞ്ഞുതേഞ്ഞില്ലാതാകുന്നു. സമൂഹത്തെ മുന്നോട്ടു കൊണ്ടുപോകുന്ന തഴേക്കിടയിലുള്ളവൻ എന്നും തഴയപ്പെടുന്നു. പിറകിൽ ഞെളിഞ്ഞിരിക്കുന്നവനിലാണ് എല്ലാവരുടെയും കണ്ണ്. കാര്യങ്ങൾക്ക് ഒരിക്കലും മാറ്റമുണ്ടാകുന്നില്ല." ഗദ്ദർ വേദനയോടെ വർഗ്ഗഭേദങ്ങളുടെ ഉദാഹരണങ്ങൾ നിരത്തി.

ഈ പാട്ട് വൻ ഹിറ്റായതോടെ ഗദ്ദറിന്റെ പാട്ടുകൾ സമാഹരിച്ച് ഒരു പുസ്തകമിറക്കാൻ ബി.നരസിംഗ റാവു തീരുമാനിച്ചു. ഈ പുസ്തകത്തിലാണ് ഗദ്ദർ എന്ന പേർ ആദ്യമായി ഉപയോഗിച്ചത്.

നക്സലൈറ്റ് പ്രസ്ഥാനവുമായി ചേർന്ന് പ്രവർത്തിക്കാൻ തുടങ്ങിയതോടെ പാർട്ടിക്കുള്ളിൽ ഒരു ഇരട്ടപ്പേര് ആവശ്യമായിരുന്നു. ബി നരസിംഗറാവുവാണ് വിറ്റൽറാവുവിനെ ഗദ്ദറാക്കിയത്. കൊണ്ടപ്പള്ളി സീതാരാമയ്യയുടെ സാന്നിധ്യത്തിലായിരുന്നു ആ പേരിടലും സായുധ വിപ്ലവത്തിലേക്കുള്ള ജ്ഞാനസ്നാനവും. ബ്രിട്ടീഷുകാരോട് പോരാടിയ

ഗദ്ദർ പാർട്ടിയോടുള്ള ബഹുമാനസൂചകമായാണ് ആ പേര് തിരഞ്ഞെടുത്തത്. ഗദ്ദർ എന്നത് ഒരു പഞ്ചാബി വാക്കാണ്. ഹർദയാൽ സിംഗ് സ്ഥാപിച്ച ഈ പാർട്ടിയിൽ ഭഗത് സിംഗ് ഉൾപ്പെടെയുള്ളവർ അംഗങ്ങളായിരുന്നു. "ഭഗത് സിംഗിനെ വാർത്തെടുത്ത പ്രസ്ഥാനത്തിന്റെ പേരാണ് എനിക്ക്" പേരിന്റെ പെരുമയെക്കുറിച്ചുള്ള ഗദ്ദറിന്റെ വിലയിരുത്തൽ ഇതാണ്.

വിറ്റൽ റാവുവിൽ നിന്നും ഗദ്ദറിലേക്കുള്ള പരിണാമം ഒരു ചരിത്രനിയോഗമായിരുന്നു. കടലിലെത്തിയാൽ പുഴ പേരുപേക്ഷിക്കുംപോലെ, തീരങ്ങൾ തീരുംപോലെ വിറ്റൽ, ഗദ്ദറെന്ന വലിയ തിരയിളക്കത്തിലലിഞ്ഞു. നക്സലൈറ്റ് പ്രസ്ഥാനത്തിന്റെ ഭാഗമായതോടെ കാടുകളിൽ കഴിഞ്ഞ് പാർട്ടി അംഗങ്ങൾക്കൊപ്പം ജീവിതമറിഞ്ഞു. ബുദ്ധൻ, അംബേദ്ക്കർ, മാർക്സ്, ലെനിൻ, മാവോ, ഭഗത് സിംഗ്, ഫൂലെ, ശ്രീനാരായണ ഗുരു എന്നീ ചിന്തകളെ നാടോടി പാരമ്പര്യവുമായി ഇഴചേർക്കുകയായിരുന്നു ഗദ്ദർ. ഗദ്ദർ എന്നപേര് ഗ്രാമഗ്രാമാന്തരങ്ങൾ ഏറ്റെടുത്തു. നിരക്ഷരരും നിസ്സഹായരുമായ ഗ്രാമീണർ ഗദ്ദറിനെ മോചനത്തിന്റെ പ്രത്യയശാസ്ത്ര പാതയായി അംഗീകരിച്ച് അനുഗമിച്ചു.

1969 – 70 കാലഘട്ടത്തിലാണ് ആന്ധ്രയുടെ ചരിത്രത്തിൽ നിർണ്ണായകമായ ശ്രീകാകുളം സമരം നടക്കുന്നത്. ഗദ്ദറിന്റെ വിധിയും വാഴ്വും പുനർ നിർവ്വചിച്ചത് ശ്രീകാകുളത്തെ ആ മഹാസംഘർഷമായിരുന്നു. "എന്റെ രാഷ്ട്രീയത്തിന്റെ ദിശ നിർണ്ണയിച്ചത് ശ്രീകാകുളം സമരമാണ്. ഞാൻ ഏതു വഴി തിരഞ്ഞെടുക്കണമെന്ന ചോദ്യത്തിന്റെ ഉത്തരമായിരുന്നു ശ്രീകാകുളം സമരം. എന്റെയുള്ളിലെ വിപ്ലവനാമ്പുകളെ വളർത്തിയെടുത്തത് ഈ സമരമാണ്. ശ്രീകാകുളത്തിലൂടെ ഞാൻ മാർക്സിസത്തെ പ്രായോഗിക തലത്തിൽ അറിഞ്ഞു. തൊഴിലാളിവർഗ്ഗ സിദ്ധാന്തങ്ങളെ മനസ്സിലാക്കി. സായുധസമരമെന്ന ആശയത്തെ നെഞ്ചോടു ചേർത്തു. സംഘടിച്ച് ശക്തരാകേണ്ടതിന്റെ അനിവാര്യതയറിഞ്ഞു." ഉള്ളിൽ ഒരുമഹാഗ്നിക്ക് തുടക്കമിട്ട ആ തീപ്പൊരിയെക്കുറിച്ചു പറയുമ്പോൾ ഗദ്ദറിന്റെ കണ്ണുകൾ ജ്വലിക്കും.

മാർക്സിസവും മാവോയിസവും ചേർന്ന ന്യൂക്ലിയസിനുചുറ്റും ഗദ്ദറിന്റെ ചിന്തകളും ജീവിതവും ഭ്രമണം ചെയ്യാൻ തുടങ്ങി. അതിലൂടെ പാട്ടിന്റേയും പോരാട്ടത്തിന്റേയും പിണ്ഡം ഉടലെടുത്തു. ഗദ്ദറിന്റെ ജീവിതത്തിന്റെ വിപ്ലവച്ചൂട് ഉച്ചസ്ഥായിയിലെത്തിയത് കൃത്യമായി പ്പറഞ്ഞാൽ 1985-ലെ കാരംചേഡു സംഭവത്തോടെയാണ്. പ്രകാശം ജില്ലയിലെ കാരംചേഡുവിൽ ഒരു ഭൂപ്രമാണി ദലിതർക്കുനേരെ ഭീകരമായ ആക്രമണം അഴിച്ചുവിട്ടു. ഇത് ജന്മിമാരും കർഷകരും തമ്മിലുള്ള സംഘട്ടനത്തിന് വഴിവെച്ചു. ഗദ്ദറും കലാസംഘവും ഈ പ്രശ്നത്തിൽ ശക്തമായി ഇടപെട്ടുകൊണ്ട് രംഗത്തുവന്നു. പോലീസും ജന്മിമാരും ചേർന്ന് ഗദ്ദറിനെ അറസ്റ്റുചെയ്യാൻ ശ്രമം നടത്തി. എന്നാൽ

ഗ്രാമീണരാകട്ടെ ഗദ്ദറിനെ സംരക്ഷിക്കാൻ രംഗത്തുവന്നു. ഇരുവിഭാഗവും തമ്മിൽ സംഘർഷമായി. ഈ പ്രശ്നത്തിന്റെ പശ്ചാത്തലത്തിൽ ആന്ധ്രാ പ്രദേശ് സിവിൽ ലിബർട്ടീസ് കമ്മിറ്റി വൈസ് പ്രസിഡന്റ് ഡോക്ടർ രാമാനന്ദം പോലീസിന്റെ വെടിയേറ്റു മരിച്ചു. ഗദ്ദർ പ്രതിഷേധവുമായി രംഗത്തെത്തി. പോലീസ് ഗദ്ദറിന്റെ വീട് റെയ്ഡ് ചെയ്തു. ഗദ്ദർ ഒളിവിൽപ്പോയി. അടിച്ചമർത്തലുകൾക്ക് തിരിച്ചടികളുണ്ടായി.

വിപ്ലവാശയങ്ങൾ ജനങ്ങളിലേക്ക് എത്തിക്കാൻ 1972-ൽ ബി.നരസിംഗറാവുവാണ് ഗദ്ദറിന്റെ സഹായത്തോടെ നാട്യപ്രജാമണ്ഡലി രൂപീകരിച്ചത്. വിപ്ലവത്തെ ജനകീയമാക്കുക എന്ന കൊണ്ടപ്പള്ളി സീതാരാമയ്യയുടെ നിർദേശമായിരുന്നു ജനനാട്യമണ്ഡലിയുടെ പിറവിക്ക് വഴിവെച്ചത്. പക്ഷേ, ഗറില്ലാ വിപ്ലവത്തിന്റെയും അച്ചടക്കത്തിന്റെയും കട്ടിക്കണ്ണടയിലൂടെ മാത്രം കാര്യങ്ങൾ നോക്കിക്കണ്ടിരുന്ന ചാരു മജുംദാർ ഇതിനെതിരായിരുന്നു. പോഷകസംഘടനാരൂപീകരണത്തെ ചാരു മജുംദാർ തുറന്നെതിർത്തു. ഒളിസങ്കേതങ്ങൾക്കുപുറത്ത് പാർട്ടി പോർമുഖം തുറക്കുന്നതിനെതിരെ ചാരു മജുംദാർ സി.പിഐ(എം.എൽ) പാർട്ടികോൺഗ്രസിൽ നിലപാട് എടുത്തിരുന്നു. പക്ഷേ, വിപ്ലവം ജനകീയമാക്കുന്നതിന് പോഷകസംഘടനകൾ രൂപീകരിക്കേണ്ടത് കാലഘട്ടത്തിന്റെ ആവശ്യമാണെന്നായിരുന്നു സീതാരാമയ്യയുടെ നിലപാട്. റെവല്യൂഷണറി റൈറ്റേഴ്സ് അസോസിയേഷന്റെയും പിന്നീട് ജനനാട്യമണ്ഡലിയുടെയും രൂപീകരണം ചാരു മജുംദാറിന്റെ വഴികളിൽ നിന്നുള്ള മാറി നടത്തിന്റെ തുടക്കമായിരുന്നു. ഇതിന് ചാരു മജുംദാർ സീതാരാമയ്യയ്ക്ക് പാർട്ടി മുഖപത്രത്തിലൂടെ നൽകിയ മറുപടി ഇങ്ങനെ, "താങ്കൾ ആന്ധ്രയിൽ കലാസാഹിത്യ സംഘടനകൾ രൂപവൽക്കരിച്ചതായി അറിയാൻ കഴിഞ്ഞു. ഒന്ന് ഓർമ്മപ്പെടുത്തട്ടെ, ഇത് ത്യാഗത്തിനായുള്ള സമയമാണ്."

സീതാരാമയ്യയുടെ നിലപാടുകൾ വിപ്ലവാശയങ്ങൾക്ക് കൂടുതൽ വേരോട്ടമുണ്ടാക്കിയെന്ന് പിന്നീടുള്ള നാളുകൾ അടിവരയിടുന്നു. പോരാട്ടത്തിനായുള്ള ആഹ്വാനവുമായി ഗദ്ദറും ജനനാട്യമണ്ഡലിയും നാടുചുറ്റി. ഗദ്ദർ നാട്ടിൻപുറങ്ങളോട് പറഞ്ഞു, "വരിക, ചുവപ്പിന്റെ വഴിയേ വരിക."

ആന്ധ്രയിൽ ആവേശം അണപൊട്ടി. കമ്മ്യൂണിസത്തിന്റെ തീചുവപ്പുള്ള ഗദ്ദറിന്റെ പാട്ടുകളിൽ ആകൃഷ്ടരായി വിദ്യാർത്ഥികൾ കലാലയങ്ങളുപേക്ഷിച്ച് കലാപകാരികളായി. യുവാക്കൾ തൊഴിലിടങ്ങളുപേക്ഷിച്ച് ഒളിത്താവളങ്ങളിലെത്തി. കർഷകർ കലപ്പ മാറ്റിവെച്ച് ആയുധങ്ങൾ കൈയിലെടുത്തു. ഗുണ്ടൂരും, തിരുപ്പതിയും, വിശാഖപട്ടണവും മാവോയിസത്തിൽ തിളച്ചുമറിഞ്ഞു.

ഗദ്ദറിന്റെ വിപ്ലവജീവിതവും നാട്യപ്രജാമണ്ഡലിയും തമ്മിൽ പരസ്പരം ഇഴചേർന്നു കിടക്കുന്നു. മണ്ണിൽ പണിയെടുക്കുന്നവന്റെയുള്ളിലെ ജീവതാളവുമായി ഗദ്ദർ മാർക്സിയൻചിന്തകളെ സമന്വയിപ്പിച്ചു. 1974

ഒക്ടോബർ 12-ന് കൊണ്ടപ്പള്ളി സീതാരാമയ്യ റാഡിക്കൽ സ്റ്റുഡൻസ് യൂണിയൻ (ആർ.എസ്.യു) രൂപീകരിച്ച് വിപ്ലവത്തിന്റെ കൗമാരാവേശത്തിന് സംഘടിതമുഖം നൽകി. ഗദ്ദറായിരുന്നു സംഘടനയുടെ യൂത്ത് ഐക്കൺ. പാട്ടുകളിൽ സായുധപോരാട്ടത്തിന്റെ വെടിമരുന്നു നിറച്ച് ഗദ്ദർ വിദ്യാർത്ഥികൾക്കിടയിൽ നിറഞ്ഞു നിന്നു. ഒസ്മാനിയ സർവ്വകാലാശയിൽ നിന്നുൾപ്പെടെ നിരവധി വിദ്യാർത്ഥികൾ ഗദ്ദറിന്റെ പാട്ടിനൊപ്പം അണിചേർന്നു. ഗദ്ദറിന്റെ പാട്ടിന്റെ ഊർജ്ജ പ്രസരണത്തിൽ സ്വയം മറന്നു നിന്ന തലമുറകളോട് കൊണ്ടപ്പള്ളി സീതാരമയ്യ എന്ന 'കെ.എസ്' പറഞ്ഞു, " ഉയരാത്ത കൈകളും, ചലിക്കാത്ത നാവും, ഉണരാത്ത മനസ്സും വ്യർത്ഥമാണ്. അടിമച്ചങ്ങല പൊട്ടിച്ചെറിയാൻ, വ്യവസ്ഥിതിയെ പുനർ സൃഷ്ടിക്കാൻ സമയമായി. ഞാൻ നിങ്ങളെ ക്ഷണിക്കുന്നത് വെല്ലുവിളികൾ നിറഞ്ഞ ഒറ്റയടിപ്പാതയിലേക്കാണ്. ഈ പാട്ടിനൊപ്പം നിങ്ങൾ അടിവെച്ചുവരൂ..."

ചാരു മജുംദാറിൽ നിന്നും വ്യത്യസ്തമായി കൊണ്ടപ്പള്ളി മുന്നോട്ടുവെച്ച സംഘടനാ സങ്കൽപ്പം ഗദ്ദറിനെ പാർട്ടിക്കുള്ളിൽ കൂടുതൽ പ്രസക്തനും അനിവാര്യനുമാക്കി. ചുറ്റുപാടുകളിലുള്ള അനീതികൾക്കെതിരെ ആയുധമെടുത്തുള്ള നിരന്തര പോരാട്ടവും അതിലൂടെ രൂപം കൊള്ളുന്ന പാർട്ടി ഘടനയുമായിരുന്നു ചാരു മജുംദാറിന്റെ വീക്ഷണത്തിലുണ്ടായിരുന്നത്. എന്നാൽ ആശയപരമായും, സായുധമായും, ഘടനാപരമായും സംഘടിക്കുകയും നിരന്തരം നവീകരിക്കുകയും ഉചിതവും അവശ്യവുമായ ഘട്ടങ്ങളിൽ പോരാട്ടങ്ങൾ തിരഞ്ഞെടുക്കുകയും ചെയ്യുക എന്നതായിരുന്നു കൊണ്ടപ്പള്ളിയുടെ സമീപനം. ഇതിന് ഒരു കർഷകന്റെ ഉദാഹരണം കൊണ്ടപ്പള്ളി എപ്പോഴും പറയുമായിരുന്നു.

കർഷകൻ വിളവിനായി നിരന്തരം കൃഷിസ്ഥലമൊരുക്കും. കളകൾ പറിച്ചുമാറ്റും. നിലനിൽപ്പിനായി നിരന്തരം അധ്വാനിച്ചുകൊണ്ടിരിക്കും. വയലിൽ പണിയെടുത്തുകൊണ്ടിരിക്കെ പാമ്പുവന്നാൽ തല്ലിക്കൊല്ലും. എത്ര വിഷമുള്ള പാമ്പാണെങ്കിലും. അതുപോലെയാണ് ജന്മികൾക്കെതിരായ സായുധവിപ്ലവവും. ചെറുത്തുനിൽപ്പിന്റെ ഭാഗമായിട്ടാണ് ഇവിടെ ആക്രമണം. ഉന്മൂലനം ഉടൻ ഉണ്ടായാലും ഇല്ലെങ്കിലും വിപ്ലവത്തിനായി സജ്ജരായിരിക്കുകയെന്നത് ഒഴിവാക്കാനാകാത്തതാണ്. പാട്ടിലൂടെ, ആട്ടത്തിലൂടെ നാട്ടുകാരെ വിപ്ലവത്തിന് സജ്ജരാക്കുകയെന്ന ചുമതലയാണ് ഇവിടെ ഗദ്ദറിനുള്ളത്. ആശയപ്രചാരണത്തിന് കൊണ്ടപ്പള്ളി ഏറെ പ്രാധാന്യം കൽപ്പിച്ചിരുന്നു. അതുകൊണ്ടുതന്നെ പാർട്ടിയിൽ ഒഴിച്ചുകൂടാൻവയ്യാത്ത സാന്നിധ്യമായിരുന്നു ഗദ്ദറിന്റേത്. കൊണ്ടപ്പള്ളി ഉദാഹരിച്ച സാമൂഹിക വ്യവസ്ഥയുടെ വയലിൽ വിളഞ്ഞ അടിയാളന്റെ നെൽക്കതിരുകൾ കൊത്തിയെടുക്കാൻ വരുന്ന വെട്ടുകിളികളെ ആട്ടിയകറ്റാൻ ഗദ്ദർ പാടി. മനം നിറഞ്ഞു പാടി.

വിപ്ലവം, ചൂഷണം, അടിമത്തം, ആഗോള മുതലാളിത്തം, അന്ധവിശ്വാസങ്ങൾ, അനാചാരങ്ങൾ തുടങ്ങി ഒട്ടേറെ വിഷയങ്ങൾ ഗ്രാമീണരുടെ താളവും ശ്രുതിയും ഭാഷയും ചേർത്ത് ഗദ്ദർ ആവേശത്തോടെ പാടിയപ്പോൾ അതൊരു സായുധസമരപ്രഖ്യാപനമായി മാറി. അടിച്ചമർത്തപ്പെട്ടവന്റെ അവകാശപ്രഖ്യാപനമായി മാറി. വിപ്ലവകവികളായ 'ശ്രീ ശ്രീ ' (ശ്രീരംഗം ശ്രീനിവാസറാവു)യുടെയും സുബ്ബറാവു പാണിഗ്രാഹിയുടെയും സ്വാധീനവും ഗദ്ദറിലുണ്ട്. എങ്ങനെ നേരിടണമെന്നറിയാതെ സർക്കാരിനെക്കുഴക്കുന്ന അടിയാളന്റെ ആയുധമായി ഗദ്ദർ മാറുന്നു.

അടിയന്തരാവസ്ഥയുടെ
നരക സീമകൾ

1975 ജൂൺ 25

അധികാരഭ്രഷ്ടയാകാൻ പോവുകയായിരുന്ന പ്രധാനമന്ത്രി ഇന്ദിരാ ഗാന്ധിയുടെ ഉപദേശം സ്വീകരിച്ച് രാഷ്ട്രപതി ഫക്രുദ്ദീൻ അലി അഹമ്മദ് ഭരണഘടനയുടെ 352-ാം അനുച്ഛേദപ്രകാരം ആഭ്യന്തരഅടിയന്തരാവസ്ഥ പ്രഖ്യാപിച്ചു!

ജനാധിപത്യത്തിന്റെ പട്ടയ്ക്ക് തീപകർന്നുകൊണ്ട് അടിയന്തിരാവസ്ഥയ്ക്ക് ഇന്ദിരാഗാന്ധി വഴിതുറന്നതോടെ ഗദ്ദറിന്റെ ജീവിതം കൂടുതൽ കലുഷിതമായി. പാട്ടോ പ്രാണനോ വേണ്ടതെന്ന അധികാരികളുടെ ചോദ്യത്തിന് പോരാട്ടം എന്ന് മറുപടി നൽകി. അധികാര ഗർവ്വിന്റെ ആസിഡു വീണ് ഇന്ത്യൻ സ്വാതന്ത്ര്യബോധത്തിന്റെ മുഖം കരിഞ്ഞപ്പോൾ ഗദ്ദർ പേരും രൂപവും മാറ്റി ഗ്രാമങ്ങൾ തോറും അലഞ്ഞു. പാർട്ടി പ്രവർത്തനം നടത്തി. പ്രതിഷേധിച്ചു. ഗ്രാമീണർക്കൊപ്പം ചേർന്ന് കലഹിച്ചു.

"അതൊരു കൊടുങ്കാറ്റിന്റെ കാലമായിരുന്നു. മനുഷ്യാവകാശ ലംഘനങ്ങളുടെ ദുരിതപർവ്വം. കഴുകൻകണ്ണുകളുള്ള രാത്രികളുടെ നാളുകൾ. പക്ഷേ, രസകരമായൊരു അനുഭവം അടിയന്തരാവസ്ഥയുമായി ബന്ധപ്പെട്ട് മനസ്സിൽ നിറഞ്ഞുനിൽക്കുന്നുണ്ട്. അത് ഒരൊളിവു വേളയായിരുന്നു. പൊലീസിന്റെ കണ്ണുവെട്ടിച്ച് ഗ്രാമങ്ങൾതോറും പാട്ടുപാടി നടക്കുകായിരുന്നു ഞാൻ. ഒരു ദിവസം ഒരു ട്രെയിൻ യാത്രക്കിടെ ഒരു പൊലീസ് ഉദ്യോഗസ്ഥൻ അടുത്തുവന്നു. ചാഞ്ഞും ചെരിഞ്ഞും നോക്കിയശേഷം 'നിങ്ങൾ ഗദ്ദറണോ?' എന്ന് ചോദിച്ചു. ഞാൻ തമിഴിൽ 'അല്ല' എന്ന് മറുപടി നൽകി. നിങ്ങളെ കണ്ടാൽ ഗദ്ദറിനെപ്പോലെ തോന്നും എന്ന് അയാൾ പറഞ്ഞു. ഞാൻ പുഞ്ചിരിച്ചു. 'ആരാണ് ഗദ്ദർ?' എന്ന് ഞാൻ തിരിച്ച് ആ പൊലീസുകാരനോട് ചോദിച്ചു. എന്നെപ്പറ്റി കുറേ കാര്യങ്ങൾ അയാൾ പറഞ്ഞു. ഒപ്പം ഗദ്ദറിനെ അറസ്റ്റുചെയ്യാനുള്ള

ശ്രമത്തിലാണെന്നും ആ ഉദ്യോഗസ്ഥൻ പറഞ്ഞു. ഗദ്ദർ കാരണം കുറേ ദിവസങ്ങളായി ഉറക്കം നഷ്ടമായെന്ന് അയാൾക്കൊപ്പമുണ്ടായിരുന്ന കീഴുദ്യോഗസ്ഥൻ പറഞ്ഞു. ഗദ്ദറിനെ അറസ്റ്റു ചെയ്യാൻ ഞാൻ ഇരുവർക്കും എല്ലാ ആശംസകളും നേർന്നു.

കർണ്ണാടകത്തിലെ ഒരു ഗ്രാമീണപാട്ടുകാരനാണെന്നാണ് ഞാൻ സ്വയം പരിചയപ്പെടുത്തിയത്. എന്നോട് ഒരു പാട്ട് പാടാൻ ഉദ്യോഗസ്ഥൻ ആവശ്യപ്പെട്ടു. ഞാൻ കന്നടയും തമിഴും ഇടകലർത്തി തെലുങ്ക് നാടോടി പാട്ടുകൾ തർജ്ജമചെയ്തു പാടി. കീഴുദ്യോഗസ്ഥൻ ആ പാട്ടിനൊപ്പം താളമടിച്ചു. ഉദ്യോഗസ്ഥൻ എനിക്ക് ചായ വാങ്ങിത്തന്നു. മറ്റൊരു സ്റ്റേഷനിൽ ഞാൻ ഇറങ്ങി. പൊലീസുകാരോട് യാത്ര പറഞ്ഞ് നടന്നുനീങ്ങവെ, കീഴുദ്യോഗസ്ഥൻ എന്റെ അടുത്തേക്ക് ഓടിവന്നു. എന്റെ തോളിൽ കൈവെച്ചുകൊണ്ടു അയാൾ പറഞ്ഞു, “നിങ്ങൾ ഗദ്ദറാണെന്ന് ഈ മണ്ണിൽ ജീവിക്കുന്ന എല്ലാ സാധാരണക്കാർക്കും അറിയാം. പിടികൊടുക്കരുത്. പാട്ടും പോരാട്ടവും തുടരണം.”

പക്ഷേ, ആ പൊലീസുകാരന്റെ ആഗ്രഹം നടന്നില്ല. പലതവണ ഞാൻ പൊലീസ് പിടിയിലായി. പീഡനത്തിന് ഇരയായി.” ശരിയെന്ന് ഉറച്ചു വിശ്വസിക്കുന്ന പ്രത്യയശാസ്ത്രം പ്രാവർത്തികമാക്കാൻ ഏറ്റുവാങ്ങേണ്ടിവരുന്ന മുറിവുകളിൽ തഴുകി ശിഷ്ടകാലം ജീവിക്കാൻ ഗദ്ദർ ഒരുക്കമല്ല. അനുഭവിച്ച കഷ്ടതകളുടെ ഗൃഹാതുരസ്മരണകളെ വീരസ്മരണകൾ പോലെ വീണ്ടും വീണ്ടും വിളമ്പാൻ ഗദ്ദറിന് ഇഷ്ടമില്ല. അതുകൊണ്ടുതന്നെ അടിയന്തരാവസ്ഥക്കാലത്തെ അനുഭവങ്ങളെക്കുറിച്ചു പറയുമ്പോൾ ഗദ്ദർ എന്തുകൊണ്ടോ ഒഴിഞ്ഞുമാറുന്നു.

പോലീസ് സ്റ്റേഷനിൽ ക്രൂരമർദനങ്ങൾക്ക് വിധേയനാകുമ്പോഴും ഗദ്ദർ ഉച്ചത്തിൽ പാടും.

‘തോക്കിനു നേരെ നില്ലെടാ
ആയുധങ്ങളെ നേരിടെടാ
ചെന്നായ്ക്കളുടെ ഓരിയിടൽ കേട്ട് പേടിക്കേണ്ടതില്ലെടാ’

എന്നതുൾപ്പെടെ നിരവധി ഗാനങ്ങൾ തടവറയിൽ പിറന്നവയാണ്. ക്രൂരമായ മർദ്ദനങ്ങൾ ഏറ്റുവാങ്ങിയ വേളയിലാണ് ഗദ്ദറിന്റെ ചുണ്ടിൽ പാട്ടുകൾ തത്തിക്കളിച്ചത്. പാട്ടുകളെക്കുറിച്ച് പറഞ്ഞു ഞാൻ ഗദ്ദറിന്റെ അടിയന്തരാവസ്ഥക്കാലത്തെ ഒളിവനുഭവങ്ങൾ ചികഞ്ഞെടുക്കാൻ തുടങ്ങി. ആന്ധ്രയുടെ പല സ്ഥലങ്ങളിൽ പല പേരുകളിൽ കഴിഞ്ഞു. അധ്യാപകനായും, കർഷകനായും, തൊഴിലാളിയായും, റിക്ഷവലിക്കാരനായും വേഷം മാറിനടന്നു. ബാല്യ-കൗമാരങ്ങളിൽ സ്വായത്തമാക്കിയ തൊഴിലറിവുകൾ ഒഴിവുകാലത്ത് ഗദ്ദറിന് ഏറെ പ്രയോജനപ്രദമായി. ചരടുപൊട്ടിയ പട്ടംപോലെ രാപ്പകലില്ലാതെ അലയുമ്പോഴും വിമലയുടെയും കുടുംബത്തിന്റെയും ഓർമ്മകൾ ഗദ്ദറിനെ വേട്ടയാടും.

ഒരു യാത്രയ്ക്കിടെ വിശാഖപട്ടണത്തുവെച്ച് ഗദ്ദർ പിടിയിലായി. അന്ന് അരങ്ങേറിയത് കൊടിയ മർദ്ദനമുറകളുടെ ദയാഹീനമായ അവതരണങ്ങളായിരുന്നു. "പൊലീസ് ജീപ്പിലേക്ക് വലിച്ചിട്ടപ്പോൾ ഞാൻ മുദ്രാവാക്യം വിളിച്ചു. ഭഗത് സിംഗിനും ചാരു മജുംദാറിനും അഭിവാദ്യമർപ്പിച്ചു. എന്റെ മുദ്രാവാക്യങ്ങളെ തോക്കിന്റെ അറ്റം കൊണ്ടുള്ള മർദ്ദനത്തിലൂടെയാണ് പൊലീസ് എതിരേറ്റത്. അർദ്ധരാത്രിയായിക്കാണും എന്നെയും വഹിച്ചുള്ള ജീപ്പ് പൊലീസിന്റെ കോൺസൻട്രേഷൻ ക്യാംപിലെത്തി.

പൊലീസുകാർ എന്നെ വലിച്ചിഴച്ച് ഒരു മുറിയുടെ വാതിൽക്കൽ നിർത്തി. മുറിയുടെ വാതിൽക്കൽ നേരിയ വെളിച്ചമുണ്ട്. അകത്ത് ഇരുട്ടിന്റെ ഇരുമ്പുമറ. എന്റെ കൈകൾ പിറകുവശത്ത് വിലങ്ങിട്ട് വെച്ചിരുന്നു. കട്ടിമീശയും മുഖം നിറയെ വസൂരിക്കലകളുമുള്ള പൊലീസ് ഉദ്യോഗസ്ഥന്റെ മുന്നിൽ എന്നെ നിർത്തി. അയാൾ പ്രസ്ഥാനത്തെക്കുറിച്ചും മറ്റു പാർട്ടി പ്രവർത്തകരെക്കുറിച്ചും എന്നോട് ചോദിച്ചു. മൗനമായിരുന്നു എന്റെ മറുപടി. ക്ഷമ നശിച്ച അയാൾ എന്നെ ചവിട്ടി താഴെയിട്ടു. താഴെ മുഖമടിച്ചു വീണപ്പോൾ നെഞ്ചിൽ ആഞ്ഞു ചവിട്ടി. പോലീസുകാരെല്ലാം കൂടി എന്നെ വലിച്ചിഴച്ച് സ്റ്റേഷന് അകത്തേയ്ക്ക് കൊണ്ടുപോയി. പിന്നെ ക്രൂരമായ മർദ്ദനത്തിന്റെ മണിക്കൂറുകളായിരുന്നു. അകം നിറയെ മനുഷ്യവിസർജ്യത്തിന്റെ രൂക്ഷ ഗന്ധം. പൊലീസുകാർ പലതവണ എന്റെ തല വഴുവഴുപ്പാർന്ന ചുമരിൽ അടിച്ചു. വടികൊണ്ടു പ്രഹരിച്ചു. ചെവി അടച്ചുള്ള ശക്തമായ അടിയിൽ രണ്ടു ചെവിയും പൊട്ടി ചോരവാർന്നൊലിച്ചു. ചങ്കിനുള്ളിൽ ഗുണ്ടൂർ മുളകിന്റെ നീറ്റൽ. കണ്ണുകളിൽ രക്തം പാഞ്ഞുകയറി. ചെറിയ ചൂരൽക്കമ്പുകൊണ്ട് ശരീരമാസകലം കുത്തിമുറിവേൽപ്പിച്ചു. വിലങ്ങ് വീണകൈകളിൽ വ്രണങ്ങൾ പൊട്ടിയൊലിച്ചു. പൊലീസ്ബൂട്ട് നെഞ്ചിൽ കയറിയിറങ്ങുമ്പോൾ പാട്ടല്ലാതെ ഒരു തുള്ളി കണ്ണീർ പുറത്തുവന്നിട്ടില്ല. അതിൽ ഞാൻ അഭിമാനിക്കുന്നു.

ചോരയൊലിക്കുന്ന ചുണ്ടിൽനിന്നും പുറത്തേക്കൊഴുകിയ എന്റെ പാട്ടുകൾ കേട്ട് ചില താഴ്ന്ന റാങ്കിലുള്ള പൊലീസ് ഉദ്യോഗസ്ഥർ കരയുമായിരുന്നു. 'നിങ്ങളിൽ നിന്നും നിശ്ശബ്ദമായി പുറത്തുവരുന്ന കണ്ണീർ എന്റെ മാർഗ്ഗത്തെയും പോരാട്ടങ്ങളെയും ശരിവെയ്ക്കുന്നുണ്ട്. പക്ഷേ, ഒന്ന് പറയട്ടെ, ജീവിത സുരക്ഷിതത്വങ്ങളുടെ തടവറയിൽ അധികാലം കഴിയരുത്. നമുക്ക് നമ്മളെ നഷ്ടമാകും.' വേദനകളിൽ പങ്കാളികളായ ഉദ്യോഗസ്ഥരോടുള്ള എന്റെ മറുപടി അതായിരുന്നു."

ഗദ്ദർ തുടരുന്നു;

"ഒരു സായന്തനത്തിൽ എവിടെയെന്നില്ലാതെ മാഞ്ഞുപോയ മകനെ ത്തേടി എന്റെ അമ്മ ഒരുപാട് അലഞ്ഞു. എം.എൽ.എമാരുടെ വീടുകൾ, പോലീസ് സ്റ്റേഷനുകൾ എല്ലായിടത്തും എന്റെ മോചനത്തിനായി കാത്തു

നിന്നു. പലരുടെയും കാലുപിടിച്ചു കരഞ്ഞു. മിക്ക ദിവസവും ജയിലിനു മുന്നിൽ വന്നുനിന്ന് അമ്മ നിശ്ശബ്ദയായി കരയുമായിരുന്നു.

പീഡനകാലം കഴിഞ്ഞ് ഞാൻ പുറത്തിറങ്ങിയപ്പോൾ പുറത്ത് അമ്മ കാത്തുനിൽപ്പുണ്ടായിരുന്നു. അമ്മയുടെ മുഖം കണ്ടപ്പോഴുണ്ടായ ആശ്വാസം. കണ്ണീരിൽ നനഞ്ഞ മുഖം ചേർത്തുകൊണ്ട് അമ്മയെ കെട്ടിപ്പിടിച്ചു. മുറിവേറ്റുതളർന്ന എന്റെ മനസ്സിനും ശരീരത്തിനും മുകളിലൂടെ സ്നേഹത്തിന്റെ അമൃതധാരയൊഴുകി. വടുക്കളെല്ലാം മാഞ്ഞു. ചുറ്റിലുമുള്ള എല്ലാം ഒരു നിമിഷത്തേക്ക് മാഞ്ഞുപോയി. ഞാനും അമ്മയും മാത്രം. വീട്ടിലെത്തിയപ്പോൾ അമ്മയെനിക്ക് വയറുനിറയെ ഭക്ഷണം തന്നു. അടിയന്തിരാവസ്ഥയെക്കുറിച്ച് ഓർക്കുമ്പോൾ മനസ്സിൽ നിറയുക അമ്മയുടെ കരഞ്ഞുതളർന്ന മുഖമാണ്. അമ്മമാരുടെ കണ്ണീരിലൂടെ രഥമുരുട്ടിയാണല്ലോ എല്ലാ ഭരണകൂടങ്ങളും അവരുടെ കിരീടവും ചെങ്കോലും ഉറപ്പിച്ചിട്ടുള്ളത്." ഗദ്ദർ പങ്കുവെച്ചത് മഞ്ഞു മലയുടെ ചെറിയ അറ്റംമാത്രം. പീഡനങ്ങളുടെ ദുരിതസാഗരം താണ്ടിയതാണ് ഈ പാട്ടിന്റെ പടക്കപ്പൽ.

"അമ്മയുടെ മരണം വലിയ ആഘാതമാണ് എന്നിൽ ഏൽപ്പിച്ചത്. ഞാൻ ആകെ തളർന്നുപോയ നാളുകൾ. കാലം എന്നിലേക്ക് എത്തിച്ച പ്രകാശധാര. നിത്യസ്നേഹത്തിന്റെ നക്ഷത്രം. അതായിരുന്നു അമ്മ. അമ്മയുടെ മൃതദേഹത്തിനരികിലിരുന്ന് ഞാൻ ഏറെ നേരം കരഞ്ഞു. പിന്നെ ഒരു ഭ്രാന്തനെപ്പോലെ എവിടേക്കോ ഏറെനേരം ഓടി. ഉറക്കെ പാടി. പാടി മരവിച്ച എന്റെ തൊണ്ടയിൽ നിന്നും ഒരു നീറ്റലല്ലാതെ മറ്റൊന്നും പുറത്തുവന്നില്ല. വിപ്ലവകവി കെ.ജി സത്യമൂർത്തിയുടെ പ്രശസ്തമായ കവിതാശകലംകൊണ്ട് അമ്മയ്ക്ക് ഞാൻ അശ്രുപൂജ നടത്തുന്നു.

"പർവ്വതശിഖരങ്ങളിൽ ആഞ്ഞടിക്കുന്ന പ്രചണ്ഡവാതം
എനിക്ക് കാണിച്ചു തന്നത് അമ്മയാണ്
ഒഴുക്കിനെതിരെ നീന്തിജീവിക്കാൻ
പഠിപ്പിച്ചത് അമ്മയാണ്.
എന്റെ ചുണ്ടിൽ അക്ഷയപാത്രം ചേർത്തുവെച്ചത് അമ്മയാണ്
തണുത്ത വിരൽതൊട്ട് മരണമെത്തുന്ന നേരത്ത്
അന്ത്യാഭിലാഷമായ് ഞാൻ പറയും,
ജീവബന്ധനങ്ങളുടെ അതിരുകൾ ലംഘിക്കണം
ഒരിക്കൽക്കൂടിയെൻ അമ്മയെക്കാണണം.
ഈ ജന്മം ദാനമായ് നൽകിയതിന്,
അമ്മേ, നിനക്ക് വിപ്ലാവാഭിവാദ്യങ്ങൾ..."

(കെ.ജി സത്യമൂർത്തിയുടെ കവിത)

അടിയന്തിരാവസ്ഥയുടെ ദുരിതപർവ്വങ്ങൾക്ക് അമ്മയുടെ സ്നേഹ ഛായയിൽ അർദ്ധവിരാമം.

ജനാധിപത്യധ്വംസനത്തിന്റെ വേട്ടക്കുറിപ്പുകളുടെ അവസാനതാളിൽ കാലം കൊത്തിവെച്ച വാക്കുകൾ പ്രതിധ്വനിക്കുന്നു;

"താൻ കാരണമുണ്ടായ തീവ്രയാതനകൾക്ക് കണക്കുപറയേണ്ടി വരാത്ത ഒരു ഏകാധിപതിയും ഇന്നുവരെ ജീവിച്ചിരുന്നില്ല."

- മഹാത്മാഗാന്ധി

പുതിയ പോർമുഖങ്ങൾ, പുനർജനിക്കുന്ന സ്വപ്നങ്ങൾ

അവരുടെ ആത്മാവിന്റെ പെരുമ്പറയിൽ
പുതിയ ആർപ്പുവിളികളുയരും - ഇത് സത്യം!
അവരുടെ ഹൃദയത്തിന്റെ താളത്തിൽ
പുതിയ ചെങ്കൊടിയുയരും - ഇത് സത്യം!
ആർദ്രതയോടെ അവർ വിളിച്ചു പറയും
ഇൻക്വിലാബ് സിന്ദാബാദ്

(ഗദ്ദറിന്റെ വിപ്ലവ ഗാനം)

അടിയന്തിരാവസ്ഥയുടെ കാർമേഘങ്ങൾ നീങ്ങാൻ തുടങ്ങിയിരുന്നു. മനസ്സും ശരീരവും തകർന്ന പ്രസ്ഥാനത്തിന് നവജീവൻ നൽകാനുള്ള ശ്രമത്തിലായിരുന്നു കൊണ്ടപ്പള്ളി സീതാരാമയ്യ. യുവശക്തിയിലൂടെ പാർട്ടിക്ക് കായകൽപചികിത്സ നൽകാൻ കൊണ്ടപ്പള്ളി തീരുമാനിച്ചു. ഗദ്ദറും ഒപ്പം കൂടി. 1978-ൽ റാഡിക്കൽ യൂത്ത് ലീഗ് (ആർ.യു.എൽ) പിറവിയെടുത്തു. "ഗ്രാമങ്ങളിലേക്ക് പോകൂ" എന്ന മുദ്രാവാക്യം കൊണ്ടപ്പള്ളി ജനനാട്യമണ്ഡലിയുടെയും റാഡിക്കൽ യൂത്ത് ലീഗിന്റെയും റാഡിക്കൽ സ്റ്റുഡന്റ്സ് യൂണിയന്റെയും മുന്നിൽവെച്ചു. സി.പി.ഐ (എംഎൽ) എന്ന രാഷ്ട്രീയപ്രസ്ഥാനത്തിന്റെ ജനകീയഅടിത്തറ വർദ്ധിപ്പിച്ചത് സീതാരാമയ്യയുടെ തന്ത്രപൂർവ്വമായ ഈ മുദ്രാവാക്യമായിരുന്നു. പ്രസ്ഥാനവും ഗദ്ദർ എന്ന കലാകാരനും ജനങ്ങൾക്കിടയിൽ പടർന്നു പന്തലിച്ചു.

സീതാരാമയ്യയുടെ മുദ്രവാക്യത്തിനു മനസ്സുകൊടുത്ത് വേനലവധിക്കാലത്ത് വിദ്യാർത്ഥികളും യുവാക്കളും ഗ്രാമങ്ങളിലേക്ക് ചേക്കേറി. 1978 വേനലവധിക്കാലത്താണ് ആദ്യ ക്യാംപ് നടന്നത്. 200 കുട്ടികൾ ആ ക്യാംപിൽ പങ്കെടുത്തു. ഗദ്ദർ അവർക്കൊപ്പം പാട്ടുമായി കൂട്ടുകൂടി. വിദ്യാർത്ഥികൾ ഗ്രാമീണർക്ക് അറിവും, യുവാക്കൾ രാഷ്ട്രീയപാഠങ്ങളും, ഗദ്ദറിന്റെ നേതൃത്വത്തിൽ കലാകാരന്മാർ ആവേശവും പകർന്നു. ഓരോ വർഷവും ക്യാംപിൽ പങ്കെടുക്കുന്ന കുട്ടികളുടെ എണ്ണം വൻതോതിൽ വർദ്ധിച്ചുവന്നു.

ഇതിനിടെ ആദിലാബാദിൽ ഭൂവുടമയായ പീതാംബർ റാവുവിനെതിരെ അങ്കുരിച്ച പ്രതിഷേധം മാവോയിസ്റ്റ് പ്രസ്ഥാനത്തിന്റെ തണലിൽ ആന്ധ്രയാകെ വ്യാപിച്ചു. സങ്കീർണ്ണമായ ആ സാമൂഹിക സാഹചര്യങ്ങൾക്കിടെയാണ് സി.പി.ഐ (എം.എൽ) ആന്ധ്രാ, തമിഴ്നാട് കമ്മിറ്റികൾ ചേർന്ന് 1980 ഏപ്രിൽ 22-ന് പീപ്പിൾസ് വാർ ഗ്രൂപ്പ് പിറവിയെടുത്തത്. പീപ്പിൾസ് വാർ ഗ്രൂപ്പ് അഥവാ പി.ഡബ്ലിയു.ജിയായി പിന്നീട് ഗദ്ദറിന്റെ പ്രവർത്തനമണ്ഡലം. തെലങ്കാനയിലെ ആദിവാസികൾക്കൊപ്പം പാട്ടുപാടി പണിയെടുത്ത് ഗദ്ദർ പാർട്ടി വളർത്തി. മുളയും, ബീഡിയിലയും ശേഖരിച്ചിരുന്ന ആദിവാസികളുടെ ജീവിതദുരിതങ്ങളും തുച്ഛമായ വേതനവ്യവസ്ഥകളും ഗദ്ദർ പാട്ടുകളാക്കി. മാന്യമായ ജീവിതം ആരെങ്കിലും തരുന്ന ഔദാര്യമോ, എറിഞ്ഞുതരുന്ന അപ്പക്കഷ്ണങ്ങളോ അല്ല ജന്മാവകാശമാണെന്ന് ആദിവാസികളെ പഠിപ്പിച്ചു.

പീപ്പിൾസ് വാർഗ്രൂപ്പിന്റെ സ്ക്വാഡ് അംഗങ്ങളെ ഭയവും സംശയവും ഇടകലർന്ന കണ്ണുകളോടെയാണ് ആദിവാസികൾ ആദ്യം സ്വീകരിച്ചിരുന്നത്. പലപ്പോഴും ആദിവാസികൾ അടുക്കാൻ മടിച്ചു. സ്ക്വാഡുകൾ പോകുമ്പോൾ ആളുകൾ വാതിലുകൾ കൊട്ടിയച്ചു. ആഭരണങ്ങളും ഭക്ഷണവും ഒളിപ്പിച്ചുവെച്ചു. യൂണിഫോം ധരിച്ച് ആദിവാസികൾ മുൻപ് കണ്ടിട്ടുള്ളത് പോലീസിനെയും വനംവകുപ്പ് ഉദ്യോഗസ്ഥരെയുമായിരുന്നു. അവരിൽനിന്നും ലഭിച്ചിട്ടുള്ള തിക്താനുഭവങ്ങൾ ഏറെയായിരുന്നു. ഇവിടെയായിരുന്നു ഗദ്ദറുൾപ്പെടെയുള്ള കലാകാരന്മാരുടെ പ്രാധാന്യം. പീപ്പിൾസ് വാർഗ്രൂപ്പിന്റെ സ്ക്വാഡ് അംഗങ്ങൾ എന്തിനാണ് വന്നതെന്ന് ഗദ്ദർ നാട്ടുമൊഴികളിൽ ആദിവാസികൾക്ക് പാടിക്കൊടുക്കും. അത് കേട്ട് അവർ സ്ക്വാഡ് അംഗങ്ങളെ സ്വീകരിക്കും. സംരക്ഷിക്കും. ആദിവാസികളും ദലിതരും നരകിച്ചു ജീവിക്കുന്ന ഇരുണ്ടയിടങ്ങളിലൂടെ ചെങ്കതിരു വിടരുന്ന പാട്ടുകളുമായി ഗദ്ദർ അലഞ്ഞു.

മഹാരാഷ്ട്ര-ആന്ധ്രാ അതിർത്തിപ്രദേശമായ ഗഡ്ചിറോലിയിൽ ഈ സമയത്ത് ചില അസ്വസ്ഥതകൾ ഉരുണ്ടുകൂടുന്നുണ്ടായിരുന്നു. ബസ്തർ മേഖലയിലെ ഖനിത്തൊഴിലാളികൾ ക്രൂരമായ പീഡനങ്ങൾക്കും ചൂഷണത്തിനും എക്കാലത്തും വിധേയരായവരാണ്. ഉദ്യോഗസ്ഥരുടെയും പൊലീസിന്റെയും പങ്കാളിത്തത്തോടെ ഭൂവുടമകൾ നടത്തുന്ന ഹീനതകൾ പലപ്പോഴും മനുഷ്യമനസ്സാക്ഷിയെ തകർത്തുകളയുന്നതായിരുന്നു.

ഖനിത്തൊഴിലാളിയുടെ ഭാര്യ രാജേശ്വരി, ഖനിഉദ്യോഗസ്ഥന്റെ പീഡനത്തിന് വിധേയയായി ആശുപത്രിയിൽവെച്ച് മരിച്ചത് തൊഴിലാളികൾക്കിടയിൽ വലിയ അമർഷത്തിന് വഴിവെച്ചു. ഖനിമേഖലയിൽ രാഷ്ട്രീയ പ്രവർത്തനം നടത്തിയിരുന്ന നക്സലൈറ്റ് നേതാവ് പെഡഢി ശങ്കർ ഈ വിഷയം ഏറ്റെടുത്ത് വൻപ്രതിഷേധത്തിന് തിരികൊളുത്തി. ഇരുപത്തിമൂന്ന് വയസുള്ള ശങ്കർ റാഡിക്കൽ സ്റ്റുഡൻസ് യൂണിയനിലൂടെ

പ്രസ്ഥാനത്തിലെത്തിയ വ്യക്തിയായിരുന്നു. 1980 നവംബർ 2ന് ഗോദാവരി തീരത്തുവെച്ച് പെഡ്ഢി ശങ്കർ പോലീസിന്റെ വെടിയേറ്റു മരിച്ചു. പീപ്പിൾസ് വാർഗ്രൂപ്പിന്റെ ആദ്യ രക്തസാക്ഷി.

പെഡ്ഢി ശങ്കർ ഏറെ ജനകീയനായിരുന്നു. ശങ്കറിന്റെ മൃതദേഹം പോലീസിൽനിന്ന് ഏറ്റുവാങ്ങി നാട്ടുകാർ സംസ്കരിച്ചു. അടിയാളരുടെ പെരുമൻ അസ്തമിച്ച ആ ദുഃഖസന്ധ്യയിൽ സംസ്ക്കാരച്ചടങ്ങുകൾക്കിടെ ഗദ്ദർ പാടി. "രക്തിസാക്ഷികളുടെ ബലിദാനം വെറുതെയാകില്ല..." എന്നു തുടങ്ങുന്ന പാട്ട്. നിരാലംബരായ സ്ത്രീപുരുഷന്മാർ അത് ഏറ്റുപാടി. ബലിദാന ഗീതം എന്നു പുകൾപെറ്റ ആ പാട്ട് ഗോദാവരിയിലെ ഉഷ്ണക്കാറ്റിനൊപ്പം ആന്ധ്രയാകെ അലയടിച്ചു.

"ശങ്കർ, നിന്റെ ചിതയെരിവെ
സൂര്യചന്ദ്രന്മാർ സാക്ഷിയാകാനെത്തി.
അമ്മ, ഗോദവരിയുടെ ചുടുകണ്ണീരിൽ;
അവരുടെ പാദങ്ങൾ പ്രളയത്തിൽപ്പെട്ടു.
ഞങ്ങൾ ഇടയൻ നഷ്ടപ്പെട്ട ആട്ടിൻകൂട്ടം "

(ബലിദാന ഗീതം)

ആന്ധ്രയിലെ ജനരോഷങ്ങൾക്ക് വഴിമരുന്നിട്ട മറ്റൊരു സംഭവമായിരുന്നു ഇന്ദരവല്ലി കൂട്ടക്കൊല. ഗിരിജൻ റെയ്ത്തു കൂലി സംഘം (ഗോത്രജന തൊഴിലാളി സംഘം) എന്ന സംഘടനയുടെ കീഴിൽ ആന്ധ്രയിലെ ആദിവാസി തൊഴിലാളികൾ ഭൂവുടമകൾക്കും കൊള്ളപ്പലിശക്കാർക്കുമെതിരെ സംഘടിച്ചിരുന്നു. 1981 ഏപ്രിൽ 20-ന് ഉട്നൂർ താലൂക്കിലെ ഇന്ദരവല്ലിയിൽ സംഘടനയുടെ കീഴിൽ അണിനിരന്ന ആദിവാസി തൊഴിലാളികൾക്കുനേരെ പോലീസ് വെടിവെപ്പുണ്ടായി. പതിനഞ്ച് ആദിവാസികൾ വെടിവെയ്പ്പിൽ മരിച്ചു (നാൽപത്തിയഞ്ചിലേറെ പേർ മരിച്ചെന്ന് ദൃക്സാക്ഷികൾ പറയുന്നു). ഇതിൽ പ്രതിഷേധിച്ച് ഗദ്ദർ പാടിയ 'അടിമജീവിതം' എന്ന പാട്ട് ജനരോഷത്തിന് പുതിയ മുഖം നൽകി.

"എന്റെ മൂക്കിൽ തുളഞ്ഞു കയറുന്നു
വെടിമരുന്നിന്റെ തീക്ഷ്ണ ഗന്ധം
എന്റെ കണ്ണിൽ കുത്തിനിൽക്കുന്നു
ചേതനയറ്റ നിസ്സഹായ മുഖങ്ങൾ
എന്റെ ചുണ്ടിൽ ബാക്കിയാകുന്നു
ഇന്ദരവല്ലിയുടെ സഖാക്കളുടെ സമരഗീതം.."

(അടിമജീവിതം)

ഗദ്ദറിന്റെ ഈ പാട്ടുകളിലൂടെ വിപ്ലവത്തിന്റെ വിത്ത് അസ്വസ്ഥരായ ഒരു ജനതയുടെ പീഠഭൂമിയിൽ വീണുമുളച്ചു. പീപ്പിൾസ് വാർ ഗ്രൂപ്പ് ആന്ധ്രയുൾപ്പെടെയുള്ള പ്രദേശങ്ങളിലെ ചുവന്ന സ്വപ്നങ്ങളുടെ പര്യായമായി വളർന്നു. വികസിച്ചു. ബഹുജനപിന്തുണ നേടി.

പാട്ടിന്റെ കൊടുങ്കാറ്റിൽ ഇളകിയാടിയ സിംഹാസനങ്ങൾ

ഗദ്ദറിന്റെ പാട്ടിന്റെ കാട്ടുതീയിൽ ആന്ധ്രയിലെ അധികാരകേന്ദ്രങ്ങൾ തകർന്നുവീഴാൻ തുടങ്ങി. 1983-ൽ ഗദ്ദർ ജനങ്ങൾക്കിടയിൽ ഏറെ സ്വാധീനശക്തിയുള്ള വ്യക്തിയായി മാറിക്കഴിഞ്ഞിരുന്നു. ഗദ്ദർ ചുണ്ടനക്കാൻ തുങ്ങുമ്പോഴേക്ക് ജനലക്ഷങ്ങൾ ആവേശഭരിതരായി ഒത്തുകൂടി. ആ മേഘവിസ്ഫോടനങ്ങളിൽ ഭരണകേന്ദ്രങ്ങൾ കുത്തിയൊലിച്ചുപോയി. സഹികെട്ട് ആന്ധ്രമുഖ്യമന്ത്രിയായിരുന്ന നന്ദമുരി താരക രാമറാവുവെന്ന എൻ.ടി.ആർ പ്രഖ്യാപിച്ചു,

"ആട്ട, മാട്ട, പാട്ട ബന്ധ്" (ആട്ടവും പാട്ടും നൃത്തവും നിരോധിച്ചിരിക്കുന്നു)

ആടിയും പാടിയും തെലുങ്ക് വെള്ളിത്തിരയിൽ നിറഞ്ഞു നിന്ന സൂപ്പർതാരമാണ് ഈ സാംസ്കാരിക വന്ധ്യംകരണത്തിന്റെ വാറോലയിറക്കിയത് എന്നതാണ് വൈരുധ്യം. താരത്തിളക്കിന്റെ അകമ്പടിയോടെ കോൺഗ്രസ് വിരോധവും തെലുങ്ക് സ്വത്വബോധവും കൈമുതലാക്കി രാഷ്ട്രീയത്തിലിറങ്ങിയ എൻ.ടി.ആർ നക്സലൈറ്റുകളെ ദേശഭക്തർ എന്നാണ് വിശേഷിപ്പിച്ചിരുന്നത്. എന്നാൽ അധികാരസമവാക്യങ്ങളിൽ വിട്ടുവീഴ്ചചെയ്യാൻ തുടങ്ങിയതോടെ എൻ.ടി.ആർ കളംമാറ്റി ചവിട്ടി. പീപ്പിൾസ് വാർ ഗ്രൂപ്പിനെയും ജനനാട്യമണ്ഡലിയെയും നിരോധിച്ചു.

പക്ഷേ, സാംസ്ക്കാരിക ഫാസിസത്തിന് ഗദ്ദറിന്റെ പാട്ടുകളെ കീഴടക്കാൻ കഴിഞ്ഞില്ല. അത് ആന്ധ്രയുടെ നാട്ടുവഴികളിലൂടെ സഞ്ചാരം തുടർന്നു. കാളഹസ്തിയിൽ പരിപാടിയുണ്ടെന്നറിഞ്ഞ് പൊലീസ് ഗദ്ദറിനെ പിടികൂടാനായ് എത്തിയിരുന്നു. കർഷകവേഷത്തിലെത്തിയ ഗദ്ദർ പൊലീസ് അറിയാതെ പാട്ടു തുടങ്ങി. ആസ്വാദകർ ആ മാസ്മരിക വലയത്തിലായശേഷമാണ് പൊലീസ് ഇക്കാര്യം അറിയുന്നത്. അറസ്റ്റുചെയ്യാൻ പൊലീസ് ശ്രമിച്ചെങ്കിലും നാട്ടുകാർ സ്വജീവൻ പണയപ്പെട്ടുത്തി ഗദ്ദറിനെ രക്ഷപ്പെടുത്തി.

1983-ൽ കൊണ്ടപ്പള്ളി സീതാരാമയ്യ അറസ്റ്റിലായതോടെ ഗദ്ദർ പ്രതിസന്ധിയിലായി. കെ.ജി സത്യമൂർത്തി പാർട്ടി ചുമതല ഏറ്റെടുത്തു. കവിയും കലാകാരനുമായിരുന്ന കെ.ജി.എസിനു പക്ഷേ, പാർട്ടിയെ അച്ചടക്കത്തിന്റെ ചരടിൽ കോർത്തുകൊണ്ടുപോകാനുള്ള കഴിവില്ലായിരുന്നു. എങ്കിലും ഗദ്ദറുൾപ്പെടെയുള്ളവർ പാർട്ടിയുടെ ജനകീയഅടിത്തറ വർദ്ധിപ്പിക്കുന്നതിനുള്ള പ്രവർത്തനങ്ങളുമായി മുന്നോട്ടുപോയി. ഇതിനിടെയിൽ ഗദ്ദർ പോലീസ് പിടിയിലാവുകയും ചെയ്തു. പിന്നീട് വിട്ടയക്കുകയും ചെയ്തു. ഇതിനിടയിൽ 1984 ജനുവരി നാലിന് കൊണ്ടപ്പള്ളി സീതാരാമയ്യ ഒസ്മാനിയ ആശുപത്രിയിൽ പോലീസ് ഉദ്യോഗസ്ഥനെ കൊലപ്പെടുത്തി തടവുചാടി.

1989 ഡിസംബറിൽ ചന്ന റെഡ്ഢിയുടെ നേതൃത്വത്തിലുള്ള കോൺഗ്രസ് സർക്കാർ അധികാരത്തിലെത്തിയതോടെ പീപ്പിൾസ് വാർ ഗ്രൂപ്പിനുമേലുള്ള നിരോധനം നീക്കി. ഫിനീക്സ് പക്ഷിയെപ്പോലെ പീപ്പിൾ വാർ ഗ്രൂപ്പും ഗദ്ദറും ഉയർത്തെഴുന്നേറ്റു. ഗദ്ദറായിരുന്നു ആ പോരാട്ട കാലത്തിന്റെ ശരിക്കും ഹീറോ. 1990 ഫെബ്രുവരി 20-ന് സെക്കന്തിരാബാദിലെ നിസ്സാം കോളേജ് ഗ്രൗണ്ടിൽ നടന്ന പരിപാടി ഗദ്ദറിന്റെയും പാർട്ടിയുടേയും സ്വാധീനം ബോധ്യപ്പെടുത്തുന്നതായി. 1995-ൽ എൻ.ടി.ആറിന്റെ സിംഹാസനം മരുമകൻ ചന്ദ്രബാബു നായിഡു സ്വന്തമാക്കുകയും 1996 ജൂലൈയിൽ അധികാരത്തിലെത്തുകയും ചെയ്തതോടെ കാര്യങ്ങൾ കൂടുതൽ സങ്കീർണ്ണമായി. പീപ്പിൾസ് വാർ ഗ്രൂപ്പിനെതിരെ ചന്ദ്രബാബുനായിഡു കടുത്ത നിലപാടുകളാണ് സ്വീകരിച്ചത്. പീപ്പിൾസ് വാർഗ്രൂപ്പും തിരിച്ചടിച്ചു. 1998-ലും 2003-ലും നായിഡുവിനെതിരെ ആക്രമണങ്ങളുണ്ടായി. ഈ ആക്രമണങ്ങളിൽ മുടിനാരിഴയ്ക്കാണ് നായിഡു മരണത്തിൽ നിന്നും രക്ഷപ്പെട്ടത്. ഗദ്ദറിന്റെ പാട്ടുകൾക്ക് നിരോധനത്തിന്റെ ഇരുമ്പുമറ നേരിടേണ്ടിവന്നത് നായിഡുവിന്റെ കാലത്താണ്.

സന്ധിസംഭാഷണങ്ങളുടെ പെരുമ്പറമുഴക്കം

2004-ൽ കോൺഗ്രസ് ആന്ധ്രയിൽ അധികാരം പിടിച്ചെടുത്തതോടെ മാവോയിസ്റ്റുകളും സർക്കാരും തമ്മിലുള്ള സംഘർഷത്തിന് ചെറിയൊരു അയവു വന്നു. മുഖ്യമന്ത്രി വൈ.എസ്.രാജശേഖര റെഡ്ഢി ഇടതുതീവ്രവാദത്തെ നേരിടാൻ നടത്തിയ ശ്രമങ്ങളുടെ ഭാഗമായി സമാധാന ചർച്ചകൾക്ക് കളമൊരുക്കി. മാവോയിസ്റ്റ് പ്രശ്നത്തിന് പരിഹാരമുണ്ടാക്കുമെന്നത് കോൺഗ്രസിന്റെ തിരഞ്ഞെടുപ്പ് വാഗ്ദാനങ്ങളിലൊന്നായിരുന്നു അല്ലെങ്കിൽ അങ്ങനെ വരുത്തിത്തീർക്കാൻ ശ്രമിച്ചു എന്നു പറയാം. തെലുങ്കുദേശം സ്വീകരിച്ചിരുന്ന കടുത്ത നിലപാടുകൾക്ക് പകരം സമവായത്തിന്റെ വാതിലുകൾ പുതിയ സർക്കാർ തുറന്നിട്ടു. 2004 ജൂൺ 8-ന് ആഭ്യന്തരമന്ത്രി കെ. ജനറെഡ്ഢി മാവോയിസ്റ്റുകളെ സമാധാന ചർച്ചയ്ക്ക് ക്ഷണിച്ചു. പോലീസ് ആക്രമണം നിർത്തിയാൽ ആയുധങ്ങൾ പിൻവലിക്കാമെന്ന് പീപ്പിൾസ് വാർ ഗ്രൂപ്പും പ്രഖ്യാപിച്ചു. ജൂൺ 16-ന് ഇരുവിഭാഗവും വെടിനിർത്തൽ പ്രഖ്യാപിച്ചു. തോക്കുകൾ നിശ്ശബ്ദമായി. ആദ്യഘട്ടമെന്നോണം സർക്കാർ മൂന്നുമാസത്തെ വെടിനിർത്തൽ പ്രഖ്യാപിച്ചു. പീപ്പിൾസ് വാർ ഗ്രൂപ്പും മറ്റൊരു നക്സലൈറ്റ് സംഘടനയായ ജനശക്തിയുമായിരുന്നു സർക്കാരുമായി വെടിനിർത്തൽ കരാർ ഒപ്പിട്ടിരുന്നത്.

ഗദ്ദർ, വരവരറാവു, കല്യാണ റാവു എന്നിവരെയാണ് പീപ്പിൾസ് വാർ ഗ്രൂപ്പ് സർക്കാരുമായി സമാധാന ചർച്ചകൾക്ക് നിയോഗിച്ചിരുന്നത്. ഈ സമാധാന ചർച്ചകൾ ആന്ധ്രയിൽ മാത്രമല്ല, നക്സലൈറ്റ് ഗ്രൂപ്പുകൾ സജീവമായിരുന്ന എല്ലാ സംസ്ഥാനങ്ങളിലും വലിയ ചർച്ചാവിഷയമായി. ഇത്തരം സമാധാന ചർച്ചകളെ എതിർക്കുന്ന സമീപനമാണ്

നക്സലൈറ്റ് ഗ്രൂപ്പുകൾ ചിലയിടങ്ങളിൽ മാത്രം സജീവമായിട്ടുള്ള തമിഴ്നാട് സ്വീകരിച്ചത്. കേന്ദ്രസർക്കാർ തന്ത്രപൂർവ്വമായ മൗനമവലംബിച്ചു. സായുധവിപ്ലവത്തിന്റെ കാര്യത്തിൽ വിട്ടുവീഴ്ചകളില്ലെന്നു പ്രഖ്യാപിച്ച പീപ്പിൾ വാർഗ്രൂപ്പ്, ചർച്ചയ്ക്കെത്തുന്നത് ചരിത്രപരമായി നിർണ്ണായകമായിരുന്നു. മാക്സിസ്റ്റ് - മാവോയിസ്റ്റ് - ലെനിനിസ്റ്റ് പാതയിൽനിന്നും വഴിമാറാതെ ജനങ്ങളുടെ പ്രശ്നങ്ങൾക്ക് പരിഹാരം കാണാനുള്ള അവസരമായാണ് പീപ്പിൾസ് വാർ ഗ്രൂപ്പ് സർക്കാരുമായുള്ള ചർച്ചകളെ കണ്ടിരുന്നത്. സാധാരണക്കാരുടെ പ്രശ്നങ്ങൾക്ക് ഭരണാധികാരികൾ എത്രത്തോളം പരിഹാരം കാണും എന്നതിനെ ആശ്രയിച്ചായിരുന്നു ആന്ധ്രാസർക്കാരും നക്സലൈറ്റുകളും തമ്മിലുള്ള സമാധാനചർച്ചകളുടെ ഫലശ്രുതി.

"ആ ചർച്ചകളുടെ കാലത്ത് അഭൂതപൂർവ്വമായ ആവേശമാണ് ആന്ധ്രയിൽ ഉണ്ടായിരുന്നത്. ഒരേ കെട്ടിടത്തിൽ പ്രത്യേകം ഒരുക്കിയ മുറികളിൽ സർക്കാർ പ്രതിനിധികളും ഞങ്ങളും താമസിച്ചു. മാദ്ധ്യമങ്ങൾ ചർച്ചകൾക്ക് വലിയ പ്രാധാന്യം നൽകി. മൂന്ന് കാര്യങ്ങളാണ് പ്രധാനമായും വിപ്ലവപാർട്ടി, സർക്കാരിന്റെ മുന്നിൽവെച്ചത്. ജനാധിപത്യ അവകാശങ്ങളുമായി ബന്ധപ്പെട്ട പ്രശ്നങ്ങൾ, ഭൂപരിഷ്ക്കരണമുൾപ്പെടെയുള്ള കർഷക വിഷയങ്ങൾ, ജനങ്ങളുടെ സാമ്പത്തികസ്വാശ്രയത്വം എന്നിവയായിരുന്നു ചർച്ചാബിന്ദുക്കൾ.

പക്ഷേ, വിപ്ലവകാരികൾക്കുണ്ടായിരുന്ന ആത്മാർത്ഥത സർക്കാരിനില്ലായിരുന്നു. ഒരുതരം ഇരട്ടത്താപ്പാണ് സർക്കാർ സ്വീകരിച്ചത്. ഒരു വശത്ത് ചർച്ചകൾക്ക് വഴിതുറക്കുകയും മറുവശത്ത് വിട്ടുവീഴ്ചകൾക്ക് തയ്യാറാകാതിരിക്കുകയും ചെയ്തു. ചർച്ചകൾ പരാജയപ്പെടണമെന്നായിരുന്നു സർക്കാരിന്റെ ആവശ്യം. ഭൂമിയുടെ പുനർവിതരണം നടത്തണമെന്നും കൈവശഭൂമിക്ക് ഉയർന്ന പരിധി നിശ്ചയിച്ചിട്ടുള്ളതുപോലെ ഓരോ കർഷകകുടുംബത്തിനും ഉണ്ടായിരിക്കേണ്ട മിനിമം ഭൂമി മൂന്ന് ഏക്കറായി നിജപ്പെടുത്തണമെന്നും ഞങ്ങൾ സർക്കാരിനോട് ആവശ്യപ്പെട്ടു. സർക്കാരിന്റെ ഭൂവിതരണം കുടുംബത്തിലെ സ്ത്രീകളുടെ പേരിലാകണമെന്നതായിരുന്നു ഞങ്ങളുടെ മറ്റൊരു നിർദേശം. മിനിമം കൂലി ഉറപ്പാക്കണം, വിദേശ കുത്തക കമ്പനികളെ പടിയടച്ച് പിണ്ഡം വെയ്ക്കണം, മദ്യവിൽപ്പന നിരോധിക്കണം എന്നിവയും ചർച്ചയുടെ ഭാഗമായി ഞങ്ങൾ മുന്നോട്ടുവെച്ച കാര്യങ്ങളായിരുന്നു.

ഭൂപരിഷ്കരണ നിർദേശങ്ങൾക്കായിരുന്നു പാർട്ടി പ്രാമുഖ്യം നൽകിയിരുന്നത്. നിർദേശങ്ങൾ പഠിച്ച് തീരുമാനങ്ങൾ നടപ്പാക്കാൻ സർക്കാർ ഒരു കമ്മീഷനെ നിയോഗിക്കാമെന്ന ആശയത്തെ ഞങ്ങൾ പിന്തുണച്ചു. പക്ഷേ, ഞങ്ങൾ നിർദേശിക്കുന്ന അഴിമതിവിമുക്തരായ ഉദ്യോഗസ്ഥരെയും കമ്മീഷനിൽ ഉൾപ്പെടുത്തണമെന്ന ആവശ്യം സർക്കാർ നിരാകരിച്ചു. സർക്കാർ തന്നെ സമാധാന ചർച്ചകൾ പൊളിച്ചു.

ചർച്ചകളുടെ പേരിൽ പാർട്ടിക്ക് വലിയ വിലകൊടുക്കേണ്ടിവന്നു. വെടി നിർത്തലിന്റെ മറവിൽ പാർട്ടി അനുഭാവികളെ പൊലീസ് കൊന്നൊടുക്കി. ഇത്തരം ഒരു ചർച്ചയ്ക്ക് മുതിരുമ്പോൾ തന്നെ അതിന്റെ അപകടങ്ങളും ഞങ്ങൾക്ക് വ്യക്തമായി അറിയാമായിരുന്നു. സംഘടനയുടെ രഹസ്യ ങ്ങൾ പലതും തുറന്നുകാട്ടപ്പെടുന്ന അവസ്ഥ സ്വാഭാവികമായിരുന്നു. എന്നാൽ ചർച്ച വേണമെന്ന ശക്തമായ ആവശ്യമായിരുന്നു പാർട്ടി അണി കളിൽ നിന്നും ജനങ്ങൾ നിന്നും ഉയർന്നത്.

മാവോയിസ്റ്റുകൾ കാടുകളിൽ അലഞ്ഞുതിരിഞ്ഞു നടക്കുന്ന വരാണെന്ന സമൂഹത്തിലെ ചിലരുടെ തെറ്റിധാരണകൾ മാറി. ഭരണ പരവും സാമൂഹികവും സാമ്പത്തീകവുമായ വിഷയങ്ങളിൽ കൃത്യമായ നിലപാടുള്ളവരാണ് ഞങ്ങളെന്ന് സർക്കാരിനും അപ്പർ മിഡിൽക്ലാസിനും മനസ്സിലായി. ഞങ്ങൾ എന്തിനുവേണ്ടി നിലകൊള്ളുന്നുവെന്നതിന് കൂടുതൽ പ്രചാരം നൽകാൻ ചർച്ചകൾ സഹായിച്ചു. കൂടുതൽ പേർ ഞങ്ങളുടെ നിലപാടുകളിലെ നേരും നന്മയും തിരിച്ചറിഞ്ഞ് കൂടെ കൂടി. പക്ഷേ, ആ ശാന്തി താൽക്കാലികമായിരുന്നു. നൽഗോണ്ടയിലെ അജ്മാ പൂർ ഗ്രാമത്തിലുണ്ടായ അനിഷ്ട സംഭവങ്ങൾ സ്ഥിതിഗതികൾ മാറ്റി മറിച്ചു. അനിശ്ചിതാവസ്ഥയിലേക്ക് ആന്ധ്രയെ തള്ളിവിട്ടു.

ജനകീയപ്രശ്നങ്ങൾ പരിഹരിക്കുന്നതിൽ സർക്കാരിന്റെയും ഉദ്യോ ഗസ്ഥരുടെയും ഭാഗത്തുനിന്നുണ്ടാകുന്ന അലംഭാവം ജനങ്ങൾക്കു മുന്നിൽ പാർട്ടി തുറന്നു കാണിച്ചു. ചർച്ചകൾ പരാജയപ്പെട്ടെങ്കിലും ഉദ്യോ ഗസ്ഥ വൃന്ദത്തിന്റെ കഴിവുകേടുകൾ പാർട്ടിയുടെ പിന്തുണ കൂടുതൽ ശക്തമാക്കാൻ സഹായിച്ചു. വാഗ്ദാനങ്ങൾ പാലിക്കുക എന്നത് സർക്കാ രിനെ സംബന്ധിച്ചിടത്തോളം ഏറെ ദുഷ്ക്കരമായിരുന്നു. പ്രശ്നങ്ങൾക്ക് പരിഹാരങ്ങളുണ്ടാക്കാതെ സർക്കാർ സ്വയം ഒരു പ്രശ്നമായിമാറുകയാ യിരുന്നു." സർക്കാരിന്റെ സമാധാന ചർച്ചകളെ വ്യർത്ഥമായ പൊറാട്ടു നാടകങ്ങൾ എന്ന വിശേഷണത്തിലൊതുക്കി ഗദ്ദർ പറഞ്ഞു നിർത്തി.

പൊള്ളുന്ന പോരാട്ടപഥങ്ങളും അച്ചടക്കത്തിന്റെ ചൂരലും

അടിയന്തിരാവസ്ഥയ്ക്കു ശേഷമാണ് ഗദ്ദർ, പീപ്പിൾസ് വാർ ഗ്രൂപ്പിന്റെ സംഘടനാ സംവിധാനത്തിൽ പൂർണ്ണമായും ഭാഗഭാക്കാകുന്നത്. തോക്കിൻകുഴലിലൂടെയുള്ള അധികാരപ്രവേശം സ്വപ്നം കണ്ട് കാടേറി. ചൂഷണത്തിനുള്ള വിഷഹാരി മരുന്ന് തേടിയ സായുധസമരത്തിന്റെ പങ്കാളിയായി. ദന്തേവാഡയിൽ ആയുധപരിശീലനം നേടി. 45 അംഗദള ത്തിന്റെ ഭാഗമായി. കർശനമായ പരിശീലനത്തിന്റെയും ചിട്ടയായ ദിന ചര്യകളുടെയും നാളുകൾ. പരിമിതമായ സൗകര്യങ്ങളിൽ പ്രക്ഷുബ്ധ മായ സാഹചര്യത്തിൽ കഴിഞ്ഞു. 1980 – 90 കാലഘട്ടത്തിൽ പ്രസ്ഥാന വുമായി നിറതോക്കുമായി പ്രസ്ഥാനത്തിന്റെ പതാകാവാഹകനായി

ഇന്ത്യൻ ഗ്രാമങ്ങളിലൂടെ ഗദ്ദർ അലഞ്ഞു. പക്ഷേ, ഗദ്ദറിന് പ്രതീക്ഷ ളോടൊപ്പം നിരാശകളുടെയും ചില ബാക്കിപത്രങ്ങൾ ആ കാലത്തെ ക്കുറിച്ച് പങ്കുവെയ്ക്കാനുണ്ട്.

"പ്രസ്ഥാനത്തിൽ നേരിട്ട് ശക്തമായി ഇടപെട്ട നാളുകളിൽ കാട് വീടായി. ജീവിതം ഒരു തരത്തിൽ ദുസ്സഹമായ നാളുകൾ കൂടിയായി രുന്നു അത്. ജനങ്ങളായിരുന്നു ഞങ്ങൾക്ക് ഭക്ഷണം നൽകിയിരുന്നത്. ചിലർ പറയും ഭക്ഷണം നൽകണമെങ്കിൽ പാട്ടുപാടണമെന്ന്. പിന്നെ അവരുടെ കൂരകൾക്കുള്ളിൽ ശബ്ദം താഴ്ത്തി ഞാൻ പാടും. നാടിനെ ക്കുറിച്ച്, വീടിനെക്കുറിച്ച്. പാട്ടുകേട്ട് അവർ കരയും. അമ്മ, ഭാര്യ, മക്കൾ എല്ലാം എന്നിൽ നിന്നും അറുത്തുമാറ്റപ്പെട്ടു. എഴുത്തും വായനയുമില്ല. പാട്ടില്ല. വല്ലാത്തൊരു അവസ്ഥ!" ഗദ്ദർ പാതിയിൽ പറഞ്ഞു നിർത്തി.

പക്ഷേ, മൂന്നുപതിറ്റാണ്ട് പ്രവർത്തിച്ച പ്രസ്ഥാനത്തിൽ നിന്നും പിന്നീട് ഗദ്ദർ മാറ്റി നിർത്തപ്പെട്ടു. പീപ്പിൾസ് വാർ ഗ്രൂപ്പിന്റെ സംഘടനാപര മായ ചട്ടക്കൂടിൽ ഗദ്ദർ ഒതുങ്ങിനിൽക്കുന്നില്ലെന്ന് ആരോപിച്ചായിരുന്നു ആ അച്ചടക്കനടപടി. സ്വന്തം താൽപ്പര്യങ്ങൾ സംരക്ഷിക്കുന്നതിന് ഗദ്ദർ പാർട്ടിയെ ഉപയോഗപ്പെടുത്തി എന്ന കുറ്റപത്രത്തിന്മേൽ നാലു വർഷ ത്തേക്ക് ഗദ്ദറിനെ പാർട്ടിയിൽ നിന്നും സസ്പെൻഡു ചെയ്തു. പാർട്ടി യിൽ നിന്നും മാറിനിൽക്കേണ്ടിവന്നെങ്കിലും ഗദ്ദറിലെ വിപ്ലവകാരിക്ക് മാറ്റ മുണ്ടായില്ല. വീറിന് ഒട്ടും കുറവുവന്നില്ല.

ഗദ്ദറിനെതിരെ പാർട്ടിനേതൃത്വത്തിലെ ഒരു വിഭാഗം ഉന്നയിച്ച ആരോ പണങ്ങൾ ഇവയായിരുന്നു.

1. പാർട്ടിയുടെ പേര് സ്വന്തം താൽപര്യസംരക്ഷണത്തിനുവേണ്ടി ഉപ യോഗിച്ചു.
2. മഹാബോധി വിദ്യാലയ എന്നപേരിൽ ഒരു ഇംഗ്ലീഷ് മീഡിയം സ്കൂൾ ആരംഭിച്ചു. സ്കൂളിന്റെ നിർമ്മാണത്തിനായി പണപ്പിരിവുനടത്തി.
3. ജനനാട്യമണ്ഡലിയുടെ കാസറ്റുകൾ വിറ്റുലഭിച്ച നാലുലക്ഷം രൂപയ്ക്ക് കണക്ക് കാണിച്ചിട്ടില്ല.
4. വിപ്ലവഗാനങ്ങൾ സാമ്പത്തിക ലാഭത്തിനുവേണ്ടി സിനിമകൾക്ക് വിറ്റു.
5. പാർട്ടിയുടെ അനുമതിയില്ലാതെ പുസ്തകങ്ങൾ പ്രസിദ്ധീകരിച്ചു.
6. കോൺഗ്രസിലെ വിജയ ഭാസ്കര റെഡ്ഢി വിളിച്ചുചേർത്തയോഗ ത്തിൽ പങ്കെടുത്തു.
7. ജാ ജുമുക്ക ട്രസ്റ്റ് എന്ന പേരിൽ സാംസ്കാരിക സമിതി രൂപീകരി ക്കുകയും സംഗീതമ്യൂസിയം നിർമ്മിക്കാൻ ശ്രമിക്കുകയും ചെയ്തു.

ഗദ്ദറിനെതിരായി ഉയർന്ന ഈ ആരോപണങ്ങളെക്കുറിച്ച് അന്വേഷി ക്കാൻ പാർട്ടി സമിതിയെ നിയോഗിക്കുകയും ചെയ്തു.

സ്കൂൾ തുടങ്ങിയതും 'ഓരേ റിക്ഷാ' എന്ന സിനിമയ്ക്ക് പാട്ടെഴുതിയതും പാർട്ടിയുടെ അനുമതി വാങ്ങാതെയാണെന്ന് ഗദ്ദർ കുറ്റബോധത്തോടെ സമ്മതിക്കുന്നുണ്ട്. ഒപ്പം പാർട്ടിയിടെ പേരിൽ ലഭിച്ച പണം സ്വന്തം പോക്കറ്റിലാക്കാൻ ശ്രമിച്ചിട്ടില്ലെന്ന് ഉറച്ച ശബ്ദത്തിൽ പറയുന്നു. ആരോപണങ്ങൾ ഉന്നയിക്കുന്നവർ അത് തെളിയിക്കണമെന്ന് ഗദ്ദർ വെല്ലുവിളിക്കുന്നു. "മഹാബോധി വിദ്യാലയങ്ങൾ തുടങ്ങാൻ സിനിമാരംഗത്തുള്ള നിരവധി സുഹൃത്തുക്കൾ സാമ്പത്തിക സഹായം നൽകിയിട്ടുണ്ട്. ആ പണം സ്കൂളിന് വേണ്ടിമാത്രമാണ് ചെലവഴിച്ചത്. എല്ലാത്തിനും കൃത്യമായ രേഖകളുണ്ട്. അതിൽ നിന്നൊരു ചില്ലിക്കാശ് ഞാൻ വകമാറ്റി ചെലവഴിച്ചിട്ടില്ല." ലക്ഷങ്ങൾ കൈവശംവെച്ചവനെപ്പോലെയാണോ താൻ ജീവിക്കുന്നതെന്ന മറുചോദ്യത്തോടെ ഗദ്ദർ ആരോപണങ്ങളുടെ മുനയൊടിക്കുന്നു.

പീപ്പിൾസ് വാർ ഗ്രൂപ്പും ഗദ്ദറിന്റെ ആത്മാർത്ഥതയെ സംശയത്തിന്റെ മുനയിൽ നിർത്തുന്നില്ല. പക്ഷേ, അച്ചടക്കത്തിന്റെ കാര്യത്തിൽ തരിമ്പും വിട്ടുവീഴ്ചയ്ക്ക് തയ്യാറല്ലെന്ന നിലപാടാണ് പാർട്ടി നേതൃത്വത്തിന്. സിനിമാക്കാരൻ കൂടിയായ നരസിംഗറാവുവാണ് ഗദ്ദറിനെ പാർട്ടിയുടെ ഭാഗമാക്കിയത്. " ത്രസിപ്പിക്കുന്ന പ്രകടനമാണ് ഗദ്ദറിന്റേത്. ആ മാന്ത്രികതയിലൂടെ നിരവധിപേരെ പീപ്പിൾസ് വാർ ഗ്രൂപ്പ് ക്യാംപിലെത്തിക്കാൻ ഗദ്ദറിനും അദ്ദേഹത്തിന്റെ പാട്ടുകൾക്കും കഴിഞ്ഞിട്ടുണ്ട്. പക്ഷേ, ഒന്നോർക്കണം പാർട്ടിയാണ് ഗദ്ദറിനെ രൂപപ്പെടുത്തിയത്. ഒരു വ്യക്തിയും പാർട്ടിക്കുമേലെയല്ല." ഗദ്ദറിനുനേരെയുള്ള പാർട്ടി നടപടിയെക്കുറിച്ച് നരസിംഗറാവു മാധ്യമങ്ങളിലൂടെ പ്രതികരിച്ചതിങ്ങനെ.

1995 ൽ പുറത്തിറങ്ങിയ 'ഓരേ റിക്ഷാ' സിനിമയ്ക്കുവേണ്ടി ഗദ്ദർ ആറു പാട്ടുകളാണ് ഒരുക്കിയത്. ഒരു പാട്ടിനുപോലും പണം വാങ്ങിയിട്ടില്ലെന്ന് ഗദ്ദർ പറയുന്നു. "സിനിമയുടെ നിർമ്മാതാവിനെയും സംവിധായകനെയും എനിക്ക് വളരെ നന്നായി അറിയാം. സിനിമയുടെ സംവിധായകൻ ആർ.നാരായണറാവു എന്റെ സുഹൃത്തും കമ്മ്യൂണിസ്റ്റ് നിലപാടുള്ളയാളുമാണ്. ചുവപ്പൻ (തീവ്ര ഇടതുപക്ഷ) സിനിമകളുടെ പേരിൽ പ്രശസ്തനാണ് അദ്ദേഹം. സിനിമയിൽ ഉപയോഗിക്കുകയാണെങ്കിൽ പാട്ടുകൾ കൂടുതൽ ആളുകളിലേയ്ക്ക് എത്തുമെന്ന് എനിക്ക് തോന്നി. കമ്മ്യൂണിസ്റ്റ് ആശങ്ങൾ കൂടുതൽ പേരിലേക്ക് എത്തിക്കാൻ ജനപ്രിയമാധ്യമമായ സിനിമയ്ക്ക് കഴിയുമെന്ന് ഞാൻ വിശ്വസിക്കുന്നു. പാട്ടിന് ഞാൻ പണം വാങ്ങിയിട്ടില്ല."

പക്ഷേ സിനിമപോലുള്ള ഇംപീരിയലിസ്റ്റിക്ക് വസ്തുക്കൾ പാർട്ടി പ്രചാരണത്തിനായി ഉപയോഗിക്കുന്നതിനെ വരവരറാവുവിനെപ്പോലുള്ളവർ എതിർക്കുന്നു. സിനിമ വിപ്ലവഗാനങ്ങളുടെ ആത്മാവിനെ അഴിമതി നിറഞ്ഞതാക്കുമെന്ന് വരവര റാവു പറയുന്നു. ജനങ്ങളിലേക്ക് അവരുടേതായ മാധ്യമത്തിലൂടെ കടന്നുചെല്ലണം. നാടൻ കലകളും നാട്ടു

വഴക്കങ്ങളുമാണ് അവരുടെ ഹൃദയം തൊടാൻ നല്ലത്. അല്ലാതെ ഓഡിയോ ടേപ്പുകളും വീഡിയോ സിഡികളുമല്ലെന്ന് വരവരറാവു ചൂണ്ടി ക്കാട്ടുന്നു.

ഇത്രയും ജനകീയനായൊരു വ്യക്തിക്കെതിരെ പാർട്ടി എന്തുകൊണ്ട് നടപടിയെടുത്തുവെന്നതാണ് പ്രസക്തമായ ചോദ്യം. ഗദ്ദറിന്റെ കാര്യ ത്തിൽ നടപടികളെടുക്കാൻ വൈകി എന്നു വിശ്വസിക്കുന്നവരും പാർട്ടി യിലുണ്ട്. ജനപ്രിയനായ റിബൽ എന്നാണ് അവർ ഗദ്ദറിനെ വിശേഷിപ്പി ക്കുന്നത്. ഗദ്ദറിനെപ്പോലുള്ളവരെ ഇല്ലാതാക്കാൻ പാർട്ടിയിൽ ചില ശ്രമ ങ്ങൾ നടന്നുവെന്ന് മറ്റൊരു കൂട്ടർ ആരോപിക്കുന്നു. പാർട്ടിയുടെ പഴയ കാല പ്രവർത്തന രീതികളല്ല ഇപ്പോൾ കാര്യങ്ങൾ നിയന്ത്രിക്കുന്നത് എന്ന് ഇവർ ചൂണ്ടിക്കാട്ടുന്നു. നക്സലൈറ്റ് അനുഭാവി എന്നതിനേക്കാൾ ദലിത് ആക്ടിവിസ്റ്റ് എന്ന വിശേഷണത്തിനാണ് ഗദ്ദർ ഇപ്പോൾ കൂടുതൽ സ്വീകാര്യത നൽകുന്നത്. താൻ ഒരു അംബേദ്ക്കറിസ്റ്റിന്റെ മകനാണ്, ഒരു അംബേദ്ക്കറിസ്റ്റാണ് എന്ന് ഉച്ചത്തിൽ വിളിച്ചു പറയാൻ ഗദ്ദർ ഏറെ ഇഷ്ടപ്പെടുന്നു. ഇത് പീപ്പിൾസ് വാർ ഗ്രൂപ്പിലെ കടുത്ത തത്ത്വശാസ്ത്ര വാദികൾക്ക് എളുപ്പം ദഹിക്കുന്ന ഒന്നല്ല. തീക്ഷ്ണമായ സ്വാനുഭവ ങ്ങളാണ് ഗദ്ദറിനെ ഈ പരിണാമദിശയിലെത്തിച്ചത്.

തന്റെ പ്രവർത്തനശൈലിയോടും സ്വാതന്ത്ര്യവാഞ്ഛകളോടും പാർട്ടി പുലർത്തുന്ന നിരാസത്തോട് ഗദ്ദറിന് കടുത്ത അതൃപ്തിയാണു ള്ളത്. പാർട്ടിയോട് എന്നും വിമർശനബുദ്ധിയോടെയുള്ള സമീപനമാണ് ഗദ്ദറിനുള്ളതെന്ന് പാർട്ടിയിലെ ഒരുവിഭാഗം വിശ്വസിക്കുന്നു. എന്നാൽ ഗദ്ദർ ഇതിനെ ഖണ്ഡിക്കുന്നു. “ഞാൻ പാർട്ടിയിൽ വിശ്വസിക്കുന്നു. എനിക്ക് നക്സലൈറ്റ് പ്രസ്ഥാനത്തോട് വലിയ ബഹുമാനമാണുള്ളത്. പാർട്ടിക്കുവേണ്ടിയാണ് ഞാൻ ഭാര്യ വിമലയേയും മക്കളെയും വേർപിരിഞ്ഞ് ദീർഘകാലം ഒളിവിൽ കഴിഞ്ഞത്. ഈ ജീവിതം പാർട്ടി ക്കുവേണ്ടിയായിരുന്നു.പക്ഷേ, ഒന്നു മനസ്സിലാക്കണം ഞാനൊരു പാട്ടു കാരനാണ്. പാട്ടാണെന്റെ ജീവിതം. എന്തു സംഭവിച്ചാലും ഞാൻ പാട്ടു നിർത്തില്ല. അതിൽ നിന്നും എന്നെ തടയാൻ ആർക്കും കഴിയില്ല. നാട്ടുകാർ എന്നോട് പാടാൻ പറഞ്ഞാൽ, കൺമുൻപിൽ ഒരു നെറികേടു കണ്ടാൽ ഞാൻ പാടും. അപ്പോൾ പാർട്ടി പെരുമാറ്റച്ചട്ടങ്ങളെക്കുറിച്ച് ആലോചിക്കാറില്ല.” ഗദ്ദറിന് ലോകമാണ് അരങ്ങ്. നക്സലൈറ്റ് പ്രസ്ഥാ നത്തിന് മാറ്റങ്ങൾ വരാം. എന്നാൽ ഗദ്ദറിന്റെ പാട്ട് എന്നും സ്ഥായിയായി നിലനിൽക്കും.

നിരവധി ആക്രമണങ്ങളെയും, കൊലപാതക ശ്രമങ്ങളെയും, പോലീ സിന്റെ പീഡനങ്ങളെയും ഗദ്ദർ അതിജീവിച്ചു. ആറുതവണ ജയിൽവാസം. നിരവധിതവണ അജ്ഞാതവാസം. തലമുറകൾ ആ സംഗീതധാര ഏറ്റെ ടുത്തു. ആന്ധ്രയിലെ ഗ്രാമീണർ തങ്ങളുടെ ഈ ജനകീയകവിയെ കണ്ണിലെ കൃഷ്ണമണിപോലെ കാക്കുന്നു. അടുത്ത ദിവസം വന്ന ഒരു

കത്ത് ഗദ്ദർ എന്നെ കാണിച്ചു. കുനുകുനാ അക്ഷരങ്ങളിൽ തെലുങ്കിൽ എഴുതിയൊരു ഭീഷണിക്കത്ത്. 'ബ്ലാക്ക് കോബ്ര' എന്ന പേരിൽ. "കൊല്ലാൻ വരുമെന്ന് ഫോണിൽ ഭീഷണിപ്പെടുത്തുന്നവരോട് എന്റെ വീട്ട്മേൽവിലാസം പറഞ്ഞുകൊടുത്ത് എപ്പോൾ വേണമെങ്കിലും വരാം സ്വാഗതം എന്ന് പറയാറുണ്ട്!" ചരിച്ചുകൊണ്ട് ഗദ്ദർ പറഞ്ഞു.

തെലങ്കാന വിളിക്കുന്നു

"തെലങ്കാന സംസ്ഥാനം എന്ന ആവശ്യത്തിന്റെ സൈദ്ധാന്തികവും ആശയപരവുമായ വശങ്ങളെ സാധാരണക്കാരിലേക്ക് വിജയകരമായി എത്തിക്കാൻ കഴിഞ്ഞ ആദ്യ തെലങ്കാന നേതാവാണ് ഗദ്ദർ. അദ്ദേഹത്തിന്റെ പാട്ടിന്റെ കരുത്ത് തെലങ്കാന എന്ന ആശയത്തെ ജനമനസ്സുകളിലെ അടങ്ങാത്ത അഭിവാഞ്ഛയാക്കുന്നു." പ്രശസ്ത ദളിത് ചിന്തകൻ കാഞ്ചാ ഇലയ്യ പറയുന്നു.

തെലങ്കാന ഗദ്ദറിന് പോറ്റമ്മയാണ്. ഗോദാവരി നദി ജീവരക്തവും. 1969 മുതൽ ഗദ്ദർ തെലങ്കാന സംസ്ഥാനത്തിനുവേണ്ടി പാടിക്കൊണ്ടിരിക്കുന്നു. പോരാടിക്കൊണ്ടിരിക്കുന്നു. ഇപ്പോഴും പാടുന്നു. ഗദ്ദറിന്റെ "അമ്മാ, തെലങ്കാനമാ.. ആകലി കേകല ഗാനമാ.. " എന്ന ഗാനമാണ് തെലങ്കാനയുടെ ഔദ്യോഗികഗാനം. തെലങ്കാനയുടെ സാംസ്കാരിക സമൃദ്ധിയും ജീവിത ദാരിദ്ര്യവും തമ്മിലുള്ള സംഘർഷമാണ് പാട്ടിന്റെ ആധാരം.

"അമ്മേ തെലങ്കാനേ
വിശപ്പിന്റെ പാട്ടാണമ്മേ ഈ കേൾക്കുന്നത്
അമ്മയ്ക്ക് ദരിദ്രനായ ഈ മകന്റെ കൂപ്പുകൈ
സ്നേഹത്തിന്റെ മഹാപ്രവാഹം നീയാണമ്മേ
ഖമ്മം കാടിന്റെ ഹരിതാഭയാർന്ന സാരി നീ ചുറ്റുന്നു
അദിലബാദിലെ ഔഷധ ചെടികൾകൊണ്ടു മൈലാഞ്ചിയണിയുന്നു
നാകാരത്തെ പച്ചമര പശകൊണ്ട് നീ കണ്ണെഴുതുന്നു
കാട്ടുകുങ്കുമ പൂക്കളരച്ച് നീ മുഖത്ത് മഞ്ഞളെഴുതുന്നു
മുത്തും പവിഴവും കനകക്കട്ടികളും മുന്താണിയിൽ നീ കെട്ടിയിട്ടു
സ്വർണ്ണം വിളയുന്ന ഖനികളിൽ നീ കാലുകൾ നീട്ടിയിരുന്നു
മണ്ണു പൊന്നാക്കുന്ന പുഴകൾ നിന്നിലൂടെ കളകളം പാടിയൊഴുകി.
സീതയും രാമനും വാഴുന്ന ഭദ്രാചലം ക്ഷേത്രം നിന്റെ മടിത്തട്ടിൽ
സാക്ഷാൽ പരമേശ്വരൻ രാജണ്ണയായ വേമുലവാട ക്ഷേത്രവും
നിന്റെ മടിത്തട്ടിൽ,
നവവധുവിനെപ്പോലെ വിളങ്ങിയിരുന്ന നീയിന്ന്
വിധവയെപ്പോലെയായ് അയ്യോ കഷ്ടം.
നിന്റെ മക്കൾ വിശന്നൊട്ടിയ വയറുമായി ഊരുതെണ്ടുന്നു.
അമ്മേ തെലങ്കാനേ..."

(ഗദ്ദറിന്റെ തെലങ്കാനാ ഗീതം)

ഏറെ പ്രശസ്തമായ ആ പാട്ടിന്റെ സംക്ഷിപ്തരൂപം ഇങ്ങനെ. ഗദ്ദറിന്റെ തീക്ഷ്ണനാദത്തിൽ ഈ ഗാനം തെലങ്കാനയുടെ സീമകളിൽ അലയടിക്കുന്നു. 'മാ ഭൂമി' എന്ന ചിത്രത്തിനുവേണ്ടി ഗദ്ദർ പാടിയ 'ബന്ദേനക ബണ്ടി ഗട്ടി' എന്ന പാട്ടും തെലങ്കാന സംസ്ഥാന രൂപീകരണത്തിനായുള്ള അന്തർദാഹമാണ്.

രണ്ടായിരത്തിലാണ് തെലങ്കാനയ്ക്കായുള്ള സമരങ്ങൾ വീണ്ടും കരുത്താർജ്ജിക്കുന്നത്. കർഷകരും വിദ്യാർത്ഥികളും കലാകാരന്മാരും ഈ ആവശ്യവുമായി രംഗത്തിറങ്ങി. ഗദ്ദർ അവരെ മുൻനിരയിൽ നിന്നും നയിച്ചു. തെലങ്കാനയുടെ സാമൂഹിക, രാഷ്ട്രീയ, സാഹിത്യരംഗങ്ങളിൽ അത് പുത്തൻ ഉണർവ്വിന്റെ കാലമായിരുന്നു. മറവിയുടെയും ജീവിത മാറ്റങ്ങളുടെയും മച്ചിൻപുറത്ത് മാറാല പിടിച്ചു കിടന്നിരുന്ന നാടൻ കലാരൂപങ്ങൾ കാലഭേദങ്ങൾ കവച്ചുവെച്ച് തെലങ്കാനയിലെ അരങ്ങുകളിൽ നിറഞ്ഞു. പഴയ സാഹിത്യകൃതികൾ പുനർജനിച്ചു.

2002 ൽ 'ദാം ധൂം' എന്ന പേരിൽ കലാകാരന്മാർ ഒത്തുകൂടി പ്രതിഷേധിച്ചു. സ്വതന്ത്ര തെലങ്കാനയ്ക്കുവേണ്ടി ഗദ്ദറിന്റെ കാർമ്മികത്വത്തിൽ അരങ്ങേറിയ ആ കലാപ്രതിഷേധത്തിന്റെ സംഘാടകൻ കമ്മറെഡ്ഢിയായിരുന്നു. തെലങ്കാന സമരത്തിലെ അവിഭാജ്യഘടകമായി 'ദാം ധൂം' മാറി. ആടിയും പാടിയും കലാരൂപങ്ങൾ അവതരിപ്പിച്ചും തെലങ്കാനയെന്ന സ്വപ്നത്തിനായി ആളുകൾ ഒത്തുകൂടി. ഗദ്ദറിനൊപ്പം സുദ്ദല ഹനുമന്തു, അല്ലം വീരണ്ണ, എസ്.വെങ്കിടേശ്വരലു, നല്ല ആദി റെഡ്ഢി തുടങ്ങിയ പഴയതലമുറയിലെ കലാകാരന്മാരും വിമലക്ക, രാസമയി ബാൽകിഷൻ, ദേശപതി ശ്രീനിവാസ് തുടങ്ങിയ പുതുതലമുറ കലാകാരന്മാരും 'ദാം ധൂ'മിൽ അണിനിരന്നു. ഗദ്ദറിന്റെ 'പൊടുസ്തുന്ന പൊദ്ദുമീഡ നടുസ്തുന്ന കാലമാ...' എന്ന പാട്ടായിരുന്നു 'ദാം ധൂ'മിലെ ആദ്യ അവതരണം. 'ദാം ധൂം' പിന്നീട് എല്ലാ വർഷവുമുള്ള ഒത്തുചേരലായി മാറി.

തെലങ്കാന എന്ന ആശയം മുന്നോട്ടുവെയ്ക്കുന്ന എല്ലാ രാഷ്ട്രീയ പാർട്ടികളെയും ഒരു കുടക്കീഴിൽ കൊണ്ടുവരിക എന്ന ലക്ഷ്യത്തോടെയാണ് ഗദ്ദർ തെലങ്കാന ജോയിന്റ് ആക്ഷൻ കമ്മിറ്റി എന്ന ആശയം മുന്നോട്ടുവെച്ചത്. 2009-ൽ ജെ.എ.സി യാഥാർത്ഥ്യമായി. ബി.ജെ.പി, ടി.ആർ.എസ്, ന്യൂ ഡെമോക്രാറ്റിക്ക് പാർട്ടി എന്നീ കക്ഷികൾ ജെ.എ.സിയിൽ അംഗങ്ങളാണ്. കോൺഗ്രസിലെയും ടി.ഡി.പിയിലെയും ഒരു വിഭാഗം ആദ്യം ജെഎസിയിലുണ്ടായിരുന്നെങ്കിലും പിന്നീട് പിന്മാറി. തെലങ്കാന മാർച്ച്, മില്യൺ മാർച്ച്, സക്കല ജനുല സമ്മേ തുടങ്ങിയ പ്രക്ഷോഭ പരിപാടികളിലൂടെ ജെ.എ.സി തെലങ്കാനയ്ക്കായുള്ള സമരം തുടർന്നു. 'ദാം ധൂ'മിന്റെ നടത്തിപ്പും ജെഎസിയുടെ നേതൃത്വത്തിലായി. 2011 മാർച്ച് 4-ന് ഗദ്ദർ രാഷ്ട്രീയ കക്ഷികളല്ലാത്ത തെലങ്കാന അനുകൂല സംഘടനകൾക്കായി മറ്റൊരു കമ്മിറ്റി രൂപീകരിക്കണമെന്ന നിർദേശം മുന്നോട്ടുവെച്ചു. തെലങ്കാന എന്ന സ്വപ്നത്തെ രാഷ്ട്രീയ

ലക്ഷ്യങ്ങൾക്കായി പലരും ഒറ്റുകൊടുക്കുന്നുവെന്ന തിരിച്ചറിവായിരുന്നു ഈ നിർദ്ദേശത്തിനു പിറകിൽ.

തെലങ്കാനയ്ക്കുവേണ്ടി 2004-ൽ തെലങ്കാന രാഷ്ട്രസമിതിയുമായി ചേർന്ന് പ്രവർത്തിച്ചെങ്കിലും അഭിപ്രായവ്യത്യാസത്തെത്തുടർന്ന് പാർട്ടി വിട്ടു. ടി.ആർ.എസിൽ പ്രവർത്തിച്ചിരുന്നകാലത്ത് തെലങ്കാന സംസ്ഥാനത്തിനായി ധാം ധൂം നൃത്തം എന്ന പേരിൽ നാടൻകലാ പ്രതിഷേധ പരിപാടി സംഘടിപ്പിച്ചിരുന്നു. ടി.ആർ.എസ് നേതാവ് കെ ചന്ദ്രശേഖരറാവുമായുള്ള അഭിപ്രായവ്യത്യാസം രൂക്ഷമായതോടെയാണ് പാർട്ടിവിട്ടത്. “തെലങ്കാന എന്ന സ്വപ്നത്തെ രാഷ്ട്രീയ അധികാരത്തിലേക്കുള്ള കുറുക്കുവഴിയായി കണക്കാക്കുന്നവരുണ്ട്. അവരുമായി യോജിച്ചു നിൽക്കാൻ ഞങ്ങൾക്കാവില്ല. ഞങ്ങൾക്ക് രാഷ്ട്രീയ ലക്ഷ്യങ്ങളല്ല സാമൂഹ്യ ലക്ഷ്യങ്ങളാണുള്ളത്.” ആരെയും പേരെടുത്തു വിമർശിക്കാതെ ഗദ്ദർ തന്റെ രോഷം വ്യക്തമാക്കി. പിന്നീട് ഗദ്ദർ തെലങ്കാന പ്രജാ ഫ്രണ്ട് രൂപീകരിച്ചു.

തെലങ്കാന സംസ്ഥാനത്തിനുവേണ്ടി 2007 ഫെബ്രുവരിയിൽ പതിനൊന്ന് കലാസംഘടനകളെയും നൂറ്റിയൊന്ന് കലാകാരന്മാരെയും ഉൾപ്പെടുത്തി ഗദ്ദർ 360 കിലോ മീറ്റർ ദൈർഘ്യമുള്ള വൻപദയാത്ര നടത്തി. ശാന്തിയാത്ര എന്നു പേരിട്ട യാത്രയിൽ കക്ഷിരാഷ്ട്രീയഭേദമെന്യേ വൻ ജനപങ്കാളിത്തമുണ്ടായിരുന്നു.

2014 ഫെബ്രുവരി 20-ന് ആന്ധ്രാപ്രദേശ് വിഭജിച്ചു തെലങ്കാന സംസ്ഥാനം രൂപീകരിക്കാൻ തീരുമാനമായതോടെ ഗദ്ദർ ആഹ്ലാദത്തിന്റെ നെറുകയിലായിരുന്നു. തെലങ്കാന എന്ന സ്വപ്നത്തിനായി ജീവൻ വെടിഞ്ഞവരുടെ രക്തസാക്ഷി മണ്ഡപത്തിൽവെച്ച് ജനങ്ങൾക്ക് മധുരം വിതരണം ചെയ്ത് ഗദ്ദർ തന്റെ ആഗ്രഹസാഫല്യം ആഘോഷിച്ചു.

ആരോരുമറിയാതെ
മാഞ്ഞുപോകുന്ന അഗ്നിശലഭങ്ങൾ

“നായ്ക്കളെ കൊല്ലുന്നതിനും ഒരു ന്യായീകരണം ബോധിപ്പിക്കാനുണ്ടാകും. അപ്പോൾ പിന്നെ മനുഷ്യരെ കൊല്ലുന്നതിനോ... പക്ഷേ, അവർ അതിന് തയ്യാറല്ലായിരുന്നു.” ഉള്ളിൽ പുകയുന്ന രോഷത്തോടെ ഗദ്ദർ പറഞ്ഞു.

വ്യാജഏറ്റുമുട്ടലുകളിൽ ആളുകളെ കൊല്ലുകയും ആരുമറിയാതെ ഉപേക്ഷിക്കുകയും ചെയ്യുന്ന പൊലീസ് നടപടികളെക്കുറിച്ചാണ് ഗദ്ദർ പറയുന്നത്. മാവോയിസ്റ്റ് വേട്ടയുടെ പേരിൽ പൊലീസ് നടത്തുന്ന ഈ നരമേധം വലിയ മനുഷ്യാവകാശ പ്രശ്നം കൂടിയാണ്. 1995 മുതൽ ഈ വിഷയത്തിൽ ശക്തമായി ഇടപെട്ടുകൊണ്ട് ഗദ്ദർ പോരാടുന്നു.

മാവോയിസ്റ്റ് അനുകൂലികളോ അല്ലാത്തവരോ ആയ ഗ്രാമീണരെ പോലീസ് പിടിച്ചുകൊണ്ടു പോയി കൊലപ്പെടുത്തുന്നു. വ്യാജ ഏറ്റു

മുട്ടലുകളിൽ കൊല്ലപ്പെട്ട ഇവരുടെ മൃതദേഹം ആരും കാണാതെ മറവു ചെയ്യുകയോ, ഉപേക്ഷിക്കുകയോ ചെയ്യും. ആരും അറിയാതെ ജീവിതത്തിൽ നിന്നും പലരും എന്നന്നത്തേക്കുമായി മാഞ്ഞുപോയി.

വ്യാജ ഏറ്റുമുട്ടലുകളുടെ സത്യാവസ്ഥ ജനങ്ങളെ അറിയിക്കണമെന്നും മൃതദേഹങ്ങൾ പോസ്റ്റുമാർട്ടം ചെയ്ത് ബന്ധുക്കൾക്ക് വിട്ടുകൊടുക്കണമെന്നും ആവശ്യപ്പെട്ട് ഗദ്ദർ പ്രക്ഷോഭമാരംഭിച്ചു. മേഥക്, നല്ലഗോണ്ട ജില്ലാ ഭരണകൂടങ്ങൾക്കുമുന്നിൽ ഗദ്ദർ സമരം നടത്തി. മൃതദേഹങ്ങളും, ചിതാഭസ്മവുമെല്ലാം ഉയർത്തിക്കാട്ടി പ്രതിഷേധ പരിപാടികൾ സംഘടിപ്പിച്ചു. കാണാതായവരുടെ മാതാപിതാക്കളും സാമൂഹിക പ്രവർത്തകരും സമരത്തിൽ ഗദ്ദറിനൊപ്പം കൈകോർത്തു. ഹൈക്കോടതിയിലും സംസ്ഥാനനിയമസഭയിലും ഗദ്ദർ പ്രതിഷേധമെത്തിച്ചു. ഗദ്ദർ അറസ്റ്റിലായി. വിവിധ മനുഷ്യാവകാശ സംഘടനകളുടെയും ദലിത് പ്രസ്ഥാനങ്ങളുടെയും ഇടപെടലിനെത്തുടർന്ന് ഒരാഴ്ചയ്ക്കുശേഷം ഗദ്ദർ ജയിലറയിൽ നിന്നും പുറത്തിറങ്ങി. ഹൈക്കോടതി പ്രശ്നത്തിൽ ഇടപെടുകയും മൃതദേഹങ്ങൾ പോസ്റ്റുമാർട്ടം നടത്തി ബന്ധുക്കൾക്ക് വിട്ടുകൊടുക്കാൻ ആവശ്യപ്പെടുകയും ചെയ്തു. ഇതെല്ലാം ഗദ്ദറിനെ പൊലീസിന്റെയും സർക്കാരുകളുടെയും കണ്ണിലെ കരടാക്കിമാറ്റി. ഗദ്ദറിനെതിരെ പ്രതികാരനടപടികളുമായി അധികാരികൾ രംഗത്തിറങ്ങി. ജീവൻ വെടിയുണ്ടയിൽ കുരുങ്ങിയ ആക്രമണങ്ങൾ ഗദ്ദറിന് നേരിടേണ്ടിവന്നു. പക്ഷേ, ഗദ്ദർ കുലുങ്ങിയില്ല.

രണ്ടു വരികൾ ചേരുമ്പോൾ കൊള്ളിയാൻ പിറക്കുന്നു

വിപ്ലവത്തിലേക്ക് വഴി നടത്തുന്ന ഇടയൻ

"ഗോദാവരി അശാന്തയായ് ഒഴുകുന്നു,
ദണ്ഡകാരണ്യത്തിലെ നിബിഡവനങ്ങളിൽ
അസ്വസ്ഥതകളുടെ ഹേമന്തകാലം.
നാടുവിട്ടു കാടേറിയ സഖാക്കളുടെ വീര്യം
കെട്ടഴിച്ചുവിട്ട കാറ്റെങ്ങുനിന്നു വീശുന്നു.
പോരിൻ പരാഗരേണുക്കളുമായ് ഞാൻ അലയവെ
ഒരാൾ പറയുന്നു;
ഗദ്ദർ ആയുധമാണെന്ന്.
മറ്റൊരാൾ പറയുന്നു,
അത് വമ്പു പറയലാണെന്ന്.
ഒരാൾ പറയുന്നു
ഗദ്ദറിന്റെ ചുവടുകൾ ദരിദ്രന്റെ തുള്ളലാണെന്ന്.
മറ്റൊരാൾ പറയുന്നു,
ഗദ്ദറിന്റേത് അടിമക്കുടികളിലെ നൃത്തമാണെന്ന്.
ഒരാൾ പറയുന്നു;
അത് നാടോടിക്കവിതകളാണെന്ന്.
മറ്റൊരാൾ പറയുന്നു;
ഗദ്ദർ വാക്കുകൾ അറിയാത്തവനാണെന്ന്.
ഒരാൾ പറയുന്നു
ഗദ്ദർ ഇതിഹാസമാണെന്ന്.
മറ്റൊരാൾ പറയുന്നു;
ഗദ്ദർ അധഃകൃതനേക്കാൾ താഴ്ന്നവനാണെന്ന്.
ഒരാൾ പറയുന്നു
ഗദ്ദർ ധരിക്കുന്നത് ഗോത്രവേഷമാണെന്ന്
മറ്റൊരാൾ പറയുന്നു;

ഇത് എന്തുമോശം വേഷമാണെന്ന്.
ഒരാൾ എന്നെ പുറത്താക്കി.
മറ്റൊരാൾ എന്നെ നെഞ്ചിലേറ്റുവാങ്ങി.
ഇതെല്ലാം ഒരു ഗദ്ദർ
കാഴ്ചകൾ പക്ഷേ, പലത്.
എല്ലാം നല്ലത്..."

(ഗദ്ദറിന്റെ ആത്മഗാനം)

സ്വജീവിതത്തെ കൃത്യമായി അടയാളപ്പെടുത്തുന്ന ഗദ്ദറിന്റെ പാട്ട്. ഓരോ കാലഘട്ടത്തിലെയും വ്യത്യസ്തമായ കാഴ്ചപ്പാടുകൾ ഗദ്ദറിനെ പരുവപ്പെടുത്തി. അതിനെ നിർമ്മമതയോടെ ഗദ്ദർ നോക്കിക്കാണുന്നു.

ഒരുവരി മൂളാതെ ഗദ്ദറിന് സംഭാഷണം പൂർത്തിയാക്കാൻ കഴിയില്ല. ശ്വാസംപോലെ അത് സ്വാഭാവികമായി സംഭവിക്കുന്നു. ആത്മകഥാപര മായയൊരു ഗാനമാണ് ഗദ്ദർ പാടിയത്. വൈരുധ്യങ്ങൾ സംഗമിക്കുന്ന ഒരു ബിന്ദുപോലെ ഗദ്ദർ തന്നെത്തന്നെ കണ്ടെത്തുന്നു. കറുപ്പും വെളു പ്പുമല്ല ഇതു രണ്ടും ചേർന്ന ചാരനിറമാണ് ജീവിതമെന്ന് അടിവരയി ടുന്നു. ഒന്നായ ഗദ്ദറിനെ പലതായി കാണുന്നു ലോകം. നക്സലൈറ്റായി, ദളിത് നേതാവായി, ഗായകനായി, കവിയായി, നർത്തകനായി എല്ലാം. ഒന്നും പൂർണ്ണമായ അർത്ഥത്തിലല്ല ഇത്. എല്ലാറ്റിനും ഇടയിലെവിടെയോ ഗദ്ദറിന് ഒരിടമുണ്ട്.

പാട്ടിനും പറച്ചിലിനും ഇടയിലെ അതിർത്തി ഗദ്ദറിൽ അലിഞ്ഞി ല്ലാതെയാകുന്നു. താളാത്മകമായ സംസാരവും, മുദ്രാവാക്യംപോലെ മൂർച്ഛയുള്ള പാട്ടും ഒരുപോലെ അനുഭവിച്ചറിയാം. സംസാരത്തിനി ടയിൽ നീളൻ മുടിയിൽ അലസമായി വിരലോടിക്കുന്നു. ഇടയ്ക്കിടെ വലതു കൈ താളാത്മകമായി ചലിപ്പിക്കുന്നു. അശാന്തമായൊരു സമുദ്രം പോലെ... പാട്ടിന്റെ തിരകൾ മനസ്സിന്റെ പാറക്കൂട്ടങ്ങളിൽ ചിതറി ത്തെറിക്കുന്നു. ചിലർ ഗദ്ദറിനെ പാട്ടുകാരൻ എന്ന നിലയിലാണ് നോക്കി ക്കാണുന്നത്. മറ്റുചിലരാകട്ടെ ഗദ്ദറിനെ കവിയായിക്കൂടി അംഗീകരിക്കു ന്നുണ്ട്.

ഒരു മഹാവൃക്ഷത്തിന്റെ വേരറ്റം തേടിപ്പോകുമ്പോലെ ശ്രമകരമാണ് ഗദ്ദറിലെ പാട്ടിന്റെ ഉറവതേടിപ്പോകൽ. അത് ആകാശംപോലെ അനാദി യായി കിടക്കുന്നു. അത് കടലുപോലെ ആഴമാർന്നു കിടക്കുന്നു. ഒരു പക്ഷേ, ഗദ്ദർ ജനിക്കുന്നതിനുമുൻപേതന്നെ ഗദ്ദറിലെ പാട്ടിന്റെ പിറവി നടന്നിട്ടുണ്ട്. കാരണം ഗദ്ദർ പാടുന്നത് തലമുറകളുടെ താളക്കൈയിൽ നിന്നുകൊണ്ടാണ്. നൂറ്റാണ്ടുകൾ പഴക്കമുള്ള നോവിന്റെ ആവർത്തന മാണ് ആ പാട്ടുകൾ. മിക്കപ്പോഴും തോന്നും ഗദ്ദർ ഒറ്റയ്ക്കു കത്തുന്ന ഒരു ദ്വീപാണെന്ന്. അസ്ഥികളിൽ അഗ്നിപൂത്തുനിൽക്കുന്ന കാട്ടുകടമ്പാ ണെന്ന്.

വാക്കിന്റെ മഹാവർഷത്തിനിടയിൽ ഞാൻ ഗദ്ദറിനോട് ഒരാഗ്രഹമറിയിച്ചു. “ഗദ്ദറിന്റെ തനതു രീതിയിൽ രണ്ടുവരി പാടാമോ ?” ഉറക്കെ ചിരിച്ചുകൊണ്ട് ഗദ്ദർ അടുത്ത മുറിയിലേക്കുപോയി. കുറച്ചു സമയം കഴിഞ്ഞ് ഗദ്ദറും രണ്ടുപേരും വന്നു. ഗദ്ദർ, കുപ്പായത്തിനുമേലെ ചുവന്ന കരയുള്ള ഒരു കറുത്ത കമ്പിളിപ്പുതപ്പ് (ഗോച്ചി) ഒരു തോളിലൂടെ ഇട്ടിരുന്നു. കഴുത്തിൽ വെളുത്ത വരയുള്ള ഒരു ചുവന്നമുണ്ട് ചുറ്റിയിരുന്നു. കൈയിൽ മുളവടിയിൽ കെട്ടിയ ചെങ്കൊടി. കാലിൽ ചിലങ്ക (ഗജ്ജെലു). ഈ വേഷമണിഞ്ഞാണ് ഗദ്ദർ പരിപാടികൾ അവതരിപ്പിക്കുക.

ഗോലദോത്തി എന്ന് വിളിക്കപ്പെടുന്ന ഈ വേഷം ആന്ധ്രയുടെ ഗോത്രസ്മൃതികളുടെ വീണ്ടെടുപ്പാണ്. തെലങ്കാനയിലെ ഇടയരുടെ രൂപഭാവം. ആദി സംസ്കൃതിയുടെ ചരിത്രപ്പഴമകളിലേക്കുള്ള തിരിച്ചുപോക്ക്. ആന്ധ്രാപ്രദേശിലെ ചരിത്രപ്രാധാന്യമുള്ള സ്ഥലങ്ങളിലൊന്നായ ഗോൽക്കൊണ്ടയ്ക്ക് ആ പേരു ലഭിച്ചത് ആട്ടിടയന്മാരുമായി ബന്ധപ്പെട്ടാണ്. ആട്ടിടയന്റെ കുന്ന് എന്നാണ് ഗോൽക്കൊണ്ട എന്ന വാക്കിനർത്ഥം. തപ്പും തുടിയും ആ ഇടയഗാനത്തിന് താളമൊരുക്കും. മണിക്കൂറുകളോളം പാടിയും ഏറ്റുപാടിച്ചും ഗദ്ദറെന്ന ഇടയൻ ലക്ഷക്കണക്കിന് ആളുകളെ സായുധവിപ്ലവത്തിലേക്ക് വഴിനടത്തുന്നു.

ആദ്യകാലത്ത് വേഷം ഇത്തരത്തിലായിരുന്നില്ല. സാധാരണ ലുങ്കിയുടുത്താണ് പരിപാടികൾ അവതരിപ്പിച്ചിരുന്നത്. സ്റ്റേജു നിറഞ്ഞുള്ള ഗദ്ദറിന്റെ പ്രകടനത്തിന് ലുങ്കി ശരിയാകാതെ വന്നപ്പോഴാണ് വലിച്ചുകുത്തുന്ന ദോത്തികൾ ഉപയോഗിക്കാൻ തുടങ്ങിയത്. പിന്നീട് അതിന്റെ സാമൂഹിക പശ്ചാത്തലവും ജനങ്ങൾക്കിടയിലെ സ്വാധീനവും പരിഗണിച്ച് ഇടയവേഷത്തിലേക്ക് പരിണമിക്കുകയായിരുന്നു. ഷർട്ടിടാറില്ല. അർദ്ധനഗ്നൻ.

വർണ്ണശബളമായ വേഷം കാണികൾക്കും കലാകാരനുമിടയിൽ അകലമുണ്ടാക്കുമെന്ന് ഗദ്ദർ വിശ്വസിക്കുന്നു. ഈ അകലം ആശയപ്രചാരണത്തിനും സംവേദനക്ഷമതയ്ക്കും തടസ്സമുണ്ടാക്കും. വിപ്ലവത്തിനായുള്ള ആഹ്വാനത്തിനേക്കാൾ വസ്ത്രത്തെക്കുറിച്ചുള്ള ചർച്ചകൾക്ക് കാരണമാകും. അനുഭവങ്ങളുടെ മണലാരണ്യത്തിൽനിന്നും കുറ്റിക്കാടുകളിൽ നിന്നും പാറക്കൂട്ടങ്ങളിൽനിന്നും കടന്നുവരുന്ന ആട്ടിടയൻ. അവന്റെ ചിലമ്പൊലിക്കനുസരിച്ച് കൂട്ടത്തോടെ പ്രതിഷേധത്തിന്റെ കുന്നുകൾ കയറുന്ന ആട്ടിൻപറ്റങ്ങൾ. പാട്ടിന്റെ ഒറ്റമന്ദാരമാണ് പൊരിവെയിലത്ത് വരണ്ടപാടങ്ങളിലൂടെ നഗ്നപാദനായി കടന്നുപോകുന്ന ഇടയനും അവന്റെ ആട്ടിൻകൂട്ടത്തിനും തണലൊരുക്കുന്നത്. ഗദ്ദറിന്റെ ഇടയവേഷത്തിന് സ്വീകാര്യതയേറെയാണ്. തെലങ്കാനയിലെ ജനങ്ങൾ ‘ഗദ്ദറണ്ണാ’ എന്നാണ് വിളിക്കാറ്. ആ വിളിയിൽ സ്നേഹ, ബഹുമാനങ്ങളുടെ അനാദി പ്രപഞ്ചം ഒളിഞ്ഞുകിടപ്പുണ്ട്.

ഞങ്ങൾക്കു മുന്നിൽ ഇത്തവണ പാടിയത് തൂക്കുമരമേറാൻ സഖാക്കളോട് യാത്രപറഞ്ഞ് പിരിയുന്ന ഒരു വിപ്ലവകാരിയുടെ ജീവിതഗാനം.

'ഹേയ്!' എന്ന് ശബ്ദമുണ്ടാക്കി ഗദ്ദർ രണ്ടുതവണ മുകളിലേക്ക് ഉയർന്നു ചാടി. പിന്നീട്, തല മുകളിലേക്ക് ഉയർത്തി വലതുകൈ ആകാശത്തേക്ക് ഉയർത്തി പാടാൻ ആരംഭിച്ചു. പാട്ടിന്റെ താളഭേദങ്ങൾക്കനുസരിച്ച്, ജീവിതകഥയുടെ പിരിമുറുക്കങ്ങൾക്കനുസരിച്ച് ഗദ്ദറിന്റെ മുഖഭാവങ്ങൾ തീക്ഷ്ണമാകാൻ തുടങ്ങി. വെളുത്തുനീണ്ട മുടി പൂമരംപോലെ പൂത്തുലഞ്ഞു. പാട്ടിനിടയിൽ ചെറിയ ചില സംഭാഷണങ്ങളും. ഗദ്ദർ തറയിൽ മുട്ടുകുത്തി നിന്ന് ചുവന്ന തുണി നെഞ്ചോട് ചേർത്തുപിടിച്ചു. തലമുറകൾക്കുവേണ്ടി നീതിപൂർവ്വമായ ലോകം സ്വപ്നംകണ്ട് കുലം വിട്ടുപോയ രക്തസാക്ഷിയുടെ നേരിന്റെ അടയാളവാക്യം ജ്വലിച്ചു. എഴുന്നേറ്റുനിന്ന് ചുവന്നകൊടി ഉയർത്തിപ്പിടിച്ചു. വരികൾ പതിയെ പതിയെ കാറ്റിൽ അലിഞ്ഞലിഞ്ഞ് ഇല്ലാതായി. പാട്ടുപൂർത്തിയാക്കി ഗദ്ദർ കസേരയിൽ ഇരുന്നു. നെറ്റിൽ വിയർപ്പുപൊടിയുന്നു. ഞങ്ങളുടെ സുഹൃത്തുക്കൾ ചെസ് ബോർഡുമായി വന്നു.

"ഇനിയൊരു യുദ്ധമാകാം..." കുമാർ പറഞ്ഞു. സംഭാഷണത്തിന് ഒരു ചെറിയ ഇടവേള നൽകി.

കാലാളും തേരും രാജാവും രാജ്ഞിയും പോർമുഖത്ത് അണിനിരന്നു. ചതുരംഗക്കളത്തിൽ അങ്കത്തിന് മുഖാമുഖം. കരുനീക്കങ്ങളുടെ സിംഫണിയുയർന്നു. വെറുതെ ഞങ്ങളൊരു പരീക്ഷണം നടത്തി. വെള്ളക്കരുക്കൾക്ക് അധികാരികൾ എന്നു പേരുവെച്ചു. സ്വാഭാവികമായും കറുത്തകരുക്കൾ ജനങ്ങളുമായി. മൗനം ചിന്തകളുടെ മൂർച്ഛകൂട്ടി. നാലാം നീക്കത്തിൽ വെളുമ്പന്മാർ 'പോണി'നെ കഴുവേറ്റി 'ഗ്യാംബീറ്റിന്റെ' ചൂണ്ടയെറിഞ്ഞു. ആധിപത്യത്തിന്റെ പടനിലത്തിൽ അംഗബലം ബലിയായി. കറുത്തവന്റെ രാജ്ഞി നിലയില്ലാകുരുക്കിൽ. "അല്ലെങ്കിലും പെട്ടുപോവലും പരാജയത്തിന്റെ പഴിവാങ്ങലും പെണ്ണിന് വിധിച്ചിട്ടുള്ളതാണല്ലോ!" ആകാംക്ഷയുടെ മുനിയൊടിച്ച് കൂട്ടത്തിലാരുടെയോ സംസാരമുയർന്നു.

"ചെക്ക്മേറ്റ്..." പ്രലോഭനത്തിന്റെ കെണിയൊരുക്കി അധികാരിക്കരുൾ കറുത്തകരുക്കളെ അടക്കിവാണു. ഞങ്ങൾ അതിന് തലവാചകവും നൽകി

"ജനാധിപത്യത്തിലെ അനിവാര്യമായ ദുരന്തം"

ചോര നനവുള്ള ചാവുതറ, തീവ്രാനുഭവങ്ങളുടെ പെരുങ്കളിയാട്ടം

ഗദ്ദറിന്റെ പ്രകടനം ഒരു ദൃശ്യ- ശ്രാവ്യ വിരുന്നാണ്. വേഷത്തിലെ ഓരോ വസ്തുവിനും കലാപ്രകടനത്തിൽ കൃത്യമായ സ്ഥാനമുണ്ട്. അർത്ഥമുണ്ട്. ഓരോ പാട്ടിനനുസരിച്ചും അർത്ഥവും അടയാളവും മാറിക്കൊണ്ടിരിക്കും. കൈയിലെ ചുവന്നതുണി താളത്തിന്റെ ഏറ്റക്കുറച്ചിലിനനുസരിച്ച് ഇളകിക്കൊണ്ടിരിക്കും. അമ്മയെക്കുറിച്ചും തെലങ്കാനയെക്കുറിച്ചും വിപ്ലവത്തെക്കുറിച്ചും രക്തസാക്ഷികളെക്കുറിച്ചുമെല്ലാം പാടുമ്പോൾ ഈ

ചുവന്നതുണിക്ക് ഓരോ അർത്ഥങ്ങളാണ്. പ്രസ്ഥാനത്തെക്കുറിച്ച് പറയുമ്പോൾ ഈ തുണി നിറതോക്കിന്റെ പ്രതീകമാണ്. വീര, രൗദ്ര ഭാവങ്ങളെ ദ്യോതിപ്പിക്കാൻ ചുവന്നതുണി ആകാശത്തേക്ക് ഉയർത്തും. കരുണരസമാണെങ്കിൽ ചുവന്ന തുണി നെഞ്ചോട് ചേരും. ആന്ധ്രയിലെ വർണ്ണവ്യവസ്ഥയനുസരിച്ച് ഓഗു എന്നു വിളിക്കപ്പെടുന്ന യാദവസമുദായാംഗങ്ങൾ കാലികളെ മേയ്ക്കാൻ പോകുമ്പോൾ എടുത്തണിയുന്നതാണ് ആ കട്ടിയുള്ള കമ്പിളിപ്പുതപ്പ്. ചൂടിലും തണുപ്പിലും മഴയിലും അഭയമേകുന്നതാണ് കമ്പിളിപ്പുതപ്പ്. ഗദ്ദറിന്റെ അവതരണവേളയിൽ കമ്പിളിപ്പുതപ്പ് ഗോത്രവേരുകളുടെ പരുക്കൻ ചിഹ്നമാകുന്നു. അധികാരത്തിന്റെ കറുപ്പാകുന്നു. ധാർഷ്ട്യത്തിന്റെ കട്ടിയുള്ള ബിംബമാകുന്നു. അമ്മയുടെ മടിത്തട്ടാകുന്നു.

ആട (aata), പാട (paata), മാട (maata) അഥവാ ആട്ടം, പാട്ട്, സംസാരം എന്നിവ സന്ദർഭോചിതമായി ഇഴചേർന്നതാണ് ഗദ്ദറിന്റെ അവതരണങ്ങൾ. നിരന്തമായ പരീക്ഷണങ്ങളിലൂടെയും പ്രയോഗങ്ങളിലൂടെയും സ്വയം രൂപപ്പെടുത്തിയ ശൈലിയാണത്. ആദ്യകാലങ്ങൾ പാട്ടുകൾ മാത്രമേ ഉണ്ടായിരുന്നുള്ളു. പിന്നീട് ഗദ്ദറിന്റെ കല കൂടുതൽ കൂടുതൽ രാഷ്ട്രീയവത്ക്കരിപ്പെട്ടതോടെ മുദ്രാവാക്യസമാനമായ പ്രസ്താവനകളും, ചൂഷകരെയും അധികാരിവർഗ്ഗത്തെയും പരിഹസിക്കുന്ന സംഭാഷങ്ങളും അവതരണത്തിൽ ഇടംപിടിക്കുകയായിരുന്നു. പാട്ടുപാടുമ്പോൾ ഗദ്ദർ താളാത്മകമായി കാലുകൾ ചലിപ്പിക്കും. ചിലങ്കയുടെ നാദം പടരും. ചടുലമായ ശരീരചലനങ്ങളിലൂടെ കാണികളുടെ ബോധമണ്ഡലത്തിൽ നിറഞ്ഞുനിൽക്കും. ചാടുകയും ഉറക്കെ ഒച്ചവെയ്ക്കുകയും പാടുകയും കാണികളുമായി സംസാരിക്കുകയുമെല്ലാം ചെയ്യും. പലപ്പോഴും പാട്ടിനിടയിൽ 'ഹാ!' എന്ന ശബ്ദത്തോടെ നിശ്ചലനായിനിൽക്കും. ഗദ്ദർ വളരെ തന്ത്രപൂർവ്വമാണ് ഇത്തരം ചുവടുവയ്ക്കുന്നത്. ഏറെ പ്രസക്തമായ സന്ദർഭങ്ങളിലാണ് ഇത്തരം 'ഹാ!' പ്രയോഗിക്കാറ്. ആ ആശയം ശക്തമായി കാഴ്ചക്കാരിലേക്ക് കടത്തിവിടുക എന്നതാണ് പ്രധാന ലക്ഷ്യം. കാഴ്ചക്കാരന് ചിന്തിക്കാൻ, ആശയങ്ങൾ അവന്റെ തലച്ചോറിൽ ഉറപ്പിക്കാൻ ഇടംനൽകുക. പ്രകടത്തിന് ഒരു ചെറിയ ഇടവേള നൽകി അവതാരകന് ഊർജ്ജസ്വലനാകാനുള്ള അവസരം നൽകുകയാണ് മറ്റൊരു ലക്ഷ്യം. ഒപ്പം അവതാരകന് ശ്വസിക്കാനും കിതപ്പ് മാറ്റാനുമുള്ള സമയം നൽകുക.

അവതരണം ആരംഭിക്കുന്നതിന് മുൻപ് ശ്രോതാക്കളുമായി സ്ഥാപിക്കുന്ന ഹൃദയബന്ധം പരിപാടി അവസാനിക്കുന്നതുവരെ ഗദ്ദർ നിലനിർത്തും. ഒരു മൂളലോടെ തുടങ്ങും. ആലാപ എന്നു വിളിക്കപ്പെടുന്ന ഇത്തരം തുടക്കങ്ങളിൽ നിന്ന് പതിയെ പതിയെ പടിക്കെട്ട് കയറുപോലെ, ഒരു തുള്ളി പലതുള്ളി പെയ്ത് മഹാവർഷമാകുന്നതുപോലെ പാട്ടുകൾ പ്രവഹിക്കും. രാഗതാളങ്ങളുടെയും വരികളുടെയും കൃത്യമായ വിന്യാസ

ത്തിലൂടെയാണ് ഗദ്ദറിന്റെ പാട്ടുകൾ ആസ്വാദകരുടെ ഉള്ളിൽ പടർന്നു പന്തലിക്കുന്നത്. താളാത്മകമാണ് അവതരണമെങ്കിലും പാട്ടിന്റെ സന്ദേശത്തേക്കാൾ ഉച്ചത്തിൽ താളം ഉയർന്നുനിൽക്കുന്നത് ഗദ്ദറിന് ഇഷ്ടമല്ല. ആളുകൾ താളത്തിൽമാത്രം മുഴുകിയിരുന്നാൽ വിപ്ലവ ലക്ഷ്യങ്ങൾ മറന്നുപോകാനിടയുണ്ടെന്ന് ഗദ്ദർ പറയുന്നു.

പരിപാടികളിൽ ഏതുതരം വാദ്യവൃന്ദങ്ങൾ ഉപയോഗിക്കണമെന്നതു സംബന്ധിച്ച് ഏറെ തർക്കങ്ങൾ നിലനിന്നിരുന്നു. ഗ്രാമീണരും പിന്നാക്ക വിഭാഗങ്ങളിൽ നിന്നുള്ളവരുമാണ് പ്രധാനശ്രോതാക്കൾ എന്നതിനാൽ അവർക്ക് അനുയോജ്യമായവിധം വാദ്യങ്ങൾ തിരഞ്ഞെടുക്കുകയായിരുന്നു. തപ്പും ഡോലക്കുമാണ് പ്രധാന ഉപകരണങ്ങൾ. ശ്രോതാക്കളെ ആവേശത്തിരയിലെത്തിക്കാൻ അവരെക്കൊണ്ടും പാടിക്കും. മിക്കപാട്ടുകളും കാണികളായിരിക്കും കോറസ് പാടുന്നത്. ഇത്തരം പാടലുകളും ഏറ്റുപാടലുകളുമാണ് ഗദ്ദറിന്റെ പരിപാടികളെ ഊർജ്ജസ്വലമാക്കുന്നത്.

മികവുറ്റ അഭിനേതാവുകൂടിയാണ് ഗദ്ദർ. ഏറെ നാടകീയമാണ് ഗദ്ദറിന്റെ പല അവതരണങ്ങളും. പല ഭാവപ്പകർച്ചകൾ, കഥാപാത്രങ്ങൾ, ജീവിതപശ്ചാത്തലങ്ങൾ എന്നിവ ഒരു കണ്ണാടിയിലെന്നപോലെ ആ മുഖത്ത് പ്രതിഫലിക്കും. രക്തസാക്ഷിയാകും, പോരാളിയാകും, മകൻ നഷ്ടപ്പെട്ട അമ്മയാകും, നേതാവാകും, തൊഴിലാളിയാകും, ക്രൂരനായ ഭൂവുടമയാകും, വഞ്ചകനായ സർക്കാർ ഉദ്യോഗസ്ഥനാകും. ക്ഷണനേരം കൊണ്ട് ശരീരം കൂടുവിട്ട് കൂടുമാറും. ഓരോ പരകായപ്രവേശത്തിനും അനുയോജ്യമായ അന്തരീക്ഷം ഗദ്ദർ പ്രത്യേകശബ്ദങ്ങളിലൂടെ സൃഷ്ടിച്ചെടുക്കുന്നു. ഉദാഹരണത്തിന് തൊഴിലാളികളുടെ അന്തരീക്ഷത്തിൽ നിന്ന് കാടിന്റെ പശ്ചാത്തിലേക്ക് പാട്ട് വികസിക്കുകയാണെങ്കിൽ 'ഹെയ്ലസ...ഹെയ്ലസ...' എന്നോ 'റെലാ... റെലാ...' എന്നോ ഗദ്ദർ ശബ്ദമുണ്ടാക്കും. ഇവയെല്ലാം ജനങ്ങൾക്കിടയിൽ ഏറെ സ്വാധീനമുള്ള നാടൻ വാമൊഴിവഴക്കങ്ങളാണ്.

സംഭാഷണം, ആക്ഷേപഹാസ്യം, ഗാനം, കവിത, നാടോടിമിത്തുകൾ, പ്രകടനങ്ങൾ, രാഷ്ട്രീയ നിലപാടു വ്യക്തമാക്കൽ എന്നിവ ഗദ്ദറിന്റെ ഓരോ അവതരണത്തിലും കാണുവാൻ കഴിയും.

കറുത്തവന്റെ കാവുതീണ്ടൽ

വഞ്ചിക്കപ്പെട്ട ജനതയുടെ ചരിത്രവും സമകാലിക ചെറുത്തുനിൽപ്പുകളും വിളക്കിച്ചേർത്തതാണ് ഗദ്ദറിന്റെ ഗാനങ്ങൾ. ഗദ്ദർ ഒരു പാലമാണ്. രാഷ്ട്രനിർമ്മിതിയുടെ കൃത്രിമ ബീജസങ്കലനത്തിൽ ഉൾപ്പെടാതെ പോയ ബഹിഷ്കൃതജനതയുടെ സമരപരമ്പരകളെയും നാടൻ പുരാവൃത്തങ്ങളെയും പരസ്പരം ബന്ധിപ്പിക്കുന്ന പാലം. ശബ്ദമില്ലാത്തവരുടെ ശബ്ദം. ഗദ്ദറിന് പാട്ടില്ലാതെ ഒരുവരി സംഭാഷണം പോലും പൂർത്തിയാക്കാനാകില്ല. വളരെ നൈസർഗികമായി ഗദ്ദറിൽ പാട്ടുകൾ പിറവിയെടുക്കുന്നു. ഒരു പൂവിരിയുംപോലെ അയത്നലളിതമായി. ഗദ്ദറിന്റെ പാട്ടുകളെ മാത്രം എടുത്തു പരിശോധിച്ചാൽ വലിയ ഗഹനമായ അർത്ഥതലങ്ങൾ അനുഭവിച്ചറിയാൻ കഴിയണമെന്നില്ല. പലതും ഒരു ചായക്കടയിലെ ചൂടേറിയ രാഷ്ട്രീയ ചർച്ചപോലെ ലളിതമാണ്. പക്ഷേ, ആ വരികളുടെ ലാളിത്യം തന്നെയാണ് അതിന്റെ കരുത്തും കാമ്പും.

ഗദ്ദറിന്റെ പാട്ടുകളെ പൂർണ്ണമായി അറിയണമെങ്കിൽ ചില കാര്യങ്ങൾ കൂടി അകമ്പടിയായിവേണം. ഇന്ത്യൻ ഗ്രാമീണ ജീവിതം, ജാതിവ്യവസ്ഥ, തൊഴിൽ ചൂഷണങ്ങൾ, ഓരോ പാട്ടും പിറവിയെടുത്ത സാഹചര്യങ്ങൾ, പാട്ടുകളുടെ അവതരണം, പശ്ചാത്തലം എന്നിവ കൂടി മനസ്സിൽ ഉറപ്പിച്ചാലേ ഗദ്ദറിന്റെ പാട്ടുകളെ അടുത്തറിയാൻ കഴിയൂ. പ്രത്യയശാസ്ത്ര കഠിനതകൾക്കപ്പുറം കമ്മ്യൂണിസത്തിന്റെ കാതലറിയാൻ ഗ്രാമീണജനതയെ സഹായിച്ചത് ഗദ്ദറുൾപ്പെടെയുള്ളവരുടെ പാട്ടുകളാണ്. വിപ്ലവം, കമ്മ്യൂണിസ്റ്റ് മാനിഫെസ്റ്റോ, വർഗ്ഗശത്രു, ചൂഷണം, ബൂർഷ്വാസി, വർക്കിംങ് ക്ലാസ് തുടങ്ങിയ വാക്കുകൾക്ക് അക്ഷരാഭ്യാസമില്ലാത്തവന്റെ ഹൃദയത്തിൽ കൂടി ഇടമുണ്ടാക്കിക്കൊടുത്തു. ആ പാട്ടുകൾ അവരെ കമ്മ്യൂണിസ്റ്റാക്കി.

വർഷങ്ങൾ നീണ്ട പോരാട്ടങ്ങളിലൂടെ ഗദ്ദർ ഒരു പ്രതിഭാസമായി മാറി. ആന്ധ്രയിലെ ഓരോ വീട്ടിലും ആ പേരും, പാട്ടും, പോരാട്ടവുമെത്തി. ഉന്മൂലനത്തിന്റെ മൂർച്ചയേറിയ തത്ത്വശാസ്ത്രംകൊണ്ട് മുഖ്യ

ധാരയിൽ നിന്നും അകന്നുമാറിനിന്ന മാവോയിസ്റ്റു പ്രസ്ഥാനത്തെ പുറം ലോകവുമായി ഗദ്ദർ ബന്ധിപ്പിച്ചു. അതിന്റെ രഹസ്യാത്മകത നിലനിർത്തി ക്കൊണ്ടുതന്നെ ജനകീയമാക്കി. ലക്ഷക്കണക്കിന് ആളുകൾ ഗദ്ദറിന്റെ പ്രകടനം ആസ്വദിക്കുകയും അതിൽ നിന്ന് ഊർജ്ജമുൾക്കൊണ്ട് സായുധവിപ്ലവത്തിൽ അണിചേരുകയും ചെയ്തു. സമകാലിക ലോകത്ത് നടക്കുന്ന എല്ലാ സമരങ്ങളെയും ഗദ്ദർ തന്റെ സംഘടനയി ലൂടെ അഭിസംബോധനചെയ്യുന്നു. ഇന്ത്യൻ ഗ്രാമീണന്റെ സംസ്കാരവും അവന്റെ വാമൊഴി, വരമൊഴി വഴക്കങ്ങളുമായി ഗദ്ദറിനുള്ള ജൈവിക ബന്ധമാണ് അദ്ദേഹത്തിന്റെ പാട്ടുകളെ പ്രസക്തമാക്കുന്നത്. തൂപ്രാൻ എന്ന തന്റെ ഗ്രാമവുമായുള്ള പൊക്കിൾക്കൊടിബന്ധം ഗദ്ദർ അറുത്തു മാറ്റിയിട്ടില്ല. അതുകൊണ്ടുതന്നെ തൂപ്രാൻ ചോരവറ്റിയ ഇന്ത്യൻ ഗ്രാമാ വസ്ഥകളുടെ പ്രതിരൂപമായി വളരുന്നു.

ലക്ഷ്യത്തിലെത്തുമ്പോൾ കാലിൽ പറ്റിയ മണൽത്തരികൾ തട്ടി മാറ്റുന്ന ലാഘവത്തോടെ അധികാരിവർഗ്ഗം ചെറുജീവിതങ്ങളെ നിഷ്ക്കാ സനം ചെയ്യുമ്പോൾ ഗദ്ദറിന്റെ പാട്ട് ജ്വലിക്കും. മറവികൾക്കെതിരെ ഓർമ്മ കളുടെ ചെറുത്തുനിൽപ്പിന് നിലമൊരുക്കും. 'കല ആർക്കുവേണ്ടി?' എന്ന ഏറെ പഴകിയ ഒരു തർക്കത്തിനുകൂടി ഗദ്ദറിന്റെ പാട്ടുകളെക്കുറിച്ചുള്ള അന്വേഷണം ഉത്തരം നൽകുന്നു. കല കലയ്ക്കുവേണ്ടിയോ കലാ കാരനുവേണ്ടിയോ അല്ല, മനുഷ്യനുവേണ്ടിയുള്ളതാണ്. നീതിക്കു വേണ്ടിയുള്ളതാണ്.

"ഞാൻ ഗദ്ദറിനെ അറിയുന്നത് അടിയന്തിരാവസ്ഥക്കാലത്താണ്. ഗദ്ദർ എന്ന വ്യക്തിയെ അറിയുന്നതിന് മുൻപെ ആ പാട്ടുകളെയാണ് അറി ഞ്ഞത്. ഗദ്ദറിന്റെ പാട്ടുകൾ നിരോധിച്ചുകൊണ്ടുള്ള ഗസറ്റ് വിജ്ഞാപന ത്തിൽ അദ്ദേഹത്തിന്റെ പാട്ടുകളുടെ ഇംഗ്ലീഷ് പരിഭാഷ ഉൾപ്പെടുത്തി യിരുന്നു. പോലീസ് പരിഭാഷയിലൂടെയാണ് ഗദ്ദറിന്റെ പാട്ടുകളുടെ ചൂടും തീക്ഷ്ണതയും ആദ്യം തൊട്ടുനോക്കുന്നത്. പിന്നെ അടിയന്തിരാവസ്ഥ യ്ക്കുശേഷം നേരിൽ കണ്ടു. തിരുപ്പതിയിൽ നടന്ന വിപ്ലവസംഘങ്ങളുടെ സമ്മേളനത്തിൽ വെച്ച്. കേരളത്തിലെ ജനകീയ സാംസ്ക്കാരിക വേദിയെ പ്രതിനിധീകരിച്ച് ഞാൻ ആ സമ്മേളനത്തിൽ പങ്കെടുത്തി രുന്നു. അന്ന് ഗദ്ദറിന്റെ ഒരു അഭിമുഖം ഞാൻ തയ്യാറാക്കിയിരുന്നു. കൽക്ക ത്തയിൽ നിന്നും പ്രസിദ്ധീകരിക്കുന്ന ഡിസ്റ്റന്റ് തണ്ടർ എന്ന വിപ്ലവ വാരികയിൽ പ്രസിദ്ധീകരിക്കാനാണ് ഉദ്ദേശിച്ചിരുന്നതെങ്കിലും ആ ആഭി മുഖം വെളിച്ചം കണ്ടില്ല. സംഘടാപരമായും, ആവിഷ്കാരപരമായും ഞാൻ ഗദ്ദറിന്റെ എതിർചേരിയിലായിരുന്നു. ഗദ്ദറിന്റെ ജനനാട്യമണ്ഡ ലിക്ക് ബദലായി സമാന്തര ജനനാട്യമണ്ഡലി ഞങ്ങൾ രൂപീകരിക്കു കയും പരിപാടികൾ അവതരിപ്പിക്കുകയും ചെയ്തിരുന്നു. 1977-ൽ ഹൈദ്രാബാദിൽ ഗദ്ദറിനൊപ്പം ഒരു പ്രകടനത്തിൽ ഞാൻ പങ്കുകൊണ്ടു.

ഇരുപത്തയ്യായിരം പേർ പങ്കെടുത്ത ആ പരിപാടിയിൽ ഗദ്ദർ പാടുകയും ആസ്വാദകരെക്കൊണ്ട് ഏറ്റുപാടിക്കുകയും ചെയ്തത് മനസ്സിൽ ഇന്നും നിറഞ്ഞുനിൽക്കുന്നു.

മലയാളി മധ്യവർഗ്ഗത്തിന് ഒരുപക്ഷേ ഗദ്ദറിനെ ഉൾക്കൊള്ളാൻ കഴിഞ്ഞെന്നു വരില്ല. മലയാളിയുടെ പരിചിതവലയത്തിനും അപ്പുറമുള്ള ജീവിതപരിസരങ്ങളെയാണ് ഗദ്ദർ അഭിസംബോധനചെയ്യുന്നത് എന്നതു തന്നെയാണ് പ്രധാനകാരണം. ഗദ്ദർ, ഗദ്ദറിന്റെ പ്രകടനം എല്ലാം ആദ്യ കാഴ്ചയിലെ കൗതുകത്തിനുമപ്പുറം കോട്ടുവായിടാനുള്ള മനം മടുപ്പിക്കുന്ന കോമാളിക്കാഴ്ചയായി മലയാളിക്ക് തോന്നിയേക്കാം. അത്രയേറെ സുരക്ഷിതത്വത്തിന്റെ നിസ്സംഗത മലയാളിക്കുണ്ട്." ഗദ്ദറിനെ ആഴത്തിൽ മനസ്സിലാക്കിയ കവിയും സാംസ്കാരിക പ്രവർത്തകനുമായ സിവിക് ചന്ദ്രൻ പറയുന്നു.

ഈ തെരുവിൽ ജീവിതം തുടികൊട്ടുന്നു

സംസ്ക്കാരം രൂപമെടുക്കുന്നത് ഒരു സാമൂഹികപ്രക്രിയയിലൂടെയാണ്. മനുഷ്യജീവിതത്തിന്റെ ഒഴുക്കിനനുസരിച്ചുള്ള പരിണാമമാണത്. മുൻതലമുറകളിലെ ചില സ്വഭാവങ്ങൾ പുതുതലമുറകളിൽ വീണ്ടും പ്രത്യക്ഷപ്പെടുമെന്ന് പരിണാമശാസ്ത്രം പറയുന്നു. ആന്ധ്രയുടെ വിശിഷ്യാ തെലങ്കാനയുടെ സാംസ്കാരിക ഉൽപ്പത്തിഘടനയിലെ അനിവാര്യമായ ആവർത്തനമാണ് ഗദ്ദർ.

ജീവിതത്തിന്റെ ഒഴുക്കിനെതിരെ നീന്തുന്ന ചിലർ സമൂഹത്തിൽ അവന്റെ അടയാളങ്ങൾ വരച്ചിടുന്നു. സംസ്കാരിക പരിണാമ വഴികളിൽ അടയാള സൂചകങ്ങൾ അവശേഷിപ്പിക്കുന്നവരെ കലാകാരനെന്നുവിളിക്കുന്നു. മനുഷ്യവംശത്തിന്റെ തായ്‌വേര് തൊട്ടുനിൽക്കുന്നതാണ് നാടൻ കലകളുടെ ഭൂതലം. മനുഷ്യൻ അവന്റെ വിയർപ്പുകൊണ്ടും വിശ്വാസം കൊണ്ടുമാണ് നാടൻകലാരൂപങ്ങളെ വളർത്തിയെടുത്തത്. ആശയപ്രചാരണത്തിനുള്ള ഏറ്റവും ശക്തമായ മാധ്യമം എന്ന നിലയിൽ നാടൻ കലാരൂപങ്ങളെ പലരും പല പ്രസ്ഥാനങ്ങളും ഉപയോഗപ്പെടുത്തിയിട്ടുണ്ട്. നാടൻകലകൾ സമൂഹത്തിന്റെ പൊതുബോധധാരയുടെ ഭാഗമാണ്. അതിന് ചരിത്രപരമായ തുടർച്ചയുണ്ട്. തലമുറകളുടെ ജനിതകസ്മൃതി പഥങ്ങളിൽ അത് നിറഞ്ഞുനിൽക്കുന്നു. വാമൊഴി വഴക്കങ്ങളിലൂടെ വിനിമയം ചെയ്യപ്പെട്ടുവന്ന നാടൻകലാരൂപങ്ങൾക്ക് കാലാതിവർത്തിയായ ഒരിടം എല്ലാ മനുഷ്യന്റെയും ഉള്ളിലുണ്ട്. ചിലർ അത് തിരിച്ചറിയുന്നു. ചിലർ അത് അറിയാതെ കടന്നുപോകുന്നു. അത്രമാത്രം. ഉള്ളിൽ ഉറങ്ങിക്കിടക്കുന്ന ജൈവസംവേദനത്തെ ഉണർത്താൻ നാടൻകലാരൂപങ്ങൾക്ക് എളുപ്പത്തിൽ സാധിക്കുന്നു. ഗദ്ദറിന്റെ ഉള്ളിലെ നാടൻകലയുടെ കരുത്ത് പൊതുസമൂഹത്തിൽ തിരിച്ചറിഞ്ഞത് ഭരണകൂടമാണെന്ന സവിശേഷത അദ്ദേഹത്തിന്റെ ജീവിതരേഖകളിലൂടെ മനസ്സിലാക്കിയല്ലോ. സർക്കാരിനു

വേണ്ടി കുടുംബാസൂത്രണത്തിന്റെയും, ദേശീയോദ്ഗ്രഥനത്തിന്റെയും ആശയങ്ങൾ നാടൻകലകളിലൂടെ പങ്കുവെയ്ക്കലായിരുന്നല്ലോ ഗദ്ദറിന്റെ ആദ്യകാലത്തെ ജോലി. പിന്നെയാണ് വിപ്ലവത്തിലേക്ക് അത് ദിശമാറുന്നത്.

സമൂഹം പ്രതിസന്ധികൾ നേരിട്ടപ്പോഴെല്ലാം ഒരുതരത്തിലല്ലെങ്കിൽ മറ്റൊരുതരത്തിൽ ഫോക്‌ലോറുകൾ രാഷ്ട്രീയവൽക്കരിക്കപ്പെട്ടിട്ടുണ്ട്. വീഥിനാടകലു അഥവാ തെരുവുനാടകം ആന്ധ്രയിൽ ഏറെ രാഷ്ട്രീയവൽക്കരിക്കപ്പെട്ട നാടൻ കലാരൂപമാണ്. അതിന്റെ തുടർച്ചയായാണ് ഗദ്ദർ, ബുരകഥ എന്ന കലാരൂപത്തെ വിപ്ലവവൽക്കരിച്ചത്. തൊഴിലിൽ നിന്നാണ് ഗദ്ദർ ഉൾപ്പെടെയുള്ളവർ മുന്നോട്ടുവെയ്ക്കുന്നവിധമുള്ള പാട്ടുകൾ ഉണ്ടായത്. സാമൂഹിക നവോത്ഥാനപ്രസ്ഥാനങ്ങൾ ആ തൊഴിൽ പാട്ടുകൾക്ക് വിപ്ലവവീര്യം പകർന്നുനൽകി. പുരോഗമന ആശയങ്ങൾ സമ്പന്നമാക്കിയ ആ പടപ്പാട്ടുകൾക്ക് കൃത്യമായ ലക്ഷ്യമുണ്ടായിരുന്നു. നിസ്സഹായരായ അടിയാളരുടെ സ്വത്വബോധവും സ്വാതന്ത്ര്യചിന്തയുമാണ് ആ പാട്ടുകളുടെ ഊർജ്ജകേന്ദ്രം. ജനാധിപത്യവിരുദ്ധമായ എല്ലാ പ്രവണതകളെയും തച്ചുതകർത്താണ് ആ പാട്ടുകൾ ചുണ്ടുകളിൽ നിന്നും ചുണ്ടുകളിലേക്കെത്തിയത്. ആസ്വാദനത്തിനുമപ്പുറം ആവേശം കൊള്ളിക്കലും ആശയപരമായി വഴിനടത്തലുമൊക്കെയായിരുന്നു ഈ പാട്ടുകളുടെ ലക്ഷ്യം.

തെലുങ്കു മണ്ണിൽ നാടോടി കലാരൂപങ്ങളെ രാഷ്ട്രീയവൽക്കരിച്ചവരിൽ നിർണ്ണായക സ്ഥാനമാണ് ഗദ്ദറിനുള്ളത്. ഇന്ത്യൻ ഗ്രാമാവസ്ഥയും തെലുങ്ക് സമൂഹത്തിന്റെ ചെറുത്തുനിൽപ്പുകളും ആ ഗാനങ്ങളിൽ അടയാളപ്പെടുത്തപ്പെട്ടിരിക്കുന്നു. രാഷ്ട്രീയമായും സാമൂഹികമായും സംഘടനാപരമായും ഗദ്ദറിനുണ്ടായിട്ടുള്ള പരിണാമങ്ങൾ അദ്ദേഹത്തിന്റെ പാട്ടുകളിലും കാലഗണനയ്ക്കനുസരിച്ച് തിരിച്ചറിയാം. വിപ്ലവപ്രസ്ഥാനവുമായി അടുത്തുനിന്ന നാളുകൾ, തെലങ്കാന സമരത്തിലെ പങ്കാളിത്തം, ദലിത് ആക്ടിവിസം ഈ മൂന്ന് തട്ടുകളാണ് ഗദ്ദറിന്റെ പാട്ടുകളെ കൃത്യമായി അടുക്കിവെയ്ക്കാൻ പറ്റിയ ഇടങ്ങൾ.

1970 മുതൽ 1990 വരെയുള്ള കാലം ഗദ്ദർ രക്തസാക്ഷികളെക്കുറിച്ചായിരുന്നു മുഖ്യമായും പാടിയിരുന്നത്. ആന്ധ്രയിലെ നക്സൽ പ്രസ്ഥാനമാണ് ഗദ്ദറിനെ രൂപപ്പെടുത്തിയത്. ദലിത് നാടോടിസംസ്കാരം ഗദ്ദറിന്റെ ആവിഷ്കാരങ്ങൾക്ക് ആത്മാവു പകർന്നു. താൻ പ്രതിനിധാനം ചെയ്യുന്ന രാഷ്ട്രീയ, സാമൂഹിക, ദളിത് പ്രസ്ഥാനങ്ങളിൽ നിന്നും തന്നെ അടർത്തിമാറ്റി ഗദ്ദർ ഒരിക്കലും സ്വയം പ്രതിഷ്ഠിച്ചിട്ടില്ല. വിപ്ലവ ആശയ പ്രചാരണത്തിന് 1943-ൽ സി.പി.ഐ രൂപീകരിച്ച ഇന്ത്യൻ പീപ്പിൾസ് തിയേറ്റർ അസോസിയേഷന്റെ ആന്ധ്രാഘടകമായിരുന്നു പ്രജാനാട്യ മണ്ഡലി. വിപ്ലവപ്രസ്ഥാനങ്ങളുടെ ഭാഗമായി നിരവധി സാംസ്കാരിക സംഘടനകൾ രൂപമെടുത്തിട്ടുണ്ട്. ഒരു കൈയിൽ തോക്കും മറുകൈയിൽ

പേനയുമേന്തിയ സവ്യസാചിയായ കവി സുബ്ബറാവു പാണിഗ്രാഹി ആന്ധ്രയുടെ സാംസ്കാരിക മണ്ഡലത്തിലെ കൊള്ളിയാനായിരുന്നു. സുബ്ബറാവുവിന്റെ സ്വാധീനം ഗദ്ദറിന്റെ പാട്ടുകളെ ചാട്ടുളിപോലെ മൂർച്ച യുള്ളതാക്കി.

1943–ൽ രൂപംകൊണ്ട പ്രോഗ്രസ്സീവ് റൈറ്റേഴ്സ് അസോസിയേഷൻ (അഭ്യുദയ രചയിതല സംഘം - അരസം) തെലുങ്ക് കലയ്ക്കും സംസ്കാരത്തിനും പുത്തൻ ദിശ നൽകി. ഫ്യൂഡൽ വിരുദ്ധ, കൊളോ ണിയൽ വിരുദ്ധ, ഫാസിസ്റ്റുവിരുദ്ധ ചിന്താസരണി ശക്തിപ്പെടുത്താൻ അരസം വഴിമരുന്നിട്ടു. ബുദ്ധിജീവികളുടെയും കലാകാരന്മാരുടെയും വാതിലിൽ അരസം മുട്ടിവിളിച്ചു. “നിങ്ങൾ ഏതു പക്ഷത്തുനിൽക്കുന്നു?” എന്ന് ചോദിച്ചുകൊണ്ടിരുന്നു. 1946–ൽ നടന്ന തെലങ്കാന സമരമാണ് സാഹിത്യത്തെ ജനകീയമാക്കിയത്. അത് ജനകീയ സമരങ്ങൾക്ക് പുത്തൻ ദിശനൽകി. അതിനിടയിൽ ജനകീയസമരങ്ങൾക്കായുള്ള കലാ സംഘമായ പ്രജാനാട്യമണ്ഡലി രൂപമെടുത്തു. കവികളും വിദ്യാർഥി കളും ബുദ്ധിജീവികളും പ്രൊഫഷണലുകളും ഇതിൽ പങ്കാളികളായി.

1967–ൽ നടന്ന നക്സൽബാരി സമരം പാർലമെന്ററിജനാധിപത്യ ത്തിനും പരാമ്പരാഗതകമ്മ്യൂണിസ്റ്റ് സമീപനങ്ങൾക്കും ബദൽചിന്തകൾ രൂപപ്പെടുത്തിയിരുന്നു. സായുധപോരാട്ടമെന്ന പുതിയ ആശയം മുന്നോട്ടു വെച്ചു. നക്സൽ പ്രസ്ഥാനത്തിന്റെ സ്വാധീനമാണ് റെവല്യൂഷണറി റൈറ്റേഴ്സ് അസോസിയേഷന്റെ (വിപ്ലവ രചയിതല സംഘം - വിരസം) പിറവിക്ക് കാരണമായത്. പ്രജാനാട്യമണ്ഡലി പ്രവർത്തകനായിരുന്ന നാസർ ബുരകഥയെന്ന നാടോടികലാരൂപത്തെ വിപ്ലവാശയങ്ങളുടെ പ്രചാരണത്തിനായി ഉപയോഗിച്ചിരുന്നു. ജമുകുലകഥ, ഓഗുകഥ എന്നീ നാടൻ കലാരൂപങ്ങളും ഈ കാലയളവിൽ വൻതോതിൽ വിപ്ലവവത്ക്ക രിക്കപ്പെട്ടു.

നാസറിന്റെയും സുബ്ബറാവുവിന്റെയും സ്വാധീനമായിരുന്നു ഗദ്ദറിനെ വാർത്തെടുത്തത്. ശ്രീകാകുളം സമരത്തിനുശേഷം ഗദ്ദർ പടപ്പാടിന്റെ പ്രചാരണദൗത്യം ഏറ്റെടുത്തു. വാർത്താവിതരണ മന്ത്രാലയത്തിൽ ജോലിയെടുത്തിരുന്ന കാലത്ത് ബാപ്പുജി ബുരകഥാ പാർട്ടി എന്നപേ രിൽ ഗദ്ദർ ഒരു നാടൻകലാസംഘം രൂപീകരിച്ചിരുന്നു. സർക്കാരിന്റെ പ്രചാരണദൗത്യങ്ങളും കുടുംബാസൂത്രണമുൾപ്പെടെയുള്ള ആശയ ങ്ങളുടെ വ്യാപനവുമായിരുന്നു സംഘത്തിന്റെ ലക്ഷ്യം. ബ്രിട്ടീഷു കാർക്കെതിരെ പോരാടിയ അല്ലൂരി സീതാരാമരാജുവിനെക്കുറിച്ചാണ് ഗദ്ദർ സ്വതന്ത്രമായി ചിട്ടപ്പെടുത്തിയ ആദ്യബുരകഥ.

1971–ൽ ബി.നരസിംഗറാവുവിന്റെ നേതൃത്വത്തിലുള്ള ആർട്ട് ലവേഴ്സ് അസോസിയേഷനിൽ ഗദ്ദർ അംഗമായി. ഇത് ഗദ്ദറിന്റെ ജീവിതം മാറ്റി മറിച്ചു. ഗദ്ദറിന്റെ രാഷ്ട്രീയ വീക്ഷണങ്ങളെ പുനർ നിർവ്വചിച്ചു. ആർട്ട് ലവേഴ്സ് അസോസിയേഷൻ ഗദ്ദറിന്റെ നേതൃത്വത്തിൽ ജനനാട്യ

മണ്ഡലിയായി പരിണമിച്ചു. ശ്രീകാകുളം സമരത്തെ ജനങ്ങളിലേക്ക് എത്തിക്കാൻ ഗദ്ദർ ജനനാട്യമണ്ഡലിയിലൂടെ പരിശ്രമിച്ചു. ജാതി, മതം, ഭാഷ, സംസ്കാരം എന്നീ അതിരുകൾ ഭേദിച്ച് ഗദ്ദറും പാട്ടും വളർന്നു.

രണ്ടായിരത്തിലേറെ പാട്ടുകൾ ഗദ്ദർ ജനനാട്യമണ്ഡലിക്കായി അവതരിപ്പിച്ചു. എണ്ണിയാലൊടുങ്ങാത്ത വേദികൾ. നിരവധി ആസ്വാദകർ. ഗദ്ദറിന്റെ പാട്ടുപുസ്തകങ്ങൾ ലക്ഷക്കണക്കിന് വിറ്റുകഴിഞ്ഞു. മുപ്പത്തിയഞ്ചിലേറെ ഓഡിയോ കാസറ്റുകൾ പുറത്തിറക്കി.

നാട്ടിൻപുറത്തുകാരന്റെ പരുക്കൻ ശാരീരം, ഊർജ്ജസ്വലമായ ശരീരം, പാട്ടിന്റെ താളപ്പെരുക്കങ്ങൾക്കൊപ്പം ചുവടുവെച്ച് ഗദ്ദർ ആസ്വാദകരിലേക്കെത്തുന്നു. പരമ്പരാഗത സൗന്ദര്യമാനദണ്ഡങ്ങളും ആസ്വാദനരീതി ശാസ്ത്രങ്ങളും വെച്ച് ഗദ്ദറിന്റെ പാട്ടുകളെ വിശകലനം ചെയ്യാൻ കഴിയില്ല. അദ്ദേഹം തന്റേതായ രീതിശാസ്ത്രങ്ങളുണ്ടാക്കി. ഗദ്ദർ, സമൂഹത്തിൽ നിന്നും വേരറുത്തുമാറ്റപ്പെട്ട, ചുറ്റുപാടുമായി ബന്ധമില്ലാത്ത ദന്തഗോപുരവാസിയായ കലാകാരനല്ല. ജനങ്ങൾക്കൊപ്പം വളർന്നുവന്ന പ്രതിഭാസമായിരുന്നു. ഗദ്ദറിന് പൂർവ്വകാല മാതൃകകളൊന്നുമില്ലായിരുന്നു. തീർത്തും സമാനതകളില്ലാത്ത കലാകാരൻ. എല്ലാ പോരാട്ടങ്ങളിലും പങ്കാളിയായപ്പോഴും തന്റെ നക്സൽ അനുഭാവം മറകളേതുമില്ലാതെ മുറുകെപ്പിടിച്ചു. ഓൾ ഇന്ത്യാ ലീഗ് ഫോർ ലിറ്ററേച്ചർ ആൻഡ് റെവല്യൂഷണറി കൾച്ചറിന്റെ (എ.ഐ.എൽ.ആർ.സി) സെക്രട്ടറിപദവിയിലൂടെ ഗദ്ദർ വിപ്ലവാശയങ്ങൾ രാജ്യമൊട്ടുക്ക് ഇപ്പോൾ പടർത്തുന്നു.

ആത്മവ്യഥകൾ വരിഞ്ഞുമുറുക്കിയ ഒറ്റക്കമ്പി

ചുവപ്പ് ... കടുംചവുപ്പ്.

മനുഷ്യന്റെ ചെറുത്തുനിൽപ്പുകളുടെ ചരിത്രം അടയാളപ്പെടുത്തിയ നിറം.

കാട് ... കൊടുങ്കാട്.

ഒറ്റവാക്കിൽ പങ്കുവെയ്ക്കാനാകാത്ത അനുഭവങ്ങളുടെ ഗർഭപാത്രം.

കാടും ചുവപ്പും ഇടകലർന്ന ബിംബങ്ങളിലൂടെയാണ് ഗദ്ദർ കാലവും കലാപങ്ങളും ആസ്വാദകരിലേക്കെത്തിക്കുന്നത്. ഗദ്ദർ പാടി നിർത്തിയ പാട്ടിന്റെ വരികൾ തിരഞ്ഞാൽ പല ഭാവങ്ങളിൽ പലപ്പോഴായി കാട് കടന്നുവരുന്നുണ്ട്. ചോരയുടെ ചുവപ്പ് നിറഞ്ഞു നിൽപ്പുണ്ട്. കറുത്ത കമ്പിളിപ്പുതപ്പുകൊണ്ട് ഗദ്ദർ ആരണ്യകത്തിന്റെ ഘനഗാംഭീര്യം ദൃശ്യവത്ക്കരിക്കുന്നു. കൈയിലെ ചുവന്ന തുണിയാണ് ചുവപ്പു നിറത്തിന്റെ സൂചകം. കാട്: അമ്മയാണ്, പ്രകൃതിയാണ്, ഗർഭപാത്രമാണ്, സ്ത്രീയാണ്, കഠിനമായ വിപ്ലവജീവിതമാണ്, ഒളിവുവാസമാണ്, സായുധപോരട്ടമാണ്, ഉത്തരമില്ലാത്ത ചോദ്യങ്ങൾ വേട്ടയാടുന്ന മനസ്സാണ്, ആദിമസംസ്കൃതിയാണ്, ഗോത്രജനതയാണ്. ചുവപ്പ്: രക്തമാണ്, യുദ്ധമാണ്,

സായുധ വിപ്ലവമാണ്, നക്സലൈറ്റ് പ്രസ്ഥാനമാണ്, രക്തസാക്ഷിത്വ മാണ്, ബലിയാണ്. പ്രതീകങ്ങൾ പലതാണെങ്കിലും ലക്ഷ്യം ഒന്നു മാത്രം–പോരാട്ടം.

ഓരോ നാടോടി ഗാനവും സ്വയം രൂപപ്പെട്ടതാണ്. ഗദ്ദറിന്റെ പാട്ടു കളിലെ ബിംബങ്ങൾക്ക് തലമുറകളുടെ പഴക്കമുണ്ട്. പാട്ടുകൾ ഗദ്ദറിൽ നിന്ന് തുടങ്ങുകയല്ല, മുൻപ് എപ്പോഴോ ഉറവയെടുത്ത പാട്ടുകൾ ഗദ്ദറി ലൂടെ പ്രവാഹമായി മാറുകയാണ്. വെളിച്ചത്തെ മഴവിൽത്തുണ്ടാക്കി മാറ്റുന്ന സ്ഫടികകഷ്ണത്തിന്റെ ജോലിയാണ് ഗദ്ദർ ചെയ്യുന്നത്. പാട്ടെ ഴുത്തും, താളം പകരലും, പാടലും എല്ലാം ഒരാളിൽ കേന്ദ്രീകരിക്കപ്പെട്ടി രിക്കുന്നു. അറിവിന്റെയല്ല തിരിച്ചറിവിന്റെ ചിട്ടവട്ടങ്ങളിൽ നിന്നാണ് ഓരോ പാട്ടിനും മജ്ജയും മാംസവും കൈവരുന്നത്. തൊഴിലിനെ മാറ്റിനിർത്തി ക്കൊണ്ട് നാടൻപാട്ടുകൾക്ക് നിലപിൽപ്പില്ല. ഓരോ തൊഴിലിനും അതി ന്റേതായ പ്രത്യേകതകളും പശ്ചാത്തലവുമുണ്ട്. ഓരോ തൊഴിൽസമൂഹ ത്തിന്റെയും പ്രദേശികതയുടെയും വളർച്ചയും മാറ്റങ്ങളും നാടൻപാട്ടു കളിലൂടെ അടുത്തറിയാൻ കഴിയും. അവ സംസ്കാരിക പരിണാമത്തിലെ നാഴികക്കല്ലുകളാണ്. മുഖ്യധാരയിൽ നിന്നും അകന്നുനിന്നിരുന്നവയാണ് നാടൻ കലകളിൽ ഏറെയും. അവ ജാതിവ്യവസ്ഥയുമായി സങ്കീർണ്ണ മായവിധത്തിൽ ബന്ധപ്പെട്ടുകിടക്കുന്നു. ഭരണവർഗ്ഗം എന്നും അവഗണി ച്ചിരുന്നവയായിരുന്നു ആ കലാരൂപങ്ങൾ.

ആന്ധ്രയുടെ ഭൂപ്രകൃതികൾക്കനുസരിച്ചാണ് നാടൻകലാരൂപങ്ങൾ നിലനിൽക്കുന്നത്. തീരമേഖല, റായൽസീമ, തെലങ്കാന എന്നീ പ്രദേശ ങ്ങൾക്കനുസരിച്ച് ആന്ധ്രയുടെ നാടോടി പാരമ്പര്യം മാറുന്നു. വീഥി ഭാഗോതം പാട്ട്, യെല്ലമ്മകഥ എന്നിവയാണ് ഗദ്ദറുൾപ്പെട്ട തെലങ്കാന പ്രദേശത്തെ പ്രധാന നാടൻകലാരൂപങ്ങൾ. തെലങ്കാന ഭാഗത്തെ ഓരോ കവിയും അവിടത്തെ സങ്കീർണ്ണമായ രാഷ്ട്രീയ സാഹചര്യവുമായി ഏറെ ബന്ധപ്പെട്ടുകിടക്കുന്നു. പ്രത്യേകിച്ച് സായുധപോരാട്ടവുമായി. ഗദ്ദറി നൊപ്പം നിൽക്കുന്ന, അതേ കാഴ്ചപ്പാടുള്ള നിരവധികവികൾ തെലങ്കാന ഭാഗത്തുണ്ട്. നാസർ, സുദ്ദല ഹനുമന്തു, ഗുഡ ആഞ്ചയ്യ, വെമ്പട്ടു സത്യം, സുബറാവു പാണിഗ്രാഹി എന്നിവരും ഇത്തരത്തിൽ ഇടതുപക്ഷ ആഭി മുഖ്യമുള്ള കലാകാരന്മാരാണ്. അവരും സംഗീതവും പോരാട്ടവും ഒരു മിച്ചുകൊണ്ടുപോയവരാണ്.

പല കാരണങ്ങൾകൊണ്ടും ഗദ്ദർ അവരിൽ നിന്നും തീർത്തും വ്യത്യസ്തനാണ്. ഗദ്ദറിന്റെ രണ്ടുകൃതികളിലൂടെ ആ കലാസപര്യയുടെ ആഴങ്ങളെ അടുത്തറിയാൻ കഴിയും. 'തരാഗണി ഗനി' അഥവാ 'ശാശ്വത മായ ഞാൻ' എന്ന പുസ്തകത്തിൽ പ്രകൃതിയും അതിനെ ആശ്രയിച്ചു കഴിയുന്ന ദലിത് ജീവിതവും പ്രമേയമാകുന്നു. മറ്റൊരു പുസ്തകമായ 'പ്രതി പതകു ഒക്ക കഥ ഉണ്ടെ? ആ ഉണ്ടി' അഥവാ 'ഓരോ പാട്ടിനു പിറ കിലും ഒരുകഥയുണ്ടോ? അതെ ഉണ്ട്' എന്ന പുസ്തകത്തിൽ പാട്ടുകൾ

പിറവിയെടുത്തതിനു പിറകിലെ തീക്ഷ്ണാനുഭവങ്ങൾ വ്യക്തമാക്കുന്നു. മാവോയിസ്റ്റ് ആശയങ്ങളുടെ ജ്വാലകൾ ഏറ്റുവാങ്ങിയാണ് ഗദ്ദർ എഴുതിയിരുന്നത്. പാടിയിരുന്നത്. ഗ്രാമീണദുരിതങ്ങൾ, സാമൂഹിക വേർതിരിവുകൾ, സർക്കാർ ക്രൂരതകൾ, അപമാനം, പീഡകൾ, പോരാട്ടം എന്നിവയാണ് പ്രാധാന വിഷയങ്ങൾ. വെള്ളം, ഭൂമി, കാട്, സ്ത്രീവ്യഥ കൾ, പോരാട്ടം എന്നിവ വരികളിൽ നിറഞ്ഞുനിൽക്കുന്നു. ഗ്രാമ - നഗര വ്യവസ്ഥകൾ തമ്മിലുള്ള നിരന്തരസംഘർഷം മറ്റൊരു പ്രധാന വിഷയ മാണ്.

തെലുങ്കാണെങ്കിലും ഹൈദ്രാബാദിന്റെ നഗരാവശിഷ്ടങ്ങൾക്കു പുറത്താണ് ഗദ്ദറിന്റെ കലയുടെ ശാഖികൾ നീണ്ടുകിടക്കുന്നത്. ഗ്രാമീണ തെലുങ്കാണ് വിനിമയഭാഷ. അമ്മയാണ് ഗദ്ദറിനെ കലാകാരനാക്കിയത്. മരിക്കുംവരെ പണിയെടുത്ത; ഒടുവിൽ, ഒരുതുണ്ടു ഭൂമിയില്ലാതെ മരിച്ച അമ്മ ലാച്ചുമമ്മ. അമ്മ പാടിയിരുന്ന ഈണങ്ങൾ ഉള്ളിലുറപ്പിച്ചാണ് ഗദ്ദർ വളർന്നത്. അനുഭവിച്ചറിഞ്ഞ ജീവിതവും ദാരിദ്ര്യവും നൂറുതേച്ച പാട്ടിന്റെ വെറ്റിലച്ചെല്ലവുമായി, ലാച്ചുമമ്മ വിണ്ടുകീറിയ കാൽപ്പാദം കൊണ്ട് നെഞ്ചിന്റെ കിളിവാതിൽ തട്ടിത്തുറക്കുന്നു. നാടൻ പാട്ടുകളും സന്ധ്യാ നാമ കീർത്തനങ്ങളുമായിരുന്നു ലാച്ചുമമ്മ പാടിയിരുന്നത്.

'സമഷ്ടി പണ്ഡലാകു ഇനുപ ഗുക്ഷില്ലാകു
രാമമന്ത്രമേ കോടുക
ഉദ്ധന വനമുലോ ഉന്നതി ഒക്ക പണ്ഡു
ആ പണ്ഡു സെൽവിവ്വാവേ സീതമ്മ തല്ലി
ഈ സമഷ്ടി പണ്ഡലാകു ഇനുപ ഗുക്ഷില്ലകു
കൊടോക്ക രക്കസുലാര നാ കോടുക ആജ്ഞനി'

(തെലങ്കാനയിലെ നാടോടി ഭക്തി ഗാനം)

(രാമൻ ലോകരക്ഷൻ, സത്ഗുണങ്ങളുടെ ആരാമമാണ് സീത, നീച ശക്തികളുടെ അന്തകനാണ് ഹനുമാൻ. രാമകഥാ രസമാധുരിയെഴും മൂവരും വാഴണം നെഞ്ചിൽ നിത്യം.)

നമ്മുടെ നാട്ടിൻപുറങ്ങളിൽ ധൈര്യത്തിനുവേണ്ടി അർജ്ജുനന്റെ പത്തുപേരുകൾ ചൊല്ലുന്നതുപോലെയുള്ള ശ്ലോകമാണിത്. പ്രതിസന്ധി കളും പേടിയും മറികടക്കാൻ കുട്ടികൾക്ക് ഇത് കാരണവന്മാർ പകർന്നു നൽകാറുണ്ട്. ഗദ്ദറിന് ലാച്ചുമമ്മ പാടിനൽകിയിരുന്നത് ഇത്തരം പാട്ടു കളായിരുന്നു. ഈ പഴമ്പാട്ടിന്റെ ഈണങ്ങൾ വ്യത്യസ്തസന്ദർഭങ്ങളിൽ ഗദ്ദറിലൂടെ പുനർജ്ജനിച്ചു. ഉദാഹരണത്തിന് ബി.നരസിംഗറാവുവിന്റെ രങ്കുലകല എന്ന ചിത്രത്തിൽ ഒരു കലാകാരന്റെ ആത്മവേദന അവതരി പ്പിക്കുന്ന ഗാനം ഗദ്ദർ ചിട്ടപ്പെടുത്തിയത് ഈത്തരം ശ്ലോകത്തിന്റെ താള ഛായയിലാണ്.

ഗദ്ദറിലേക്ക് ഒഴുകിയെത്തിയ പാട്ടിന്റെ മറ്റൊരു പ്രവാഹം പിതാവ് ശേഷയ്യയാണ്. മറാത്തി ഗാനങ്ങൾ അദ്ദേഹത്തിന് പ്രിയമായിരുന്നു. അവ

അദ്ദേഹം മക്കൾക്കായി പാടുമായിരുന്നു. അറിവിന്റെ പാട്ടുകൾ എന്നു പുകൾപെറ്റ വിത്തോാഭ കീർത്തനങ്ങളിലെ പാണ്ഡുരംഗവിതലഭജനുകളും, കബീർ ദാസിന്റെ ഭക്തികാവ്യങ്ങളും, ജീവിത പ്രതിസന്ധികളും ജനനമരണങ്ങളിലെ സമസ്യകളും പ്രമേയമാകുന്ന തത്ത്വഗാനങ്ങളുമാണ് ശേഷയ്യയുടെ ചുണ്ടിൽ എപ്പോഴും തത്തിക്കളിച്ചിരുന്നത്.

മീരാബായിയും, കബീർദാസുമെല്ലാം മുന്നോട്ട് വെച്ച ഭക്തിപ്രസ്ഥാനത്തിന്റെ സ്വാധീനം ഗദ്ദറിൽ ആഴത്തിലുണ്ടായിരുന്നു. ജാതിവ്യവസ്ഥയെ കളങ്കമില്ലാത്ത തീവ്രഭക്തികൊണ്ട് ചെറുത്തുതോൽപ്പിച്ചത് ഭക്തിപ്രസ്ഥാനമായിരുന്നു. ആരാധിക്കാനുള്ള സ്വാതന്ത്ര്യം നിഷേധിക്കപ്പെട്ടവർ ദൈവത്തെ ആരാധനാലയങ്ങളിൽ നിന്നും ജനമധ്യത്തിലേക്ക് ഇറക്കിക്കൊണ്ടുവന്നു. കഠിനഭാഷാ മന്ത്രജപങ്ങൾക്ക് മധുരഗീതങ്ങൾ കൊണ്ട് മറുപടികൊടുത്തു. ജീവിതം, സമൂഹം, വിശ്വാസം എന്നിവയിലൂടെയുള്ള ചെറുത്തുനിൽപ്പുകളെ അവ അടിവരയിടുന്നു. വടക്കേ ഇന്ത്യയിൽ മധുരഭക്തി എന്നപേരിൽ മീരാഭായി തുടങ്ങിവെച്ചതും ഇതിന്റെ കൈവഴിയായി തെലുങ്കുസാഹിത്യത്തിൽ നിലനിൽക്കുന്നതുമായ സാഹിത്യധാരകൾ ഇതിന് ഉദാഹരണങ്ങളാണ്.

12-ാം നൂറ്റാണ്ടിൽ പൽകുരിക്കി സോമനാഥയാണ് ഭക്തിയുടെ കാവ്യരൂപത്തിലുള്ള ജനാധിപത്യവൽക്കരണത്തിന് തെലുങ്കിൽ തുടക്കമിട്ടത്. ഇത് കാലാന്തരത്തിൽ ശക്തിപ്രാപിക്കുകയായിരുന്നു. ജാതിവിവേചനം ഈ കലാരൂപങ്ങളുടെ അന്തർധാരയായിരുന്നു. ജാതിയുമായി ബന്ധപ്പെട്ട ഉപകരണങ്ങളാണ് പാട്ടുകൾക്ക് ഉപയോഗിച്ചിരുന്നത്. തെലുങ്കു തൊഴിലാളി പ്രസ്ഥാനത്തിന്റെ ആവിർഭാവം ഭക്തിപ്രസ്ഥാനത്തിന് പുതിയമുഖം നൽകി. ഇതിനിടയിൽ നൈസാമിനെതിരായ നീക്കങ്ങളും സമരവും തെലുങ്കരെ ചേർത്തുനിർത്തി. അത് വിവിധ സംസ്കാരങ്ങളുടെ സംയോജനത്തിനും നാടോടിഗായകരുൾപ്പെടെ പുതിയ കലാകാരന്മാരുണ്ടാകാനും വഴിയൊരുക്കി. പുതിയ നവോത്ഥാന പ്രസ്ഥാനങ്ങൾ ഉടലെടുത്തു. തെലങ്കാന സമരത്തിന്റെ അന്ത്യം ദാരുണമായിരുന്നെങ്കിലും (ആയിരങ്ങൾ കൊല്ലപ്പെട്ടെങ്കിലും) കലയിൽ അത് കൊളുത്തിവെച്ച വിപ്ലവാഗ്നി കെടാതെ നിന്നു. വിപ്ലവത്തെ വഴിയെ കൂട്ടുപിടിച്ച ഭക്തിപ്രസ്ഥാനത്തിന്റെ ആകർഷണവലയം, ഗദ്ദറിനുചുറ്റിലും എല്ലായ്പ്പോഴുമുണ്ടായിരുന്നു. വെമനയുടെ കവിതകൾ ഈ ധാരയിൽ സാമൂഹികമാറ്റത്തിന്റെ കരുത്തുറ്റ മാധ്യമമായി വളർന്നു.

ഗദ്ദറിന്റെ ജന്മനാടായിരുന്ന തൂപ്രാൻ, പാട്ടിന്റെ അന്തരീക്ഷം നിറഞ്ഞ ഗ്രാമമായിരുന്നു. ആ ഗ്രാമത്തിന്റെ വഴിത്താരകളിലൂടെ പാട്ടിന്റെ കാറ്റ് വീശിക്കൊണ്ടേയിരുന്നു. സമൂഹത്തിലെ വിവിധ തുറകളിൽപ്പെട്ട ആളുകളുമായി സംവദിക്കാനും ഇടപഴകാനും അവരുടെ ജീവിതം അടുത്തു മനസ്സിലാക്കാനും കഴിഞ്ഞത് ഗദ്ദറിനെ ഒരു മികച്ച ഗായകനാക്കി. അനുഭവങ്ങൾ പാട്ടിന്റെ വെണ്ണക്കല്ലു തേച്ചുമിനുക്കി. ഗദ്ദറിന്റെ വീടിനോടടുത്ത

തെരുവിൽ നിരവധി ദലിത് മാദിക കുടുംബങ്ങൾ ഉണ്ടായിരുന്നു. തപ്പിന്റെ താളത്തോടെ ഗ്രാമത്തിലെയും സ്വജീവിതത്തിലെയും നിരവധി പ്രശ്നങ്ങളെക്കുറിച്ച് മാദികർ പാടുമായിരുന്നു.

മദ്യം മൂലം ഗ്രാമശ്രീ മുഖത്ത് കറുപ്പ് പടർന്നതിനെക്കുറിച്ചുള്ള മാദിഗ ഗാനം ഇതിന് ഒരു ഉദാഹരണമാണ്. മദ്യത്തിന് അടിമപ്പെട്ട് ജീവിതവും യൗവനവും നശിപ്പിച്ചതിനെപ്പറ്റിയും പണം ധൂർത്തടിച്ചതിനെപ്പറ്റിയും ഈ പാട്ടിൽ പറയുന്നു. ഒടുവിൽ താനൊരു നിത്യരോഗിയായി മാറി എന്ന തിരിച്ചറിവോടെയാണ് ദലിത് ഗായകൻ തന്റെ സന്ദേശം ജനങ്ങളുമായി പങ്കുവെയ്ക്കുന്നത്. മറ്റൊരു ദലിത് വിഭാഗമായ മാല വിഭാഗക്കാർക്കിടയിൽ കുറേക്കൂടി ഭക്തി അധിഷ്ഠിതമായ നാടോടി കലാരൂപങ്ങളാണ് നിലവിലുള്ളത്. മാല- മാദിഗ വിഭാഗക്കാരുടെ തനത് കലാരൂപങ്ങൾ ഗദ്ദറിൽ ആഴത്തിൽ സ്വാധീനം ചെലുത്തിയിട്ടുണ്ട്.

കുട്ടിക്കാലത്ത് അടുത്തറിഞ്ഞ സാംസ്കാരിക സങ്കലനമാണ് ഗദ്ദറിലെ കലയെ സമ്പന്നമാക്കിയത്. ആ അറിവുകൾ ഗദ്ദറിന്റെ വ്യക്തിസത്തയെയും സംഗീതബോധത്തെയും കരുപ്പിടിപ്പിച്ചു. തൊട്ടുതീണ്ടായ്മയുടെ മതിൽക്കെട്ടുകൾ ശക്തമായിരുന്നെങ്കിലും ക്ഷേത്രങ്ങളിലെ പാട്ടുകളും ഭജനുകളും അദ്ദേഹം പുറത്തുനിന്നും കേട്ടുപഠിച്ചു. ഹരികഥയും ചിരുതല രാമായണവും ഹൃദിസ്ഥമാക്കി. ചിരുതല രാമായണം നാട്ടുകാർ ചേർന്ന് അവതരിപ്പിച്ചപ്പോൾ ഗദ്ദറും അവർക്കൊപ്പമുണ്ടായിരുന്നു. നാട്ടുരാമായണങ്ങളിലെ പാട്ടിന്റെ താളത്തിൽ ഗദ്ദർ പിന്നീട് വിപ്ലവഗാനങ്ങൾ ചിട്ടപ്പെടുത്തിയിട്ടുണ്ട്.

മാലവിഭാഗക്കാരുടെ ദലിത്രാമായണപാട്ടിന്റെ താളത്തിൽ ചിട്ടപ്പെടുത്തിയതാണ് " അന്ന അജ്ഞന്നാ അന്തുകോ... " എന്ന വിപ്ലവഗാനം. പാട്ടുകളിലൂടെയും പരിശ്രമങ്ങളിലൂടെയും ഗദ്ദർ വിവിധ ദലിത് വിഭാഗങ്ങളെ പരസ്പരം ചേർത്തുനിർത്തി. മാല - മാദിക വിഭാഗങ്ങളെ കലയിലൂടെയും ജീവിതത്തിലൂടെയും ബന്ധിപ്പിച്ചു നിർത്തുന്ന ഗുരുത്വാകർഷണബലമായി ഗദ്ദർ എന്ന കാലകാരൻ മാറുന്നു. ഇതു തന്നെയാണ് ഗദ്ദർ എന്ന ദലിത് ആക്റ്റിവിസ്റ്റിന്റെ പ്രസക്തി വർദ്ധിപ്പിക്കുന്നതും.

ഗദ്ദർ അതിരുകളില്ലാത്ത കലാകാരനായിരുന്നു. വ്യത്യസ്ത ജാതി, മത വിഭാഗങ്ങൾക്കിടയിൽ നിലനിന്നിരുന്ന സാംസ്കാരിക ചേരുവകൾ ഗദ്ദറിലെ കലയെ രുചികരമാക്കി. ഈ അറിവുകളും അനുഭവങ്ങളും വിപ്ലവത്തിനുവേണ്ടി ഗദ്ദർ ഉടച്ചുവാർത്തു. ഉദാഹരണത്തിന് മുസ്ലീം പ്രാർത്ഥനയ്ക്കനുസരിച്ചും ഗദ്ദർ വിപ്ലവപ്പാട്ട് ചിട്ടപ്പെടുത്തിയിട്ടുണ്ട്.

'യാഷഫി അൽവിദാ സലാമുൻഹലൈ' എന്നതിന്റെ താളത്തിനൊത്ത് ചിട്ടപ്പെടുത്തിയ 'ലാൽസലാം ലാൽസലാം സലാമുൻഹലൈ' എന്ന രക്തസാക്ഷിഗാനം എടുത്തുപറയേണ്ടതാണ്.

രണ്ടു ദേവദാസികൾ ഗദ്ദറിന്റെ ഗ്രാമത്തിലുണ്ടായിരുന്നു. സാമൂഹികമായ നിരവധി വിലക്കുകൾ ഉണ്ടായിരുന്നെങ്കിലും ഗ്രാമീണർ ഇവരെ

ഏറെ ബഹുമാനിച്ചിരുന്നു. ഇവർ സമ്പന്നകളായിരുന്നുവെന്നതുതന്നെയാണ് ബഹുമാനത്തിന്റെ പ്രധാനകാരണം. മതചടങ്ങുകളിലും ഉത്സവങ്ങളിലും ഇവർ നൃത്തംചെയ്യുമായിരുന്നു. ഇവരുടെ ചുവടുകൾ ഗദ്ദറിൽ സ്വാധീനം ചെലുത്തിയിട്ടുണ്ട്. ഗദ്ദറിന്റെ കുടുംബവുമായി വളരെ അടുത്ത ബന്ധമാണ് ഇവർ സൂക്ഷിച്ചിരുന്നത്. ഈ ദേവദാസികളുടെ കാളിവന്ദന സ്ത്രോത്രത്തിന്റെ താളത്തിൽ ഗദ്ദർ കർഷകത്തൊഴിലാളിഗാനം ചിട്ടപ്പെടുത്തിയിട്ടുണ്ട്.

കൂട്ടായ്മയുടെ നാട്ടുത്സവ സംഗീതത്തിലും ഗദ്ദർ പാട്ടൊരുക്കിയിട്ടുണ്ട്. ഉദാഹരണത്തിന് നിറങ്ങളുടെ ഉത്സവമായ ഹോളി. 'ഹോളി ഹോളില രംഗ. ഹോളി സെമ്മകേലില ഹോളി...' എന്ന വർണ്ണോത്സവ ഗാനത്തിന്റെ ഛായയിൽ ഗദ്ദർ രക്തസാക്ഷിഗാനം രചിച്ചു. ഗുജറാത്തിലെ ദാണ്ഡിയ നൃത്തത്തിന് സമാനമായ കലാരൂപം തെലങ്കാന ഭാഗത്തുണ്ട്. കോലാട്ടം എന്നാണ് പേര്. കോലാട്ടത്തിന്റെ ശൈലിയിൽ ചിട്ടപ്പെടുത്തിയ പാട്ട് ഏറെ ജനപ്രിയമാണ്. ഹിന്ദു മുസ്ലീം വിഭാഗങ്ങളുടെ വിവിധ ആഘോഷ ഗാനങ്ങൾക്കനുസരിച്ച് ഗദ്ദർ പാട്ടുകൾ ചിട്ടപ്പെടുത്തിയിട്ടുണ്ട്.

ഗ്രാമങ്ങളിൽ തൊഴിൽ വ്യവസ്ഥയ്ക്കനുസരിച്ച് രൂപംകൊണ്ട പാട്ടുകളും കലാരൂപങ്ങളും ഏറെയുണ്ടായിരുന്നു. തൊഴിലാളികൾക്കൊപ്പം പണിയെടുത്തിരുന്നപ്പോൾ ഈ പാട്ടുകളെ ആത്മാവറിഞ്ഞ് ഉൾക്കൊള്ളാൻ ഗദ്ദറിന് സാധിച്ചു. പലപേരുകളിൽ, പലജീവിത സാഹചര്യങ്ങളിൽ കഴിയേണ്ടിവന്ന ഒളിവുകാലത്തെ അനുഭവങ്ങൾ ഗദ്ദറിൽ ആഴത്തിൽ സ്വാധീനം ചെലുത്തിയിട്ടുണ്ട്. ഇസുറായി പാടലു (കൊത്തുപണിപ്പാട്ടുകൾ), കലുപു പാടലു (ഞാറ്റുപാട്ടുകൾ), ഗുഡിസെ പാടലു (നായാട്ട് പാട്ട്), പസുവുല കപരുലു പാടെ പാടുലു (കാലിമേയ്ക്കുമ്പോഴത്തെ പാട്ടുകൾ) എന്നിവ ഗദ്ദറിനെ സ്വാധീനിച്ച തൊഴിൽപാട്ടുകളാണ്. ആന്ധ്രയുടെ ഭൂമിശാസ്ത്രപരമായ ഘടന പ്രത്യേക പ്രാധാന്യമർഹിക്കുന്നു. മഹാരാഷ്ട്ര, തമിഴ്നാട്, ഉത്തർപ്രദേശ്, ഗുജറാത്ത്, ബംഗാൾ എന്നീ സംസ്ഥാനങ്ങളുമായി സാംസ്കാരികവും സാമൂഹികവുമായ കൊടുക്കൽ വാങ്ങലുകൾ ആന്ധ്ര നടത്തിയിട്ടുണ്ട്. കുടിയേറ്റവും പുനരധിവാസങ്ങളും തൊഴിലന്വേഷണങ്ങളും വഴി നടന്ന അന്യോന്യത്തിലൂടെ കൈമാറിക്കിട്ടിയ സാംസ്കാരിക ധാരകളും ജീവിത വീക്ഷണവും ഗദ്ദറുൾപ്പെടെയുള്ള നാടോടി കലാകാരന്മാരുടെ ആവിഷ്കാരത്തിലും അടയാളപ്പെടുത്തപ്പെട്ടിട്ടുണ്ട്.

പഠനകാലത്ത് ഗദ്ദർ അധ്യാപകർക്ക് പ്രിയപ്പെട്ട വിദ്യാർഥിയായിരുന്നു. അച്ചടക്കമുള്ള വിദ്യാർഥി. അധ്യാപകരായിരുന്ന ശേഷറെഡ്ഢി, ഭീമശങ്കര ശാസ്ത്രികൾ എന്നിവർ ഗദ്ദറിനെ സ്കൂളിലെ എല്ലാ പരിപാടികളിലും പങ്കെടുക്കാൻ നിർബന്ധിക്കുമായിരുന്നു. ഫലിതപ്രധാനമായ പരിപാടി അവതരിപ്പിച്ച് ഗദ്ദർ അന്ന് സദസ്സിനെ കൈയിലെടുത്തു. നരഹരി, കൃഷ്ണ

എന്നിവരായിരുന്നു ആദ്യനാളുകളിൽ ഗദ്ദറിനൊപ്പം പരിപാടി അവതരിപ്പിക്കാനുണ്ടായിരുന്നത്. തൂപ്രാൻ ടീം എന്നാണ് അവരുടെ സംഘം അറിയപ്പെട്ടിരുന്നത്. ജില്ലയിൽ അവരുടെ ടീം വളരെയധികം പേരെടുത്തു. ഒരുപാട് സമ്മാനങ്ങൾ അവർ വാരിക്കൂട്ടി. ടീച്ചർമാർ വിവിധ സാമൂഹിക വിഷയങ്ങളെ അടിസ്ഥാനമാക്കി അവർക്ക് ബുരകഥയെഴുതിക്കൊടുത്തു. ' ഭാരതമാത ഭാഗ്യവിധാത... ' എന്നു തുടങ്ങുന്ന ഗദ്ദറിന്റെ കുട്ടിക്കാലത്തെ ബുരകഥാഗാനം ഏറെ പ്രശസ്തമാണ്. തന്റെ ഗ്രാമത്തെക്കുറിച്ച് ഗദ്ദർ പാട്ടുകളിലൂടെ അടയാളപ്പെടുത്തുന്നത് ഇങ്ങനെ

"ഈ ഗ്രാമം ഞങ്ങളുടേതാണ്
ഇവിടെയുള്ള ഓരോ തൊഴിലും ചെയ്യുന്നത് ഞങ്ങളാണ്
പിന്നെ ആരാണ് ഈ ജന്മി?
എന്താണ് അയാളുടെ യോഗ്യത?
ഞങ്ങളെ ഭരിക്കാൻ എന്താണ് അയാളുടെ യോഗ്യത?"

(ഗദ്ദറിന്റെ ഗ്രാമപ്പാട്ട്)

സംവരണം പ്രശ്നം കത്തിയാളിയ, അയോധ്യ പ്രശ്നത്തിലൂടെ ഹൈന്ദവരാഷ്ട്രവാദം പൊട്ടിമുളയ്ക്കാൻ തുടങ്ങിയ മണ്ഡൽ-കമണ്ഡൽ കാലത്തോടെയാണ് ഗദ്ദർ തന്റെ ദലിത് സ്വത്വബോധം ശക്തമായി ഉയർത്തിപ്പിടിക്കുന്നത്. അംബേദ്ക്കറിസത്തിന് പ്രസക്തിയേറിയെന്നും ദലിത് രാഷ്ട്രവാദമാണ് വേണ്ടതെന്നും ഗദ്ദർ ഉറച്ചുവിശ്വസിച്ചു. ബ്രാഹ്മണിസത്തെ വെല്ലുവിളിച്ചു. "ബ്രാഹ്മണന്റെ തല തേൻ പുരട്ടിയ കത്തിയാണെന്ന്" ഗദ്ദർ പാടുമ്പോൾ പ്രതിക്കൂട്ടിൽ നിൽക്കുന്നത് മനുസ്മൃതിയുൾപ്പെടെയുള്ള വർണ്ണവ്യവസ്ഥയുടെ വാറോലകളാണ്.

ഈ ശംഖിൽ ഇനിയുമുണ്ട് കടലിരമ്പം

ഗദ്ദറിനെക്കുറിച്ച് പറയുമ്പോൾ അടിച്ചമർത്തപ്പെട്ടവരുടെ മോചനത്തിനായി സംഗീതത്തിന്റെ ശക്തിയും സൗന്ദര്യവും സമർപ്പിച്ച മഹാഗായകൻ പീറ്റ് സീഗറിനെ പലപ്പോഴും ഓർത്തുപോകും. ഗദ്ദർ, ഇന്ത്യൻ ഗ്രാമങ്ങളുടെ പീറ്റ് സീഗർ. ദലിത് കലാരൂപങ്ങളുടെ പൂർണ്ണസ്ഥായിയിലുള്ള ആവിഷ്കാരമായിരുന്നു ഗദ്ദറിലൂടെ വേദിയിലെത്തിയത്. ഇന്ത്യൻ സാമൂഹിക വ്യവസ്ഥയെ ചരിത്രപശ്ചാത്തലത്തിൽ വിലയിരുത്തിയാൽ മാത്രമേ ഇത്തരം കലാരൂപങ്ങളുടെ ഉൾക്കാമ്പ് പിടികിട്ടൂ. സ്വാതന്ത്ര്യപോരാട്ടങ്ങളും തുടർന്നുണ്ടായ ജനാധിപത്യപോരാട്ടങ്ങളും നമ്മുടെ ജനകീയ കലാരൂപങ്ങളെ ആഴത്തിൽ സ്വാധീനിച്ചിട്ടുണ്ട്. തിരിച്ചും. നക്സലൈറ്റ് പ്രസ്ഥാനം അത്തരത്തിൽ ഒന്നായിരുന്നു.

ഗദ്ദർ എന്ന സാംസ്കാരിക പ്രതിഭാസം ജനകീയസമരങ്ങളുമായി ബന്ധപ്പെട്ടുകിടക്കുന്നു. അടിച്ചമർത്തലുകൾക്കുനേരെ ശബ്ദിക്കാൻ ജനങ്ങൾ അവരുടെ കലാരൂപങ്ങൾ തിരഞ്ഞെടുത്തു. ജനങ്ങളിലേക്ക് മറയേതു

മില്ലാതെ എത്താനാണ് ഗദ്ദർ നാടോടി കലാരൂപങ്ങൾ തിരഞ്ഞെടുത്തത്. താളിയോലയെഴുത്തിൽ നിന്നും ടാബ്ലെറ്റിലേക്കുള്ള ദൂരംപോലെ തലമുറകളുടെ ശീലങ്ങൾ മാറിയെങ്കിലും നാടോടി കലാരൂപത്തിന്റെ സ്വാധീനശക്തി കാര്യമായ കോട്ടമില്ലാതെ നിലനിന്നു. തലമുറകളുടെ ആസ്വാദന തൽപ്പരത ഏറിയും കുറഞ്ഞുമിരുന്നെങ്കിലും നാടൻ കലകളെ അവഗണിച്ചുകൊണ്ട് ഒരു സമൂഹത്തിനും അവരുടെ ഭൂതകാലത്തെ നിർവ്വചിക്കാൻ കഴിയില്ല.

അടിച്ചമർത്തപ്പെട്ടവന്റെയുള്ളിലെ രോഷം നൈസർഗികമായി ഗദ്ദറിന്റെ പാട്ടുകളിലൂടെ പുറത്തുവരികയായിരുന്നു. 'ഭാരതദേം ഭാഗ്യസീമര' എന്ന പാട്ട് അഴിമതിയുടെ അവിശുദ്ധകൂട്ടുകെട്ടുകളും അവർണ്ണന്റെ ജീവിതാവസ്ഥകളും പ്രശ്നവത്ക്കരിക്കുന്ന പാട്ടാണ്. നമ്മുടെ രാജ്യം പ്രകൃതിവിഭവങ്ങളാൽ സമ്പന്നമാണെങ്കിലും അതിന്റെ ഉടമകളായ പൗരന്മാർക്ക് പട്ടിണിമാത്രം കൈമുതലാകുന്നത് എന്തുകൊണ്ടാണ്. നമ്മുടെ രാജ്യം വിഭവങ്ങളാൽ സമ്പന്നമാണ്, പൊന്നുവിളയുന്ന ഫലഭൂയിഷ്ടമായ മണ്ണാൽ സമൃദ്ധമാണ്, നിറഞ്ഞൊഴുകുന്ന പുഴകൾ നിറഞ്ഞതാണ് പക്ഷേ, പട്ടിണി നാടുവാഴുന്നതെന്തുകൊണ്ടാണെന്ന് ഗദ്ദർ ഈ പാട്ടിൽ ചോദിക്കുന്നു. 'കമ്മറോനി ഇന്റലാബുട്ടി/ കട്ടിപീട സുട്ടിലേക' എന്ന പാട്ടിൽ ജാതീയമായ വിവേചനങ്ങൾ അടിസ്ഥാനമാക്കിയുള്ള തൊഴിലുകളെടുക്കേണ്ടിവരുന്നവരുടെ വ്യഥകൾ പങ്കുവെയ്ക്കുന്നു. പലർക്കും അവരുടെ ഉൽപ്പന്നങ്ങൾ ഉപയോഗിക്കാൻ പോലുമാകുന്നില്ല. കരുവാന്റെ മകനായി പിറന്നിട്ടും എന്റെ കൈയിൽ ഒരു അരിവാളോ ചുറ്റികയോ ഇല്ല എന്ന് ആ പാട്ടിൽ പറയുന്നു. കഷ്ടപ്പെട്ട് ദൈവവിഗ്രഹം കൊത്തിയെടുക്കുന്നവന് ക്ഷേത്രത്തിൽ കയറാൻ അനുവാദമില്ല. ഇതാണ് യഥാർത്ഥ ഇന്ത്യ. കഷ്ടതകൾ പങ്കുവെയ്ക്കുമ്പോഴും അടിച്ചമർത്തപ്പെട്ടവർക്ക് ആത്മവിശ്വാസം നൽകാനും ഗദ്ദർ പാട്ടുകളിലൂടെ ശ്രമിക്കുന്നു. 'ഊരു മനന്ദിര' എന്ന പാട്ടിൽ ഈ ഗ്രാമം തങ്ങളുടേതാണെന്നും എല്ലാ തൊഴിലുകളുമെടുക്കുന്ന തങ്ങൾക്കാണ് ഗ്രാമത്തിന്റെ അവകാശമെന്നും പറയുന്നു. ഗുഡ ആഞ്ചയ്യയാണ് ഈ പാട്ടെഴുതിയത്. പക്ഷേ, ഗദ്ദറിന്റെ ശബ്ദത്തിൽ ആ പാട്ട് പ്രശസ്തമായി.

അനിവാര്യമായ സാമൂഹികമാറ്റങ്ങളിൽ നിന്നും രാജ്യപുരോഗതിയിൽ നിന്നും ദലിതൻ എങ്ങനെ മാറ്റിനിർത്തപ്പെട്ടുവെന്ന് ഗദ്ദർ പാടുന്നു,

"ഞെരമ്പെല്ലാം വലിച്ച് വലിച്ച്
ഞങ്ങൾ വൈദ്യുത കമ്പികൾ പാകി.
വെള്ളമെല്ലാം തേവി തേവി
ഞങ്ങൾ അണക്കെട്ടുകൾ നിറച്ചു.
പിറന്ന മണ്ണ് ഞങ്ങൾ ഒഴിഞ്ഞുനൽകി
സർക്കാർ വൈദ്യുതി നിലയം പണിതു
പക്ഷേ, കണ്ണുകുത്തിത്തുളയ്ക്കുന്ന
ഇരുട്ടിൽ കഴിയാനാണ് ഞങ്ങൾക്ക് വിധി"

പുരോഗതിയുടെ ബാലൻസ് ഷീറ്റിൽ നിന്നും ദലിതൻ പുറത്തായ തിനെക്കുറിച്ച് മറ്റൊരു പാട്ടുണ്ട്,

“അതിവേഗ പാതകൾക്കുവേണ്ടി
ജീവിതം വഴിമുട്ടിയവരാണ് ഞങ്ങൾ”

മാറ്റം ഗദ്ദറിന്റെ പാട്ടിലെ നിർണ്ണായക ഘടകമാണ്. മാറ്റമില്ലാത്തത് മാറ്റത്തിനുമാത്രമാണെന്നും വ്യവസ്ഥിതിയുടെ മാറ്റം അനിവാര്യമാണെന്നുമുള്ള മാക്സിസ്റ്റ് ചിന്താരീതികളാണ് ഗദ്ദറിന്റെ ഈ സമീപനത്തിന് ആധാരം.

1960 മുതൽ ഗദ്ദർ നക്സലൈറ്റ് പ്രസ്ഥാനത്തെക്കുറിച്ച് പാടുന്നു. നക്സലൈറ്റ് പ്രസ്ഥാനത്തിനുണ്ടായ മാറ്റങ്ങൾ, പിളർപ്പുകൾ എന്നിവ ഗദ്ദറിന്റെ പാട്ടുകളിലുണ്ട്. ‘ആഗതു ആഗതു’ എന്ന പാട്ട് കർഷകത്തൊഴിലാളികളുടെ സായുധവിപ്ലവം ലക്ഷ്യമിട്ട് എഴുതിയതാണ്. പട്ടിണികിടന്ന് വലഞ്ഞ സാധാരണക്കാരനാണ് സമരം നയിക്കുകയെന്ന തിരിച്ചറിവ്. വിപ്ലവസ്വപ്നങ്ങളിലേക്ക് അടിവെച്ചടിവെച്ച് മാർച്ച് ചെയ്യുന്ന സാധാരണക്കാരൻ. ഉറുമ്പുകൾ നിരതെറ്റാതെ വരുന്നതുപോലെ. പശുക്കളുടെ വരവിൽ സിംഹങ്ങൾ ഭയന്നുവിറച്ച് പോകുന്നതുപോലെ സാധാരണക്കാരന്റെ വരവിൽ അധികാരശൃംഗങ്ങൾ തകർന്നുവീഴുന്നു. ദൈനംദിന ജീവിതമായി ചേർന്നുനിൽക്കുന്ന വരികളിലൂടെ സാധാരണക്കാരന്റെ ചിന്താധാരയിൽ ശക്തമായ സ്വാധീനം ഗദ്ദറിന്റെ പാട്ടുകൾ സൃഷ്ടിക്കുന്നുണ്ട്.

ഗദ്ദറിന് ഇന്ത്യൻ സാമൂഹിക പശ്ചാത്തലം വളരെ അടുത്തറിയാം. അതുകൊണ്ടുതന്നെ ഇന്ത്യൻ സാമൂഹത്തിലെ എല്ലാവർക്കും യോജിച്ച വിധത്തിലുള്ള പാട്ടുകൾ ഗദ്ദർ ചിട്ടപ്പെടുത്തിയിട്ടുണ്ട്. കർഷകരുടെയും തൊഴിലാളികളുടെയും പാട്ടുകളാണ് അതിൽ കൂടുതലും. വർഗ്ഗം അല്ലെങ്കിൽ ജാതി ഇതിനെ തന്റെ പാട്ടുകളിലൂടെ ഗദ്ദർ ശക്തമായി നിർവ്വചിച്ചിട്ടുണ്ട്. ദലിതർ, റയിൽവേ ജീവനക്കാർ, ഖനിത്തൊഴിലാളികൾ, കരിങ്കല്ലു പണിക്കാർ, ശിൽപ്പികൾ, റിക്ഷാ തൊഴിലാളികൾ, വയലിൽ പണിയെടുക്കുന്ന സ്ത്രീകൾ, ബീഡിത്തൊഴിലാളികൾ, ക്വാറിത്തൊഴിലാളികൾ, ട്രാൻസ്പോർട്ട് ബസ് ഡ്രൈവർമാർ എന്നിങ്ങനെ നീളുന്നു ഗദ്ദറിന്റെ പാട്ടുചെന്നെത്തുന്ന വഴികൾ. കമ്പോളവത്കൃതവ്യവസ്ഥയിൽ സ്വത്വം നഷ്ടമായ യാന്ത്രികജീവിതങ്ങളെ അദ്ദേഹം അഭിസംബോധന ചെയ്യുന്നു. തൊഴിലാളികളുടെ രക്തവും യന്ത്രങ്ങളുടെ നിർമ്മാണ വേഗവും തമ്മിലുള്ള ബന്ധത്തെ ഗദ്ദർ അടിവരയിട്ടു പറയുന്നു. റിക്ഷാവാല എന്ന പാട്ട് ഇത്തരത്തിലുള്ളതാണ്.

1980-ൽ തെലുങ്കിൽ ശക്തമാകാൻ തുടങ്ങിയ ദലിത് സ്ത്രീപക്ഷ ചിന്തകൾ ഗദ്ദറിലും ആഴത്തിൽ വേരാഴ്ത്തിയിട്ടുണ്ട്. മാർക്സിസ്റ്റ് പ്രത്യയശാസ്ത്രത്തിന് അഭിസംബോധനചെയ്യാൻ കഴിയാതെ പോയ കാര്യങ്ങളാണ് ഇവ പങ്കുവെച്ചത്. വർക്കിങ് ക്ലാസ് അല്ല വർക്കിങ് കാസ്റ്റാണ്

ഇന്ത്യൻ വർഗ്ഗസമര യാഥാർത്ഥ്യമെന്ന് ഗദ്ദർ ഉറച്ചുവിശ്വസിക്കുന്നു. ഈ വിഷയത്തിൽ നക്സലൈറ്റ് പ്രസ്ഥാനവും അത്രയൊന്നും ശ്രദ്ധചെലുത്തിയിട്ടില്ലെന്ന് ഗദ്ദർ ഖേദിക്കുന്നു. ദലിതരുടെ ഭാഷയിലാണ് ഗദ്ദർ പാടുന്നതും സംവദിക്കുന്നതും. ഗദ്ദറിനു മുൻപുണ്ടായിരുന്ന ആന്ധ്രയിലെ കലാകാരന്മാരിൽ ഭൂരിഭാഗവും ഉന്നതകുലജാതരായിരുന്നു. ഗദ്ദർ ദലിതരുടെ സമ്പന്നമായ പൈതൃകത്തെ വളരെ ശക്തമായും ബോധപൂർവ്വവും ഉപയോഗിച്ചു.

പിതൃകേന്ദ്രീകൃതമായ സാമൂഹികവ്യവസ്ഥയെ സ്ത്രീപക്ഷ ചിന്തകൾ ചോദ്യം ചെയ്തപ്പോൾ ഇന്ത്യൻ യാഥാർത്ഥ്യങ്ങളെ മറയില്ലാതെ മനസ്സിലാക്കാൻ ദലിത് പ്രസ്ഥാനങ്ങളും സ്ത്രീവിമോചന പ്രസ്ഥാനങ്ങളും സഹായിച്ചു. ഇത്തരം പ്രസ്ഥാനങ്ങളുടെ ആവിർഭാവം മുഖ്യധാര ഇടതുപക്ഷത്തിന്റെയെന്നപോലെ നക്സലൈറ്റ് പ്രസ്ഥാനത്തിന്റെയും അടിത്തറയുലച്ചിട്ടുണ്ട്. ഇടപെടലുകളുടെ അതിർവരമ്പ് ജാതീയ പ്രശ്നങ്ങളിലേക്കും സ്ത്രീവിമോചന ചിന്തകളിലേക്കുമൊക്കെ വികസിപ്പിച്ചത് സാമൂഹിക പ്രാധാന്യമുള്ള പാട്ടുകൾ സൃഷ്ടിക്കാനും പുതിയ പ്രശ്നങ്ങളെ അഭിസംബോധനചെയ്യാനും ഗദ്ദറിനെ സഹായിച്ചു. തന്റെ ദലിത് പശ്ചാത്തലം നക്സലൈറ്റ് പ്രസ്ഥാനത്തെ വിമർശനാത്മകമായ മറ്റൊരു കോണിലൂടെ നോക്കിക്കാണാൻ ഗദ്ദറിന് ഉൾക്കാഴ്ച നൽകി. അതുകൊണ്ടുതന്നെ നക്സലൈറ്റ് പ്രസ്ഥാനത്തെയും ദലിത് ആശയ പ്രസ്ഥാനങ്ങളെയും ബന്ധിപ്പിക്കുന്ന കണ്ണിയായി ഗദ്ദറിനെ വിലയിരുത്താം. മുൻ കാലങ്ങളിൽ കൂലിയെന്നും അടിയാളനെന്നും മാത്രം അഭിസംബോധന ചെയ്തവരെ ദലിതനെന്നു (മാലാ മാദികർ എന്നിങ്ങനെ) വിളിക്കാൻ തുടങ്ങി. ജാതിയെന്ന യാഥാർഥ്യം കൂടുതൽ മറനീക്കി പുറത്തുവന്നുകൊണ്ടിരിക്കുന്നു. ജാതി ഭേദങ്ങൾക്കെതിരായ ചെറുത്തുനിൽപ്പും ഇത്തരത്തിൽ സ്വത്വബോധത്തിന്റെ പ്രകടനവേദികൾ കൂടിയായി.

കൂലി രാജ്യം എന്ന സങ്കൽപ്പമായിരുന്നു ആദ്യമെങ്കിൽ ഇപ്പോൾ ദലിത് സ്വാഭിമാനമായി ഗദ്ദറിന്റെ രാഷ്ട്രീയ ചോദന പരിണമിച്ചു. അധികാരമില്ലാതെ ദലിതരുടെ ജീവിതത്തിൽ മാറ്റങ്ങളുണ്ടാകില്ലെന്ന അംബേദ്ക്കർ വചനത്തിൽ ഗദ്ദർ അടിയുറച്ച് വിശ്വസിക്കുന്നു. അതിന് സായുധ വിപ്ലവമാണ് പാതയെന്നും ഗദ്ദർ പറയുന്നു. കരംചേടു കൂട്ടക്കൊല തെലുങ്കിലെ ദലിത് രാഷ്ട്രീയത്തിലെ നിർണ്ണായക വഴിത്തിരിവാണ്. 1985-ൽ ആറു ദലിതർ സവർണ്ണരാൽ കൊലചെയ്യപ്പെട്ടു. ഇതിനെതിരെ ആന്ധ്രയിലെ ദലിതർ ഒന്നിച്ചു. പ്രതിഷേധിച്ചു. ഗദ്ദർ ആ വിഷയത്തിൽ ഏറെ സ്വാധീനിക്കപ്പെടുകയും പാട്ടുകളെഴുതുകയും ചെയ്തു. 'ദലിത് പുലുലമ്മ' (ദലിത് പുലികൾ) എന്ന പാട്ട് ഭൂപ്രഭുക്കന്മാർക്കെതിരെ പോരാടിയ ദലിതർക്കായുള്ളതാണ്. 1991-ൽ എട്ടു ദലിതരെ റെഡ്ഢികൾ കൊലപ്പെടുത്തിയ ചുന്ദുരു കൊലപാതകമാണ് 'ചുന്ദുരു ദലിതണ്ണ' (ചുന്ദുരുവിലെ

ദലിത് സഹോദരന്മാരെ) എന്ന പാട്ടിന് നിദാനം. ദലിതന്റെ സ്വാതന്ത്ര്യ പ്രഖ്യാപനം ഭൂസമരങ്ങളുമായി ബന്ധപ്പെട്ടുകിടക്കുന്നുവെന്ന് ഗദ്ദർ വിശ്വസിക്കുന്നു. അതുകൊണ്ടുതന്നെ ഭൂമിക്കായുള്ള വർഗ്ഗസമരത്തി നൊപ്പം വർണ്ണസമരം കൂടിവേണമെന്ന് ഗദ്ദർ ആവശ്യപ്പെടുന്നു.

ശാസ്ത്രീയ നിഷ്ഠകളോടെ സംഗീതത്തെ സമീപിക്കുകയും മറ്റാർക്കും വിട്ടുകൊടുക്കാതെ ജന്മാധികാരത്തിന്റെ ഒസ്യത്തിൽ സംഗീ തത്തെ ഉൾപ്പെടുത്തുകയും ചെയ്ത സവർണബോധത്തിനുമേൽ ഗദ്ദർ പരിഹാസത്തിന്റെ ചുണ്ണാമ്പുതേക്കുന്നു. വിഷയങ്ങൾ, വാക്കുകൾ എന്നിവയിലൂടെ ഭാഷയിലൂടെയുള്ള ഒരുതരം കലഹത്തിനാണ് ഗദ്ദർ വഴി യൊരുക്കിയത്. പ്രജാപതിക്ക് തൂറാൻമുട്ടിയതിനെക്കുറിച്ചെഴുതിയ ഒ.വി. വിജയനെപ്പോലെ ഗദ്ദറും കറുത്തഫലിതം പാട്ടുകളിൽ കൊണ്ടുവന്നു. കപട ഭക്തിയുടെ ഗരിഷ്ഠ ഭാവങ്ങളെക്കുറിച്ച് സവർണ്ണൻ പാടിയപ്പോൾ ചെരുപ്പുകൾ ('കിരു കിരു സെപ്പുലോയമ്മ'), ചവറ്റുകൂന ('യെന്ത ചക്ക ഗുന്നഡേ- ന ചെട്ടഗുണ്ടി'), ശൗചാലയം ('സുന്ദരാംഗി പൈകന') എന്നി വയെപ്പറ്റി ഗദ്ദർ പാടി. തെലുങ്കിലെ സംസ്കൃതത്തിന്റെ സ്വാധീനത്തെ നിഷേധിച്ചുകൊണ്ടാണ് ഗദ്ദർ പാടിയത്. സാധാരണക്കാരുടെ പഴമൊഴി കൾ, പദപ്രയോഗങ്ങൾ എന്നിവ പാട്ടിൽ നിറച്ചു.

സ്ത്രീ കേന്ദ്രീകൃതമായ നിരവധി പാട്ടുകൾ ഗദ്ദർ എഴുതിയിട്ടുണ്ട്. 1980-കൾക്കു മുൻപ് ഗദ്ദർ തന്റെ പാട്ടുകളിൽ സ്ത്രീപ്രശ്നങ്ങൾക്ക് വേണ്ടത്ര ശ്രദ്ധ നൽകിയിരുന്നില്ല. സ്ത്രീകൾനേരിടുന്ന പ്രശ്നങ്ങൾ വർഗ്ഗസമരത്തിന്റെ ചതുരക്കളത്തിനു പുറത്തുകൊണ്ടുവരണമെന്ന വിവിധ സ്ത്രീ കൂട്ടായ്മയുടെ ആവശ്യങ്ങളാണ് കാര്യങ്ങളെ പുതിയൊരു തലത്തിൽ നിന്നു മനസ്സിലാക്കാൻ ഗദ്ദറിനെ സഹായിച്ചത്. അമ്മയായി രുന്നു ഗദ്ദറിന്റെ ഏറ്റവും കരുത്തുറ്റ സ്ത്രീബിംബം. പിന്നെ ഭാര്യ വിമലയും. ഇരുവരും രണ്ടുവ്യക്തികൾ എന്നതിനപ്പുറം സാമൂഹിക പരി ച്ഛേദങ്ങളായിരുന്നു. മൊത്തം സ്ത്രീകളുടെയും പ്രതിനിധികളായിരുന്നു. പട്ടിണിയോട്, പുരുഷമേധാവിത്വത്തോട്, സാമൂഹികനിയമങ്ങളോടെല്ലാം ചെറുത്തുനിൽക്കുന്ന ഗ്രാമീണസ്ത്രീകളായിരുന്നു ഗദ്ദറിന്റെ നായികമാർ. വലിയ വലിയ യുദ്ധങ്ങൾ നയിച്ചവരല്ല. ചെറിയ ചെറിയ ചെറുത്തുനിൽപ്പു കൾ നടത്തിയ സാധാരണ സ്ത്രീകൾ.

1990-കൾ മുതൽ ഇന്ത്യനേരിട്ട സാമ്പത്തിക ഉദാരവത്ക്കരണ നയ ങ്ങൾ, ആഗോളവത്ക്കരണത്തിന്റെ ആകുലതകൾ എന്നിവയും ഗദ്ദറിന്റെ പാട്ടുകളിൽ ആഴത്തിൽ സ്വാധീനം ചെലുത്തി. ടെലിവിഷൻ തുറന്നിട്ട ആഗോളവിപണിയുടെ സ്വാധീനത്തിനെതിരെ ഗദ്ദർ പാടിയിട്ടുണ്ട്. കോളാ ക്കമ്പനികൾ, വൻകിട വ്യാപാര- വാണിജ്യ സ്ഥാപനങ്ങൾ, വിദേശബാങ്കു കൾ, വസ്ത്രഭീമന്മാർ എന്നിങ്ങനെ ഗദ്ദറിന്റെ പാട്ടിൽ ശത്രുപക്ഷത്തു നിൽക്കുന്നവർ അനവധിയാണ്. 'ഒരിസെലു ആഡ്ഗിനയി' എന്ന പാട്ട്

കർഷക ആത്മഹത്യകളെക്കുറിച്ചുള്ളതാണ്. 'ദഗബഡ്ഡ തെലങ്കാന' എന്ന പാട്ട് തെലുങ്ക് ദേശീയതയെയും അധികാരികളുടെ വഞ്ചനയെയും കുറിച്ചാണ്. "അരുൺഷൂരി നിങ്ങൾക്കറിയുമോ ഞങ്ങളുടെ വിശപ്പ്" എന്ന ഗാനം അരുൺഷൂരിയെ 'വിറ്റഴിക്കൽ' മന്ത്രിയാക്കി നിശ്ചയിച്ചുകൊണ്ട് വാജ്പേയി സർക്കാർ വിദേശകമ്പനികൾക്ക് ഇന്ത്യയെ തീറെഴുതി നൽകിയപ്പോൾ പാടിയതാണ്.

അന്ധവിശ്വാസങ്ങൾ, ആൾദൈവങ്ങൾ, കപട ആത്മീയത, മതമേധാവിത്വം എന്നിവയ്ക്കെതിരെ പാട്ടിലൂടെ ശക്തമായി നിലകൊണ്ട വ്യക്തിയാണ് ഗദ്ദർ. നാടുമുഴുവൻ ഗണേശ വിഗ്രഹങ്ങൾ പാലു കുടിക്കുന്നുവെന്ന ദിവ്യാത്ഭുത തട്ടിപ്പ് പ്രചരിച്ചിരുന്നപ്പോൾ കഞ്ഞിവെള്ളം പോലും കുടിക്കാൻ ഗതിയില്ലാത്ത ഒരു ദലിത് ബാലന്റെ വേദനാപൂർണ്ണമായ രോഷപ്രകടത്തിലൂടെ ഗദ്ദർ പാടി. ഗദ്ദർ ഇടപെടാത്ത സാമൂഹിക വിഷയങ്ങൾ കുറവാണ്.

സാമൂഹിക മനഃശാസ്ത്രം ഇത്ര കരുത്തോടെ പ്രയോഗിച്ച മറ്റൊരു കലാകാരനില്ല. ചരിത്രപരമായ തുടർച്ച ഗദ്ദറിലുണ്ട്. ജന്മനാലുള്ള കലയ്ക്ക് അനുഭവങ്ങളിലൂടെ വജ്രത്തിന്റെ മൂർച്ച കൈവന്നു. നിസ്സംഗരായി വഴിമാറിനിന്നവരെയും അരാഷ്ട്രീയവാദികളെയും ഗദ്ദർ രാഷ്ട്രീയ പോരാളികളാക്കി.

സംസാരത്തിനിടയിൽ ഗദ്ദർ അടുത്തുള്ള മേശവലിപ്പിൽ നിന്നും ഒരു പൊതിയെടുത്തു തന്നു. എന്തായിരിക്കാമെന്ന ആശങ്കയിൽ ഞാൻ മുഖം ഉയർത്തവെ ആ കടലാസു പൊതിതുറന്നു നോക്കാൻ ഗദ്ദർ ആവശ്യപ്പെട്ടു. ഗദ്ദറിന്റെ പാട്ടുകളുടെ സിഡി. പേര് 'ഗദ്ദർഗാലം'. ജനസഞ്ചയങ്ങളെ ഇളക്കിമറിച്ച പാട്ടുകൾ വൈദ്യുതകാന്തിക ലിപിയിൽ ആ ഡിജിറ്റൽ താളിൽ കുറിച്ചിട്ടിരിക്കുന്നു. ആ പാട്ടിന്റെ നെറുകയിൽ പൊട്ടിവിടരുന്ന പുതിയ പ്രഭാതത്തിന്റെ പൊരിമീനിനായി ഞാൻ കാതോർത്തു.

"നാടെങ്ങും ദസറയുടെ ആഘോഷത്തിമർപ്പാണ്
എങ്കിലെൻ അമ്മേ, നീ അതൊന്നും ആഘോഷിക്കുന്നില്ല.
ദീപാവലി ഇതാ പടിവാതിൽക്കലെത്തി
പക്ഷേ, ഒരു ദീപനാളംപോലും നിന്നരികിലില്ല.
ശിവരാത്രിയെത്തി
പക്ഷേ, നിനക്ക് വ്രതം മുറിക്കലില്ല.
ദുരിതവ്യഥകളുടെ കാളകൂടം കുടിച്ച നിനക്ക്
ജീവിതം മുഴുവൻ പട്ടിണിയുടെ ശിവരാത്രിയാണ്.
ഓ! ലച്ചുമമ്മാ
അമ്മയുടെ ജീവിതം മുഴുവൻ അമാവാസിയാണല്ലോ"

(ഗദ്ദറിന്റെ അമ്മപ്പാട്ട്)

"ഞാൻ ഈ ഓട്ടോറിക്ഷ ഓടിക്കുന്നത്
എന്റെ വിയർപ്പും കഷ്ടതകളും കൊണ്ടാണ്
ഇന്ധന എണ്ണയിലല്ല എന്റെ രക്തം കൊണ്ടാണ്
ഈ ഓട്ടോറിക്ഷ ഓടുന്നത്.
പെട്രോളിന്റെ വില,
ഡീസലിന്റെ വില
എല്ലായ്പ്പോഴും മേൽപ്പോട്ട് കുതിച്ചുയരുകയാണ്
പക്ഷേ, എന്റെ രക്തത്തിന്റെ, വിയർപ്പിന്റെ
വിലയെന്നും താഴോട്ടുതന്നെ
ധനികന്റെ ജീവിതം സുരക്ഷിതമാണ്.
അയാളുടെ വീട്, അയാളുടെ കിടക്ക
എന്തിനേറെ അയാളുടെ പട്ടിപോലും ഇൻഷ്യുർ ചെയ്യപ്പെട്ടതാണ്.
പക്ഷേ, ഞങ്ങൾക്കോ, കഷ്ടതകൾ മാത്രം.
ഞങ്ങൾക്ക് സുരക്ഷിതത്വമോ, ആത്മവിശ്വാസമോ ഇല്ല
നായ്ക്കളുടെ ജീവിതമാണ് ഞങ്ങളുടേത്
ഇനിയെത്രനാൾ ഇങ്ങനെ പോകാനാകും"

('ചോരകൊണ്ടാണ് എന്റെ ജീവിതചക്രം തിരിയുന്നത്' എന്ന ഗാനം)

"അല്ലയോ പോലീസുകാരാ,
നിങ്ങൾ പറയുന്നു
നിങ്ങൾ ചട്ടപ്പടി പ്രവർത്തിക്കുന്നവരാണെന്ന്
നിങ്ങൾ പറയുന്നു
നിങ്ങൾ ഭരണഘടന അനുസരിക്കുന്നവരാണെന്ന്
എങ്കിൽ നിങ്ങളോട് ഞാനൊരു ചോദ്യം ചോദിക്കട്ടെ,
ചങ്കുറപ്പുണ്ടെങ്കിൽ മറുപടി പറയൂ
കൈക്കൂലി വാങ്ങുന്നത് കുറ്റമാണെന്ന് നിയമം പറയുന്നു
കൈക്കൂലി വാങ്ങാറില്ലെന്ന് നിങ്ങൾ ആണയിടുന്നു
ആ അൽസേഷ്യൻ നായകളെ നിങ്ങളെങ്ങനെ സ്വന്തമാക്കി?
ആ മാരുതി കാറുകൾ എങ്ങനെ സ്വന്തമാക്കി?
താമസിക്കാൻ മണിമാളികയെങ്ങനെ സ്വന്തമാക്കി?
നക്ഷത്ര ക്ലബ്ബുകളിൽ ലക്ഷങ്ങൾ പൊടിയുന്ന
സായന്തനങ്ങളെങ്ങനെ ലഭിച്ചു?
എത്രയാണ് നിങ്ങളുടെ ശമ്പളം?
എത്രയാണ് നിങ്ങളുടെ വരവു ചെലവുകൾ?
ധൈര്യമുണ്ടെങ്കിൽ പറയൂ, പോലീസുകാരാ..."

('നീതിന്യായം' എന്ന പാട്ട്)

അന്യോന്യം

ഞങ്ങൾക്കിടയിൽ ചില ചോദ്യങ്ങൾ മുഴച്ചുനിന്നു. മൂർച്ഛയേറിയ ഉത്തരങ്ങൾകൊണ്ട് ഗദ്ദർ വാക്കിന്റെ ശരശയ്യ തീർത്തു. ആ അസ്ത്രമുനകളിൽ ചിന്തകൾ കുരുങ്ങി ചോരപൊടിഞ്ഞു. ഇനി സംവാദത്തിന്റെ ഇടം.

അരികുജീവിതത്തിന്റെ വ്രണിതമുദ്രകൾ

- ചരിത്രവും വർത്തമാനകാലവും വിപ്ലവങ്ങളും ദലിതരോട് ചെയ്തതെന്ത്?

ചരിത്രവും ഐതിഹ്യങ്ങളും വിശ്വാസങ്ങളുമെല്ലാം ദലിത് പീഡനങ്ങളുടെ നേർസാക്ഷ്യങ്ങളാണ്. നിങ്ങൾ മലയാളികളുടെ ഒരു ഐതിഹ്യപ്പഴമയിൽ നിന്ന് തന്നെ ഒരു ഉദാഹരണം തരാം. മഹാബലി ചക്രവർത്തിയുടെ കഥ. അത് ദലിത് ഉന്മൂലനത്തിന്റെയും കീഴാളവിരുദ്ധ ബ്രാഹ്മണഗൂഢാലോചനയുടെയും ഉത്തമദൃഷ്ടാന്തമാണ്. മൂന്നടിമണ്ണ് ദാനം ചോദിച്ച വാമനൻ ബലിചക്രവർത്തിയെ പാതാളത്തിലേക്ക് ചവിട്ടിത്താഴ്ത്തിയെന്നത് ഐതീഹ്യസാക്ഷ്യം. പക്ഷേ, ഇതിന് ചരിത്രപരമായ മാനങ്ങളുണ്ട്. ഒരുകാലത്ത് ഈ നാടിന്റെ അവകാശിയായിരുന്ന ദലിതൻ എങ്ങനെ ഭൂരഹിതനായി എന്ന് ഈ കഥ നിങ്ങൾക്ക് പറഞ്ഞുതരും. ഇന്ന് നിങ്ങൾ കീഴാളരെന്ന് വിളിക്കുന്ന ജനതയായിരുന്നു ഈ മണ്ണിന്റെ യഥാർത്ഥ അവകാശികൾ. ദലിത് ചക്രവർത്തിയായിരുന്ന ബലിയിൽ നിന്ന് വാമനൻ അഥവാ സവർണ്ണഫാസിസം ആദ്യത്തെ ചുവടിൽ ഭൂമി അളന്നുവാങ്ങി. രണ്ടാം ചുവടിൽ പ്രകൃതി അളന്നുവാങ്ങി. പിന്നെ മൂന്നാം ചുവടിൽ അവനെത്തന്നെ അളന്നു സ്വന്തമാക്കി. ഇതിനെ കുറേക്കൂടി യാഥാർത്ഥ്യ ബോധത്തോടെ സമീപിച്ചാൽ ഈ ഗൂഢാലോചനയുടെ പൊരുൾ വ്യക്തമാകും. ആദ്യം കൃഷിഭൂമി, രണ്ടാമത് ജീവിതസാഹചര്യങ്ങൾ പിന്നീട് മൂന്നാമതായി അധികാരം. ദലിതൻ ഇങ്ങനെയാണ് മുഖ്യധാരയിൽ നിന്നും നിഷ്ക്കാസിതനായത്. ഒടുവിൽ അഭയാർത്ഥിയായി വർഷത്തിലൊരിക്കൽ സ്വന്തം നാടു കാണാൻവരാൻ കീഴാളരാജാവിന് സവർണ്ണന്റെ ഔദാര്യം. ഇതിനെതിരെ ദലിതർ ശബ്ദമുയർത്താതിരിക്കാൻ ഒടുവിൽ, അനീതിചെയ്തവനെ ദേവനാക്കി. എല്ലാം വിശ്വാസത്തിന്റെ പേരിലാകുമ്പോൾ എന്തുമാകാമല്ലോ? ഇത് കഥ. യാഥാർത്ഥ്യം ഇതിലും ഭീകരമാണ്.

വഞ്ചന, ചതി, അധികാരദുർവിനിയോഗം, അടിച്ചമർത്തൽ... ഇങ്ങനെ യാണ് സവർണ്ണരും അധികാരിവർഗ്ഗവും, ആഗോളമുതലാളിത്തവും ദലിതനെ അടിച്ചമർത്തിയത്. കഥകളെ കണ്ണുമടച്ച് വിഴുങ്ങാതെ നേരിന്റെ ഉരകല്ലിൽ പരിശോധിക്കണം."

ഗദ്ദർ പറഞ്ഞു നിർത്തിയപ്പോൾ ചുറ്റിലും ഉച്ച കനത്തു. ചില്ലുജാലക ത്തിലൂടെ വെയിൽ തുളഞ്ഞു കയറി. ബാല്യത്തിന്റെ തിരുവോണ മുറ്റത്ത് ചാണകമെഴുകിയ പൂത്തറകൾക്കപ്പുറം വഞ്ചിക്കപ്പെട്ടവനും ബഹിഷ്കൃതനുമായി നിൽക്കുന്ന ഒരു ചക്രവർത്തിയെ ഞാൻ കണ്ടു. കേട്ടു പതിഞ്ഞ പഴമൊഴികളിലേതുപോലെ കുടവയറും പാളത്താറും ഓലക്കുടയുമെല്ലാമുള്ള കോമാളിവേഷമല്ല, മറിച്ച് കരുത്തുറ്റ മനസ്സും ശരീരവുമായിരുന്നു ആ നിഷ്കാസിത ചക്ര വർത്തിക്കുണ്ടായിരുന്നത്. ആദിവാസി ഊരുകളിൽ ഒരുതുണ്ടു ഭൂമി യില്ലാതെ ജീവിക്കാൻ വിധിക്കപ്പെട്ട പരാജിതരായ മൂപ്പന്മാരുടെ മുഖഛായയായിരുന്നു ആ ചക്രവർത്തിക്ക്.

സുഹൃത്ത് അടുത്തയിടെ അയച്ചുതന്ന ഒരു സന്ദേശം അപ്പോൾ മനസ്സിലോർത്തു, ' എനിക്കൊപ്പം പഠിച്ചിരുന്ന ഒരുകൂട്ടം സുഹൃത്തു ക്കളെ ഞാനിന്ന് സോഷ്യൽമീഡിയയിൽ വീണ്ടും കണ്ടു. അന്നില്ലാ തിരുന്ന ചിലതും ഇന്ന് ഞാൻ അവർക്കൊപ്പം കണ്ടു. രമേശൻ മാറി രമേശ് നമ്പാര്യായി. ഉണ്ണിയുടെ പേര് ഉണ്ണിനമ്പൂതിരിയെന്നായി. ഗോപാലകൃഷ്ണൻ ഗോപാലകൃഷ്ണമേനോനായി. ശശി ശശിനാ യരായി പുനർജനിച്ചു. വാലുകൾ വീണ്ടും മുളയ്ക്കുന്ന വിപരീതപരി ണാമം. ഞാൻ അവരോട് ചോദിച്ചു; നിങ്ങളെന്തിനാണ് സുഹൃത്തു ക്കളെ സ്കൂളിൽ പഠിച്ചത്. '

ജാതിചിന്തകളുടെ അസ്ഥിപഞ്ചരങ്ങൾക്ക് വീണ്ടും ജീവൻ പകരാ നുള്ള പുതുതരംഗത്തിനുനേരെയുയർന്ന ആത്മരോഷമായിരുന്നു സുഹൃത്തിന്റെ എസ്.എം.എസ്. ചുവരെഴുത്തിൽ.

സംസാരത്തിനിടയിൽ മുറിക്കുപുറത്ത് ഒരാൾ ഗദ്ദറിനെ കാണാൻ കാത്തുനിന്നു. ഒരുപാടുപേർ ദിവസവും ഇത്തരത്തിൽ ഗദ്ദറിനെ തേടിവരുന്നു. അവരുടെ ജീവിതപ്രശ്നങ്ങൾക്ക് പരിഹാരം തേടി. ഗദ്ദർ അയാളുമായി തെലുങ്കിൽ എന്തോ സംസാരിച്ചുകൊണ്ടിരുന്നു. ചുവരിൽ ഗദ്ദറിന്റെ വിവിധ പരിപാടികളുടെ ഫോട്ടോകൾ. ഒപ്പം ഗദ്ദർ ഏറ്റവും കൂടുതൽ ആരാധിക്കുന്ന അംബേദ്ക്കറും ബുദ്ധനും. വിപ്ലവ ത്തോടൊപ്പം ദലിത് ചിന്തകളും ഇഴചേർത്തതാണ് ഗദ്ദറിന്റെ ആശയ ലോകം.

അയാളുമായുള്ള കൂടിക്കാഴ്ചക്കുശേഷം ഗദ്ദർ മടങ്ങിവന്നു. അയാൾ ഖമ്മത്തെ ഒരു ഗ്രാമത്തിലെ ദലിത് കർഷകനേതാവാണ്. ദലിത രുടെ ഭൂമി അവിടത്തെ ചില പ്രമാണിമാർ ചേർന്ന് തട്ടിയെടുക്കാൻ

ശ്രമിക്കുകയാണ്. അതിന് അധികാരികളുടെ ഒത്താശയുമുണ്ട്. പ്രശ്നത്തിൽ ഗദ്ദർ ഇടപെടണമെന്നാവശ്യപ്പെട്ടാണ് അയാൾ വന്നത്. ദലിതർ അതിജീവനത്തിനായി ഇടംതേടുമ്പോൾ, ഇടതുപക്ഷ രാഷ്ട്രീയം പുതിയ ദിശാസന്ധികൾ നേരിടുമ്പോൾ, പാർശ്വവത്ക്കരിക്കപ്പെട്ടവരുടെയും നിസ്വരുടെയും ശബ്ദം അധികാരികൾ കേൾക്കാതെ പോകുമ്പോൾ, ജനാധിപത്യത്തിന്റെ വിശ്വാസ്യതയ്ക്ക് മങ്ങലേൽക്കുമ്പോൾ പൊള്ളുന്ന വാക്കുകൾകൊണ്ട് പോരാട്ടത്തിന്റെ ഓർമ്മപ്പെടുത്തലുമായി ഗദ്ദർ ജനങ്ങൾക്കിടയിൽ നിറഞ്ഞു നിൽക്കുന്നു.

- സാന്ദർഭികമായ ഒരു ചോദ്യത്തിലൂടെ തുടങ്ങാം. ശ്രീകാകുളത്തിനടുത്ത് ലക്ഷ്മിപേട്ടയിൽ നാലു ദലിതർ മരിച്ച ഒരു സംഭവം (ജൂൺ 2012) അടുത്തയിടെ നടന്നല്ലോ?

ദലിതർ നേരിടുന്ന പ്രതിസന്ധികളുടെ ഏറ്റവും പുതിയ ഉദാഹരണമാണ്. ജനാധിപത്യത്തിന്റെ പേരിൽ ഇവിടെ ദലിത് വേട്ടയാണ് നടക്കുന്നത്. ഇത് അവസാനിപ്പിക്കാൻ സർക്കാരുകൾക്ക് ആഗ്രഹമില്ല, നടപടിയെടുക്കാൻ പൊലീസിന് താൽപ്പര്യമല്ല, ഇടപെടാൻ മുഖ്യധാര ദലിത് രാഷ്ട്രീയ നേതാക്കൾക്ക് ഇച്ഛാശക്തിയില്ല. ദലിതരുടെ ജീവന് ഒരു വിലയുമില്ല.

- ഭൂമിയുടെ രാഷ്ട്രീയം വീണ്ടും ചൂടുപിടിക്കുകയാണ്. ആഗോളവത്കരണം വരുത്തിവെച്ച പ്രതിസന്ധികളുടെ ഏറ്റവും വലിയ ഇരകൾ ഇവിടുത്തെ ദളിത് - ആദിവാസി സമൂഹമല്ലേ?

ദളിതരാണ് ഈ രാജ്യത്തെ ജനാധിപത്യ ദുർവ്യയത്തിന്റെ പരീക്ഷണ മൃഗങ്ങൾ. കാരണം കാസ്റ്റും ക്ലാസ്സും വേർപെടുത്താനാവാത്തവിധം ബന്ധപ്പെട്ടിരിക്കുന്നു. ഗ്രാമങ്ങളാണ് ഈ നാടിന്റെ അടിസ്ഥാനശില. ജാതിവ്യവസ്ഥയാണ് ഗ്രാമങ്ങളെ നിയന്ത്രിക്കുന്നത്. ആശാരിയായാലും ബാർബറായാലും ഓരോ തൊഴിലും ഇന്ത്യയിൽ ജാതിയുമായി ബന്ധപ്പെട്ടതാണ്. ഫ്യൂഡലിസം അതിന്റെ ഭാഗമാണ്. ജാതിയില്ലെങ്കിൽ ഉത്പാദനമില്ല. അത് തിരിച്ചറിഞ്ഞതാണ് അംബേദ്ക്കറിന്റെ മഹത്വം. ഞാനൊരു അംബേദ്ക്കറിസ്റ്റിന്റെ മകനാണ്.

ഈ രാജ്യത്തെ ഏഴുലക്ഷത്തിലേറെവരുന്ന ഗ്രാമങ്ങളിലേക്ക് ചെല്ലൂ, അപ്പോൾ നിങ്ങൾക്കറിയാം ദളിതർ എല്ലായിടത്തും ഭൂരഹിതരും, പീഡിതരുമാണ്. എല്ലാ ഗ്രാമങ്ങളിലും അധികാരത്തിന്റെ ഒരു ബ്രാഹ്മണിക്കൽ ഘടനയുണ്ട്. അതിന്റെ മേലേത്തട്ടിൽ സവർണ്ണർ. ഇവരുടെ കൈയിലാണ് ഭൂമിയും സമ്പത്തും. താഴേത്തട്ടിൽ മൃഗതുല്യമായ ജീവിതവുമായി ദളിതരും. ഈ ജനാധിപത്യവ്യവസ്ഥിതി ദളിതർക്ക് നൽകിയതെന്താണ്? അവഹേളനവും അപമാനവും.

ഭൂപരിഷ്ക്കരണനിയമങ്ങൾ നടപ്പിലാക്കിയിട്ട് എന്തായി? ദളിതർ ഇപ്പോഴും ഭൂരഹിതരായിത്തുടരുന്നു. ദളിതർ ഇപ്പോഴും ഭൂമിയിൽ അടിമകളെപ്പോലെ പണിയെടുക്കുന്നു. വെറും ഭൂമികൊണ്ട് തൃപ്തിപ്പെടുന്നതല്ല ദളിതന്റെ അവകാശപ്പോരാട്ടം. ഭൂരിഭാഗം ദളിത് സംഘടനകളും കേവലം ഭൂമിയെന്ന ആവശ്യത്തിൽ മാത്രം കടിച്ചുതൂങ്ങി നിൽക്കുന്നു. ഭൂമിയുടെ അവകാശം, അധികാരം ഇതെല്ലാമാണ് ദളിതർക്ക് വേണ്ടത്. വിദ്യാഭ്യാസത്തിലൂടെ ദളിതർക്ക് മുഖ്യധാരയിലേക്കുവരാൻ കഴിയുമെന്ന് അംബേദ്ക്കർ കരുതി. എന്നാൽ വിദ്യാഭ്യാസം നേടിയ ദളിതരാകട്ടെ സ്വന്തം ജനതയെ വിട്ട് സവർണ്ണർക്കൊപ്പം കൂടി. അവർക്ക് തങ്ങൾ ദളിതരാണെന്ന് പറയുന്നതുപോലും അപമാനകരമായി.

- സാമൂഹികരംഗത്ത് ദളിതരുടെ അവസ്ഥ എങ്ങനെ നോക്കിക്കാണുന്നു...

ഏത് മതമെടുത്താലും കൃത്യമായ ദളിത് വിവേചനം കാണാം. ഹിന്ദുമതത്തിൽ നിന്ന് രക്ഷപ്പെട്ടുവന്ന ദളിതരെ മുഖ്യധാരയിൽ നിന്നും മാറ്റിനിർത്തുകയായിരുന്നു എല്ലാ മതത്തിലേയും പുരോഹിതവിഭാഗം ചെയ്തത്. നിങ്ങൾ കർണ്ണാടകയിലേയും തമിഴ്നാട്ടിലെയും ആന്ധ്രയിലേയും ഗ്രാമങ്ങളിലേക്ക് ചെല്ലൂ, അവിടെ ദളിതന് പൊതുകിണറ്റിൽ നിന്നും വെള്ളമെടുക്കാൻ കഴിയില്ല, വഴിനടക്കാൻ കഴിയില്ല, വിദ്യാഭ്യാസം നേടാൻ കഴിയില്ല. എന്തിന് മുണ്ടുമടക്കിക്കുത്താൻ പോലും കഴിയില്ല. ദളിതൻ മരിച്ചാൽ പൊതുശ്മശാനങ്ങളിൽ അടക്കില്ല. ക്രസ്ത്യൻ പള്ളികളിൽ ദളിതർക്ക് പ്രത്യേക സെമിത്തേരിയാണുള്ളത്. ദളിത് ക്രിസ്ത്യാനികളെ മറ്റ് ക്രിസ്തീയ വിഭാഗക്കാർ അംഗീകരിക്കില്ല. ദളിതർക്ക് ഒരാശ്രയമായിരുന്നത് ബുദ്ധമതമായിരുന്നു. എന്നാൽ അവിടുത്തെ ഇപ്പോഴത്തെ അവസ്ഥയെന്താണ്? അമ്പത്തിനാല് ദളിത് വിഭാഗങ്ങൾ. മാധികബുദ്ധ, മഹർ ബുദ്ധ, മാലബുദ്ധ എന്നിങ്ങനെ അമ്പത്തിനാല് ബുദ്ധ ഉപജാതികളുണ്ട്.

ദളിതരുടെ പോരാട്ടവീര്യത്തെ ഇല്ലാതാക്കിയത് ഇവിടത്തെ ക്രിസ്തീയസഭകളാണ്. ഒരു യഥാർത്ഥ വിപ്ലവകാരിയായ യേശുവിന്റെ അനുയായികളെന്ന് അവകാശപ്പെടുന്ന സഭകൾ ദളിതന്റെ കൈയിലെ ആയുധം കളഞ്ഞ് അവനെ ഷണ്ഡീകരിച്ചു. ഒരു നേരത്തെ ആഹാരത്തിനുവേണ്ടി ദൈവത്തോട് യാചിക്കുന്നവനാക്കി. ഭിക്ഷ തെണ്ടുന്നവനാക്കി. അവന്റെ മോചനത്തിന്റെ വഴി അവർ അടച്ചുകളഞ്ഞു. അധികാരംനേടലും, സ്വയംപര്യാപ്തനാവലും, സമൂഹത്തിന്റെ മുഖ്യധാരയിലേക്ക് വരികയൊന്നുമല്ല, മറിച്ച് ജീവിക്കാനായി ദൈവത്തോട് യാചിക്കലാണ് അവന്റെ വഴിയെന്ന് ദളിതരെ

പഠിപ്പിച്ചു. "എന്ത് നേടിയെന്ന്?" നിങ്ങൾ ഏതെങ്കിലും ദളിത്ക്രൈസ്ത്യാനിയോട് ചോദിച്ചു നോക്കൂ. അവർ പറയും "കുറച്ച് വിശപ്പടങ്ങി. അത്രമാത്രം."

- ഇവിടുത്തെ മുഖ്യധാരാ ഇടതുപക്ഷപ്പാർട്ടികൾ ദളിതരോട് പുലർത്തുന്ന സമീപനം എന്താണ്?

ഇവിടുത്തെ മുഖ്യധാരാ ഇടതുപക്ഷപ്പാർട്ടികളെ നിലനിർത്തുന്നത് ദളിതരാണ്. ദളിതരാണ് പാർട്ടിക്കുവേണ്ടി തല്ലുകൊള്ളുന്നതും, ജയിൽവാസമനുഭവിക്കുന്നതും പിന്നണിപ്രവർത്തനങ്ങൾ നടത്തുന്നതും. ദളിതന്റെ വോട്ട് കൊണ്ടാണ് പാർട്ടി അധികാരസ്വപ്നങ്ങൾ കാണുന്നത്. എന്നിട്ട് ദളിതന് തിരിച്ചുകിട്ടിയതെന്താണ്? കമ്മ്യൂണിസ്റ്റ് പാർട്ടിയുടെ നേതൃനിരയിൽ എത്ര ദളിതരുണ്ട് ? പതിറ്റാണ്ടുകൾ ബംഗാൾ ഭരിച്ച കമ്മ്യൂണിസ്റ്റ് പാർട്ടിയുടെ മുഖ്യമന്ത്രിമാർ ആരായിരുന്നു. എന്താ, കഴിവും നേതൃപാടവവുമുള്ള ദളിതരാരും അവിടെയില്ലേ? പാർട്ടിയുടെ സംസ്ഥാന നേതൃത്വത്തെ നയിച്ചതാരാണ്? നൂറു ശതമാനം സാക്ഷരതയുള്ള കേരളത്തിന്റെ കാര്യമെടുക്കാം. ഇവിടെ എത്ര ദളിതർ മന്ത്രിമാരായി?, എത്രപേർ മുഖ്യമന്ത്രിമാരായി? ദളിതരെ പട്ടികജാതി - പട്ടിക വർഗ്ഗ ക്ഷേമ വകുപ്പുകൾ മാത്രം നൽകി ഒതുക്കുകയല്ലേ.

ജാതി ഇന്ത്യയിലെ ഒരു സാമൂഹിക യാഥാർത്ഥ്യമാണ്. ഇത് അവഗണിച്ചുകൊണ്ടുള്ള ഒരു സാമൂഹിക മുന്നേറ്റവും സാധ്യമല്ല. കമ്മ്യൂണിസ്റ്റ് പാർട്ടികൾ ഇത് തിരിച്ചറിയുന്നില്ല. ആ പാർട്ടിയെ നയിക്കുന്നത് സവർണ്ണ മനസ്സാണ്. ജാതിയെ നേരിടാനുള്ള വഴികളും വർഗ്ഗസമര സിദ്ധാന്തത്തോടൊപ്പം ഉൾച്ചേർക്കണം. ശ്രീനാരായണ ഗുരു, അംബേദ്ക്കർ, ഫൂലെ എന്നിവരുടെ ചിന്തകളും കമ്മ്യൂണിസത്തിന്റെ അടിസ്ഥാന പ്രമാണമാക്കണം. ചിലർ ശ്രീനാരായണ ഗുരുവിനെയും പെരിയാറിനെയും ദൈവമാക്കാൻ ശ്രമിക്കുകയാണ്. ഇവർക്കുവേണ്ടി ക്ഷേത്രങ്ങൾ നിർമ്മിക്കുന്നു. പ്രതിമകൾ സ്ഥാപിക്കുന്നു. ഇത് ഈ ദാർശനികരുടെ ചിന്തകളെ കുഴിച്ചുമൂടുന്നതിനുതുല്യമാണ്. ചിലരുടെ സാമ്പത്തിക രാഷ്ട്രീയ താൽപ്പര്യങ്ങളാണ് ഇതിനുപിറകിൽ.

- പഴയകാല കമ്മ്യൂണിസ്റ്റ് നേതാക്കൾ ജാതിചിഹ്നങ്ങൾ ഉപേക്ഷിച്ചിരുന്നല്ലോ? അവരുടെ പരസ്യമായ ജാതി തിരസ്കാരങ്ങൾ ഒരളവുവരെ സമൂഹത്തെ സ്വാധീനിച്ചിട്ടില്ലേ?

ഇ.എം.എസ് പൂണൂലു മുറിച്ചതും സുന്ദരയ്യ തന്റെ പേരിലെ 'റെഡ്ഢി' മാറ്റിയതുമാണോ നിങ്ങൾ ഉദ്ദേശിച്ചത്. ഇതെല്ലാം പാർട്ടിക്ക് വേണ്ടി നടത്തിയ ചില ജനപ്രിയ പരിപാടികൾ മാത്രമായിരുന്നു. ഇ.എം. എസിലെ 'നമ്പൂതിരിപ്പാട്' പിന്നെയും ബാക്കികിടന്നു.

സുന്ദരയ്യയുടെ കുടുംബം പിന്നെയും റെഡ്ഢിമാരായി തുടർന്നു. ഇവർ ചരിത്രത്തെ സമീപിച്ചത് ദളിതരെ തമസ്കരിച്ചുകൊണ്ടാണ്. ഒരൊറ്റ കമ്മ്യൂണിസ്റ്റ് നേതാവും സ്വയം വിമർശനപരമായി തങ്ങളുടെ നിലപാടുകളെ വിലയിരുത്തിയിട്ടില്ല. ഈ നേതാക്കൾക്കാർക്കും തന്നെ ദളിത് വിഷയത്തിൽ യാതൊരു ആത്മാർത്ഥതയുമില്ല. എത്ര ദളിത് നേതാക്കളെ അധികാരത്തിലെത്തിക്കാൻ ഈ നേതാക്കൾ ശ്രമിച്ചുവെന്ന് ഇവരുടെ വീരപരിവേഷങ്ങൾ മാറ്റിവെച്ച് പരിശോധിച്ചു നോക്കൂ.

- ദലിതരോടുള്ള സമീപനത്തിൽ മാവോയിസ്റ്റ് പ്രസ്ഥാനം വച്ചു പുലർത്തുന്ന സമീപനം എന്താണ്? ഒരു ദലിത് സാമൂഹിക പ്രവർത്തകൻ എന്ന നിലയിൽ ഇതിനെ എങ്ങനെ നോക്കിക്കാണുന്നു?

നക്സലൈറ്റ് പ്രസ്ഥാനം ഗ്രാമങ്ങളിലേക്കാണ് ചെല്ലുന്നത്. ദരിദ്രരായ ഭൂരഹിതരിലേക്ക്. അവരാണ് ദലിതർ. നക്സൽപ്രസ്ഥാനം സ്വന്തമാക്കിയതും വളർത്തിയെടുത്തതും ദലിതരാണ്. പക്ഷേ, മാവോയിസ്റ്റ് പ്രസ്ഥാനവും ഇപ്പോൾ ദലിതരെ അവഗണിക്കുകയാണ്. പാർട്ടിയെ നയിക്കുന്നത് സവർണ്ണ മനസ്സാണ്. ദലിതരുടെ പ്രശ്നങ്ങളിൽ പാർട്ടി വേണ്ട വിധത്തിൽ ഇടപെടുന്നില്ല. ഒരു ദലിതനായ ഞാൻ പാർട്ടിയിൽ ഒരുപാട് പീഡനങ്ങൾ അനുഭവിച്ചിട്ടുണ്ട്. എന്നെ ഒറ്റപ്പെടുത്തിയിട്ടുണ്ട്. പക്ഷേ, മറ്റ് പാർട്ടികളെ അപേക്ഷിച്ച് മാവോയിസ്റ്റ് പാർട്ടി ഭേദമാണ്. നിങ്ങളെല്ലാം അറിയുന്ന ഗദ്ദറെന്ന ഞാൻ മരിച്ചാൽ ദലിതനായതിനാൽ എന്നെ പൊതുശ്മശാനത്തിൽ ദഹിപ്പിക്കാൻ ആരും അനുവദിക്കില്ല. ഞാനിന്നും എന്റെ നാട്ടിൽ തൊട്ടുകൂടാത്തവനാണ്. ഈ നാട്ടിലുള്ള എല്ലാവരുടെയും വയറുനിറയ്ക്കാൻ കഷ്ടപ്പെടുന്നത് എന്റെ ജനതയാണ്. എന്റെ സഹോദരങ്ങളുടെ രക്തം കുടിച്ചാണ് ഇവിടുത്തെ ജനത വീർക്കുന്നത്. കാളയെപ്പോലെ പണിയെടുക്കാൻ ദലിതനുള്ളിടത്തോളം കാലം ഇവിടെ സവർണ്ണൻ ചരിത്രം നിർമ്മിച്ചുകൊണ്ടേയിരിക്കും.

- ദലിതനുവേണ്ടത് ജനാധിപത്യമാണോ? സായുധസമരമാണോ?

ഇവ രണ്ടല്ല. ഒരേ നാണയത്തിന്റെ രണ്ടുവശങ്ങളാണ്. ദുർബലന്റെ പ്രതിരോധതന്ത്രം ആയുധമാണെന്നത് പ്രകൃതിയുടെ നിയമമാണ്. ഭൂമിയിലെ എല്ലാ ജീവികൾക്കും പ്രതിരോധത്തിനുള്ള സംവിധാനമുണ്ട്. ഇതുതന്നെയാണ് മനുഷ്യന്റെ കാര്യത്തിലും. കർഷകന്റെ കൈയിൽ ആയുധം ഉണ്ട്. കൃഷിക്കുപയോഗിക്കുന്ന ആയുധം അവന്റെ സ്വരക്ഷക്ക്കൂടി ഉപയോഗിക്കാം. തെങ്ങുകയറാൻ പോകുന്നവന്റെ കൈയിൽ കത്തിയുണ്ട്. അവന് ശത്രുക്കളെ നേരിടാനും അത് ഉപയോഗിക്കാം. ആദ്യം വേണ്ടത് മാനസികമായി സായുധനാകുക

എന്നതാണ്. ചൂഷണം ചെയ്യുന്നവനെ നേരിടാനും, അനീതിയെ ച്ചെറുക്കാനും അവൻ മനോധൈര്യം നേടിയെടുക്കണം. പിന്നെ ആയുധം.

- സംഗീതവഴിയിൽ ഏറ്റവും വലിയ സ്വാധീനം അമ്മയാണെന്നറിയാം. അതിനുമപ്പുറം താളം പകർന്നുതന്നവർ ആരെല്ലാമായിരുന്നു?

ഞാനൊരു കീഴാളനാണ്. എന്റെ താളം ഈ മണ്ണിന്റെ താളമാണ്. തലമുറകളായി കൈമാറിവന്നതാണ് ഈ താളബോധം. അമ്മകഴി ഞ്ഞാൽ താളബോധം എന്നിൽ പകർന്നുതന്നത് കുട്ടിക്കാലത്തെ എന്റെ അയൽവാസികളായിരുന്നു. അവർ ഒരു മാധിക വിഭാഗ ത്തിൽപ്പെട്ടവരായിരുന്നു. അവരുടെ തപ്പിന്റെയും തുടിയുടെയും താളം എന്നെ വല്ലാതെ ആകർഷിച്ചിരുന്നു. ഗ്രാമത്തിൽ ജനിച്ച ഒരാൾക്ക് സംഗീതം ജീവിതത്തിന്റെ ഭാഗമാണ്. ചുറ്റിലുമുള്ള ഓരോന്നിനും ഒരു താളമുണ്ട്. പാട്ടും പണിയും തമ്മിൽ വളരെ അടുത്ത ബന്ധ മുണ്ട്. അധ്വാനത്തിന്റെ കാഠിന്യം കുറയ്ക്കാൻ ആളുകൾ പാട്ടുപാടി യിരുന്നു. അതിൽ ഈണത്തിനാണ് പ്രാധാന്യം. വലിയ സാഹിത്യ മൊന്നും ഉണ്ടാകില്ല. ആ താളമാണ് ഞാൻ നെഞ്ചിലേറ്റെടുത്തത്. സ്ക്കൂളിൽ ഞാൻ ആന്ധ്രയിലെ ഗ്രാമീണകലാരൂപമായ 'ബുരകഥ' അവതരിപ്പിക്കുമായിരുന്നു.

- എങ്ങനെയാണ് ജനനാട്യമണ്ഡലിയുടെ പ്രവർത്തനങ്ങൾ?

പാട്ട്, ആട്ടം തുടങ്ങി ഗ്രാമീണന്റെ കലാരൂപങ്ങളെ വീണ്ടെടുക്കു കയും സവർണ്ണകലകളെ വിപ്ലവവത്ക്കരിക്കുകയുമാണ് ചെയ്തത്. ആന്ധ്രയുടെ ഗ്രാമീണകലാരൂപങ്ങളായ ബുരകഥ, ഒഗുകഥ, ദപ്പു ഡാൻസ് എന്നിവ കലാപ്രവർത്തനത്തിനായി ഉപയോഗിക്കുന്നു. ഗ്രാമീണന്റെ പ്രശ്നങ്ങളെക്കുറിച്ച് ലളിതമായ ഭാഷയിൽ പാടി അവ തരിപ്പിക്കും. വിപ്ലവത്തിനായി ആഹ്വാനം ചെയ്യും.

ഇപ്പോൾ ജനനാട്യമണ്ഡലി കാട്ടിൽ പാർട്ടി പോരാളികൾക്കൊപ്പം ഒളിവുപ്രവർത്തനങ്ങളാണ് നടത്തുന്നത്. അണ്ടർഗ്രൗണ്ടിലാണ്. അതിന്റെ ഇപ്പോഴത്തെ ലീഡർ സച്ചു എന്ന വ്യക്തിയാണ്. ഞാൻ പ്രവർത്തിക്കുന്നത് ഇപ്പോൾ 'ചൈതന്യ നാട്യമണ്ഡലിയിലാണ്'. ഞങ്ങൾ ഗ്രാമങ്ങൾതോറും അലയുന്നു. ഇപ്പോൾ തെലുങ്കാനയുടെ പ്രചാരണം കൂടിയുണ്ട്.

- ദലിത്പ്രശ്നം, ജാതിവിവേചനം എന്നിവ സാംസ്കാരിക സംഘടന യിലുണ്ടോ?

ഇവിടെയും കാര്യങ്ങൾക്ക് മാറ്റമൊന്നുമില്ല. ജനനാട്യമണ്ഡലി ഇന്ത്യ യിൽ ഏറ്റവും കൂടുതൽ പ്രചാരമുള്ള ദലിത് കലാസംഘടയാണ്.

ബോധപൂർവ്വം അങ്ങനെ വന്നതല്ല. സംഘടനയുടെ തുടക്കത്തിൽ കുറച്ചു സവർണ്ണ സമുദായത്തിലുള്ളവർ ഉണ്ടായിരുന്നു. എന്നാൽ പിന്നീട് സമരം ശക്തമായപ്പോൾ പിടിച്ചു നിൽക്കാനായില്ല. ഒപ്പം അവർക്ക് ദലിതരുടെ കാര്യത്തിൽ താൽപ്പര്യവുമുണ്ടായിരുന്നില്ല. സവർണ്ണർക്ക് പലപ്പോഴും ദലിതർക്കൊപ്പം വേദി പങ്കിടാൻ മടിയാണ്. ഇപ്പോൾ ഇത് നൂറുശതമാനവും ഒരു ദലിത് സംഘടനയാണ്.

- ഉദ്ദേശം എത്ര പാട്ടുകൾ എഴുതിയിട്ടുണ്ടാകും? എങ്ങനെയാണ് പാട്ടെഴുത്തും ചിട്ടപ്പെടുത്തലും?

പാട്ടുകളുടെ കണക്കൊന്നും വെച്ചിട്ടില്ല. പാട്ട് എന്റെ ജീവിതമാണ്. അത് സ്വാഭാവികമായി വരുന്നതാണ്. (ഗദ്ദർ ഒരു ഈണം മൂളി, ഉടൻ വരികളും.. മുകളിൽ കറങ്ങുന്ന ഫാനിനെക്കുറിച്ചായിരുന്നു പാട്ട്) ഇവിടുത്തെ പണിയാളർ പാടുന്നപാട്ട് ആരെഴുതി എന്നതിന് ഒരു രേഖയുമില്ല. കൊച്ചുവർത്തമാനംപോലെ അവർ പാട്ടുകൾ പാടുന്നു. ഈണം നൽകുന്നു. ഞാൻ അവരെപ്പോലെയാണ്. പാട്ടുകൾ എഴുതാറില്ല. മനസ്സിലാണ് പാട്ടുകൾ രൂപപ്പെടുന്നത്. ഒരു പരിപാടിക്ക് പോയാൽ ആ പ്രദേശത്തെക്കുറിച്ച്, അവിടുത്തെ വിശ്വാസങ്ങളെക്കുറിച്ച്, പ്രത്യേകതകളെക്കുറിച്ച് മനസ്സിലാക്കും. നിമിഷങ്ങൾക്കുള്ളിൽ പാട്ടും ഈണവും മനസ്സിൽ രൂപപ്പെടും. ഒരു നാട്ടിൽപോയാൽ അവിടുത്തെ വറ്റിപ്പോയ കുളങ്ങളെക്കുറിച്ചും, വരണ്ടുപോയ വിശ്വാസങ്ങളെക്കുറിച്ചും പാടി ജലചൂഷണത്തെക്കുറിച്ചുള്ള സന്ദേശം ജനങ്ങളിലേക്ക് എത്തിക്കും. ഇത് അവർക്ക് ആ പാട്ടുമായി ഒരു പ്രത്യേക അടുപ്പമുണ്ടാകാൻ സഹായിക്കും. എല്ലാ പ്രതിഷേധപരിപാടികൾക്കും ഇത്തരത്തിൽ തന്നെയാണ് പാട്ടുണ്ടാക്കുന്നത്.

ഗ്രാമങ്ങളിലെ എല്ലാം എന്റെ പാട്ടിന്റെ വിഷയമാകും. പുൽക്കൊടി മുതൽ എല്ലാത്തിനെക്കുറിച്ചും പാട്ടുകൾ ഉണ്ടാക്കിയിട്ടുണ്ട്. സാഹചര്യത്തിനനുസരിച്ചാണ് സംഗീതം. വീരം, ദുഃഖം, കരുണം എല്ലാം സമരവേദി മുതൽ രക്തസാക്ഷികളുടെ സാംസ്കാരികച്ചടങ്ങ് തുടങ്ങി ഓരോ സന്ദർഭത്തിനനുസരിച്ച്. ഭാഷ എപ്പോഴും ഗ്രാമീണന്റേതായിരിക്കും. എല്ലാ പാട്ടും അവസാനിക്കുക വ്യവസ്ഥിതിയോടുള്ള പോരാട്ട പ്രഖ്യാപനത്തോടെയായിരിക്കും.

നിറം ചോർന്നുപോയ നരച്ച ചെങ്കൊടി

"വഴിതെറ്റിയ വിപ്ലവ മാർഗങ്ങൾക്ക് ക്ഷോഭത്തിന്റെ തിരുത്ത്":-

"എങ്ങനെ പോരാടണമെന്ന് നിങ്ങൾ മറന്നോ?
എന്തിന് പോരാടണമെന്ന് നിങ്ങൾ മറന്നോ?
ആർക്കുവേണ്ടി പോരാടണമെന്ന് നിങ്ങൾ മറന്നോ?
അതോ, പോരാട്ടമെന്ന വാക്കുപോലും നിങ്ങൾ മറന്നോ?
എങ്കിലറിയുക, നിങ്ങൾ വെറും അടിമകൾ മാത്രമാണെന്ന്"

(ഗദ്ദറിന്റെ നക്സൽ ഗാനം)

ഒരോർമ്മപ്പെടുത്തൽ പോലെ ഗദ്ദർ പാടി. പതിവ് ഇടയവേഷത്തിൽ. കൈയിൽ ചെങ്കൊടിയുമായി. ആൾബലത്തിനും അർത്ഥബലത്തിനും അധികാര പ്രമത്തതയ്ക്കും മുന്നിൽ കമ്മ്യൂണിസ്റ്റു ചിന്തകളുടെ ഭ്രൂണ ഹത്യ നടത്തുന്നവർക്കെതിരെ ചാട്ടുളിയേറുപോലെ ഗദ്ദർ പാടി. ആ പാട്ടിനെക്കുറിച്ച് എത്ര എഴുതിയാലും അതിന്റെ കരുത്തിനെ അക്ഷര ങ്ങളിലേക്ക് ആവാഹിക്കാൻ പരിമിതിയുണ്ട്. അത് ഗദ്ദറിൽ നിന്നു നേരിട്ട് കേൾക്കുകതന്നെ വേണം. വന്മരങ്ങളെ കടപുഴക്കി ആഞ്ഞുവീശുന്ന കൊടുങ്കാറ്റിന്റെ പ്രചണ്ഡതപോലെ. തീക്ഷ്ണവും തീവ്രവുമായ സ്വരം. അടിമുടി ഉലയ്ക്കുന്ന താളം. മനസ്സിന്റെ ആഴങ്ങളിലേക്ക് തുളഞ്ഞുകയ റുന്ന വരികൾ. ചിന്തകളെ വിടാതെ വേട്ടയാടുന്ന അർത്ഥതലങ്ങൾ. ലളിതം... ഘനഗംഭീരം. easy to listen but hard to ignore.

"വിപ്ലവം ഒരു വലിയ സ്വപ്നമാണ്. ഉറക്കം നഷ്ടപ്പെടുത്തുന്ന സ്വപ്നം. നാളുകൾ കഴിയുംതോറും വിപ്ലവകാരികളുടെ ലക്ഷ്യങ്ങൾ വർദ്ധിച്ചുവരുകയാണ്. വിമോചനമെന്നത് ഒറ്റ ലക്ഷ്യത്തിലൊതുങ്ങുന്നില്ല. ഈ ചെങ്കൊടിയുടെ ചുവപ്പ് അതു നെയ്ത തുണിയിലല്ല. ആ ചെങ്കൊടി വിടാതെ മുറുക്കി പിടിക്കുന്നവന്റെ നെഞ്ചിലാണുള്ളത്. ഞാൻ മരിച്ചാലും എന്റെ പാട്ട് നിലയ്ക്കില്ല. അത് ആന്ധ്രയുടെ ഗ്രാമങ്ങൾതോറും സഞ്ച രിക്കും. ആന്ധ്രയുടെ അതിരുകൾക്കപ്പുറം അടിച്ചമർത്തപ്പെടുന്നവന്റെ ദേശങ്ങളിലേക്ക് അത് ചെല്ലും. വിപ്ലവത്തിനായി അവരെ മുട്ടിവിളിക്കും." മുളന്തണ്ടിലെ ചെങ്കൊടി നെഞ്ചോട് ചേർത്തുപിടിച്ച് ഗദ്ദർ പറഞ്ഞു.

- ഇവിടുത്തെ മുഖ്യധാരാ ഇടതുപക്ഷപ്പാർട്ടികളുടെ ചെങ്കൊടിയിലെ ചുവപ്പ് ചോർന്നുപോയതായി താങ്കൾക്ക് തോന്നിയിട്ടുണ്ടോ?

അവർക്കെന്ത് ചെങ്കൊടി. എന്ത് ചുവപ്പ്. ജനങ്ങൾ അവരെ തള്ളിക്കളഞ്ഞുകഴിഞ്ഞില്ലേ. തെലുങ്കാന സമരത്തിന് തൊട്ടുപിറകെ നടന്ന 1952-ലെ തെരഞ്ഞെടുപ്പിൽ ഇടതുപക്ഷത്തെ 29 എം.പി മാരിൽ 17 എണ്ണം ആന്ധ്രയിൽ നിന്നായിരുന്നു. നിയമസഭയിൽ കമ്മ്യൂണിസ്റ്റ് പാർട്ടിക്ക് 85 ഉം കോൺഗ്രസ്സിന് 84 ഉം എന്ന നിലയിലായിരുന്നു അംഗബലം. ഇപ്പോഴത്തെ അവസ്ഥ എന്താണ് ? പാർട്ടിക്ക് ജനകീയ അടിത്തറ നഷ്ടമായില്ലേ. കമ്മ്യൂണിസ്റ്റ് പാർട്ടി അതിന്റെ പ്രഖ്യാപിത ലക്ഷ്യങ്ങളിൽ നിന്ന് പിന്നോട്ട്പോയപ്പോൾ ജനങ്ങൾ അവരെ തമസ്കരിച്ചു. കൃഷിഭൂമി കർഷകന് എന്ന മുദ്രാവാക്യം പിൻവലിക്കുകയും സായുധസമരങ്ങൾ അവസാനിപ്പിക്കുകയും ചെയ്തതോടെ ജനങ്ങൾക്ക് ഇടതുപക്ഷ പാർട്ടികളിൽ പ്രതീക്ഷയില്ലാതായി. റഷ്യൻ വിപ്ലവമാർഗ്ഗം വേണോ? ചൈനീസ് വിപ്ലവപാത വേണോ? എന്ന ആശങ്കയിലാണ് അവർ. എന്നാൽ ഇന്ത്യൻ സാഹചര്യങ്ങളെന്താണെന്ന് അവർ ചിന്തിക്കുന്നില്ല. 1964-ലെ പിളർപ്പ്, നക്സലൈറ്റ് പ്രസ്ഥാനങ്ങളുടെ ആവിർഭാവം, ശക്തമായ പാർലമെന്ററി വ്യാമോഹങ്ങൾ, പണാധിപത്യം, വലതുപക്ഷവത്കരണം എന്നിങ്ങനെ പാർട്ടിയുടെ തകർച്ചയ്ക്ക് കാരണങ്ങൾ അനവധിയാണ്. ഇപ്പോൾ സായുധ വിപ്ലവവുമില്ല, തെരഞ്ഞെടുപ്പു ജയവുമില്ല. തൊഴിലാളികളെയും കൃഷിക്കാരെയും മുൻനിർത്തി ഇപ്പോൾ കച്ചവടമാണ് നടക്കുന്നത്. എ.കെ.ജി ഭവൻ ഒരു കോർപ്പറേറ്റ് കമ്പനിയുടെ ആസ്ഥാനമായി.

മുദ്രാവാക്യങ്ങൾ മുദ്രാവാക്യങ്ങൾമാത്രമായി സൂക്ഷിക്കുകയാണ് ഇന്ന് മുഖ്യാധാരാപാർട്ടികൾ. അവർക്ക് മുദ്രാവാക്യങ്ങൾ പ്രവർത്തിച്ചു കാണിക്കാനുള്ള വാഗ്ദാനങ്ങളല്ല മിറച്ച് അധികാരസിംഹാസനത്തിലേക്കുള്ള മന്ത്രങ്ങളാണ്. ഓരോ തിരഞ്ഞെടുപ്പ് വേളയിലും അത് ആവർത്തിച്ചുകൊണ്ടിരിക്കുമെന്നല്ലാതെ ഒരിക്കലും പ്രാവർത്തികമാക്കില്ല.

- ഇടതുപാർട്ടികൾ, പ്രത്യേകിച്ച് സി.പി.എം ഇപ്പോൾ നേരിടുന്ന പ്രശ്നങ്ങൾക്ക് പ്രതിക്കൂട്ടിൽ നിൽക്കുന്നത് പാർട്ടിയുടെ ദേശീയ നേതൃത്വമാണ്. ഒരു പ്രധാന വിമർശനം നവ നേതൃത്വത്തിന് മുൻതലമുറയെ അപേക്ഷിച്ച് വേണ്ടത്ര സമരപാര്യമ്പര്യമില്ല എന്നതാണ്. ഒട്ടേറെ പഴി കേൾക്കുന്ന ആളാണ് പ്രകാശ്കാരാട്ട്. എന്താണ് താങ്കളുടെ വിലയിരുത്തൽ?

ഇടതുപക്ഷമെന്നാൽ ഹൃദയപക്ഷമെന്ന് പൊതുവേ പറയാറുണ്ട്. ഇടതുപക്ഷത്തെ ഏത് പാർട്ടിയായിരുന്നാലും മനുഷ്യന്റെ വേദനകളുടെ അർത്ഥം മനസ്സിലാക്കാൻ ആ പാർട്ടികൾക്ക് കഴിയും എന്നാണ് ധാരണ. എന്നാൽ ഇന്ന് ഇവർക്ക് ഒരു പക്ഷമേ ഇല്ലാതായി.

വോട്ടുചോദിച്ച് യാചിക്കാൻ ഇറങ്ങിയതോടെ ദർശനമില്ലാതായി. ബി.ജെ.പിയേയും കോൺഗ്രസ്സിനെയും പോലെ വെറുമൊരു തെരഞ്ഞെടുപ്പുപാർട്ടിമാത്രമാണ് ഇന്ന് സി.പി.എം. വല്യേട്ടന്റെ അവസ്ഥ ഇതാണെങ്കിൽ മറ്റുള്ളവരുടെ കാര്യം പറയാനുണ്ടോ? ഏതോ പഴയ കാല പ്രൗഢിയുമായി തലയുയർത്തി നിൽക്കുന്ന ആളൊഴിഞ്ഞ രാവണൻകോട്ടമാത്രമാണ് ഇന്ന് സി.പി.ഐ(എം). അത് എപ്പോൾ വേണമെങ്കിലും നിലംപൊത്താം. ഈ രാവണൻകോട്ടയിലെ നിധി കുംഭങ്ങൾക്ക് കാവലിരിക്കുന്നവരാണ് പ്രകാശ് കാരാട്ടും സീതാറാം യെച്ചൂരിയുമെല്ലാം. നാടിന്റെ നെഞ്ചിടിപ്പറിയുന്ന, മണ്ണിന്റെ മനസ്സറിയുന്ന, വിയർപ്പിന്റെ വിലയറിയുന്ന എത്ര നേതാക്കൾ ഇന്ന് ഇടതുപക്ഷത്തുണ്ട്.

കുടുംബം നശിച്ചാൽ അതിന്റെ ഉത്തരവാദിത്വം കുടുംബനാഥനാണ്. പാർട്ടിനശിച്ചാൽ അതിന്റെ ഉത്തരവാദിത്വം നേതൃത്വത്തിനും. ധനമോഹമാണ് പാർട്ടിയെ നയിക്കുന്നത്. ഇന്നത്തെ സി.പി.എം നേതൃത്വം ആഗോളമുതലാളിത്തവുമായി സന്ധിചെയ്തവരാണ്. പാർട്ടിയെ കൂടുതൽ വലതുപക്ഷത്തേക്ക് അടുപ്പിക്കാനാണ് ഇവർ ശ്രമിക്കുന്നത്. ഇവരെ നേതാക്കൾ എന്ന് വിളിക്കുന്നതിനേക്കാൾ സി ഇ ഒ കളെന്നുവിളിക്കുന്നതാണ് ഉചിതം. പക്ഷേ, അങ്ങനെ നോക്കിയാലും കാരാട്ട് ഒരു പരാജയപ്പെട്ട സി ഇ ഒ ആണ്. അണികൾ അനുദിനം ആ പാർട്ടിയിൽ നിന്ന് കൊഴിഞ്ഞുപോവുകയാണ്. തിരിച്ചറിവുള്ള ഒരു ദളിതനും സി.പി.എമ്മിനൊപ്പം നിൽക്കില്ല. ഇന്ത്യയിലെ സാമൂഹിക പരിഷ്കർത്താക്കളുടെ സംഭാവനകൾ തിരിച്ചറിയാത്തവരാണ് ഇന്ത്യൻ വിപ്ലവത്തെ നയിക്കുന്നത്.

സി.പി.എമ്മിന്റെ ശക്തകേന്ദ്രമായിരുന്ന, ഞങ്ങളൊക്കെ ആവേശഭരിതമാക്കിയ ചിന്താധാരകളുടെ പ്രഭവകേന്ദ്രമായിരുന്ന ബംഗാളിന്റെ അവസ്ഥയൊന്നു നോക്കൂ. തിരഞ്ഞെടുപ്പ് ജയങ്ങളുടെ എണ്ണം നോക്കിയല്ല ഞാൻ ഇത് പറയുന്നത്. ബംഗാളിലെ 72 ശതമാനം വരുന്ന ഇതരവിഭാഗങ്ങളെ, സാധാരണക്കാരെ, ദലിത്- ന്യൂനപക്ഷങ്ങളെ ആറ് ശതമാനം വരുന്ന ബ്രാഹ്മണർ ഭരിക്കുകയാണ്. 19 ജില്ലകളുള്ള ബംഗാളിൽ എത്ര പാർട്ടി ജില്ലാനേതാക്കൾ ദലിത് - മുസ്ലിം വിഭാഗങ്ങളിൽ നിന്നുണ്ട്? ന്യൂനപക്ഷങ്ങൾ കൂടുതലുള്ള മൂർഷിദാബാദിൽപോലും ഈ വിഭാഗങ്ങൾക്കിടയിൽ നിന്നൊരു നേതാവില്ല. ഇതൊരു ഗുരുതരമായ വിഷയമാണ്. താഴെത്തട്ടിൽ നിന്നുള്ളവർ പാർട്ടിയിൽ ഉയർന്നുവരാൻ എടുക്കുന്നതിന്റെ നാലിലൊന്ന് സമയം കൊണ്ട് സവർണ്ണർ നേതൃനിരയിലെത്തുന്നു.

- കേരളത്തിലെ ഇപ്പോഴത്തെ സി.പി.എം നേതൃത്വത്തെ അറിയുമോ?

വാർത്തകളിലൂടെ അറിയാം. ചില പേരുകൾ കേട്ടിട്ടുണ്ട് അത്രമാത്രം.

- കേരളത്തിലെ ഇപ്പോഴത്തെ പാർട്ടിനേതൃത്വവുമായുണ്ടായ ആശയ പരമായ ഭിന്നതകളുടെ പേരിൽ പാർട്ടിവിട്ട ടി.പി. ചന്ദ്രശേഖരൻ എന്ന നേതാവിന്റെ മൃഗീയകൊലപാതകവുമായി ബന്ധപ്പെട്ട് സി.പി. എം ഇപ്പോൾ പ്രതിക്കൂട്ടിൽ നിൽക്കുകയാണ്.

ഏത് യുദ്ധത്തിനും ഒരു നീതിയുണ്ട്. അത് ലംഘിച്ചാൽ നിങ്ങൾ ജനഹൃദയത്തിൽ നിന്നും തമസ്ക്കരിക്കപ്പെടും. പിന്നെ തങ്ങളുടെ യഥാർത്ഥ ശത്രു ആരാണെന്നുപോലും തിരിച്ചറിയാൻ കഴിയാതി രിക്കുന്നത് പരിതാപകരമായ ഒരവസ്ഥയാണ്. ആൾക്കൂട്ടത്തെ ആക്ര മിക്കാൻ നിൽക്കുന്ന തെരുവു നായയുടെ അവസ്ഥയാണത്.

- എങ്കിൽ എവിടെയാണ് ഇടതുപക്ഷത്തിന് തെറ്റുപറ്റിയത്?

ആശയപരമായുള്ള ഒരു വലിയപൊള്ളത്തരം അവർക്കുണ്ട്. ധൈഷ ണികമായ ഒരു തകർച്ച അവരിലുണ്ട്. സവർണ്ണ ബ്രാഹ്മണിക്കൽ മനസ്സാണ് ഇടതുപക്ഷത്തിനുള്ളത്. മാർക്സിസത്തെ ഇന്ത്യയിലേക്ക് പരിചയപ്പെടുത്തുന്നതിൽ തന്നെ ഒരു വലിയ ദളിത് വിരുദ്ധഗൂഢാ ലോചന നടന്നിട്ടുണ്ട്. ഇംഗ്ലീഷ് വിദ്യാഭ്യാസം സിദ്ധിച്ച ഉന്നതകുല ജാതരായ നേതാക്കളാണ് കമ്മ്യൂണിസത്തെ നമുക്ക് പരിചയപ്പെ ടുത്തി തന്നത്. അവരുടെ അബോധമനസ്സിൽ അവർപോലും അറിയാതെ കുടുങ്ങിക്കിടന്നിരുന്ന മേലാള മനോഭാവം അവരുടെ കമ്മ്യൂണിസത്തെയും സ്വാധീനിച്ചിട്ടുണ്ട്. ഇന്ത്യൻ സാമൂഹികസാഹ ചര്യങ്ങൾ മനസിലാക്കാതെയാണ് കമ്മ്യൂണിസ്റ്റ് ആശയങ്ങൾ നട പ്പിലാക്കിയത്. ചാതുർവർണ്യം ഇന്ത്യയിലെ പൊള്ളുന്ന ഒരു യാഥാർത്ഥ്യമാണ്. ജാതിവ്യവസ്ഥയെ പാർട്ടി അവഗണിച്ചു. അതോടെ ദളിതൻ പാർട്ടിയുടെ അടിമയായി.

എന്തുകൊണ്ട് കമ്മ്യൂണിസത്തെമാത്രം പേരെടുത്തുപറഞ്ഞ് വിമർശി ക്കുന്നുവെന്ന് ചിലർ ചോദിച്ചേക്കാം. കാരണം കമ്മ്യൂണിസ്റ്റുകാരന് തെറ്റുപറ്റിയാൽ ജനം ക്ഷമിക്കില്ല. തിരഞ്ഞെടുപ്പ് രാഷ്ട്രീയത്തിന്റെ ചതുരംഗപ്പലകയ്ക്കപ്പുറം അവർ ആ വിശ്വാസസംഹിതയെ അത്ര യേറെ ആത്മമാർത്ഥയോടെ കാണുന്നു. മറ്റുള്ളവർക്ക് വഴിതെറ്റുന്നത് സഹജം. പക്ഷേ, ഒരു യഥാർത്ഥ കമ്മ്യൂണിസ്റ്റ് ഒരു യഥാർത്ഥ മനുഷ്യസ്നേഹിയാണ്. ഒരു യഥാർത്ഥ സത്യവിശ്വാസിയാണ്.

ഒരുപാട്പേരെ ജീവിക്കാൻ പ്രേരിപ്പിക്കുന്ന തത്ത്വസംഹിതയാണ് കമ്മ്യൂണിസം. അതൊരു പ്രതീക്ഷയുടെ തത്ത്വശാസ്ത്രമാണ്. ഗഹ നമായ ആ കമ്മ്യൂണിസ്റ്റ് തത്ത്വസംഹിതകള ആറ്റിക്കുറുക്കിയാൽ സാധാരണക്കാരന്റെ ഭാഷയിൽ രണ്ടുവാക്കിൽ ഇങ്ങനെ ഒതുക്കാം: 'ഒരു നല്ല നാളെ'

നല്ലത് എന്നാൽ, സമഗ്രമായ നന്മയാണ്. ഉണ്ണാനും ഉടുക്കാനും മുതൽ ശാസ്ത്രീയ ചിന്തയിലേക്കുവരെ ആ നല്ലത് നീണ്ടുകിടക്കുന്നു. ആ

പ്രതീക്ഷയുടെ മാന്ത്രികശക്തിയാണ് മാർക്സിനെയും ഏംഗൽസി നെയും മാവോയെയും വായിക്കാത്ത നിരക്ഷരരായ ഗ്രാമീണരെ ചെങ്കൊടി പിടിക്കാൻ പ്രേരിപ്പിച്ചത്. ശരിയാണ്, ഇത്തിൾക്കണ്ണികൾ ഒരുപാടുണ്ട് പക്ഷേ, ലക്ഷക്കണക്കിനാളുകൾക്ക് തണലും കനിയും കൊടുക്കുന്ന വടവൃക്ഷമാണ് ഇടതുപക്ഷം.

- അണ്ണാ ഹസാരെയുൾപ്പെടെയുള്ളവരുടെ നേതൃത്വത്തിലുള്ള അഴിമതി വിരുദ്ധസമരങ്ങളെ എങ്ങനെ നോക്കിക്കാണുന്നു.

(ഗദ്ദർ ചിരിക്കുന്നു)

ആരെയും അധിക്ഷേപിക്കാൻ ഞാൻ ആളല്ല. ഈ സമരങ്ങളുടെ ഉദ്ദേശശുദ്ധി നിങ്ങൾ തന്നെ സ്വയം വിലയിരുത്തൂ. സത്യം പിറകെ വെളിപ്പെടും. ഞാൻ ഒന്ന് പറയാം രാംദേവ് ഉൾപ്പെടെയുള്ളവർക്ക് അഴിമതിക്കെതിരെ പറയാൻ എന്ത് യോഗ്യതയാണ് ഉള്ളത്. ഇതെല്ലാം ചെപ്പടി വിദ്യകൾമാത്രം. ഇന്ത്യൻ മധ്യവർഗ്ഗത്തിന്റെ ആഘോഷം. അതിനപ്പുറം ഇതിനൊന്നും യാതൊരു പ്രാധാന്യവും ഇല്ല. അഴിമതിയിൽമുങ്ങിയ സർക്കാരിനെ വീഴ്ത്തുമെന്ന് അണ്ണാഹ സാരെ പറഞ്ഞിട്ട് ഒടുവിൽ എന്ത് സംഭവിച്ചു. അവർ സർക്കാരുമായി സന്ധിചെയ്തു. സർക്കാരുമായി സന്ധിചെയ്യാത്തത് പീപ്പിൾസ് വാർ മൂവ്മെന്റ് മാത്രമേയുള്ളൂ. പക്ഷേ, നമ്മൾ ശ്രദ്ധിക്കേണ്ട ഒന്നുണ്ട്, പൊതുസമൂഹത്തിലെ ഇടതുപക്ഷത്തിന്റെ ഇടമാണ് ഇതിലൂടെ നഷ്ടമായിക്കൊണ്ടിരിക്കുന്നത്. അഴിമതി വിരുദ്ധസമരങ്ങൾ ഏറ്റെ ടുക്കേണ്ടതും മുന്നിൽനിന്നും നയിക്കേണ്ടതും ഇടതുപക്ഷമായിരു ന്നു. ഈ തിരിച്ചറിവ് ഇടതുനേതൃത്വത്തിനില്ലാതെപോയി. അല്ലെങ്കിൽ അറിഞ്ഞിട്ടും തിരുത്താതെപോയി.

ഗ്രാമീണകർഷകന്റെ ചാവുനിലങ്ങൾ

"ദലിത്-സ്ത്രീ-ന്യൂനപക്ഷ പ്രശ്നങ്ങൾ അഥവാ ആഗോള വത്കൃത ജനാധിപത്യത്തിലെ അസ്വസ്ഥതയുടെ ത്രികോണം"

"ഞങ്ങളുടെ ചോരയും വിയർപ്പും കലർന്ന ഈ കറുത്ത മണ്ണിൽ
ഞങ്ങൾ വിരിയിച്ച ആ ചുവന്ന പനിനീർപ്പൂക്കൾ
നിങ്ങൾ നിങ്ങളുടെ ദേവന്മാർക്കായി പൂജയ്ക്കെടുക്കുമ്പോൾ
സ്വർണ്ണനാണയങ്ങൾക്കും കാണിക്കകൾക്കും കോട്ടമതിൽ
കെട്ടിസൂക്ഷിക്കുന്ന
അമ്പലത്തിനു പുറത്ത്, ചെളിയിൽ
ഞങ്ങളുടെ മക്കൾ വിശപ്പുമറച്ചുവെച്ച് കളിക്കുന്നു.
അവരെ നിങ്ങൾ ഓർക്കുന്നുവോ?
അതെ, ഞങ്ങൾ കീഴാളർ ഞങ്ങൾ അടിച്ചമർത്തപ്പെട്ടവർ"

(ഗദ്ദറിന്റെ ദലിത് ഗാനം)

സംഭാഷണവും സംഗീതവും സമംചേർന്ന് ഒരു മെഹഫിൽ കൊഴുക്കുകയാണ്. ജീവിതഗന്ധിയായ, ചോരനനവുള്ള വരികളും പ്രാണസംഗീതവും വിളക്കിച്ചേർത്ത സദിര്. കലയും കലാപവും കൈകോർത്തു നിൽക്കുന്നു. ഗദ്ദർ പാട്ടിലൂടെ ജീവിതം പങ്കുവെയ്ക്കുകയായിരുന്നു. പോരാട്ടത്തിന്റെയും വേദനകളുടെയും സഹനത്തിന്റെയും സംഗീതം ഇടകലർന്ന ആ സംസാരത്തിനിടെ ഒരു പയ്യൻ ചായയുമായി വന്നു. ഗദ്ദറിൽ നിന്നും പാട്ടും പോരാട്ടവും പഠിക്കാൻ കൂടെക്കൂടിയതാണ് അവൻ. 'കൊട്ടകൊട' ആദിവാസി ഊരിലെ കടംകയറി മരിച്ച ഒരു കർഷകന്റെ മകൻ. തിളക്കംമായാത്ത കണ്ണുകൾ അൽപ്പം ഇറുക്കി അവൻ വേദനയോടെ പുഞ്ചിരിച്ചു. പ്രമേഹരോഗം ഏറെ വലയ്ക്കുന്നതിനാൽ ഗദ്ദറിന് മധുരമിടാത്ത ചായ. "മധുരം ശീലമില്ല. ജീവിതവും അനുഭവങ്ങളും പകർന്നുതന്നത് എരിവിന്റെ പാഠങ്ങളാണ്." ഉറക്കെ ചിരിച്ചുകൊണ്ട് ഗദ്ദർ നർമ്മം പങ്കിട്ടു. "നമുക്ക് അൽപ്പനേരം പുറത്തിരുന്നു സംസാരിച്ചാലോ?" ചായഗ്ലാസ് വാങ്ങി ഞാൻ ഗദ്ദറിനോട് പറഞ്ഞു. "സോദരാ .. ചേയി അന്തിഞ്ചു; സഹോദരാ, കൈതരൂ.. മണ്ണിനും മനുഷ്യനും അവന്റെ

സ്വപ്നങ്ങൾക്കുമായി ..” മുറിക്ക് പുറത്തിറങ്ങാൻ നിന്ന എനിക്കുനേരെ കൈനീട്ടിക്കൊണ്ട് ഗദ്ദർ മറുപടി നൽകി. താഴേക്ക് ഊർന്നുവീഴാൻ തുടങ്ങിയ കമ്പിളിപ്പുതപ്പ് തോളിൽ ശരിയാക്കിവെച്ച് ഗദ്ദർ പുറത്തിറങ്ങിയപ്പോൾ സുരക്ഷാഉദ്യോഗസ്ഥരിലൊരാൾ ആശങ്കയോടെ അടുത്തേക്ക് ഓടിവന്നു. ഗദ്ദർ അയാളെ തടഞ്ഞു. “ഈ മണ്ണിന്റെ മാറിൽച്ചവിട്ടിനിൽക്കുമ്പോൾ, ഞാൻ അമ്മയുടെ ഗർഭപാത്രത്തിലെന്നപോലെ സുരക്ഷിതനാണ്.” ഗദ്ദറിന്റെ വാക്കുകൾ ഒരു പാട്ടിൽ അലിഞ്ഞുചേർന്നു. “അമ്മാ, തെലുങ്കാനമാ.. ആകലി കേകല ഗാനമാ..” (അമ്മേ തെലുങ്കാനേ, വിശന്നു തളർന്നുപാടുന്ന.. ഞങ്ങളുടെ ഈ പാട്ട് കേൾക്കൂ..) ഞങ്ങൾക്കിടയിലേക്ക് നേർത്ത ഒരുകാറ്റ് വീശി. തെലുങ്കാനയിലെ കർഷകന്റെ വിയർപ്പുമണമുള്ള കാറ്റ്.

“പ്രകൃതിക്ക് മനുഷ്യന്റെ ഓരോ ഹൃദയമിടിപ്പും അറിയാൻ കഴിയും. സ്നേഹമായി, സാന്ത്വനമായി, സ്വപ്നമായി, സംഹാരമായി.. പ്രകൃതി നമ്മോട് നിരന്തരം സംവദിച്ചുകൊണ്ടിരിക്കുന്നു. പക്ഷേ, നമ്മൾ അത് തിരിച്ചറിയുന്നില്ല. പ്രശസ്തമായൊരു ഈജിപ്ഷ്യൻ കഥയുണ്ട്. കഥയുടെ പേര് “ഭൂമി.” ഒരു യുവാവും യുവതിയും എല്ലാ സായന്തനങ്ങളിലും പരുത്തിപ്പാടത്തുവെച്ച് കണ്ടുമുട്ടുമായിരുന്നു. അതിവിശാലമായ ആ വയലിൽ ദൂരെ ചക്രവാളം തൊട്ട് നിൽക്കുന്ന പരുത്തിച്ചെടികൾ. വയലിനരികിലൂടെ സീയൂസ് നദിയൊഴുകുന്നു. നദിയിൽനിന്നും പരുത്തിച്ചെടികളെ തഴുകിവരുന്ന കാറ്റ് അവരിരുവർക്കും പ്രണയം പകർന്നു നൽകി. ഒരു ദിവസം അവരെത്തിയപ്പോൾ പാടം വരണ്ടുണങ്ങിക്കിടക്കുന്നു. വിണ്ടുകീറിയ മണ്ണിൽ പരുത്തിച്ചെടികളുടെ നാമ്പ് കരിഞ്ഞു കിടക്കുന്നു. സിയൂസ് നദിക്കുകുറുകെ അണക്കെട്ട് നിർമ്മിച്ചതാണ് ഈ ദുരവസ്ഥയ്ക്ക് കാരണമായതെന്ന് പിന്നീട് അവർക്കു മനസ്സിലായി. ഒടുവിൽ, ആ വയലുകളോട് വിടചൊല്ലി അകലവെ അവർ ഇരുവരും ഒരു വേദനിപ്പിക്കുന്ന സത്യം മനസ്സിലാക്കി. ആ പ്രകൃതിയുടെ പച്ചപ്പിനോടൊപ്പം അവരുടെ പ്രണയവും അവർക്ക് നഷ്ടമായിരിക്കുന്നു.. ” ചായ മൊത്തിക്കുടിച്ചുകൊണ്ട് ഗദ്ദർ പറഞ്ഞു.

ഞങ്ങൾ ഒരു പേരമരച്ചുവട്ടിൽ ഇരുന്നു. നാട്ടുനന്മകളിൽ നഞ്ചുകലക്കുന്ന കച്ചവടത്തിന്റെ നെറികേടുകൾക്കെതിരെ.. ചന്തയുടെ ചന്തം കാണിച്ച്, കർഷകന് മരണക്കുരുക്കുകൾ സമ്മാനിച്ച്, വയലുകൾ വിഴുങ്ങുന്ന ആഗോളമുതലാളിത്വത്തിനെതിരെ.. നിസ്സഹായരായ ജനതയുടെ കുടിവെള്ളത്തിനും കണ്ണീരിനും കിനാവുകൾക്കും കപ്പം ചുമത്തുന്ന കോർപ്പറേറ്റ് അടിമത്വതന്ത്രങ്ങൾക്കെരിരെ.. കൊക്കകോളയിലൂടെയും കോൾഗേറ്റിലൂടെയും നമ്മുടെ വീട്ടുപടിക്കലെത്തുന്ന അമേരിക്കക്കെതിരെ.. സിരകളിൽ രോഷത്തിന്റെ അഗ്നിപടർത്തുന്ന വരികളിലൂടെ ഗദ്ദർ പാടുന്നു. പോരടിക്കുന്നു. ആ വരികൾക്ക് വാൾത്തലപ്പിന്റെ മൂർച്ചയുണ്ട്. ആ പാട്ടുകൾ ഏറ്റുപാടി ഒരു ജനത അവരുടെ ജീവനും സ്വത്തിനും നേരെ ഉയരുന്ന എല്ലാ കൈയേറ്റങ്ങളെയും പ്രതിരോധിക്കുന്നു.

- നമ്മുടെ മുറ്റത്ത്, നമ്മെ വിഴുങ്ങാനായി ഒരു അമേരിക്ക വാ പിളർത്തി നിൽക്കുന്നുണ്ട്. ആഗോളവത്കരണത്തിന്റെ വേട്ടമൃഗങ്ങളാകുന്നത് നമ്മുടെ കർഷകരാണ്. കൊക്കകോളയോടും കോർപ്പറേറ്റുകളോടു മുള്ള കൊമ്പുകോർക്കലുകളെപ്പറ്റി?

  "എന്തുകമ്മ കൊപ്പരതല്ലി കണ്ണീരെടുത്താവു
  കൊക്കകോള കൊപ്പര ബോണ്ട കൊന്തുവസ്തകിന്ത"

  (അല്ലയോ കേരമാതാവേ, നിങ്ങളെ ഞെക്കിപ്പിഴിഞ്ഞു, നിങ്ങളുടെ കണ്ണീരെടുത്തല്ലേ കൊക്കകോളയാക്കി അവർ വിൽക്കുന്നത്)

  ഈ ആഗോളവത്കരണ വിരുദ്ധഗാനം ഞാൻ കേരളത്തെ മനസ്സിൽ കണ്ട് ചിട്ടപ്പെടുത്തിയതാണ്. കൊക്കകോള നടത്തുന്ന ജലചൂഷണങ്ങൾ, കോർപ്പറേറ്റുകളുടെ ഭൂമി കൈയേറ്റങ്ങൾ, കർഷക ആത്മഹത്യകൾ തുടങ്ങി ആഗോളവത്ക്കരണം മുന്നോട്ടുവയ്ക്കുന്ന പ്രതിസന്ധികൾ എന്നെ ഏറെ അലട്ടുന്ന വിഷയങ്ങളാണ്. എന്നാൽ നമ്മുടെ രാഷ്ട്രീയ നേതൃത്വവും ഭരണവർഗ്ഗവും ആഗോളവത്ക്കരണം മൂലമുള്ള പ്രശ്നങ്ങൾ കണ്ടില്ലെന്ന് നടിക്കുന്നു. കർഷക ആത്മഹത്യകൾ ദിവസവുമുള്ള ഒറ്റവരി വാർത്തകൾമാത്രമാണ്. സാമ്പത്തികനേട്ടങ്ങളുടെ ചൂണ്ടയിൽ കുരുക്കി നമ്മുടെ മാധ്യമങ്ങളെയും ഈ കോർപ്പറേറ്റുകൾ വിലക്കെടുത്തിരിക്കുകയാണ്. പക്ഷേ, ഒന്നോർക്കുക, നമ്മൾ കുടിക്കുന്ന കൊക്കകോള ഈ മണ്ണിന്റെ ജീവരക്തം ഊറ്റിയുണ്ടാക്കിയതാണ്. ആ കുപ്പികൾ തുറക്കുമ്പോൾ നുരഞ്ഞുപൊന്തി പോകുന്നത് വരണ്ടുണങ്ങിയ കൃഷിഭൂമിയിൽ ആശ്രയമറ്റ് നിൽക്കുന്ന ഇവിടുത്തെ കർഷകന്റെ ജീവശ്വാസമാണ്. ഓരോ കോളക്കുപ്പിക്കൊപ്പവും ദാഹിച്ചുവരണ്ട ഒരു ജനതയുടെ വീർപ്പുമുട്ടലുകളും നിങ്ങൾക്കു നുണയാം.

  കോർപ്പറേറ്റുകളുടെ സാമ്പത്തിക സഹായത്തോടെ നമ്മുടെ ഭരണാധികാരികളും, ഉദ്യോഗസ്ഥരും, കാർഷികശാസ്ത്രജ്ഞരും പഞ്ചനക്ഷത്രഹോട്ടലുകളിലെ ശീതീകരിച്ച മുറികളിൽ നടത്തുന്ന സെമിനാറുകൾക്ക് നമ്മുടെ നാട്ടിലെ പാവംകർഷകരെ രക്ഷിക്കാൻ കഴിയില്ല. മൂന്നോ നാലോ ദിവസത്തിൽ ഒരിക്കൽ മാത്രം ഭക്ഷണം കഴിക്കുന്ന ഒരുപാട് കർഷകകുടുംബങ്ങൾ ഇവിടെയുണ്ട്. കുടുംബം പുലർത്താനും മക്കളെപോറ്റാനും പെൺകുട്ടികളുടെ വിവാഹം നടത്താനും സ്വന്തം അവയവങ്ങൾ വിൽക്കുന്നവർ. ആൺമക്കളെ തൊഴിൽശാലകളിലേക്കും പെൺമക്കളെ വേശ്യാലയങ്ങളിലേക്കും വിൽക്കുന്നവർ. ഇങ്ങനെയുള്ള ഇരുളടഞ്ഞ ജീവിതങ്ങൾ നിറഞ്ഞതാണ് നമ്മുടെ ഗ്രാമങ്ങൾ. പറയുമ്പോൾ ചിലർക്കൊല്ലാം ആവർത്തനവിരസമായിത്തോന്നാം. പക്ഷേ, യാഥാർത്ഥ്യം ഇന്നും ഉറക്കംകെടുത്തുന്ന ഒന്നായി അവശേഷിക്കുന്നു. ഈ പ്രശ്നങ്ങളിലെല്ലാം ശക്തമായി ഇടപെടേണ്ടതും നിലപാട് വ്യക്തമാക്കേണ്ടതും

ഇവിടുത്തെ രാഷ്ട്രീയ നേതൃത്വമാണ്. എന്നാൽ ഇന്ത്യ ഒരു വലിയ പ്രൈവറ്റ് ലിമിറ്റഡ് കമ്പനിയാണ്. നമ്മുടെ 'പാർലമെന്റ്' കൊള്ളക്കാരുടെയും പിടിച്ചുപറിക്കാരുടെയും കച്ചവടക്കാരുടെയും ഒരു പഞ്ചനക്ഷത്രക്ലബ്ബും. നമ്മുടെ പാർലമെന്റിന്റെ മുൻപിൽ "ഈ രാജ്യം മൊത്തമായും ചില്ലറയായും വിൽപ്പനക്ക്" എന്നെഴുതിയ അദൃശ്യമായൊരു പരസ്യപ്പലകയുണ്ട്. നമ്മുടെ രാഷ്ട്രീയ നേതാക്കൾ ആഗോളമുതലാളിത്വത്തിന്റെ ഏജന്റുമാരാണ്. ചില മുതലാളിമാർ രാജ്യസഭയിൽ, മുതലാളിമാരുടെ ദാസ്യരായ രാഷ്ട്രീയക്കാർ ലോക്സഭയിൽ. സംസ്ഥാനഭരണത്തിന്റെയും കാര്യം വ്യത്യസ്തമല്ല. ഒരു ചെറിയ റോഡ് നിർമ്മിക്കാൻ കോടികളുടെ അഴിമതി. കോർപ്പറേറ്റ് ഭീമന്മാരും ധനാർത്തിമൂത്ത ഭരണനേതൃത്വവും ചേർന്ന ഒരു ഗൂഢസംഘമാണ് ഇവിടെ കാര്യങ്ങൾ തീരുമാനിക്കുന്നത്. കച്ചവടമാണ് അവരുടെ തത്ത്വസംഹിത, വിപണിയാണ് അവരുടെ മതം, ലാഭമാണ് ദൈവം, തുച്ഛമായ കൂലിയുള്ള തൊഴിൽ വ്യവസ്ഥിതി അവരുടെ മാതൃരാജ്യവും. അവർക്ക് ആരോടും ആത്മാർത്ഥതയില്ല. ലാഭത്തിനുവേണ്ടി ഇവർ എന്തുംചെയ്യും. അവർ പറയുന്നത് നിങ്ങൾ ഒന്നും നിർമ്മിക്കേണ്ടതില്ല, എല്ലാം ഞങ്ങൾ തരാം. നിങ്ങൾ ഉപയോഗിച്ചാൽമതി. നിർബന്ധമാണെങ്കിൽ ആവശ്യമുള്ള ദൈവങ്ങളെയും ആരാധനാലയങ്ങളും നിർമ്മിച്ചോളൂ. കണ്ണും കാതുമടച്ച് പൂജകൾ നടത്തിക്കോളൂ.

ഇതോടൊപ്പം ചേർത്തുപറയേണ്ട ഒരുകാര്യമുണ്ട്. ദണ്ഡകാരണ്യത്തിൽ ഒറ്റഭൂരഹിതനുമില്ല. 1986-നും 2000-നുമിടയിൽ പാർട്ടി മൂന്നു ലക്ഷം ഏക്കർ വനഭൂമി പുനർവിതരണം ചെയ്തു.

- ടോൾ പിരിവുമുതൽ കുടിയിറക്കൽവരെയുള്ള ഭീഷണികളുമായി ആഗോളമുതലാളിത്വം ഈ രാജ്യത്തെ സാധാരണക്കാരന്റെ മുന്നിലുണ്ട്. തെറ്റാലികൾ കൊണ്ട് ഈ ഗോലിയത്തുകൾക്കുനേരെ പ്രതിരോധം തീർക്കാൻ കഴിയുമോ?

ആഗോളവത്കരണത്തിന്റെ വക്താക്കൾ മൂന്നു വിധത്തിലാണ് അവരുടെ അജണ്ടകൾ നടപ്പാക്കുന്നത് അഥവാ അധിനിവേശങ്ങൾക്ക് മൂന്ന് ഘട്ടങ്ങളുണ്ട്. ഒന്ന്, സാംസ്കാരിക അധിനിവേശം. കോർപ്പറേറ്റുകൾ അധിനിവേശത്തിന് തുടക്കമിടുക നമ്മുടെ സാംസ്ക്കാരിക ഭൂമിയിൽ പിടിമുറുക്കിക്കൊണ്ടാണ്. പുത്തൻ ജീവിത മാതൃകകൾ മുന്നോട്ടുവെച്ചുകൊണ്ട്, ഫാഷൻ ശീലങ്ങൾ പഠിപ്പിച്ചുകൊണ്ട് അവർ നമ്മുടെ വേരുകൾ അറുത്തുമാറ്റും. മനസ്സിനെ അടിമപ്പെടുത്തും. പ്രകടമായ അധിനിവേശം തുടങ്ങുന്നത് അടുത്ത ഘട്ടത്തിലാണ്, അതായത് രണ്ടാംഘട്ടമായ സ്ട്രക്ച്ചറൽ അഥവാ ഘടനാപരമായ അധിനിവേശത്തിൽ. ഈ ഘട്ടത്തിൽ അവർ നമ്മുടെ മണ്ണിൽ നേരിട്ട്

കൈവെക്കാൻ തുടങ്ങും. എല്ലാവരുടെയും വായടപ്പിക്കാൻ 'വികസനം' എന്ന മുദ്രാവാക്യം മുന്നോട്ടുവെയ്ക്കും. വലിയവലിയ പാലങ്ങൾ, വാണിജ്യ- വ്യവസായ സ്ഥാപനങ്ങൾ, ഫാക്ടറികൾ, മികച്ച റോഡുകൾ, ഷോപ്പിംങ് മാളുകൾ, സ്പെഷ്യൽ ഇക്കണോമിക്ക് സോണുകൾ എന്നിവ നിർമ്മിക്കും. ഇതിനുപിറകിലെ കൈയേറ്റങ്ങളെ എതിർക്കുന്നവർ വികസനവിരോധികളാകും. ഇവിടെ പ്രസക്തമാകുന്ന ഒരു ചോദ്യമുണ്ട്, ആർക്കുവേണ്ടിയാണ് ഈ വികസനം? പണംകൊണ്ട് എല്ലാം നിയന്ത്രിക്കുന്ന ഒരു ന്യൂനപക്ഷത്തിനുവേണ്ടിയോ? ആ വികസനത്തിന്റെ പേരിൽ ഒടുവിൽ നിങ്ങളുടെ സഞ്ചാരത്തിനുപോലും കപ്പം ചുമത്തും. നിങ്ങളിൽ നിന്ന് ടോൾ പിരിക്കും. നമ്മുടെ സ്വതന്ത്രസഞ്ചാരത്തെപ്പോലും നിയന്ത്രിക്കാൻ കഴിയുക എന്നത് എത്ര വലിയ കടന്നുകയറ്റമാണ്. പൊതുമേഖലാ സ്ഥാപനങ്ങൾ അടച്ചുപൂട്ടുന്നു. കൃഷിയും ചെറുകിടവ്യവസായങ്ങളും അവഗണിക്കപ്പെടുന്നു. വെള്ളവും, ആരോഗ്യരംഗവും, വിദ്യാഭ്യാസമേഖലയും സ്വകാര്യകമ്പനികൾക്ക് തീറെഴുതിക്കൊടുക്കുന്നു. രാഷ്ട്രീയ - സാമൂഹിക അധിനിവേശമാണ് മൂന്നാമത്തേത്. ഈ ഘട്ടമെത്തുമ്പോഴേക്കും അധികാരം അവരുടെ കാൽക്കീഴിലായിക്കഴിയും. സർക്കാരുകൾ, പോലീസ് എല്ലാം അവരുടെ ചൊൽപ്പടിക്ക്. എല്ലാ ചെറുത്തുനിൽപ്പുകളെയും ഇവർ അടിച്ചമർത്തും. ഒരു വേട്ടയുടെ സ്വാഭാവിക പരിശ്രമങ്ങളേതുമില്ലാതെ ഇരയെ കീഴടക്കും. ഓർക്കുക, നമ്മുടെ ജനത അധിനിവേശത്തിന്റെ അവസാനഘട്ടത്തിലെത്തിനിൽക്കുന്ന ബലിമൃഗങ്ങളാണ്. നമ്മുടെ നേതൃത്വം, മാധ്യമങ്ങൾ, സാഹിത്യ സാംസ്കാരിക നേതാക്കൾ എന്നിവരെ ആഗോളമുതലാളിത്തം വിലക്കെടുത്തുകഴിഞ്ഞു. ആയിരക്കണക്കിന് ഭൂമി വ്യവസായികൾക്ക് വെറുതെ നൽകുന്ന സർക്കാരുകൾ കൃഷിക്കുവേണ്ടി എന്തുകൊണ്ട് ഭൂമിനൽകുന്നില്ല. കർഷകരുടെ പ്രശ്നങ്ങൾ പരിഹരിക്കപ്പെടണമെന്ന് ഇവിടത്തെ അധികാരികൾക്ക് ആഗ്രഹവുമില്ല.

ഇവിടെയാണ് നമ്മൾ ചെറുത്തുനിൽപ്പിന്റെ സമരഭൂമി കണ്ടെടുക്കേണ്ടത്. ഞങ്ങൾക്കറിയാം, ഞങ്ങൾക്ക് ഒട്ടേറെ പരിമിതികളുണ്ടെന്ന്. പെട്ടെന്ന് പരിഹാരം സാധ്യമല്ല. ശത്രുക്കൾ ഒരേ സമയം അദൃശ്യരും പലരൂപങ്ങളിൽ ദൃശ്യരുമാണ്. പക്ഷേ, പോരാട്ടം തുടരുകതന്നെ ചെയ്യും. നേരത്തേ ജന്മിമാരിൽ നിന്നും ഭൂമി പിടിച്ചെടുക്കാനാണ് സമരം നടത്തിയത്. ഇപ്പോൾ സർക്കാർ തന്നെ ജനങ്ങളിൽ നിന്ന് ഭൂമി പിടിച്ചെടുത്ത് അവരെ ഏൽപ്പിക്കുന്നു. അതുകൊണ്ടുതന്നെ നമ്മുടെ സമരത്തിന്റെ രീതികൾ മാറ്റണം. അഖിലേന്ത്യാ അടിസ്ഥാനത്തിൽ സാമ്രാജ്യത്വവിരുദ്ധ കൂട്ടായ്മയ്ക്കായുള്ള ശ്രമങ്ങൾ നടക്കുന്നുണ്ട്. പക്ഷേ, വിജയിച്ചിട്ടില്ല. ആളുകളോട് കൊക്കകോളയും കുപ്പിവെള്ളവും വാങ്ങരുത് എന്ന് മാത്രം പറഞ്ഞിട്ട് കാര്യമില്ല. അവർക്കു

മുൻപിൽ ബദൽ മാതൃകകൾ വയ്ക്കണം. "പകരം എന്ത്?" എന്ന ചോദ്യത്തിന് മറുപടി നൽകാൻകഴിയണം. വിപ്ലവകാരികൾക്ക് മുന്നോട്ടുവെയ്ക്കാനുള്ളത് പുത്തൻ ജനാധിപത്യവും സോഷ്യലിസ്റ്റ് സമ്പദ് വ്യവസ്ഥയുമാണ്. 1947 മുതൽ ഇവിടെ നിലനിൽക്കുന്നത് കപടജനാധിപത്യമാണ്. കർഷക മുന്നേറ്റത്തിൽ ഊന്നൽ നൽകിക്കൊണ്ടുള്ള വ്യാവസായിക വിപ്ലവമാണ് നമുക്കാവശ്യം.

- ഇതുമായി ചേർത്തുവായിക്കേണ്ട ഒന്നല്ലേ സ്ത്രീകൾ നേരിടുന്ന പ്രശ്നങ്ങൾ? പ്രത്യേകിച്ച് ഇന്ത്യൻ ഗ്രാമീണ പശ്ചാത്തലത്തിൽ?

തീർച്ചയായും.

"മോ ഗോല്ല നോല്ലാല്ലോ
ബീഡിലാല് കാലോതൊലം
നിന്ഡു അമസന്നാഡു
ഓ ലാച്ചാഗുമ്മഡി
ആഡാ പില്ലാ പുട്ടിനാഡി"

(ഞങ്ങൾ സ്ത്രീകൾ, പുരുഷന്റെ വായിലെ എരിയുന്ന സിഗരറ്റു പോലെയാണ്. അമാവാസിയിലാണ് പെൺകുഞ്ഞ് ജനിക്കുന്നതെങ്കിൽ അമ്മക്ക് അവളെ കളയേണ്ടി വരുന്നു.)

എല്ലാ അധിനിവേശങ്ങളും ആരംഭിക്കുന്നത് കുടുംബത്തിൽ നിന്നാണ്. കുടുംബത്തിലെ ഏറ്റവും വലിയ ഇര സ്ത്രീയും. എല്ലാവഴികളുമടയുമ്പോൾ നിസ്സഹായരായ സ്ത്രീകൾ തെരുവിലിറങ്ങി നടത്തുന്ന സമരങ്ങൾ നമ്മോട് പങ്കുവെക്കുന്നതെന്താണ്. പറയാതെ പറയുന്നതെന്താണ്. സ്ത്രീകളെ വെറും ഉപകരണങ്ങൾ മാത്രമായി കാണുന്ന നമ്മുടെ രാഷ്ട്രീയ നേതൃത്വങ്ങൾ ചിന്തിക്കേണ്ട വസ്തുതയാണ്. പ്രതിരോധസമരവേദികളിൽ അധികാരിവർഗ്ഗത്തിന്റെയും അധിനിവേശ ശക്തികളുടെയും അവരുടെ കാവൽനായ്ക്കളുടെയും അടിച്ചമർത്തലുകൾക്ക് വിധേയരാകുന്നവരിൽ അധികവും പാവപ്പെട്ട വീട്ടമ്മമാരാണ്. അത് നന്ദിഗ്രാമായാലും, ഗ്രേറ്റർ നോയിഡയിലായാലും. ഓരോ പോരാട്ടത്തിനു പുറകിലും ഒരു പെണ്ണിന്റെ കണ്ണീരും കരുത്തുമുണ്ട്. വിപ്ലവവഴികളിലെ ചുവന്ന നക്ഷത്രത്തിളക്കത്തിൽ സ്ത്രീയുടെ സഹനമുണ്ട്.

"വന്ദനാലു വന്ദനാലമ്മേ മാ ബിഡലും.." എന്ന് തുടങ്ങുന്ന എന്റെ വിപ്ലവഗാനത്തിൽ ഒരു അമ്മയുടെ മനസ്സാണുള്ളത്. (ഓ.. സമരനായകന്മാരെ, നിങ്ങൾ ഞങ്ങളുടെ മക്കളാണ്. നിങ്ങളുടെ പ്രവൃത്തിയിൽ ഞങ്ങൾ അഭിമാനിക്കുന്നു. ഞങ്ങളുടെ അഭിവാദ്യങ്ങൾ സ്വീകരിച്ചാലും.. എന്ന ഈ ഗാനം ഒരമ്മയുടെ ആഴത്തിലുള്ള സ്നേഹവും വാത്സല്യവും രക്തസാക്ഷിയായ മകന് നൽകും വിധത്തിലാണ്. ആന്ധ്രയുടെ മണ്ണിൽ തീക്കാറ്റ് വിതച്ചതാണ് ഈ വരികൾ.)

മാവോയിസ്റ്റ് പാർട്ടിയാണ് സ്ത്രീകളുമായി ബന്ധപ്പെട്ട അധികാര വ്യവസ്ഥയിൽ കൃത്യമായ നിലപാടുള്ള രാഷ്ട്രീയധാര. സ്ത്രീ സ്വാത ന്ത്ര്യത്തിന്റെ കാര്യത്തിൽ ഏറെ നൂതനമാണ് ഞങ്ങളുടെ സമീപനം. മറ്റു പാർട്ടികൾ പൊതുസമൂഹത്തിൽ അംഗീകരിക്കാൻ വൈമുഖ്യം കാണിക്കുന്ന പല ആശയങ്ങളും ഞങ്ങൾ താത്ത്വികമായി അംഗീ കരിക്കുന്നു. പെൺകുട്ടികളുടെ വിവാഹം അവരുടെ സ്വന്തം തൃപ്തി ക്കനുസരിച്ചായിരിക്കണമെന്ന് പാർട്ടി നിർദ്ദേശിക്കുന്നു. പ്രായപൂർത്തി യാകാത്ത വിവാഹത്തെ കുറ്റകരമായി കണക്കാക്കുന്നു. സ്ത്രീധനം നിഷിദ്ധമാണ്. വിധവാവിവാഹത്തിനും വിജാതീയ വിവാഹത്തിനും പരമാവധി പ്രോത്സാഹനം നൽകും. ഭ്രൂണഹത്യക്കുൾപ്പെടെ സ്ത്രീക്ക് അധികാരമുണ്ട്. സ്ത്രീകളുടെ സാമൂഹിക സുരക്ഷിത ത്വവും തുല്യപദവിയും മാവോയിസ്റ്റ് പ്രസ്ഥാനത്തിൽ വിട്ടുവീഴ്ച്ചയി ല്ലാത്ത കാര്യങ്ങളാണ്.

- അമ്മമാർക്ക് വേണ്ടി മക്കളുടെ മൃതദേഹം വിട്ടുകിട്ടാൻ താങ്കൾ നട ത്തിയ സമരങ്ങളെക്കുറിച്ച് വിശദീകരിക്കാമോ?

നക്സൽ വേട്ടയുടെ പേരിൽ സർക്കാരുകൾ നടത്തിവരുന്ന വ്യാജ ഏറ്റുമുട്ടലുകളിൽ നിരപരാധികളായ ഒട്ടേറെ പേരുടെ ജീവൻ പൊലി ഞ്ഞിട്ടുണ്ട്. ഇവരുടെ മൃതദേഹങ്ങൾ പോലീസ് ബന്ധുക്കൾക്ക് വിട്ടു കൊടുക്കാറില്ല. ആരുമറിയാതെ കുഴിച്ചുമൂടുകയാണ് ചെയ്യുക. ഇത് പലതും മറിച്ചുവെക്കാനാണ്. ഒരുതെറ്റും ചെയ്യാത്തവർ പെട്ടന്ന് പൊലീസ് പിടിയിലാകുന്നു. പിന്നെ അവർ എന്നെന്നേക്കുമായി അപ്രത്യക്ഷരാകുന്നു. ഈ കിരാത നീതിക്കെതിരെയാണ് ഞാൻ ഒരു കൂട്ടം അമ്മമാർക്കൊപ്പം സമരം ചെയ്തത്.

അമ്മമാർക്ക് മക്കളുടെ മൃതദേഹം കാണാൻ അവകാശമുണ്ട്. മരി ച്ചത് നക്സലൈറ്റാവട്ടെ, തീവ്രവാദിയാകട്ടെ, മറ്റാരെങ്കിലുമാകട്ടെ.. മരിച്ചത് ഒരു മനുഷ്യനാണ്. മകന്റെ മൃതദേഹം കാണാൻ അമ്മയ്ക്ക് അവകാശമുണ്ട്. ഈ അവകാശം നിഷേധിക്കാൻ ഒരു ഭരണകൂട ത്തിനും അധികാരമില്ല. ശവശരീരത്തെ ബഹുമാനിക്കുന്ന പാരമ്പര്യ മാണ് ഇന്ത്യയുടേത്. മകന്റെ മൃതദേഹം അമ്മയ്ക്ക് നൽകണം. അല്ലാതെ ഏതെങ്കിലും പട്ടിക്ക് വലിച്ചെറിഞ്ഞുകൊടുക്കുകയല്ല വേണ്ടത്. അമ്മമാർക്ക് മക്കളുടെ മൃതദേഹമെങ്കിലും കാണാനും സത്യമറിയാൻ പോസ്റ്റുമാർട്ടം ചെയ്യാനുമുള്ള അവകാശം നേടി യെടുക്കാനുള്ള സമരം ഞങ്ങൾ നടത്തി. ഇതിനായി മൃതദേഹം പത്തുപതിനഞ്ച് ദിവസം സൂക്ഷിച്ചുവെച്ച് പോസ്റ്റുമാർട്ടം ചെയ്യി പ്പിച്ചിട്ടുണ്ട്. കോടതിമുഖേന. ഈ സമരങ്ങളുടെ ഭാഗമായി എന്നെ സെൻട്രൽ ജയിലിൽ അടച്ചു. ഒരുപാട് പ്രതിഷേധങ്ങൾ ജന ങ്ങളുടെ ഭാഗത്തുനിന്നുമുണ്ടായതിനെത്തുടർന്ന് അവർ എന്നെ വിട്ടയച്ചു. ജാമ്യമെടുക്കാനോ മറ്റേതെങ്കിലും വിധത്തിലുള്ള വിട്ടു

വീഴ്ച്ചകൾക്കോ ഞാൻ തയ്യാറായില്ല. പോലീസ് എന്നോടുള്ള ശത്രുത വർദ്ധിക്കാൻ ഇത് കാരണമായി.

വേട്ടയാടപ്പെടുന്ന എല്ലാ സ്ത്രീകളും എന്റെ മുൻപിൽ എന്റെ അമ്മ ലച്ചുമമ്മയാണ്. (ഗദ്ദറിന്റെ കണ്ണുകൾ ഈറനണിഞ്ഞു. വാക്കുകൾ ഇടറി. സ്വന്തം വിശപ്പുമറന്ന് മക്കൾക്ക് വെച്ചുവിളമ്പിയ, കുടുംബം പോറ്റാൻ കൂലിപ്പണിയെടുത്ത് തളർന്ന ഒരമ്മയുടെ വിറയാർന്ന ശോഷിച്ച വിരൽത്തുമ്പിൽത്തൊട്ടുനിൽക്കുകയായിരുന്നു ഗദ്ദറിന്റെ ഓർമ്മകൾ. അമ്മയെന്ന നന്മയുടെ ഈറൻ നിലാവിനെക്കുറിച്ചുള്ള ഗദ്ദറിന്റെ വരികളിങ്ങിനെ, 'ഓ ലച്ചുമമ്മാ.. അമ്മയുടെ വസ്ത്രങ്ങൾ കീറിയിരിക്കുന്നു. കീറിപ്പറഞ്ഞ ബ്ലൗസ് തുന്നാനോ, പുത്തനൊന്ന് വാങ്ങാനോ അമ്മയ്ക്ക് കഴിവില്ല. ശരീരം ക്ഷീണിച്ച് തളർന്നിരിക്കുന്നു. എന്നിട്ടും ഞങ്ങളെ പോറ്റാൻ നിങ്ങൾ കാളയെപ്പോലെ കൃഷിയിടത്തിൽ പണിയെടുക്കുന്നു.

- മൃതദേഹങ്ങൾ വിട്ടുകിട്ടാൻ നടത്തിയ സമരങ്ങളെക്കുറിച്ച് പറഞ്ഞപ്പോൾ സാന്ദർഭികമായി പറയട്ടെ, അടിയന്തിരാവസ്ഥക്കാലത്ത് ഭരണകൂട ഭീകരതയിൽ മകനെ നഷ്ടമായ ഒരച്ഛന്റെ വേദനകൾ ഞങ്ങൾ മലയാളികളെ ഇന്നും വേട്ടയാടുന്നുണ്ട്..

രാജന്റെ കാര്യമല്ലേ. രാജന്റെ തിരോധാനം മുന്നോട്ടുവെയ്ക്കുന്ന ഭീതിയുടെ രാഷ്ട്രതന്ത്രവും അയാളുടെ അച്ഛന്റെ വേദനാപൂർണ്ണമായ കാത്തിരിപ്പും ഈരടികളാകുന്ന ഒരുപാട്ട് ഞാൻ പാടിയിട്ടുണ്ട്. "ഒരു ജനതയുടെ ഉറക്കംകെടുത്തുന്ന ദുരന്തസ്വപ്നത്തിന്റെ പേരാണ് രാജൻ.. ഒരച്ഛന്റെ പ്രതീക്ഷകളുടെ ഇതളൂർന്ന പൂവാണ് രാജൻ" ഇങ്ങനെ പോകുന്നു ആ പാട്ടിന്റെ വരികൾ.

അടിയന്തിരാവസ്ഥക്കാലത്ത് സമാനമായൊരു സംഭവം ഇവിടെയും നടന്നിട്ടുണ്ട്. പീപ്പിൾസ് വാർ ഗ്രൂപ്പിന്റെ യുവജനസംഘടനയായ റാഡിക്കൽ സ്റ്റുഡന്റ്സ് യൂണിയന്റെ പ്രവർത്തകരെ അടിയന്തിരാവസ്ഥക്കാലത്ത് പോലീസ് കൊലപ്പെടുത്തിയിരുന്നു. നിങ്ങളെല്ലാം വിളിച്ചുകൂവുന്ന ആ ജനാധിപത്യത്തെ അധികാരികൾ കഴുമരമേറ്റിയ കറുത്തനാളുകളിൽ ഒളിവിൽ പോകേണ്ടിവന്ന നാല് വിദ്യാർത്ഥികളെ ഗിരിയപ്പിള്ളി വനത്തിൽവെച്ച് വ്യാജഏറ്റുമുട്ടലിൽ പോലീസ് വെടിവെച്ചുകൊന്നു. ഈ സംഭവം ഞങ്ങളെയെല്ലാം വല്ലാതെ ഉലച്ചുകളഞ്ഞു. (ഇതിനെ അടിസ്ഥാനമാക്കി 'നക്സലൈറ്റിന്റെ മക്കൾ' എന്നപേരിൽ ഒരു ഓഗുകഥാഗാനം ഗദ്ദർ എഴുതിയിട്ടുണ്ട്)

- മുഖ്യധാരാസമൂഹവും പാർശ്വവത്ക്കരിക്കപ്പെട്ടവരും തമ്മിലുള്ള വലിയ വിടവ് അസ്വസ്ഥകൾ പുകയുന്ന, എപ്പോൾവേണമെങ്കിലും പൊട്ടിത്തെറിക്കാവുന്ന ഒരഗ്നിപർവ്വതമാക്കി നമ്മുടെ സമൂഹത്തെ മാറ്റിയിട്ടില്ലേ?

ദളിതർ, സ്ത്രീകൾ, ന്യൂനപക്ഷങ്ങൾ എന്നിവർ ഏറെ അസ്വസ്ഥതകൾ അനുഭവിക്കുന്നുണ്ട്. ഇവർ മുഖ്യധാരയിൽനിന്നും ഒരുപാട് പുറകിലാണ്. പുരുഷകേന്ദ്രീകൃതബ്രാഹ്മണിക്കൽ അധികാര വ്യവസ്ഥയാണ് ഇതിന് കാരണം. ന്യൂനപക്ഷങ്ങൾ, പ്രത്യേകിച്ച് മുസ്ലിങ്ങൾ ഏറെ പീഡിപ്പിക്കപ്പെടുന്നു. അവർ അസംതൃപ്തരാണ്. നിങ്ങൾ ഇന്ത്യയുടെ ഉള്ളറകളിലേക്ക് പോകൂ. അപ്പോഴറിയാം ഈ രാജ്യത്തെ മുസ്ലിംകളുടെ യഥാർത്ഥ അവസ്ഥയെന്താണ്. സർക്കാരുകൾ ഇവിടുത്തെ മുസ്ലിംകളെ രാഷ്ട്രീയമായും സാമൂഹികമായും സാമ്പത്തികമായും അടിച്ചമർത്തി. പിന്നീട് ബാബറിമസ്ജിദ് പ്രശ്നം, ഗുജറാത്ത് കലാപം എന്നിവയിലൂടെ അവരെ തച്ചുതകർത്തു.

സാമൂഹികമായും, സാമ്പത്തികമായും, വിദ്യാഭ്യാസപരമായും അവർ ഏറെ പുറകിലാണ്. സർക്കാരുകൾ പറയുന്നു "ഞങ്ങൾ നിങ്ങൾക്ക് എല്ലാം നൽകി" എന്ന്. പക്ഷേ, ഇവിടുത്തെ മുസ്ലീങ്ങൾ അത് വിശ്വസിക്കുന്നില്ല. എല്ലാവരും പറയുന്നു "ഇത് നിങ്ങളുടെ രാജ്യമാണെന്ന്." പക്ഷേ, സാധാരണ മുസൽമാന് അത് അനുഭവിക്കാൻ കഴിയുന്നില്ല. ഓരോ നിമിഷവും രാജ്യസ്നേഹം തെളിയിക്കുന്ന പരിശോധനാഫലവുമായി ജീവിക്കേണ്ട ഗതികേടിലാണ് ഇവിടുത്തെ മുസ്ലിം ജനത. "ഞാൻ ഒരു തീവ്രവാദിയല്ലെന്ന" മുഖവുരയോടെവേണം അവന് ഏത് സമൂഹത്തിലേക്കും കടന്നുവരാൻ.

"യാ അള്ളാ.. ഞാൻ ഒരു മനുഷ്യനാണ്,
ഒരു മുസൽമാനാണ്
ഏതാണെന്റെ ദേശം? ഏതാണെന്റെ ഭാഷ?
എനിക്ക് പ്രാർത്ഥിക്കണം
ഞാൻ അവരോട് പള്ളിയിലേക്കുള്ള വഴിചോദിച്ചു
അവർ കാണിച്ചു തന്നത് പാകിസ്താൻ
ഒടുവിൽ ഞാൻ എത്തിയ ഇടം ഖബറിസ്ഥാൻ"

(ന്യൂനപക്ഷ പ്രശ്നങ്ങളുമായി ബന്ധപ്പെട്ട ഗദ്ദർ ഗാനം)

സ്ത്രീ-ദളിത്-ന്യൂനപക്ഷങ്ങൾ ചേർന്നുള്ള ഒരു പുത്തൻ പോരാട്ടക്കൂട്ടായ്മയിലാണ് എന്റെ പ്രതീക്ഷ. ഇന്ത്യയിൽ ഒരു മാറ്റത്തിന്റെ കൊടുങ്കാറ്റ് കെട്ടഴിച്ചുവിടാൻ ഈ വിഭാഗങ്ങൾ ചേർന്ന അസ്വസ്ഥതയുടെ ഒരു ത്രികോണത്തിനേ കഴിയൂ.

"അതെ, വിപ്ലവത്തിന്റെ വയലൊരുങ്ങിക്കഴിഞ്ഞു.
നിലമുഴുതുമറിച്ച കൈകളിൽ
നേരിന്റെ വാക്കത്തി മിന്നുന്നു.
നല്ല നാളേക്കുവേണ്ടി നിങ്ങളും പോരാട്ടത്തിന്റെ
വിത്തു വിതയ്ക്കാൻ ഒരുങ്ങൂ.."

(ഗദ്ദറിന്റെ വിപ്ലവഗാനം)

- സംഘപരിവാറിന്റെ ഫാസിസ്റ്റ് നയങ്ങളെ തുറന്നെതിർക്കുന്ന വ്യക്തിയാണ് താങ്കൾ?

സംഘപരിവാറിന്റെ കണ്ണിലെ ഒരു വലിയ കരടാണ് ഞാൻ. പക്ഷേ, എന്നെ എന്തെങ്കിലും ചെയ്യുന്നതിനുള്ള ചങ്കൂറ്റം അവർക്കില്ല. എന്നെ ഇല്ലാതാക്കാൻ ഒരു പരിവാരത്തിനും അവരുടെ ആയുധത്തിനും കഴിയില്ല. ഞങ്ങളുടെ ശക്തി എന്താണെന്ന് അവർക്കറിയാം. പിന്നെ ഞങ്ങളെ വേട്ടയാടാൻ സർക്കാരുകൾ തുനിഞ്ഞിറങ്ങിയിട്ടുള്ളപ്പോൾ ആർ.എസ്.എസ് എന്തിന് റിസ്ക്ക് എടുക്കണം. 'അദ്വാനിജി ആപ്നേ ക്യാ മന്ദിർ കേലിയെ ഏക് രഥയാത്ര..' എന്നു തുടങ്ങുന്ന ഗാനം ബി.ജെ.പിയെ രൂക്ഷമായി വിമർശിച്ചുകൊണ്ടുള്ളതാണ്. 'അല്ലയോ അദ്വാനിജി, താങ്കൾ ക്ഷേത്രം നിർമ്മിക്കാൻ ഒരു രഥയാത്ര നടത്തി എന്തുകൊണ്ട് ഞങ്ങളുടെ പട്ടിണിമാറ്റാൻ ഒരു യാത്ര നടത്തിയില്ല.' സത്യസായ് ബാബയുൾപ്പെടെയുള്ള മനുഷ്യദൈവങ്ങളെയും ഞാൻ തുറന്നെതിർത്തിട്ടുണ്ട്. അന്ധതയുടെ കച്ചവടക്കാരാണവർ. അവർ ജനങ്ങളിൽ നിറയ്ക്കുന്ന ഇരുട്ടിനെ വാക്കിന്റെ വെളിച്ചംകൊണ്ട് ഞങ്ങൾ അകറ്റുന്നു.

"സലാം വാലെ കും കലാം സാബ്
ബി.ജെ.പി കി ജാൽമേം ബസ്ഗയാതോ ഗുലാംസാബ് "

(നമസ്കാരം കലാംസാബ്, ബി.ജെ.പിയുടെ വലയിൽ കുടുങ്ങി നിങ്ങൾ ഒരു അടിമയായിപ്പോയി.) ഇത് എ.പി.ജെ അബ്ദുൾ കലാം സായ്ബാബയെ കാണാൻ വന്നപ്പോൾ ഞാൻ പാടിയതാണ്. പുട്ടപർത്തി ആശ്രമത്തിനു മുൻപിൽവെച്ചാണ് ഞാൻ ഇത് ആദ്യം പാടിയത്. സവർണ്ണ ഫാസിസം കേവലം ബി.ജെ.പി എന്ന ഒരു രാഷ്ട്രീയപ്പാർട്ടിയിൽ മാത്രം ഒതുങ്ങുന്നില്ല. അത് കമ്മ്യൂണിസ്റ്റ് പ്രസ്ഥാനത്തിൽപ്പോലുമുണ്ട്.

നൊന്തുമരിച്ച തെലുങ്കന്റെ മണ്ണുമൂടാത്ത സ്വപ്നങ്ങൾ

"വിഷം കലക്കിയ വെള്ളംകുടിച്ച് പല്ലും എല്ലും തകർന്ന
നൽഗോണ്ടയിലെ ഫ്ളൂറോസിസ് രോഗബാധിതരോട് ചോദിക്കൂ,
വരണ്ടുണങ്ങിയ കൃഷിയിടത്തിൽ മഴക്കായികേഴുന്ന
മെഹ്ബൂബ് നഗറിലെ കർഷകനോട് ചോദിക്കൂ,
രണ്ടുനദികൾ കരകവിഞ്ഞൊഴുകിയിട്ടും
കുടിവെള്ളം കിട്ടാതെ വലയുന്ന
ഖമ്മത്തെ ഗോത്രജനതയോട് ചോദിക്കൂ,
പൊലീസ് ബൂട്ട്സിനുകീഴെ, ചതഞ്ഞരഞ്ഞ
ഒസ്മാനിയയിലെ യുവരക്തങ്ങളോട് ചോദിക്കൂ,
വാറങ്കലിൽ ഹൃദയവ്യഥകൾകൊണ്ട്
തപ്പുംതുടിയും കൊട്ടുന്നവരോട് ചോദിക്കൂ
അവർ പറയും, തെലങ്കാന ഒരു ജനതയുടെ
മോചനസ്വപ്നമാണെന്ന്."

(തെലങ്കാന ഗീതം)

ആന്ധ്രാ ട്രാൻസ്പോർട്ട് കോർപ്പറേഷന്റെ ബസിലിരുന്നാണ് ഗദ്ദർ ആ പാട്ട് പാടിയത്. സുരക്ഷാപ്രശ്നങ്ങൾ കാരണം യാത്രകൾക്ക് നിയന്ത്രണ മുണ്ടെങ്കിലും അത് കണക്കിലെടുക്കാതെ തെലങ്കാനയ്ക്കുവേണ്ടി ഗദ്ദർ ബസ്സുകളിൽ പാടിയലഞ്ഞു. തെലങ്കാന എന്ന സ്വപ്നം ഓരോരുത്ത നിലും എത്തിക്കാൻ. പുഴയോരത്തിലൂടെ കടുംതുടി കൊട്ടിപ്പാടി കടന്നു പോകുന്ന പാണനാരെപ്പോലെ മനുഷ്യപ്രവാഹത്തിന്റെ ഓരത്തിലൂടെ ഗദ്ദർ പാടിപ്പോകുന്നു.

"നെഹ്റുവാണ് തെലങ്കാനാപ്രശ്നം ഇത്രയും രൂക്ഷമാകാൻ കാരണം." ഗദ്ദർ തെലങ്കാനയെക്കുറിച്ച് പറഞ്ഞുതുടങ്ങിയത് മുഴങ്ങുന്ന ഈ വാക്കുകളോടെയാണ്. ശബ്ദം ഉയർന്നു. തെലുങ്കാനയെക്കുറിച്ചു പറയുമ്പോൾ വല്ലാത്തൊരു വൈകാരിക അവസ്ഥയാണ് ഗദ്ദറിന്. സാമൂഹികമായും സാമ്പത്തികമായും ആന്ധ്രാപ്രദേശിലെ ഏറ്റവും

പിന്നോക്കം നിൽക്കുന്ന പ്രദേശമാണ് തെലങ്കാന. വികസനം കാര്യമായി എത്തിനോക്കിയിട്ടാല്ലാത്ത ഇടം.

- തെലങ്കാന എന്ന സ്വപ്നം യാഥാർത്ഥ്യമായിരിക്കുന്നു. എങ്ങനെ പ്രതികരിക്കുന്നു.

തെലങ്കാന എന്ന സ്വപ്നം പെട്ടെന്ന് പൂവണിയുന്ന ഒന്നല്ല. ഒരു വലിയ സ്വപ്നമാണ്. പട്ടിണിയില്ലാത്ത നാടിനെക്കുറിച്ചുള്ള സ്വപ്നം. വീര തെലങ്കാനയ്ക്കുവേണ്ടി ജീവൻ ബലിയർപ്പിച്ച ആയിരങ്ങളെ നന്ദിയോടെ ഓർക്കുന്നു. തെരുവിൽ പോരാടിയ ലക്ഷക്കണക്കിന് മണ്ണിന്റെ മക്കളോട് കടപ്പാടറിയിക്കുന്നു. ഇത് അവരുടെ വിയർപ്പിന്റെ ഫലമാണ്. അതുകൊണ്ടുതന്നെ എല്ലാവരും ഏറെ ജാഗ്രതയോടെ, കടുകിടതെറ്റാത്ത അർപ്പണമനോഭാവത്തോടെ തെലങ്കാനയുടെ ഭാവിക്കായി പ്രയത്നിക്കണം.

സീമാന്ധ്രയ്ക്കു നൽകിയതുപോലെ തെലങ്കാനയ്ക്കും പ്രത്യേക സാമ്പത്തിക പദ്ധതി കേന്ദ്രസർക്കാർ പ്രഖ്യാപിക്കണം. അഞ്ചു വർഷത്തേക്ക് തെലങ്കാനസംസ്ഥാനത്ത് നികുതികളൊന്നും തന്നെ പാടില്ല. മുൻകാലങ്ങളിൽ അധികാരകേന്ദ്രങ്ങൾ തെലങ്കാനയിലെ ജനങ്ങളോട് ചെയ്ത തെറ്റുകൾ തിരുത്താനുള്ള അവസരമാണ്. പരിസ്ഥിതി വിഭവങ്ങൾ സമതുലിതാവസ്ഥയോടെ വിനിയോഗം ചെയ്ത് തെലങ്കാന ഉയർത്തെഴുന്നേൽക്കണം.

- തെലങ്കാന പ്രജാ ഫ്രണ്ട് രൂപീകരണത്തോടെയാണല്ലോ താങ്കൾ തെലുങ്കാന പ്രശ്നത്തിൽ വീണ്ടും കൂടുതൽ സജീവമായത്?

'തെലങ്കാന പ്രജാ ഫ്രണ്ട്' ഏതെങ്കിലും ഒരു രാഷ്ട്രീയ ലക്ഷ്യമുള്ള സംഘടനയല്ല. ജനാധിപത്യ തെലങ്കാന എന്ന വിശാലലക്ഷ്യമാണ് അതിനുള്ളത്. അതൊരു സ്വതന്ത്ര രാഷ്ട്രീയ സമിതിയാണ്. വിവിധ രാഷ്ട്രീയകക്ഷികളിൽപ്പെടുന്നവരും ഇതിലുണ്ട്. 'തെലങ്കാന പ്രജാ ഫ്രണ്ടിന്' രാഷ്ട്രീയലക്ഷ്യങ്ങളോ അധികാരമോഹങ്ങളോ ഇല്ല. അതൊരു രാഷ്ട്രീയപ്പാർട്ടിയല്ല. 2010 ഒക്ടോബർ 3-നാണ് തെലങ്കാന പ്രജാ ഫ്രണ്ട് രൂപീകരിച്ചത്. തെലങ്കാനയ്ക്കായുള്ള സമരത്തിന്റെ ജനകീയപിന്തുണ വർദ്ധിപ്പിക്കാനുള്ള പ്രവർത്തനങ്ങളുമായി പോകേണ്ടതുള്ളതിനാൽ പ്രജാ ഫ്രണ്ടിന്റെ നേതൃസ്ഥാനത്ത് ഞാൻ അധികം സജീവമല്ല.

- തെലങ്കാന സമരത്തിന്റെ രാഷ്ട്രീയ അടിത്തറ എന്താണ്? തെലങ്കാന രൂപീകരിച്ചാൽ ബി.ജെ.പിയെപ്പോലെയുള്ള രാഷ്ട്രീയ കക്ഷികൾക്കായിരിക്കും ഗുണം ലഭിക്കുക എന്നൊരു വിലയിരുത്തലുണ്ടല്ലോ?

സ്വതന്ത്ര തെലങ്കാനയുടെ രാഷ്ട്രീയ അധികാരം പിടിച്ചെടുക്കാമെന്ന് മാവോയിസ്റ്റ് സംഘടനകൾ കണക്കുകൂട്ടുന്നുണ്ടോ?

ഈ രാജ്യത്തെ ഏറ്റവും വലിയ രണ്ട് പ്രതിസന്ധികൾക്ക് കാരണം നെഹ്റുവാണ്. കശ്മീരും തെലങ്കാനയും. നെഹ്റുവിന്റെ കുതന്ത്രങ്ങളാണ് ഈ പ്രശ്നങ്ങളെ രൂക്ഷമാക്കിയത്. ' പനിനീർപ്പൂ കുത്തിവെച്ച വിഷം പുരട്ടിയ കത്തിയാണ് നെഹ്റു' എന്നാണ് അക്കാലത്ത് കവികൾ പാടിയിരുന്നത്. തെലങ്കാന സമരം ഫ്യൂഡലിസത്തിനും കൊളോണിയലിസത്തിനും എതിരായ കർഷകരുടെ മുന്നേറ്റമായിരുന്നു. 1952 വരെ തുടർന്ന ഈ സമരത്തെ തന്റെ നിലനിൽപ്പിനായി പട്ടാളത്തെ ഉപയോഗിച്ച് നെഹ്റു രക്തത്തിൽ മുക്കി. തെലങ്കാനാ പ്രശ്നത്തിന്റെ യഥാർത്ഥ കാരണം സർക്കാരുകളും രാഷ്ട്രീയപ്പാർട്ടികളും ഇതുവരെ വേണ്ടവിധത്തിൽ മനസ്സിലാക്കിയിട്ടില്ല. തെലങ്കാന സമരത്തെ വേണ്ടവിധത്തിൽ ഉൾക്കൊള്ളാൻ കമ്മ്യൂണിസ്റ്റ് പാർട്ടിക്ക് കഴിഞ്ഞിട്ടില്ലെന്ന് പി.സുന്ദരയ്യ തന്നെ പരിതപിച്ചിട്ടുണ്ട്.

ഏറ്റവും പ്രധാനപ്പെട്ട ചോദ്യം 'ആരുടെ തെലങ്കാന?' എന്നതാണ്. 'ജനകീയ തെലങ്കാന' ഇതാണ് ഞങ്ങളുടെ ആവശ്യം. തെലങ്കാനാ പ്രദേശം ആന്ധ്രയോട് ചേർക്കുന്നതിന് ചില നിർദേശങ്ങൾ ഉണ്ടായിരുന്നു. അതെല്ലാം അട്ടിമറിക്കപ്പെട്ടു. ഇതിനെതിരെയാണ് ഈ ചെറുത്തുനിൽപ്പ്. കർഷകന് കൃഷിഭൂമി, കീഴാളന് മോചനം, ജനങ്ങൾക്ക് ദാരിദ്ര്യമില്ലാത്ത ജീവിതം. അതാണ് ഞങ്ങളുടെ ലക്ഷ്യം. ഈ ലക്ഷ്യങ്ങൾ സഫലമാകുംവരെ സമരം തുടരും. തെലങ്കാന എന്നത് വലിയ ലക്ഷ്യത്തിലേക്കുള്ള തുടക്കം മാത്രമാണ്. തെലങ്കാനാ സമരമാണ് ഇവിടുത്തെ സാഹിത്യത്തിന് പുത്തൻ ദിശ നൽകിയത്. വാക്കിന് വാളിന്റെ മൂർച്ച നൽകിയത്. കർഷകൻ കൃഷിഭൂമി പിടിച്ചെടുത്തപോലെ കീഴാളൻ ഫ്യൂഡൽ കലാരൂപങ്ങളായ ബുരകഥ, ഓഗുകഥ എന്നിവ പിടിച്ചെടുത്തു. കൃത്യമായ വിപ്ലവദർശനത്തിന്റെ ഭാഗമായാണ് ഞാൻ തെലങ്കാനക്ക് വേണ്ടി വാദിക്കുന്നത്. തെലങ്കാന രൂപീകരിക്കപ്പെട്ടാൽ അത് ഇന്ത്യയിൽ വൻ ചലനങ്ങളുണ്ടാക്കും. മാറ്റങ്ങൾക്ക് വഴിവെക്കും. എന്ന് കരുതി രാഷ്ട്രീയ അധികാരം സ്വന്തമാക്കാം എന്ന സ്വപ്നമൊന്നും മാവോയിസ്റ്റ് പാർട്ടിക്കില്ല. അത് തെലങ്കാനയിലെ ജനങ്ങൾക്ക് വിടുന്നു.

പിന്നെ ബി.ജെ.പിയുൾപ്പെടെയുള്ളവരുടെ കാര്യം. രാഷ്ട്രീയലാഭം മുന്നിൽക്കണ്ട് ബി.ജെ.പിയുൾപ്പെടെയുള്ളവർ ഇതിൽ ഇടപെടുന്നുണ്ടാവും. പൊതിച്ചോറ് തട്ടിയെടുക്കാൻ കാത്തുനിൽക്കുന്ന തെരുവുപട്ടികളെപ്പോലെ. എന്നാൽ ഇവരെ പേടിച്ച് ഈ പോരാട്ടം ഞങ്ങൾ അവസാനിപ്പിക്കണോ? അവർ അധികാരവും ചോദിച്ച് വരട്ടെ അപ്പോൾ ഞങ്ങൾ നേരിട്ടുകൊള്ളാം. തെലങ്കാനയിലെ ഞങ്ങളുടെ സമരം മൂന്ന് വിഭാഗങ്ങൾക്ക് എതിരെയാണ്. ഒന്ന്, തെലങ്കാന എന്ന

സ്വപ്നം യാഥാർത്ഥ്യമാകാൻ അനുവദിക്കാത്തവർ. രണ്ട്, ആഗോള ജന്മിത്ത്വവും, മുതലാളിത്ത്വവും ഉൾപ്പെടെയുള്ളവർ. മൂന്ന്, തെലങ്കാന എന്ന സ്വപ്നം യാഥാർത്ഥ്യമായാൽ അധികാരം തട്ടിയെടുക്കാൻ തക്കം പാർത്തിരിക്കുന്ന കഴുകന്മാർ. തെലങ്കാന സ്വന്തമായാലും ജാതിക്കും, കൃഷിഭൂമിക്കും, ദളിത് പീഡനങ്ങൾക്കുമെതിരെ ഞങ്ങളുടെ പോരാട്ടം തുടരും. കാരണം ഇത് തെലങ്കാനയാണ്. പോരാട്ടങ്ങൾ ചരിത്രപുസ്തകത്തിൽ ഒതുങ്ങിപ്പോയിട്ടില്ലാത്ത 'വീര തെലങ്കാന'

- തെലങ്കാന പ്രശ്നം പരിഹരിക്കാനുള്ള ജസ്റ്റിസ് ബി.എസ്. ശ്രീകൃഷ്ണയുടെ നേതൃത്വത്തിലുള്ള കമ്മറ്റിയുടെ റിപ്പോർട്ടിനെപ്പറ്റി?

ശ്രീകൃഷ്ണ കമ്മറ്റി റിപ്പോർട്ടിന് ചവറ്റുകുട്ടയിലാണ് സ്ഥാനം. തെലങ്കാനയുടെ യാഥാർത്ഥ്യങ്ങളെ മനസ്സിലാക്കാതെയുള്ള റിപ്പോർട്ടാണിത്. ഈ ജനതയുടെ വൈകാരിക ബന്ധങ്ങളെ തകർത്തെറിയുന്ന വിധത്തിലാണ് റിപ്പോർട്ട്. ഒരുപക്ഷെ ഈ റിപ്പോർട്ടിന് ഭരണനേതൃത്വത്തെ തൃപ്തിപ്പെടുത്താൻ കഴിഞ്ഞിട്ടുണ്ടാകും. എന്നാൽ ജനങ്ങളെ തൃപ്തിപ്പെടുത്താൻ കഴിഞ്ഞിട്ടില്ല. കമ്മിറ്റികളുടെ പേരിലുള്ള യാതൊരു ഒത്തുതീർപ്പുകൾക്കും ഞങ്ങൾ തയ്യാറല്ല എന്ന് വ്യക്തമാക്കിയിരുന്നു.

തിരുത്തേണ്ട തെറ്റുകളും
മാറിയ കാലത്തെ വിപ്ലവ ബദൽരേഖയും

"അദ്ധ്വാനമാണ് സംഗീതത്തിന്റെ ഉറവിടം
രക്തസാക്ഷികൾ രക്തം കൊണ്ടെഴുതിയതാണ് ഈ ഗാനങ്ങൾ
ഓരോ ഗാനവും പണിയാളന് ഉയിർപ്പിന്റെ വഴിയാകട്ടെ
ഓരോരോ ഗാനവും ചൂഷകന്റെ നെഞ്ചിൽ വെടിയുണ്ടയാകട്ടെ"
(രക്തസാക്ഷി ഗാനം)

പോരാട്ടങ്ങളെക്കുറിച്ച് പാടുമ്പോഴും പറയുമ്പോഴും ഗദ്ദറിൽ നിറയുന്നത് നവയൗവനം. കണ്ണുകളിൽ വിരിയുന്നത് ആവേശത്തിന്റെ വാടാത്ത സൂര്യകാന്തിപ്പൂക്കൾ. ഉയിരു നൽകി വളർത്തിയ പ്രസ്ഥാനത്തോട് വിമർശനാത്മക നിലപാടാണ് ഗദ്ദറിനുള്ളത്. അച്ഛനും അമ്മയും പകർന്നു തന്ന ചെറുത്തുനിൽപ്പിന്റെ ഗൃഹപാഠങ്ങൾ. അനുഭവങ്ങൾ ചോരപകർന്ന ചെങ്കൊടി. തനിക്ക് മുൻപേ കടന്നുപോയ സഖാക്കളുടെ ജീവൻ മരണത്തിന്റെ കഴുകന്മാർ കൊത്തിപ്പറിച്ചപ്പോഴും, സ്വന്തം ജീവിതം വെടിയുണ്ടയിൽ പാതി ചിതറാൻ തുടങ്ങിയപ്പോഴും ഗദ്ദറിന്റെ കണ്ണിൽ നിന്നും ഒരിറ്റു കണ്ണുനീർ വീണിട്ടില്ല. കാരണം, തകർന്നു വീണേക്കാമെന്ന് സ്വയം തോന്നിയപ്പോഴെല്ലാം പിടിച്ചുനിൽക്കാൻ ചെങ്കൊടി പാറുന്ന ഒരു കൊടിമരമുണ്ടായിരുന്നു. പാട്ടുപാടി പാട്ടുപാടി ഗദ്ദർ ആ ചെങ്കൊടിയെ കൂടുതൽ ഉയരത്തിൽ പാറിച്ചു. സമയവേഗങ്ങളിൽ ഗദ്ദർ പുതിയ പോരാട്ടങ്ങൾ ഏറ്റെടുത്തു. ഒറ്റയ്ക്ക്... വിശ്രമമില്ല. തളർച്ചയൊട്ട് അറിഞ്ഞിട്ടുമില്ല.

"നേരും നന്മയും നീതിയും നിശ്ചയിക്കപ്പെടുന്നത്
ഭൂരിപക്ഷ അഭിപ്രായത്തിന്റെ അടിസ്ഥാനത്തിലല്ല.
അതുകൊണ്ടുതന്നെ തിരഞ്ഞെടുപ്പ് രാഷ്ട്രീയം
അന്തിമമായ തീർപ്പുമല്ല."

സമരങ്ങൾക്ക് അവസാനമില്ല. മറവികൾക്കു നേരെ കാലം നടത്തുന്ന ചെറുത്തുനിൽപ്പാണല്ലോ സമരങ്ങൾ. ഓരോ സമരത്തിനും ഓരോ

നിയോഗമുണ്ട്. അത് നമ്മുടെ ബോധമണ്ഡലത്തിൽ നിരന്തരം കലഹിച്ചു കൊണ്ടേയിരിക്കും. പൂർത്തിയായതെന്ന് നമ്മൾ കരുതിയ പല സമരങ്ങളും ഓരോ കാലഘട്ടത്തിലും ഓരോ പുതിയ നിർവ്വചനവുമായി സമൂഹത്തിനുമുന്നിൽ നിറഞ്ഞുനിൽക്കും.

എല്ലാ സ്വാതന്ത്ര്യദിനത്തിനും മുറതെറ്റാതെയെത്തുന്ന ഒരു സന്ദേശം ഞാൻ ഗദ്ദറുമായി പങ്കുവെച്ചു. മിക്കവരും ഒരിക്കലെങ്കിലും കടന്നു പോയിട്ടുള്ള ഒരു സന്ദേശം.

"ഇന്ത്യ

ആംബുലൻസിനേക്കാൾ വേഗത്തിൽ പിസയെത്തുന്ന നാട്

വിദ്യാഭ്യാസവായ്പയ്ക്ക് 12 ശതമാനം പലിശയും കാർ ലോണിന് അഞ്ച് ശതമാനം പലിശയുമുള്ള നാട്

ദുർഗ്ഗയെ ആരാധിക്കുകയും പെൺകുഞ്ഞുങ്ങളെ കൊല്ലുകയും ചെയ്യുന്ന നാട്.

ഷൂ എസി ഷോറൂമിൽ വിൽക്കുകയും പച്ചക്കറി തെരുവിൽ വിൽക്കുകയും ചെയ്യുന്ന നാട്."

മന്ദഹസിച്ചതല്ലാതെ ഗദ്ദർ ഒന്നും പറഞ്ഞില്ല. ഞാൻ ഗദ്ദറിനെ ചോദ്യങ്ങളുമായി വീണ്ടും വളഞ്ഞു.

- ഇന്ത്യൻ ജനാധിപത്യവ്യവസ്ഥയെ ഇത്രയേറെ അവിശ്വസിക്കുന്നതെന്തുകൊണ്ട്?

അനുഭവങ്ങളാണ്. അഴിമതിയും, കള്ളപ്പണവും, വിലക്കയറ്റവും, ഭൂമിചൂഷണവും ഓരോദിവസവും ഇവിടത്തെ ജനങ്ങളെ ഇല്ലാതാക്കുകയാണ്. നിരാശയോടെയാണ് ഇവിടുത്തെ ജനത ഓരോ ദിവസവും തള്ളിനീക്കുന്നത്. നിസ്സഹായത എല്ലാ ദിവസവും നിങ്ങളെ വേട്ടയാടുന്നുണ്ട്. ഭരണഘടനാശിൽപ്പി ബി.ആർ. അംബേദ്ക്കറിനുപോലും ഈ ജനാധിപത്യവ്യവസ്ഥയിൽ നീതി ലഭിച്ചിട്ടില്ല. അംബേദ്ക്കറിനെ ഇവിടത്തെ രാഷ്ട്രീയനേതൃത്വം അവഗണിക്കുകയും ഇല്ലാതാക്കുകയും ചെയ്തു.

കഴിഞ്ഞ അറുപതുവർഷത്തെ ജനാധിപത്യചരിത്രം പരിശോധിച്ചു നോക്കൂ. ജനങ്ങൾ വോട്ടുചെയ്തു ജയിപ്പിച്ചവർതന്നെയാണോ ഇതുവരെ ഭരിച്ചിട്ടുള്ളത്. അല്ല. അവരെല്ലാം മുതലാളിത്തത്തിന്റെ കളിപ്പാവകളാണ്. ഒന്ന് ആലോചിച്ചുനോക്കൂ, അറുപത് വർഷം മുഖ്യധാരയിലുണ്ടായിരുന്ന പാർട്ടികൾ അഴിമതിയെക്കുറിച്ച് വീണ്ടും വീണ്ടും പറയേണ്ടിവരുന്ന അവസ്ഥ. അധികാരത്തിലിരുന്നപ്പോൾ ഇവരൊക്കെ എന്തുചെയ്യുകയായിരുന്നു?

അറുപതു വർഷം കഴിഞ്ഞിട്ടും ദലിതർ പിന്നാക്കക്കാരായി തന്നെ തുടരുന്നു. അവരുടെ ജീവിതനിലവാരം മെച്ചപ്പെടുത്താനായി

ചെലവിട്ട കോടികൾ രാഷ്ട്രീയക്കാരുടെയും ഉദ്യോഗസ്ഥരുടെയും ദുർമേദസ് നിറച്ചതല്ലാതെ ഒന്നും സംഭവിച്ചില്ല. ഓരോ അഞ്ചു വർഷം കൂടുമ്പോഴും സ്കൂൾ വരാന്തകളിൽ മണിക്കൂറുകളോളം വരിനിന്ന് സാധാരണക്കാരന് അവന്റെ സ്വപ്നങ്ങൾക്ക് ചൂണ്ടുവിരലിൽ കറുത്ത പുള്ളി കുത്തുന്നു. ആ സ്വപ്നങ്ങൾ ജനപ്രതിനിധികൾ വെച്ചു വാണിഭം നടത്തുന്നു. എല്ലാം പതിവുപോലെതന്നെ. അല്ലെങ്കിൽ കൂടുതൽ കൂടുതൽ മോശമായി വരുന്നു.

ബാലറ്റിലുള്ള വിശ്വാസം കഴിഞ്ഞു ഇനി ബുള്ളറ്റ്. വോട്ടിനേക്കാൾ മൂർച്ചയുള്ള വെടിയുണ്ട. ഭരണഘടനയുടെ കാൽഭാഗംപോലും നടപ്പിലാക്കിയിട്ടില്ല. വെറുതെ നിസ്സഹായരായിരുന്നാൽ പോരാ വ്യവസ്ഥിതിക്കെതിരെ പോരാടണം. നിങ്ങളെ രക്ഷിക്കാൻ ആകാശത്തുനിന്നും ആരും വരില്ല. ആയുധമെടുക്കാൻ ഞങ്ങളെ നിർബന്ധിക്കുന്നത് ഇവിടുത്തെ സർക്കാരുകളാണ്. ഞങ്ങൾക്ക് ഭൂമിതരൂ, വെള്ളംതരൂ, ആഹാരംതരൂ, ഞങ്ങളെ ജീവിക്കാൻ അനുവദിക്കൂ.. ഞങ്ങൾ ആയുധമുപേക്ഷിക്കാം. ഞങ്ങളുടെ കൈയിൽ ആയുധമുള്ളതുകൊണ്ടാണ് സർക്കാർ ഞങ്ങളെ ശ്രദ്ധിക്കുന്നത്. അതുകൊണ്ടാണ് സന്ധിസംഭാഷണങ്ങൾക്ക് ക്ഷണിക്കുന്നത്.

നക്സൽ ബാരിക്കുശേഷം തിരഞ്ഞെടുപ്പുകൾ പൂർണ്ണമായും അർത്ഥശൂന്യമാണെന്നാണ് ഞങ്ങൾ വിലയിരുത്തുന്നത്. ലെനിൻ പാർട്ടി ഡ്യൂമയിൽ പോയിരുന്നുവെന്നതും പാർലമെന്ററി വ്യവസ്ഥയെ ഉപയോഗിച്ചിരുന്നു എന്നതുമെല്ലാം ശരിതന്നെ. പക്ഷേ, ഇന്ത്യയെ സംബന്ധിച്ചിടത്തോളം കാര്യങ്ങൾ വ്യത്യസ്തമാണ്. 1950-ൽ റിപ്പബ്ലിക്കായതു മുതൽ എന്തെല്ലാം പരീക്ഷണങ്ങൾ? എല്ലാം പരാജയപ്പെട്ടില്ലേ!

ആഗോളവത്ക്കരണത്തെ യഥാർത്ഥത്തിൽ എതിർക്കുന്നവർക്ക് പാർലമെന്റ് ഒരു സഹായമല്ല, പ്രതിബന്ധമാണ്. പാർലമെന്റിലേക്കു കടന്നുചെല്ലാനുള്ള ശ്രമങ്ങൾ പിന്തിരിപ്പൻസംവിധാനങ്ങൾ വഴി നിലനിർത്തപ്പെടുന്ന വ്യവസ്ഥയിലേക്കുള്ള ആഗിരണമാണ് സാദ്ധ്യമാക്കുക. കടന്നുവരുന്നവരെ മുഴുവൻ കറപുരണ്ടവരാക്കുന്നതാണ് ആ വ്യവസ്ഥിതി. ജനകീയ താൽപ്പര്യങ്ങൾ സംരക്ഷിക്കാൻ പാർലമെന്റിനപ്പുറമുള്ള ജനകീയ സംവിധാനങ്ങളെക്കുറിച്ചാണ് വിപ്ലവശക്തികൾ അന്വേഷിക്കുന്നത്. എല്ലാ ജനവിരുദ്ധനയങ്ങളെയും പാസ്സാക്കിയെടുക്കുന്ന പാർലമെന്റു കൊണ്ട് വിപ്ലവശക്തികൾക്ക് ഒരു പ്രയോജനവുമില്ല. ആളുകൾ വോട്ടുചെയ്യാൻ പോകുന്നുവെന്നതുകൊണ്ടു മാത്രം അവർക്ക് പാർലമെന്ററി ജനാധിപത്യവ്യവസ്ഥയിൽ വിശ്വാസമുണ്ടെന്ന് ധരിക്കരുത്. തങ്ങളുടെ ബുദ്ധിമുട്ടുകൾ മാറുകയില്ലെന്നറിഞ്ഞിട്ടും ആളുകൾ മദ്യശാലകളിലേക്ക് പോകുന്നില്ലേ,

അതുപോലെ പോളിങ് ബൂത്തുകളിലേക്ക് പോകുന്നു. ഒരു താൽക്കാലിക ഉന്മാദം. അത്രമാത്രം.

- പ്രധാനമന്ത്രി മൻമോഹൻ സിംങും, ആഭ്യന്തരമന്ത്രി പി.ചിദംബരവും പറയുന്നത് ഇന്ത്യ ഇപ്പോൾ നേരിടുന്ന ഏറ്റവുംവലിയ ഭീഷണി ഇടതുതീവ്രവാദവും നക്സലിസവുമാണെന്നാണ്?

ഇവർ ജനങ്ങൾക്കുവേണ്ടി നിലകൊള്ളുന്നവരാണെന്നാണോ നിങ്ങൾ കരുതിയിരിക്കുന്നത്. ഈ രാജ്യത്തെ പ്രധാനമന്ത്രിയും ആഭ്യന്തര മന്ത്രിയും ഭരണകൂടവും ആഗോളമുതലാളിത്തത്തിന്റെ കാവൽക്കാരാണ്. "ഓപ്പറേഷൻ ഗ്രീൻ ഹണ്ടിന്റെ" പേരിൽ ഇവർ ദണ്ഡകാരണ്യത്തെ മാനഭംഗപ്പെടുത്തുകയാണ്. നക്സൽവേട്ടയുടെ മറവിൽ പട്ടാളത്തെ ഉപയോഗിച്ച് ഇവിടം കുരുതിക്കളമാക്കി. കാട് പട്ടാളക്യാംപായി. ഈ കാടുകളിൽ കെട്ടിക്കിടക്കുന്ന ദളിതരുടെയും, ആദിവാസികളുടെയും, ഗ്രാമീണരുടെയും രക്തത്തിന് ആര് ഉത്തരവാദി? യാഥാർത്ഥ്യങ്ങൾ മനസ്സിലാക്കാതെയാണ് ഇവിടുത്തെ ഭരണകൂടങ്ങൾക്കുവേണ്ടി ഓപ്പറേഷൻ ഗ്രീൻഹണ്ടിന്റെ അപസർപ്പകകഥകളെഴുതി ആഘോഷിക്കുന്നത്. എന്നാൽ 'ഓപ്പറേഷൻ ഗ്രീൻ ഹണ്ട്' കുത്തക മുതലാളിമാർക്കുവേണ്ടി നടത്തുന്ന സർക്കാരിന്റെ അധിനിവേശപ്രവർത്തനമാണ്. പാട്ടാളത്തിന്റെ കടന്നുകയറ്റംമൂലം ദളിതരും ആദിവാസികളും സ്വന്തംമണ്ണ് വിട്ട് അഭയാർത്ഥികളായി നാടുവിടുകയാണ്. ഈ ഭൂമിയെല്ലാം സർക്കാർ കുത്തകകമ്പനികൾക്ക് കൈമാറുകയാണ്. 'ഓപ്പറേഷൻ ഗ്രീൻ ഹണ്ട്' ഇവിടുത്തെ ദലിതരുടെയും ആദിവാസികളുടെയും ജീവിതത്തെമാത്രമല്ല അവരുടെ സംസ്കാരത്തെയും പാരമ്പര്യത്തെയും തച്ചുതകർക്കുകയാണ്. ഒരു ഉദാഹരണം പറയാം. സാന്താളുകളും ഓറോണുകളും മറ്റ് ആദിവാസി വിഭാഗങ്ങളും വർഷങ്ങളായി ആഘോഷിക്കുന്ന അവരുടെ പരമ്പരാഗത ഉത്സവങ്ങളും ആചാരങ്ങളും ഇപ്പോൾ ആഘോഷിക്കാറില്ല. അതിനുകാരണം ഇന്ത്യയിലെ ആഭ്യന്തരമന്ത്രി നിയോഗിച്ച ഓപ്പറേഷൻ ഗ്രീൻ ഹണ്ടിന്റെ പട്ടാളക്കാർ ഇവരെ വനത്തിൽ കയറാൻ അനുവദിക്കാത്തതാണ്. നക്സൽവേട്ടയ്ക്കുവേണ്ടി ഈ പ്രദേശത്ത് കൂട്ടംകൂടുന്നതും, ഉത്സവങ്ങൾ ആഘോഷിക്കുന്നതുമെല്ലാം നിരോധിച്ചിരിക്കുകയാണ്. ഇവരുടെ ജീവിതം ശരിക്കും പ്രതിസന്ധിയിലായി. ഉൾക്കാടുകളിൽ വനവിഭവങ്ങളെമാത്രം ആശ്രയിച്ച് കഴിയുന്ന ആദിവാസികളെയാണ് ഈ നിയന്ത്രണങ്ങൾ കൂടുതൽ ദുരിതത്തിലാക്കുന്നത്. ഭൂരിഭാഗംപേരും പട്ടാളത്തെ പേടിച്ച് കുടിലുകളിൽ നിന്നും പുറത്തേക്കിറങ്ങുന്നില്ല. പലരും സുരക്ഷിതസ്ഥലങ്ങൾ തേടി മറ്റു പലയിടത്തേക്കും കുടിയേറി. ആയിരത്തിലേറെ ഗ്രാമങ്ങളിലെ ആദിവാസികൾ കുടിയൊഴിപ്പിക്കപ്പെട്ടുകഴിഞ്ഞു. എന്നാൽ മണ്ണിന്റെ

മക്കളെ അനാഥരാക്കിയശേഷം ഇവരുടെ ഗ്രാമങ്ങളിലേക്ക് കോർപ്പറേറ്റ് ഭീമന്മാരായ ടാറ്റ, ജിൻഡാൽ, ഭുഷൻ തുടങ്ങിയ സ്റ്റീൽകമ്പനികൾ കുടിയേറിക്കൊണ്ടിരിക്കുന്നു. ദേശീയ സുരക്ഷയുടെ പേരിൽ നവസാമ്പത്തികവത്ക്കരണത്തിന്റെ നാറിയ അജണ്ടയാണ് ഇവിടെ നടപ്പാക്കുന്നത്. തെക്കൻ ഒറീസയിലെ മലനിരകളിൽ ജീവിക്കുന്ന ദോൻഗ്രിയ കോന്ദുകൾ ദൈവത്തെപ്പോലെ ആരാധിച്ചിരുന്ന നിയംഗിരി മലനിരകൾ ബോക്സൈറ്റ് ഖനന കമ്പനികൾ നശിപ്പിക്കുകയാണ്. സ്വന്തം ദൈവങ്ങളെപ്പോലും ആ പാവങ്ങൾക്കു നഷ്ടമായി. 2.27 എന്നെഴുതി 12 പൂജ്യം ഇട്ടുനോക്കൂ. ഒറീസയിലെ ബോക്സൈറ്റ് നിക്ഷേപത്തിന്റെ സാമ്പത്തികമൂല്യം മാത്രം 2.27 ട്രില്യൻ ഡോളർ വരുമെന്നാണ് കണക്കുകൾ പറയുന്നത്. അതായത് ഇന്ത്യയുടെ മൊത്ത ആഭ്യന്തര ഉൽപ്പാദനത്തിന്റെ രണ്ടിരട്ടിയിലധികം വരും ഇത്. 2004 കണക്കാണിത്. ഇപ്പോൾ ഇതിലും എത്രയോ മടങ്ങ് മൂല്യം വർധിച്ചിട്ടുണ്ടാകും. ട്രില്യൻ ഡോളറുകൾക്കു മുകളിൽ എന്തു ദൈവം? എന്തു വിശ്വാസം? ഏത് ആദിവാസി?

ഇന്ത്യയിലെ കാടുകളിൽ കഴിയുന്ന ആദിവാസികൾ ഇല്ലാതായിക്കൊണ്ടിരിക്കുകയാണ്. അവരെ ഒരു ചരിത്രപുസ്തകത്തിലും രേഖപ്പെടുത്തിയിട്ടുപോലുമില്ല.

ഈ ആദിവാസിജീവിതങ്ങളെ എന്തുകൊണ്ടാണ് നമ്മുടെ മാധ്യമങ്ങൾ അവഗണിക്കുന്നത്. ചുവന്നഇടനാഴി എന്ന് നിങ്ങൾ പരിഹസിക്കുന്ന ഇടം സർക്കാർ നേതൃത്വത്തിൽ നടക്കുന്ന ക്രൂരമായ മനുഷ്യാവകാശലംഘനങ്ങളുടെ രംഗഭൂമിയാണ്. ഈ അനീതികൾ അരങ്ങുതകർക്കുമ്പോൾ നക്സലിസം തുടച്ചുമാറ്റാമെന്നത് ഭരണകർത്താക്കളുടെ പകൽക്കിനാവ് മാത്രമാണ്.

സർക്കാരുകൾ എപ്പോൾ വികസനത്തെക്കുറിച്ച് പറഞ്ഞാലും അതിൽ ഒരപകട സൂചന ഒളിഞ്ഞിരിപ്പുണ്ട്. വികസനപ്രവർത്തനങ്ങൾ നടപ്പാക്കാൻ പോകുന്നുവെന്ന് സർക്കാർ പറഞ്ഞാൽ ആദിവാസികളോട് മരിക്കാൻ തയ്യാറായിക്കോളൂ എന്നാണ് അർത്ഥം. ആദിവാസി ജനത ആയുധമെടുത്തിട്ടുണ്ടെങ്കിൽ അതിനു കാരണം സർക്കാരുകൾ തന്നെയാണ്.

- മാവോയിസ്റ്റ് പാർട്ടികൾ യോജിച്ച് സി.പി.ഐ (മാവോയിസ്റ്റ്) രൂപീകരിച്ചത് പ്രവർത്തനത്തിൽ എന്തെങ്കിലും നല്ല മാറ്റങ്ങൾ വരുത്തിയിട്ടുണ്ടോ?

ഏകീകൃത പാർട്ടി രൂപീകൃതമായപ്പോഴും രാഷ്ട്രീയ നിലപാടുകളിൽ മാറ്റങ്ങളൊന്നുമുണ്ടായിട്ടില്ല. സമരങ്ങളെ മുന്നോട്ടു കൊണ്ടുപോകുന്നതിൽ ലയനം ഏറെ സഹായിച്ചിട്ടുണ്ട്.

- നേപ്പാളിലെ മാവോയിസ്റ്റുകൾ പാർലമെന്ററി പാതയിലൂടെ അധികാരത്തിലെത്തിയിരുന്നല്ലോ...

1995-ൽ മാവോയിസ്റ്റുകൾ നേപ്പാളിൽ പോരാട്ടം ആരംഭിച്ചത് രാജാവിനെ മാറ്റുക എന്ന ഏകലക്ഷ്യത്തോടെയായിരുന്നില്ല. രാജവാഴ്ച അവസാനിപ്പിക്കുന്നതോടൊപ്പം മറ്റുപല ലക്ഷ്യങ്ങളുമുണ്ടായിരുന്നു. രക്തസാക്ഷികൾ ജീവൻ ബലിയർപ്പിക്കുന്നത് അധികാരം നേടുക എന്ന ഏക ലക്ഷ്യത്തിനുവേണ്ടിയല്ലല്ലോ.

- വ്യാജഏറ്റുമുട്ടലുകൾക്കെതിരെ താങ്കൾ ഒരുപാട് രംഗത്തെത്തിയിട്ടുണ്ട്. എന്താണ് ഇതിനുപിറകിലെ യാഥാർത്ഥ്യം?

വ്യാജ ഏറ്റുമുട്ടൽ കൊലപാതകങ്ങൾ നക്സൽവേട്ടയുടെ മറവിൽ നടക്കുന്ന മറ്റൊരു സർക്കാർ ക്രൂരതയാണ്. നിങ്ങൾക്ക് താൽപര്യമുള്ള ആശയങ്ങൾവെച്ചുപുലർത്തുന്നതിനെ അസഹിഷ്ണുതയോടെ കാണുന്ന ഒരധികാരി വർഗ്ഗമുള്ളപ്പോൾ ഈ നാട്ടിൽ എന്ത് സ്വാതന്ത്ര്യമാണുള്ളത്! 1989-ൽ സ്റ്റേജിൽ പരിപാടി നടന്നുകൊണ്ടിരിക്കുമ്പോഴാണ് പോലീസ് ഞങ്ങളുടെ ലളിതാക്കയെ വെടിവെച്ചു കൊന്നത്. സി.പി.ഐ (മാവോയിസ്റ്റ്) സെൻട്രൽകമ്മറ്റി മെമ്പർ ചന്ദ്രമൗലിയും ഭാര്യ ജ്യോതക്കയും ഇത്തരത്തിൽ ദാരുണമായാണ് കൊല്ലപ്പെട്ടത്. വെടിനിർത്തൽ പ്രഖ്യാപിച്ച് സമാധാന ചർച്ചകൾ നടക്കുന്നതിനിടെയാണ് പീപ്പിൾസ് വാർഗ്രൂപ്പ് സെൻട്രൽ ഓർഗനൈസിംങ് കമ്മറ്റിഅംഗം പദ്മക്കയുൾപ്പെടെ നാലുപേർ കൊല്ലപ്പെട്ടത്. കിഷൻജി കൊല്ലപ്പെട്ടത് മമതാ ബാനർജിയുടെ കുടിലതന്ത്രങ്ങളുടെ ഭാഗമായാണ്. പ്രശ്നങ്ങൾ പരിഹരിക്കാൻ സർക്കാർ തയ്യാറല്ല എന്നതാണ് വ്യാജ ഏറ്റുമുട്ടലുകൾകൊണ്ട് സർക്കാർ പറയാതെ പറയുന്നത്. എന്നാൽ മുന്നിൽ നിന്ന് നേരിടാതെ പിന്നിൽ നിന്ന് ഇല്ലാതാക്കാനാണ് സർക്കാർ ശ്രമം. ഏതായാലും വർഗ്ഗശത്രുക്കളുമായി സന്ധിചെയ്യാൻ ഞങ്ങളില്ല.

- പക്ഷേ, ബസ്സുകൾ തകർക്കുക, ട്രെയിൻ തടയുക, നിരപരാധികളെ കൊല്ലുക, തട്ടിക്കൊണ്ടുപോകൽ എന്നിവ പ്രസ്ഥാനത്തെ സാധാരണ ജനങ്ങളിൽനിന്ന് അകറ്റുകയല്ലേ ചെയ്യുന്നത്? ജനപ്രിയരായ സർക്കാർ ഉദ്യോഗസ്ഥരെ തട്ടിക്കൊണ്ടുപോകുന്നത് 'ജനങ്ങൾക്ക് വേണ്ടിയാണെന്നതിനെ' എങ്ങനെ ന്യായീകരിക്കാൻ കഴിയും?

ബസ്സും ട്രെയിനും തടയുന്നത് പ്രതിഷേധസൂചകം മാത്രമാണ്. ഞങ്ങൾ ഉന്നയിക്കുന്ന പ്രശ്നങ്ങൾ അധികാരികളുടെ ശ്രദ്ധയിൽ കൊണ്ടുവരാനുള്ള പ്രതിഷേധമാർഗ്ഗങ്ങളാണ്. ജനങ്ങളെ ജാഗരൂകരാക്കാനുള്ള വഴിമാത്രമാണ്. അസ്വസ്ഥതയുടെയും ആത്മരോഷത്തിന്റെയും പ്രകാശനംമാത്രമാണ്. ഇതിനർത്ഥം ഞങ്ങൾ എല്ലാം

നശിപ്പിക്കും എന്നല്ല. ഇതൊരു രാഷ്ട്രീയ സമ്മർദ്ദതന്ത്രമാണ്. വലിയൊരു ശരിക്കുവേണ്ടിയുള്ള തെറ്റുതിരുത്തൽ നടപടി. അതിൽ ചിലപ്പോൾ നിരപരാധികളായ ജനങ്ങൾക്ക് ബുദ്ധിമുട്ട് ഉണ്ടായിട്ടുണ്ടാകും. അതിന് പാർട്ടി ക്ഷമയും ചോദിച്ചിട്ടുണ്ട്.

മനുഷ്യക്കുരുതിയുടെയും പൊതുമുതൽ നശിപ്പിച്ചതിന്റെയും കണക്കുപറഞ്ഞാൽ ഇവിടുത്തെ രാഷ്ട്രീയപ്പാർട്ടികൾ നടത്തിയ ക്രൂരമായ വംശഹത്യകൾക്കും മനുഷ്യക്കുരുതികൾക്കും കണക്കുണ്ടോ? സിഖ് വിരുദ്ധകലാപത്തിലെയും ഗുജറാത്ത് വംശഹത്യയിലേയും പ്രതികളും ആ കൂട്ടക്കുരുതികൾക്ക് കാരണക്കാരായ പാർട്ടികളും ഇവിടെ വിലസിനടക്കുന്നില്ലേ. ജനാധിപത്യത്തിന്റെ കാവൽക്കാരാകാൻ ശ്രമിക്കുന്നില്ലേ. നിങ്ങൾക്ക് അവർക്കെതിരെ ഒന്നും പറയാനില്ലേ? ജീവിതം പൊറുതിമുട്ടി നിലനിൽപ്പിനായി ഒരുത്തൻ ആയുധമെടുത്താൽ, നാലുപേർക്ക് നല്ലത് വരാനായി ഒരുവൻ പട നയിച്ചാൽ എല്ലാവർക്കും അത് വലിയ പാതകമാണ്. പിന്നെ നിങ്ങൾ പറയും എന്നാൽ മന്ത്രിമാരെയും, തലപ്പത്തിരിക്കുന്നവരെയും മാത്രം ലക്ഷ്യംവെച്ചാൽപോരെ എന്ന്. അതെ അവർതന്നെയാണ് ഞങ്ങളുടെ ലക്ഷ്യവും.

പക്ഷേ, ഞങ്ങൾ അവർക്കുനേരെ വരുമ്പോൾ നിങ്ങൾ എന്തിനാണ് മുന്നിൽ വന്നുനിൽക്കുന്നത്. ഞങ്ങൾ അവർക്ക് നേരെ കാഞ്ചി വലിക്കുമ്പോൾ നിങ്ങളെന്തിനാണ് ഇല്ലാത്ത നിയമസംരക്ഷണത്തിന്റെ പേരുപറഞ്ഞ് തോക്കിൻ കുഴലിനു മുൻപിൽ വന്നുനിൽക്കുന്നത്. ജനങ്ങൾക്ക് തുണയാകാത്ത ഒരുനിയമത്തിന്റെയും സംരക്ഷണം അധികാരികൾക്ക് വേണ്ട. ഈ രാജ്യത്ത് അധികാരികൾക്ക് പ്രത്യേകമായി ഒരു ഭരണഘടനയുണ്ടോ? അവരെ ഞങ്ങൾക്ക് വിട്ടുതരൂ.. ജനവഞ്ചകന് ദലിതനെന്നോ, ബ്രാഹ്മണനെന്നോ ഉള്ള തരംതിരിവില്ല. ശിക്ഷ ഉറപ്പാണ്. എല്ലാം നശിപ്പിക്കലായിരുന്നു പീപ്പിൾസ് വാർ ഗ്രൂപ്പിന്റെ നിലപാടെങ്കിൽ തെലങ്കാനയിലും മാവോയിസ്റ്റ് ശക്തികേന്ദ്രങ്ങളിലും ഒരു റെയിൽവേ സ്റ്റേഷനും നാളെ കാണില്ല. ബസ്സുകൾ ഓടില്ല. ഒരു പോലീസ് സ്റ്റേഷൻപോലും അവശേഷിക്കില്ല. ഈ രാജ്യത്തിന്റെ പകുതിഭാഗം സ്തംഭിക്കും.

പിന്നെ കലക്റ്റർമാരെ തട്ടിക്കൊണ്ടുപോകുന്നകാര്യം. ശരിക്കും അത് തട്ടിക്കൊണ്ടുപോകലല്ല. ബന്ദിയാക്കലാണ്. അധികാരികൾ ജനങ്ങളെ തീർത്തും അവഗണിക്കുമ്പോഴാണ് ഞങ്ങൾ ഇത്തരം മാർഗ്ഗങ്ങൾ സ്വീകരിച്ചിട്ടുള്ളത്. പ്രസ്ഥാനം തട്ടിക്കൊണ്ടുപോയിട്ടുള്ള ആരോട് വേണമെങ്കിലും ചോദിച്ചുനോക്കൂ. 'തടവുകാലത്ത് അവരോട് പീപ്പിൾസ് വാർഗ്രൂപ്പ്' എങ്ങനെയാണ് പെരുമാറിയിട്ടുള്ളതെന്ന്? മോചിതരായവരാരും മാവോയിസ്റ്റുകളെക്കുറിച്ച് മോശമായ അഭിപ്രായങ്ങൾ പറഞ്ഞിട്ടില്ലല്ലോ.

ഒരാൾ നല്ല ഉദ്യോഗസ്ഥനാണോ, ഉയർന്ന പദവിയിലിരിക്കുന്ന വനാണോ എന്നതല്ല വിഷയം. നിങ്ങൾ ആർക്കൊപ്പം നിൽക്കുന്നു എന്നതാണ് പ്രസക്തമായകാര്യം. ഇരകൾക്കൊപ്പമാണോ? വേട്ട ക്കാർക്കൊപ്പമാണോ? എന്നതാണ്. ഇത്തരം ഉദ്യോഗസ്ഥർ ചില ചെറിയ ജനപ്രിയ നടപടികളെല്ലാം കൈക്കൊള്ളുന്നുണ്ടാകാം. ഇത്തരം പൊടിക്കൈകളുടെ പേരിൽ അവരെ പൂർണ്ണമായും നീതീ കരിക്കാൻ കഴിയുമോ. അവർ അധികാരി വർഗ്ഗത്തിന്റെ കൈയാളു കളാണ്. ഭരണവ്യവസ്ഥയുടെ കണ്ണിയാണ്. ബന്ദികളാക്കപ്പെട്ട കലക്റ്റർമാർ നിയന്ത്രിച്ചിരുന്ന ഗ്രാമങ്ങളുടെ കാര്യമെടുക്കാം. അവരുടെ അധികാരത്തിന്റെ മൂക്കിന് തുമ്പിൽവെച്ച് നടന്ന അതി ക്രമങ്ങളെ അവർ തടയാഞ്ഞതെന്തേ? അവിടെ പീഡിപ്പിക്കപ്പെട്ട ആദിവാസികളുടെയും മാനഭംഗം ചെയ്യപ്പെട്ട സ്ത്രീകളുടെയും കാര്യത്തിൽ ഇവർ എന്ത് നടപടി സ്വീകരിച്ചു. ജാതിക്കൊലപാതകം, ഭൂമിതട്ടിയെടുക്കൽ തുടങ്ങിയ നിയമലംഘനങ്ങൾക്കുനേരെ കൈയുംകെട്ടി നോക്കിനിന്നതെന്തുകൊണ്ട്? ഈ കലക്റ്റർമാർ ഇത്രയും നല്ലവരായിരുന്നെങ്കിൽപ്പിന്നെ അവർ നിയന്ത്രിച്ചിരുന്ന ഗ്രാമങ്ങൾ എന്തുകൊണ്ട് ഏറ്റവും പിന്നോക്കം നിൽക്കുന്ന മേഖല കളായി. തട്ടിക്കൊണ്ടുപോകുമ്പോൾ മാത്രമാണ് നിങ്ങൾ ശ്രദ്ധിക്കു ന്നത്.

പിന്നെ ആ ഉദ്യോഗസ്ഥനുവേണ്ടി പ്രാർത്ഥനയായി. മുറവിളിയായി. എന്നാൽ അവർ നോക്കിനിൽക്കെ ദുരിതജീവിതംനയിച്ച ഒരു ജന തയെ നിങ്ങൾ മറക്കുന്നു. പലപ്പോഴും യാഥാർത്ഥ്യങ്ങൾ നിങ്ങൾ തിരിച്ചറിയാറില്ല. അണിയറക്കഥകൾ മനസ്സിലാക്കാറില്ല. നേരും നുണയും അന്വേഷിക്കാറില്ല. നിങ്ങൾക്കു വേണ്ടത് കുറച്ചു ദിവസത്തെ ആഘോഷംമാത്രമാണ്. അധികാരികളുടെ ജീവിതത്തെക്കാൾ ഒട്ടും വിലകുറഞ്ഞതല്ല അടിച്ചമർത്തപ്പെട്ടവന്റെ ജീവിതം. ബന്ദികളുടെ മോചനത്തിന്റെ ഭാഗമായി സർക്കാർ നൽകുന്ന ഉറപ്പുകളൊന്നും പാലിക്കപ്പെടാറില്ല. ജനങ്ങളുടെ ജീവിതം വീണ്ടും ദുരിതപൂർണ്ണമായി തുടരുന്നു.

പക്ഷേ, പാർട്ടിയോടുള്ള എല്ലാ ഉത്തരവാദിത്വത്തോടെയും ഞാൻ പറയട്ടെ പ്രതിരോധപ്രവർത്തനങ്ങളുടെ കാര്യത്തിലും പ്രായോഗിക തലത്തിലും പാർട്ടിക്ക് പിഴവുകൾ പറ്റിയിട്ടുണ്ട്. ബന്ദിയാക്കൽ അത്തരമൊരു സമരരീതിയാണ്. അതിനോട് എനിക്ക് യോജിപ്പില്ല. പാർട്ടിയെ ഞാൻ ഇക്കാര്യം അറിയിച്ചിട്ടുമുണ്ട്. പുതിയ സമരരീതി കൾ കണ്ടെത്തിയേ മതിയാകൂവെന്ന് ഞാൻ നേതൃനിരയോട് പറഞ്ഞി ട്ടുണ്ട്. ജനങ്ങൾക്കിടയിൽ പ്രസ്ഥാനത്തെക്കുറിച്ച് തെറ്റായ സന്ദേശ മെത്താൻ ഇത് കാരണമാകുന്നു. പാർട്ടിയുടെ ദുർബലതയായേ

ആളുകൾ വിലയിരുത്തുകയുള്ളൂ. പ്രസ്ഥാനത്തിന്റെ നിറംമങ്ങാൻ ഇത് കാരണമാകുന്നു. ഇത്തരം നടപടികൾ തുടർന്നാൽ പാർട്ടി ക്രമേണ നാമാവശേഷമാകും.

- 'എല്ലാം യൗവനത്തിന്റെ എടുത്തുചാട്ടമെന്നും', 'വിപ്ലവമെന്ന പേരിൽ കണ്ടത് ഒരിക്കലും നടക്കാത്ത കാൽപ്പനിക സ്വപ്നമാണെന്നും' പറഞ്ഞ് പ്രസ്ഥാനമുപേക്ഷിക്കുന്നവരോട് എന്തുപറയുന്നു?

എല്ലാവർക്കും അവരവരുടെ വഴി തെരഞ്ഞെടുക്കാനുള്ള സ്വാതന്ത്ര്യമുണ്ട്. ആരൊക്കെ തള്ളിപ്പറഞ്ഞാലും വിപ്ലവത്തിന്റെ ജ്വാല കെടാതെ സൂക്ഷിക്കുന്ന ഒട്ടേറെ മനസ്സുകൾ ഇനിയും ബാക്കിയുണ്ട്. പാർട്ടി വിട്ടവർ എത്രപേർ ഇന്ന് സജീവമായി ജനമധ്യത്തിലുണ്ട്. മിക്കവരും വ്യവസ്ഥിതിയുമായി സഖ്യം ചെയ്ത് കഴിഞ്ഞുകൂടുന്നു. ചിലർ ആനുകൂല്യങ്ങൾ പറ്റുന്നു. വിപ്ലവത്തിന്റെ ഊർജ്ജമേറ്റു വാങ്ങി കത്തിജ്വലിച്ചു നിന്നിരുന്ന സാഹിത്യകാരന്മാർക്കും, കലാകാരന്മാർക്കും എന്തുപറ്റി? അവരുടെ ശബ്ദമെവിടെ? പ്രസ്ഥാനത്തിൽ നിന്നും പുറത്തുവന്ന അവർ വെള്ളത്തിൽ നിന്നും കരയിലേക്ക് ചാടിയ മീനുകളെപ്പോലെയായില്ലേ. പ്രസ്ഥാനം വിട്ടോരോടെല്ലാം എനിക്ക് ഒന്നേപറയാനുള്ളൂ. നിങ്ങൾ എന്തിന് ജീവിച്ചിരുന്നുവെന്നും, ഇനി എന്തിന് ജീവിക്കുന്നുവെന്നും നിങ്ങൾതന്നെ വിലയിരുത്തൂ.

- എന്നാൽ നക്സലൈറ്റ് പ്രസ്ഥാനത്തിൽത്തന്നെ എത്രെയേറെ ഗ്രൂപ്പുകളാണ് ഉള്ളത്? സമാനചിന്താഗതിയുള്ള ഒട്ടേറെപേർ പാർട്ടിക്കുപുറത്തുമുണ്ട്?

ശരിയാണ്. പ്രസ്ഥാനത്തിന് ചില പരിമിതികളുണ്ട്. ഇപ്പോഴത്തെ പ്രത്യയശാസ്ത്രത്തിനും അതിന്റേതായ പരിമിതകളുണ്ട്. മാർക്സിസംകൊണ്ട് മാത്രം സമ്പൂർണ്ണമോചനം ഒരിക്കലും സാധ്യമാകില്ല എന്നുതന്നെയാണ് ഞാൻ ഉറച്ചുവിശ്വസിക്കുന്നത്. കാരണം നമുക്ക് മുൻപിൽ പുതിയ പ്രതിസന്ധികളാണുള്ളത്. ചൂഷണത്തിന്റെ രീതികൾ മാറിയിരിക്കുന്നു. കൃഷിയിടത്തിൽ നിന്ന് തുടങ്ങി ഐ.ടി കമ്പനികളിലേക്കുവരെ ജന്മിത്തം വ്യാപിച്ചിരിക്കുന്നു. മാറിയ കാലത്തിന്റെ അസഹിഷ്ണുതകളെ പുതിയ രീതിയിൽ നേരിടണം. പ്രതിരോധരീതികൾ മാറണം. ഇന്ത്യയുടെ സാമൂഹിക പശ്ചാത്തലവും, ജാതിയാഥാർത്ഥ്യവും ഉൾക്കൊണ്ടുകൊണ്ടുള്ള ഒരു സമഗ്ര കമ്മ്യൂണിസ്റ്റ് ദർശനവും പ്രത്യയശാസ്ത്രവുമാണ് നമുക്ക് ആവശ്യം. വർഗ്ഗസിദ്ധാന്തവും കുലസിദ്ധാന്തവും ആവശ്യമാണ്. സാമ്പത്തിക അസമത്വങ്ങളുമായി ബന്ധപ്പെട്ട പ്രശ്നങ്ങൾ പരിഹരിക്കാൻ കഴിയണം.

ഒപ്പം, പാർട്ടിയിലേക്ക് കടന്നുവരാത്ത എന്നാൽ വിപ്ലവാശയങ്ങളും ദലിത്ചിന്തയും മുറുകെപ്പിടിക്കുന്ന നിരവധിപേർ പുറത്തുണ്ട്. പലരും പ്രശ്നങ്ങൾമാത്രം പറയുന്നു. ആരും യഥാർത്ഥ പരിഹാരം നിർദ്ദേശിക്കുന്നില്ല. എല്ലാവരെയും ഉൾപ്പെടുത്തി ഒരു വിശാലവേദി രൂപീകരിക്കണം. എല്ലാ ആശയങ്ങളെയും ഏകോപിപ്പിക്കണം. പ്രസ്ഥാനത്തിലുണ്ടായ വിഭജനങ്ങൾ വിശാല അർത്ഥത്തിൽ ജനകീയതയെ ബാധിച്ചിട്ടുണ്ട്. അതുകൊണ്ടുതന്നെ സമാനചിന്താഗതിക്കാരുടെ ഒരു വിശാലക്കൂട്ടായ്മ ഉണ്ടാക്കണമെന്ന് ഞാൻ പാർട്ടിയോട് ആവശ്യപ്പെട്ടിട്ടുണ്ട്. ഇത് അസാധ്യവുമല്ല, കാരണം എല്ലാവരുടെയും ലക്ഷ്യം ഒന്നാണ്. ഒരു പുതിയ സൈദ്ധാന്തിക മാർഗ്ഗരേഖയുണ്ടാക്കാൻ പാർട്ടി എന്നോട് ആവശ്യപ്പെട്ടിട്ടുണ്ട്.

- നഗരങ്ങളിൽ മാവോയിസ്റ്റ് പ്രസ്ഥാനത്തിന്റെ നിലപാടുകൾ എന്തായിരിക്കും?

ഗ്രാമീണമേഖലയും നഗരമേഖലയും തീർച്ചയായും വ്യത്യസ്തസ്വഭാവമുള്ളവയാണ്. നഗരങ്ങളിൽ ഗറില്ലാ സമരമല്ല, ജനങ്ങളെ സംഘടിപ്പിക്കുകയെന്നതാണ് പ്രവർത്തനരീതി. സാമ്രാജ്യത്വവിരുദ്ധ സമരങ്ങൾ ഇന്ത്യൻ നഗരങ്ങളിൽ രൂപമെടുക്കുന്നുണ്ട്. തത്ത്വദീക്ഷയില്ലാത്ത വികസനത്തിനെതിരെ, പ്രത്യേക സാമ്പത്തികമേഖലകൾക്കെതിരെ, വികസനത്തിന്റെ പേരിലുള്ള കുടിയൊഴിപ്പിക്കലുകൾക്കെതിരെ ബഹുജനമുന്നേറ്റങ്ങൾ ഉയർന്നുവരുന്നു. ഇവയെ കണ്ണിചേർക്കുക എന്ന വലിയ ദൗത്യം നിലനിൽക്കുന്നുണ്ട്.

- മാവോയിസ്റ്റ് പാർട്ടിക്ക് ചില തെറ്റുകൾ പറ്റിയെന്ന് താങ്കൾ പറയുന്നു. അപ്പോൾ പിന്നെ ഏതുതരത്തിലുള്ള വിപ്ലവമാതൃകയാണ് താങ്കൾ മുന്നോട്ടുവെയ്ക്കുന്നത്?

നമ്മൾ ചർച്ചചെയ്യേണ്ടത് മുഖ്യധാരാ കമ്മ്യൂണിസ്റ്റ് പാർട്ടികൾ ചർച്ചചെയ്തപോലെ 'റഷ്യൻ വേണോ?' 'ചൈനീസ് വേണോ?' എന്ന രീതിയിലല്ല. അതിനു കാരണം ഞാൻ പറഞ്ഞുകഴിഞ്ഞു. നമുക്ക് വേണ്ടത് ഇന്ത്യൻ വിപ്ലവരീതിയാണ്. സായുധവിപ്ലവം അതിന്റെ ഒരു ഭാഗം മാത്രമാണ്. കാര്യങ്ങൾ നമ്മുക്ക് വഴിയെ വിശദമാക്കാം. ഞാൻ വിശ്വസിക്കുന്നത് മാർക്സിസം ഒരു ശാസ്ത്രമാണെന്നാണ്. അതുകൊണ്ട് തന്നെ 'മാർക്സിയൻ ജ്ഞാനസിദ്ധാന്തം' എന്നാണ് ഞാൻ ആ ശാസ്ത്രത്തെ വിളിക്കുന്നത്. ശാസ്ത്രം ഒരിക്കലും അന്തിമവിധി കൽപ്പിക്കുന്നില്ല. അത് നിരന്തരം വളർന്നുകൊണ്ടിരിക്കുന്നു. വികസിച്ചുകൊണ്ടിരിക്കുന്നു. മാറിക്കൊണ്ടിരിക്കുന്നു. അതുപോലെത്തന്നെയാണ് മാർക്സിസവും. അത് മാറ്റങ്ങളെ ഉൾക്കൊള്ളുന്നതാണ്. എന്നാൽ നമ്മുടെ ഇന്നത്തെ മുഖ്യധാരാ കമ്മ്യൂണിസ്റ്റുകൾ ഇത്

അംഗീകരിക്കാൻ തയ്യാറല്ല. അവർ പഴയതിനുചുറ്റും വട്ടംകറങ്ങിക്കൊണ്ടിരിക്കുകയാണ്. അതുകൊണ്ട് അവർക്ക് മുന്നോട്ടുപോക്ക് സാധ്യമല്ല. അവർ കമ്മ്യൂണിസ്റ്റ് മാനിഫെസ്റ്റോയെ മതഗ്രന്ഥമാക്കി. മാർക്സിനെ ദൈവവും. പുതിയ കാലത്തിന്റെ കമ്മ്യൂണിസ്റ്റ് രീതികൾ, പാർട്ടി പ്രചാരണങ്ങൾ എന്നിവ ശ്രദ്ധിച്ചാൽ ഈ ഭക്തിപ്രസ്ഥാനത്തെ തിരിച്ചറിയാൻ കഴിയും.

വിപ്ലവം ആർക്കുവേണ്ടിയാണ്? എന്നതാണ് നമ്മളാദ്യം ചോദിക്കേണ്ടത്. ഈ മണ്ണിന്റെ യഥാർത്ഥ അവകാശികൾക്കുവേണ്ടി എന്നതാണ് അതിന്റെ ഉത്തരം. തലമുറകൾ മണ്ണിൽ പണിയെടുത്തിട്ടും ഒരുതുണ്ടു ഭൂമി സ്വന്തമായില്ലാത്തവർക്ക് വേണ്ടി. ഈ നാടിന്റെ വിശപ്പുമാറ്റാൻവേണ്ടതെല്ലാം ഉൽപ്പാദിപ്പിച്ചിട്ടും ദിവസവും പട്ടിണി കിടക്കേണ്ടിവരുന്നവർക്ക് വേണ്ടി. ആരെയാണ് മോചിപ്പിക്കേണ്ടത്? നിങ്ങൾക്ക് ആഹാരവും വസ്ത്രവും തരുന്ന ഒരു മനുഷ്യൻ, എന്നാൽ അയാളെ സമൂഹം ഇതുവരെ ഒരു മനുഷ്യനായി അംഗീകരിച്ചിട്ടില്ല. ആ മനുഷ്യനെയാണ് മോചിപ്പിക്കേണ്ടത്.

എന്റെ പ്രസ്ഥാനത്തിന് തെറ്റുപറ്റിയിട്ടുണ്ട്. അത് ഞാൻ തിരിച്ചറിയുന്നു. ആ തെറ്റ് തിരുത്താൻ ഞാൻ പാർട്ടിക്കുള്ളിൽ തന്നെ പോരാടും. കാരണം ഇത് എന്റെ പാർട്ടിയാണ്. പാർട്ടിയിലെ ഇടപെടലുകൾ എന്റെ ചുമതലയും. പാർട്ടി എനിക്ക് വീടാണ്. ഈ പാർട്ടിയിലെ ഭൂരിഭാഗംപേരെയും എനിക്ക് വ്യക്തിപരമായി അറിയാം. എന്റെ വാക്കുകേട്ട്, പാട്ടുകേട്ട് ഒരുപാട് പേർ ഒരുപാട് സ്വപ്നങ്ങളുമായി ഈ പ്രസ്ഥാനത്തിൽ എത്തിയിട്ടുണ്ട്. എനിക്ക് അവരെ കൈവെടിയാനാകില്ല. അവർക്കുവേണ്ടി സംസാരിക്കേണ്ടത് എന്റെ കടമയാണ്. ലക്ഷ്യം മറക്കാൻ കഴിയില്ല. പോരാട്ടം വഴിയിലുപേക്ഷിക്കാനുള്ളതല്ല. പാർട്ടിക്ക് എന്നെങ്കിലും എന്നെ തള്ളിപ്പറയേണ്ടിവന്നാൽ ഞാൻ പുറത്തുനിന്ന് പോരാടും. ജനങ്ങളാണെന്റെ ശക്തി, സംഗീതമാണെന്റെ ആയുധം.

- നക്സലൈറ്റ് പ്രസ്ഥാനത്തിന്റെ സ്ഥാപകനേതാവ് കനു സന്യാലിനെ തൂങ്ങിമരിച്ചനിലയിൽ കണ്ടെത്തി. എന്തുകൊണ്ട് അദ്ദേഹം അങ്ങനെയൊരു വഴി തെരഞ്ഞെടുത്തു?

കനു സന്യാൽ നക്സലൈറ്റ് പ്രസ്ഥാനത്തിലെ ചരിത്രപുരുഷനാണ്. താഴെത്തട്ടിൽ നിന്ന് ഉയർന്നുവന്ന, പ്രസ്ഥാനത്തിനുവേണ്ടി എല്ലാം സമർപ്പിച്ച, അധ്വാനിക്കുന്നവന്റെ ഹൃദയത്തുടിപ്പറിഞ്ഞ വിപ്ലവകാരി. അദ്ദേഹത്തിന് എന്റെ ലാൽ സലാം. ചാരുമജൂംദാറുൾപ്പെടെയുള്ള നേതാക്കളുമായി സൈദ്ധാന്തിക വിഷയങ്ങളിലുൾപ്പെടെ കനു സന്യാലിന് വ്യത്യസ്ത അഭിപ്രായങ്ങളുണ്ടായിരുന്നു. വ്യക്തിഗത ഉന്മൂലനം മാത്രമാണ് വിപ്ലവവഴിയെന്ന് പലരും വാദിച്ചപ്പോൾ കനു

സന്യാൽ അതിനെ എതിർക്കുകയും വിപ്ലവത്തിനായുള്ള ഒരുപാട് വഴികളിൽ ഒന്ന് മാത്രമാണ് വ്യക്തിഗതഉന്മൂലനം എന്ന നിലപാടെടുക്കുകയും ചെയ്തു. ജനകീയ സായുധപ്പോരാട്ടത്തിനാണ് കനു സന്യാൽ കൂടുതൽ പ്രാധാന്യം കൊടുത്തത്. ചാരുമജൂംദാർ കനു സന്യാലിൽനിന്നും പലതും പഠിക്കുകയും, അദ്ദേഹത്തോട് സംശയങ്ങൾ ചോദിക്കുകയും ചെയ്തിരുന്നു. എന്നാൽ പാർട്ടിയിലെ ചില നേതാക്കാൾ സന്യാലിനോട് തീർത്തും നിഷേധാത്മക സമീപനമാണ് എടുത്തത്. പലരും അദ്ദേഹത്തെ പാർട്ടിയിൽ ഒറ്റപ്പെടുത്തി. കനു സന്യാലിന് ജനാധിപത്യത്തോട് അൽപ്പം അനുഭാവപൂർവ്വമായ നിലപാടാണ് ഉണ്ടായിരുന്നത്. പാർട്ടിക്ക് ഏറെ ക്രിയാത്മകമായ വിമർശനങ്ങൾ ഉന്നയിച്ചപ്പോഴും ബദൽമാതൃക നിർദ്ദേശിക്കാൻ അദ്ദേഹത്തിനായില്ല. എനിക്ക് അദ്ദേഹവുമായി വളരെ അടുത്തിടപഴകാൻ സാധിച്ചിരുന്നു. വളരെ സംഘർഷഭരിതമായിരുന്നു അദ്ദേഹത്തിന്റെ മനസ്സ്. ശുഭാപ്തി വിശ്വാസവും കടുത്ത നിരാശയും ഒരേസമയം മാറിമാറി നിറഞ്ഞുനിന്ന വ്യക്തി. പീഡിതജനവിഭാഗത്തിന്റെ മോചനം സംബന്ധിച്ച് അദ്ദേഹം ഒരുപാട് ശുഭപ്രതീക്ഷകൾ പുലർത്തി. എന്നാൽ വ്യക്തിജീവിതത്തെക്കുറിച്ചും പാർട്ടിയിലെ ചിലർ തെരഞ്ഞെടുത്ത സമരമാർഗ്ഗങ്ങളെക്കുറിച്ചും ചിന്തിച്ച് ഏറെ നിരാശനുമായിരുന്നു.

ചാരുമജുംദാറിന്റെ മരണവും കനു സന്യാൽ പാർട്ടിവിട്ടതും നക്സലൈറ്റ് പ്രസ്ഥാനത്തിന് വൻആഘാതമായി. പാർട്ടി പലതായി പിളർന്നു. പാർട്ടിവിട്ടശേഷവും അദ്ദേഹത്തിന്റെ ആത്മസംഘർഷം കൂടിവന്നു. അദ്ദേഹത്തിന്റെ മരണം. അതിലെ ദുരൂഹതകൾ. ഒപ്പം മറ്റു പല സഖാക്കളും അനുഭവിക്കുന്ന പ്രതിസന്ധികൾ. എന്തുകൊണ്ട് ഇങ്ങനെ സംഭവിക്കുന്നു? എന്തുകൊണ്ട് വലിയ നഷ്ടങ്ങൾ ഉണ്ടാകുന്നു? എന്നെല്ലാം പാർട്ടി വിലയിരുത്തേണ്ടതാണ്. അന്വേഷിക്കേണ്ടതാണ്.

- പല നിർണ്ണായകഘട്ടങ്ങളിലും നമ്മുടെ കലാ-സാഹിത്യ-സാംസ്കാരിക നായകർ മൗനത്തിന്റെ വഴിതെരഞ്ഞെടുക്കാറുണ്ട്. പ്രതികരണങ്ങൾ ഉണ്ടാകാറില്ല. ജനങ്ങൾക്കിടയിൽ നിൽക്കുന്ന ഒരു കവി എന്ന നിലയിൽ ഈ നിലപാടിനെ എങ്ങനെ നോക്കിക്കാണുന്നു?

കലാകാരന്മാർക്ക് സമൂഹത്തോട് കടപ്പാടുണ്ട്. പ്രതിസന്ധിഘട്ടങ്ങളിൽ ജനങ്ങൾ കലാകാരന്മാർക്കുനേരെ പ്രതീക്ഷയോടെ നോക്കുന്നത് സ്വാഭാവികമാണ്. കലാകാരന്മാർക്ക് ജനങ്ങളോട് ചില ഉത്തരവാദിത്തങ്ങളുണ്ട്. അല്ലെങ്കിൽ പിന്നെയെന്തിനാണ് നിങ്ങൾ നിങ്ങളുടെ കലാസൃഷ്ടിയുമായി ജനങ്ങളുടെ അടുത്തേക്ക് പോകുന്നത്. ഒരു കവിക്ക് അയാൾക്ക് തോന്നുന്നതെല്ലാം അയാളുടെ സ്വകാര്യ

നോട്ടുപുസ്തകത്തിൽ എഴുതി സൂക്ഷിച്ചാൽപോരെ. എന്തിന് പുസ്തകമാക്കി ജനങ്ങളിലേക്ക് എത്തിക്കുന്നു. കാരണം നിങ്ങൾക്ക് കലാകാരനായി തുടരണമെങ്കിൽ ജനങ്ങളുടെ അംഗീകാരം വേണം. അപ്പോൾ ജനങ്ങൾക്കുവേണ്ടി നിലകൊള്ളാൻ നിങ്ങൾക്ക് ബാധ്യതയുണ്ട്. നിങ്ങൾ നിന്നേപ്പറ്റൂ. ഇല്ലെങ്കിൽ കാലം നിങ്ങളെ തള്ളിപ്പറയും. പുരസ്കാരത്തിന് പുറകേപോയാൽ പുരസ്കാരങ്ങൾ മാത്രമേ ഉണ്ടാകൂ. നിങ്ങളുടെ വാക്കുകൾ കേൾക്കാൻ ജനങ്ങളുണ്ടാകില്ല. മരണഭയമാണെങ്കിൽ കലാകാരനായിരിക്കാൻ നിങ്ങൾക്ക് അർഹതയില്ല. നിങ്ങൾ ഏത് പക്ഷത്തുവേണമെങ്കിലും നിന്നുകൊള്ളൂ. പക്ഷേ, പ്രതികരിക്കേണ്ടിടത്ത് പ്രതികരിക്കണം. ഇല്ലെങ്കിൽ നിങ്ങളുടെ നിശ്ശബ്ദതപോലും ശത്രുക്കൾക്ക് ജനങ്ങൾക്കെതിരെ ഉപയോഗിക്കാനുള്ള ആയുധമാകും.

- മഹാബോധി വിദ്യാലയത്തെക്കുറിച്ച് പറയാമോ? ഈ സ്ക്കൂൾ തുടങ്ങുന്നതുമായി ബന്ധപ്പെട്ട് താങ്കളും പാർട്ടിയും തമ്മിൽ ചില അഭിപ്രായഭിന്നതകൾ ഉണ്ടായിരുന്നല്ലോ?

ഞാനും സമാനമനസ്ക്കരായ ചില സുഹൃത്തുക്കളും ചേർന്നാണ് മഹാബോധി വിദ്യാലയം തുടങ്ങിയത്. മണ്ണിനെയും മനുഷ്യനെയും അറിയാൻ തലമുറകളെ പ്രാപ്തരാക്കുക എന്ന ലക്ഷ്യത്തോടെയാണ് ആ സ്ക്കൂൾ തുടങ്ങിയത്. എനിക്കല്ല സ്ക്കൂളിന്റെ ചുമതല. ഒരു ട്രസ്റ്റിന്റെ മേൽനോട്ടത്തിലാണ് സ്ക്കൂൾ നടക്കുന്നത്. ലക്ഷ്യങ്ങൾ പൂർണ്ണമായി നിറവേറ്റിയില്ലെങ്കിലും അവിടെ പഠിക്കുന്ന കുട്ടികൾ നല്ലരീതിയിൽ വിജയിക്കുന്നുണ്ട്. നാടൻപാട്ടും കലകളും ഗ്രാമീണ ജീവിതവും പരിചയപ്പെടുത്തുന്ന ക്ലാസ്സുകളുണ്ട്.

പിന്നെ പാർട്ടിയുമായുണ്ടായ പ്രശ്നങ്ങൾ. സ്ക്കൂൾ തുടങ്ങാൻ പാർട്ടിയുടെ ഉന്നത നേതൃത്വത്തിന്റെ അനുമതി വേണ്ടത്ര വാങ്ങിയില്ല എന്ന പ്രശ്നമുണ്ടായിരുന്നു. പർട്ടി എന്നോട് വിശദീകരണം ആവശ്യപ്പെടുകയും ചെയ്തിരുന്നു. ശരിയാണ്, ആ കാര്യത്തിൽ എന്റെ ഭാഗത്തുനിന്നും ചില വീഴ്ചയുണ്ടായിട്ടുണ്ട്. സിനിമാമേഖലയിലുള്ള ചില സുഹൃത്തുക്കളാണ് സ്ക്കൂളിനുവേണ്ട സംഭാവനകൾ നൽകിയത്. പക്ഷേ, എന്റെ ഉദ്ദേശ്യശുദ്ധി അറിയാവുന്ന പാർട്ടി പിന്നീട് എന്റെ കൂടെ നിന്നു. പാർട്ടി നേതൃത്വത്തിന് എന്നെ നന്നായി അറിയാം.

- സിനിമാ പ്രവർത്തകരുമായുള്ള ബന്ധം പാർട്ടിയിലെ ചില നേതാക്കളുമായി ആശയഭിന്നതകൾ ഉണ്ടാകുന്നതിന് ഇടയാക്കിയില്ലേ? ഒപ്പം ഗദ്ദർ നിരന്തരം ജനങ്ങൾക്കിടയിൽ നിറഞ്ഞുനിൽക്കുന്നതും ഇത്തരം പ്രശ്നങ്ങൾ ഉണ്ടാക്കിയിട്ടില്ലേ?

ഹ! ഹ! ഹ! അങ്ങനെ വലിയ പ്രശ്നങ്ങളൊന്നും ഉണ്ടായിരുന്നില്ല. ശരിയാണ്, ചില ആശയപരമായ ഭിന്നതകൾ ഉണ്ടായിരുന്നു. അത് ചില നിലപാടുകൾ സംബന്ധിച്ചുള്ളതായിരുന്നു. ആദ്യം സിനിമയെക്കുറിച്ച് പറയാം. കലാ രാഷ്ട്രീയ രംഗത്തേക്കുള്ള എന്റെ ചുവടുവെപ്പ് ആർട്ട് ലവേഴ്സ് അസോസിയേഷനിലൂടെയായിരുന്നു. 1971–ൽ. പ്രശസ്ത സിനിമാനിർമ്മാതാവും ബുദ്ധിജീവിയുമായ ബി. നരസിംഗറാവുവാണ് ആർട്ട് ലവേഴ്സ് അസ്സോസിയേഷൻ നേതൃത്വം നൽകിയിരുന്നത്. (മാഭൂമി, ദാസി, ഹരിവില്ലു, മാട്ടി മനുസുലു എന്നീ സിനിമകൾ റാവുവിന്റേതായിരുന്നു.) ഗുരുസ്ഥാനീയനായ റാവുവാണ് സിനിമയുമായുള്ള എന്റെ ബന്ധം. ചില നിർമ്മാതാക്കൾ എന്റെ സുഹൃത്തുക്കളുമാണ്. പക്ഷേ, ഇവരെല്ലാം വിപ്ലവാശയങ്ങൾവെച്ചു പുലർത്തുന്ന സമാന്തരസിനിമയുടെ ആളുകളാണ്. 'ഓരോ റിക്ഷ' എന്ന സിനിമയിൽ എന്റെ പാട്ടുകൾ ഉപയോഗിച്ചിട്ടുണ്ട്.

സിനിമ കുത്തകമുതലാളിത്തത്തിന്റെ ഉൽപ്പന്നമായതിനാൽ അത് ഒഴിവാക്കണമെന്ന നിലപാടുള്ള സഖാക്കളുണ്ട്. കാരണം സിനിമയെ നിയന്ത്രിക്കുന്നത് കച്ചവടതാൽപ്പര്യങ്ങൾ മാത്രമാണ്. പക്ഷേ, ജനങ്ങളിലേക്ക് വളരെ എളുപ്പം എത്താൻ കഴിയുന്ന ശക്തമായ മാധ്യമമായാണ് ഞാൻ സിനിമയെ കാണുന്നത്. നമ്മുടെ വിപ്ലവാശയങ്ങൾ വളരെപ്പെട്ടെന്ന് ജനങ്ങളിലേക്ക് എത്തിക്കാൻ കഴിയും. ഞാൻ പണം വാങ്ങിയല്ല സിനിമയുമായി സഹകരിച്ചത്. പക്ഷേ, ഇപ്പോൾ അത്തരം ആശയങ്ങളുള്ള സിനിമകൾ ഇറങ്ങുന്നില്ല. അതോടെ ഞാൻ സിനിമയുമായി ഏറെക്കുറെ അകന്നു.

അതുപോലെ തന്നെയാണ് ജനങ്ങളുമായി ഇടപഴകുന്ന കാര്യം. എനിക്ക് ജനങ്ങൾക്കിടയിൽ പാടാതെ ജീവിക്കാൻ പറ്റില്ല. പാട്ടാണ് എന്റെ ആയുധം. പാട്ടാണ് എന്റെ പോരാട്ടമാർഗ്ഗം. ജനങ്ങൾക്കിടയിൽ നിന്ന് എനിക്ക് പാടിയേപറ്റൂ. പാവപ്പെട്ടവന്റെ പടപ്പാട്ട് എന്റെ ജീവശ്വാസമാണ്. അഞ്ച് വർഷം ഞാൻ ഒളിവിലായിരുന്നപ്പോഴും ജനങ്ങൾക്കുവേണ്ടി പാടുന്നത് നിർത്തിയിട്ടില്ല. ജനങ്ങൾക്കിടയിൽ തന്നെയായിരുന്നു എന്റെ ഒളിവുജീവിതവും. ഞാൻ പാടിക്കൊണ്ടേ ഇരിക്കും. എന്റെ പാട്ടിനെ തടുക്കാൻ ആർക്കും കഴിയില്ല. എന്റെ നാവിന് ആര് വിലങ്ങിട്ടാലും പാട്ടിന്റെ കൊടുങ്കാറ്റ് എല്ലാ കോട്ടമതിലുകളും പൊളിച്ചുവരും.

- കേരളവുമായുള്ള ബന്ധം?

ഒരുപാട് മലയാളി സഖാക്കൾ സൗഹൃദവലയത്തിലുണ്ട്. അതിൽ ഏറെപ്പേരും പ്രസ്ഥാനം വിട്ടു. ജനനാട്യമണ്ഡലിയുടെ മുൻനിര പ്രവർത്തകനായിരുന്ന ശങ്കരൻകുട്ടി എന്റെ അടുത്ത സുഹൃത്തും

അയൽവാസിയുമായിരുന്നു. അദ്ദേഹം നക്സൽ വർഗീസിനെക്കുറിച്ച് നാടകമെഴുതി മലയാളത്തിലും തെലുങ്കിലും അവതരിപ്പിച്ചിട്ടുണ്ട്. നീണ്ട ജയിൽവാസത്തിനുശേഷം പ്രസ്ഥാനംവിട്ട ശങ്കരൻകുട്ടി കേരളത്തിലേക്ക് മടങ്ങിപ്പോയി. രണ്ടു തവണ ഞാൻ കേരളത്തി ലേക്ക് വന്നിട്ടുമുണ്ട്. ദലിതരും ഭൂരഹിതകർഷകരും ന്യൂനപക്ഷങ്ങളും ചേർന്ന അസ്വസ്ഥതയുടെ കൂട്ടായ്മ വിപ്ലവത്തിന്റെ പുതുനാമ്പുകൾ കേരളത്തിൽ സൃഷ്ടിക്കുന്നുണ്ട്.കേരളത്തിന്റെ സാമൂഹിക രാഷ്ട്രീയ ചിത്രം മാറ്റിയെഴുതുന്ന ഒരു വിപ്ലവത്തിന് വൈകാതെ അരങ്ങൊരു ങ്ങുന്നു.

- ഇതുവരെയുള്ള ജീവിതത്തെ എങ്ങനെ വിലയിരുത്തുന്നു?

ജീവിതത്തെക്കുറിച്ച് അങ്ങനെയുള്ള വിലയിരുത്തലൊന്നും ഇല്ല. ഞാൻ ഈ മണ്ണിന്റെ പാട്ടുകാരൻ. തലമുറകൾക്ക് മുൻപ് ഉറവയെ ടുത്ത ഈണം ഞാൻ പാടുന്നു. അവസാനശ്വാസംവരെ ഞാൻ പോരാടും. കാലമെത്ര കഴിഞ്ഞാലും ഒരു പാട്ടായ് ഞാൻ നിങ്ങളെ ത്തേടിവരും. ഹൃദയവാതിലിൽ പോരാട്ടത്തിനായി മുട്ടിവിളിക്കും.

പ്രഭാതങ്ങൾ ബാക്കിയുണ്ട്

"തിരിച്ചറിവിന്റെ പാഠങ്ങളാണ്
എന്നെ കമ്മ്യൂണിസ്റ്റാക്കിയത്
അനുഭവങ്ങളുടെ പാഠങ്ങളാണ്
എന്നെ ആയുധമണിയിച്ചത്
അധഃസ്ഥിതന്റെ പാഠങ്ങളാണ്
എന്നെ അംബേദ്ക്കറിസ്റ്റാക്കിയത്
ഹൃദയസ്പന്ദനങ്ങളുടെ പാഠമാണ്
എന്നെ പാട്ടുകാരനാക്കിയത്, ഗദ്ദറാക്കിയത്"
(ഗദ്ദർ ഗാനം)

ഗദ്ദർ തന്റെ ആശയസഞ്ചാരങ്ങളെ, ആത്മവ്യഥകളെ ഒരു പാട്ടിന്റെ ചിമിഴിലൊളിപ്പിച്ചു. കൈക്കുമ്പിളിലൊതുക്കിയ മഹാനദിപോലെ. ഗദ്ദർ ഒരിക്കലും ഒറ്റയ്ക്കല്ല. ആശയമുള്ളവന് ഒരിക്കലും ഒറ്റപ്പെട്ടുപോകാനാകില്ല. അതിന് കൂടെയുള്ളവർ സമ്മതിക്കില്ലല്ലോ. വിശ്വാസങ്ങളും വാഴ്വും നഷ്ടമാകുന്ന ദലിതനും ആദിവാസിക്കും ഗദ്ദറിനെ വേണം. ജനിച്ച മണ്ണിൽ ഉറച്ചു നിൽക്കാനുള്ള ഊന്നുവടിയായി. ഗദ്ദർ പാടുമ്പോഴെല്ലാം ഞാൻ മനസ്സിലോർക്കുക ബോക്സിങ് ഇതിഹാസം മുഹമ്മദലിയെക്കുറിച്ചുള്ള വരികളാണ്. 'He floats like a butterfly and stings like a bee' ചുവന്ന ശലഭം പോൽ ഇടയവേഷത്തിൽ പറക്കുന്ന ഗദ്ദർ, പാട്ടുകൊണ്ട് ശത്രുവിന്റെ ദുർമുഖത്ത് ആഞ്ഞുകുത്തുന്ന തേനീച്ച.

കുറച്ചു ഫോട്ടോകളെടുക്കാനായി ഞാൻ ക്യാമറ പുറത്തെടുത്തു. "എനിക്ക് കാഴ്ചവസ്തുവാകാൻ കഴിയില്ല, സോദരാ" ഗദ്ദർ ചിരിച്ചുകൊണ്ട് മറുപടി പറഞ്ഞു. ഫ്ളാഷുകളുടെ വെളിച്ചമഴയ്ക്കിടെ വിപ്ലവത്തിന്റെ ഇടിമുഴങ്ങി, പ്രശസ്തമായ വാക്യം ഓർത്തെടുത്ത് ഗദ്ദർ തന്റെ ജാതകം പറഞ്ഞു "ഒരു വിപ്ലവത്തിൽ, അതു യഥാർത്ഥ വിപ്ലവമാണെങ്കിൽ, നിങ്ങൾ ഒന്നുകിൽ ജയിക്കുന്നു അല്ലെങ്കിൽ മരിക്കുന്നു. hasta la Victoria siempre; എപ്പോഴും മുന്നോട്ട്, വിജയത്തിലേക്ക്"

ഒരു ജീവിതത്തിന്റെ എല്ലാ സങ്കീർണ്ണതകളിലൂടെയും ഗദ്ദർ കടന്നു പോയിട്ടുണ്ട്: തൊട്ടുകൂടായ്മ, ദാരിദ്ര്യം, ബാലവേല, അനാഥത്വം, സ്കൂൾ കാലം മുതലുള്ള ജാതീയ വിവേചനങ്ങൾ, കൂലിപ്പണി മുതൽ വിവിധ തൊഴിലുകൾ, വിപ്ലവം, സായുധവിപ്ലവം, ജയിൽവാസം, ഒളിവുജീവിതം, മർദ്ദനങ്ങൾ, ആയുർരേഖ മുറിച്ചുള്ള ആക്രമണങ്ങൾ, പാട്ട്, കല, തുടങ്ങി എല്ലാം. സമാനതകളില്ലാത്ത ജീവിതം. അതുകൊണ്ടുതന്നെ ഗദ്ദറിന് ഒരിക്കലും ഒറ്റ സ്നാപ്പുകളിൽ ഒതുങ്ങാനാകില്ല. കാലത്തിനു മുന്നിലെ കാഴ്ചവസ്തുവാകാനാകില്ല. തീർച്ച

നിരന്തരം സമരങ്ങളിൽ നിന്നും സമരങ്ങളിലേക്ക് പദമൂന്നുന്ന, നരച്ച തലമുടിക്കാരാനായ ഈ മനുഷ്യനെക്കുറിച്ച് ആലോചിക്കുമ്പോൾ മനസ്സിൽ തെളിയുന്നത് പ്രശസ്തമായ ആ കവിതാ ശകലമാണ്,

"തല നരച്ചതല്ലെന്റെ വൃദ്ധത്വം,
തല നരക്കാത്തതല്ലെന്റെ യുവത്വവും,
കൊടിയ ദുഷ്പ്രഭുത്വത്തിന്റെ തിരുമുൻപിൽ,
തലകുനിക്കാത്തതെൻ നിത്യയൗവനം"

യാത്ര പറഞ്ഞ് പിരിയുവാനായി കൈകൊടുത്തപ്പോൾ സമരതീക്ഷ്ണമായ ആ നിത്യയൗവ്വനത്തിന്റെ കരുത്തറിഞ്ഞു. മടക്കയാത്രക്കായി താഴെ സുഹൃത്തുക്കൾ കാത്തുനിൽക്കുന്നു.

"അംബേദ്ക്കറാണ് കുട്ടിക്കാലം മുതലുള്ള എന്റെ ആരാധ്യപുരുഷ്യൻ. സ്വന്തം ജനതയ്ക്കുവേണ്ടി വലിയ വലിയ സ്വപ്നങ്ങൾ കണ്ട മഹാൻ. ഒരു ജനതയ്ക്ക് വിമോചനത്തിന്റെ വെളിച്ചം പകർന്ന നക്ഷത്രം. പക്ഷേ, മറവികളുടെ കാർമേഘങ്ങൾക്കിടയിൽ മാഞ്ഞുപോകാനായിരുന്നു അംബേദ്ക്കറിന്റെ വിധി. ഏതൊരു ദലിത് നേതാവിനും സംഭവിച്ചപോലെ പാഠപുസ്തകങ്ങളും, ചരിത്രരേഖകളും എല്ലാം അംബേദ്ക്കറിനെയും തമസ്കരിച്ചു. പക്ഷേ, നിസ്വരായ ഒരു ചെറിയ ജനക്കൂട്ടത്തിന്റെ ആത്മാവിൽ പ്രകാശമായി അംബേദ്ക്കർ ഇന്നും നിലനിൽക്കുന്നുണ്ട്. അവരിലൂടെ അദ്ദേഹം തന്റെ വാഗ്ദത്തഭൂമിക്കായുള്ള പോരാട്ടം തുടർന്നുണ്ട്. തോറ്റുപോകാനായിരുന്നു അദ്ദേഹത്തിന്റെ വിധി. ഞാനും തോറ്റുപോയേക്കാം. എന്റെ വിധിയും മറിച്ചൊന്നായിരിക്കില്ല. ജനാധിപത്യത്തിന്റെ അനിവാര്യമായ മറവിയിൽ ഞാനും മാഞ്ഞുപോകാം. മേലാള ചരിത്രനിർമ്മിതിയുടെ ഉരുൾപൊട്ടലിൽ തമസ്ക്കരിക്കപ്പെട്ടേക്കാം. വസ്ത്രത്തിൽ വീണ കറുത്തപുള്ളികൾ പോലെ തുടച്ചുമാറ്റപ്പെട്ടേക്കാം. പക്ഷേ, എന്റെ പോരാട്ടം ജയിക്കാൻവേണ്ടിതന്നെയാണ്. എന്റെ ജനതയുടെ മോചനത്തിനുവേണ്ടിയാണ്. തോൽവി, അതൊരു നിയോഗമാണ്. എന്റെ ജനതയുടെ ജയം, അത് പ്രകൃതിയുടെ അനിവാര്യതയാണ്. ഭൂമിയുടെ നിലനിൽപ്പിന്റെ പ്രശ്നമാണ്. വിജയത്തിന്റെ കൂടാരത്തിൽ വിശ്രമിക്കാൻ ഞങ്ങൾക്ക് എത്ര ദൂരം സഞ്ചരിക്കേണ്ടിവരുമെന്നറിയില്ല. ഞങ്ങൾക്ക്

നരകജീവിതം വിധിക്കാൻ ഭരണകൂടവും, വ്യവസ്ഥിതിയോട് പോരാടി നട്ടെല്ലുറപ്പോടെ ജീവിക്കാൻ ഞങ്ങളും ശ്രമിച്ചുകൊണ്ടേയിരിക്കും.

ഒരു കൊച്ചുകുട്ടിയുടെയെങ്കിലും ചുണ്ടിൽ ചെറുത്തുനിൽപ്പിന്റെ സ്വര മെത്തിക്കാൻ കഴിഞ്ഞാൽ എന്റെ പ്രവർത്തനങ്ങൾ സാർത്ഥകമായി ദുരീകരിക്കപ്പെട്ടുകൊണ്ടിരിക്കുന്ന ജനതയുടെ ഉള്ളിൽ അവകാശ ബോധത്തിന്റെയും ആത്മരോഷത്തിന്റെ നെരിപ്പോട് നിലനിൽക്കുവോളം എന്റെ പോരാട്ടങ്ങൾ സഫലമാണ്. ഇനിയൊരു പിറവിയുണ്ടെങ്കിൽ മണ്ണിന്റെ മകനായി, ലാച്ചുമമ്മയുടെ മകനായി, നാടിന്റെ പാട്ടുകാരനായി ജനിച്ചാൽ മതി. അംബേദ്ക്കറിസ്റ്റായി ജീവിച്ചാൽ മതി." ചുവന്ന ഗുൽമോഹർ പൂവ് ഞെട്ടറ്റുവീഴുംപോലെ ഗദ്ദർ പതിയെ പറഞ്ഞു നിർത്തി.

ചിലർ ജയിക്കാനായി ജീവിക്കുന്നു. ചിലർ പരാജയങ്ങളെ ഭയന്ന് ജീവിക്കാൻ മറക്കുന്നു. ഇനിയും ചിലർ ജയപരാജയങ്ങൾക്കപ്പുറം പോരാട്ടം ജീവിതമാക്കുന്നു. പൊരുതാനുറച്ച് ജീവിക്കുന്നവനു മുന്നിൽ ജയപരാജയങ്ങൾക്ക് രണ്ടാം സ്ഥാനം മാത്രമേയുള്ളൂ. ഗദ്ദറിന് മുന്നിൽ ജയപരാജയങ്ങളേക്കാൾ പ്രസക്തി പോരാട്ടങ്ങൾക്കാണ്. സ്വപ്നം കാണാൻപോലുമുള്ള അവകാശം നിഷേധിക്കപ്പെട്ട ഒരു ജനതയുടെ പോരാട്ടം. ഗദ്ദർ മുന്നോട്ടുവെയ്ക്കുന്നത് ഒരു ജനതയുടെ നിലനിൽപ്പിന്റെ പ്രശ്നങ്ങളും. അതുകൊണ്ടുതന്നെ ഗദ്ദറും ഗദ്ദറിന്റെ പാട്ടും മനുഷ്യനു ള്ളിടത്തോളം കാലം പ്രസക്തമാണ്.

ഗദ്ദറിന്റെ സിംഹമടയിൽ നിന്ന് പുറത്തുകടക്കുന്നതിനിടെ അടുത്ത ദിവസം നടക്കാനിരിക്കുന്ന പരിപാടിക്കായുള്ള ആളുകൾ വന്നിരുന്നു. താഴേക്കുള്ള പടവുകൾ ഇറങ്ങുന്നതിനിടെ ഗദ്ദറിന്റെ പിൻവിളി. തിരിഞ്ഞു നോക്കിയപ്പോൾ ഗദ്ദർ പറഞ്ഞു, "ഇങ്ങനെയാണോ, നമ്മൾ പിരിയേ ണ്ടത്?"

സംശയിച്ചു നിന്ന എനിക്കുനേരെ ഗദ്ദർ പുഞ്ചിരിച്ചു. ഇടതു കൈ യിലെ ചെങ്കൊടി ഉയർത്തിപ്പിടിച്ചു. വലതുകൈ ചുരുട്ടിപ്പിടിച്ച് മുകളിലേ ക്കുയർത്തി ഗദ്ദർ പറഞ്ഞു.

"ലാൽസലാം..."

ഞാൻ പ്രത്യഭിവാദ്യം ചെയ്തു. ആകാശസീമകളിൽ പുതിയ അരു ണോദയം സ്വപ്നം കണ്ട് ഇരുട്ടു പരന്നു. പടർന്ന കാളിമയിൽ പ്രപഞ്ചം അനാദിയായ ഒരു ദലിത് മനുഷ്യനെപ്പോലെ. നാളത്തെ വിജയങ്ങളുടെ സൂര്യോദയം കൈവെള്ളയിലൊതുക്കിയ ആദി ദ്രാവിഡ പെരുമാൾ. വെളിച്ചമൊഴിഞ്ഞ ആകാശത്തിന്റെ കീറിൽ ഒരു ഒറ്റയാൻ നക്ഷത്രം കൺചിമ്മുന്നു. മനുഷ്യകുലം കടന്നുപോയ ദശാസന്ധികളിലെല്ലാം മനുഷ്യന് വഴികാട്ടിയായ വിപ്ലവ നക്ഷത്രം. ആ നക്ഷത്രത്തിന് ഓരോ കാലത്തും ഓരോ ഇടങ്ങളിലും ഓരോ പേരായിരുന്നു. യേശു ക്രിസ്തു,

ചെ ഗുവേര, ഭഗത്സിങ്, പി.കൃഷ്ണപിള്ള എന്നിങ്ങനെ പല പേരുകൾ. ചിരപുരാതനവും നിത്യനൂതവുമായ നക്ഷത്രം.

ആ നക്ഷത്രം നോക്കി നടന്ന മറ്റൊരു ഒറ്റയാനായിരുന്നു ഗദ്ദർ. 'ആരാണ് ഗദ്ദർ?' എന്ന ചോദ്യത്തിന് ഒരുപാട് ഉത്തരങ്ങൾ എന്റെ മുന്നിലുണ്ട്. തീർച്ചയായും അതിന് ഒരുപാട് മാനങ്ങളുണ്ട്. ഗദ്ദർ ഒരു വ്യക്തിയിൽ ഒതുങ്ങുന്നില്ല. അതുകൊണ്ടുതന്നെ എന്റെ അന്വേഷണവും തീരുന്നില്ല. ഈ ജീവിതയാത്രാ പുസ്തകത്തിനിടെ ഞാൻ കണ്ട ഓരോ മുഖങ്ങളിലും ഒരു ഗദ്ദറുണ്ട്. ഒരു പോരാളിയുണ്ട്.

കാടു നഷ്ടമായ ആദിവാസിയിൽ, ജാതിവ്യവസ്ഥയുടെ ഉമിത്തീയിൽ ദഹിച്ചു തീരുന്ന ദലിതനിൽ, നല്ല നാളെ സ്വപ്നം കണ്ട് കാഞ്ചിയിൽ വിരലമർത്തുന്ന സായുധപോരാളിയിൽ, നിലനിൽപ്പിനായി നിരന്തരം കലഹിക്കുന്ന മനുഷ്യരിൽ, നിരാശയുടെ പടുകുഴിയിൽ നിന്നും മാറ്റത്തിനായി അലമുറയിടുന്ന ശരാശരി ഇന്ത്യൻ പൗരനിൽ, തലമുറകളുടെ ഭ്രമണപഥങ്ങളിൽ തുയിലുണർത്താൻ വന്ന പാട്ടുകാരിൽ... എല്ലാം ഗദ്ദറിനെ കാണാം. പാട്ട് പോരാട്ടവും പോരാട്ടം ജീവിതവുമാക്കിയവൻ; ഗദ്ദർ

'ഗദ്ദർ പാടുന്നു.'

ഗദ്ദറിനെക്കുറിച്ച് പറയാൻ കഴിയുന്ന ഏറ്റവും പൂർണ്ണതയുള്ള, അർത്ഥവത്തായ, സമ്പന്നമായ വാചകം ഇതാണ്. 'ഗദ്ദർ പാടുന്നു.'

തിരിഞ്ഞുനടക്കുന്നതിനിടയിൽ ഗദ്ദറിന്റെ തീക്ഷ്ണസ്വരത്തിൽ പാട്ടുയരുന്നത് കേൾക്കാമായിരുന്നു. ഞാനും വെങ്കിടാപുരമെന്ന ഗ്രാമവും ഈ ലോകം തന്നെയും ആ പാട്ടിൽ അലിഞ്ഞില്ലാതാകുന്നതു പോലെ... ആ പാട്ട്, അതുമാത്രമാണ് അവശേഷിക്കുന്നത്... അതെ, ഗദ്ദർ പാടുന്നു.

"ഒരുവന്റെ മരണത്തിൽ അവന്റെ അച്ഛനമ്മമാർ കരഞ്ഞാൽ
അവൻ ഒരു നല്ല മകൻ
ഭാര്യയും മക്കളും കരഞ്ഞാൽ
അവൻ ഒരു നല്ല കടുംബനാഥൻ
നാടുമുഴുവൻ തേങ്ങിയാൽ
അവൻ ഒരു നല്ല നേതാവ്
ഒരുവന്റെ മരണത്തിൽ തലമുറകൾ കണ്ണീരണിഞ്ഞാൽ
അവൻ യഥാർത്ഥവിപ്ലവകാരി
കൊള്ളിയാൻപോലെ കുലം വിട്ടുപോയ അവനുപേർ .. രക്തസാക്ഷി
തൂക്കുമരത്തിലെ പനിനീർപ്പൂക്കളേ .. രക്തസാക്ഷികളേ
ജീവരക്തംകൊണ്ട് ഭൂപടങ്ങൾ മാറ്റിവരച്ചവർ നിങ്ങൾ
ജനതതികളുടെ ജീവിതം മാറ്റിയെഴുതിയവർ നിങ്ങൾ
സമരവീര്യംകൊണ്ട്

ഞങ്ങൾക്ക് നേരിന്റെ വഴിവെളിച്ചം തെളിക്കുന്ന
അഗ്നിനക്ഷത്രങ്ങളേ,
മരണത്തിലൂടെ ജനിച്ചവരേ
നിങ്ങളെയോർത്ത് തലമുറകൾ തേങ്ങുന്നു..

'സഖാവ്' വെറുമൊരു വാക്കല്ലെന്നറിയുക
ചെങ്കൊടി നെഞ്ചോടു ചേർത്തുപിടിക്കുക
മുഷ്ടിചുരുട്ടി ഇൻക്വിലാബ് മുഴക്കുക
സധൈര്യം സമരജീവിതം തുടരുക.
വിട്ടുവീഴ്ചയില്ലാത്ത ആദർശവും
വിട്ടുവീഴ്ച ചെയ്യാൻ നിർബന്ധിക്കുന്ന ജീവിതവും
തമ്മിലുള്ള പോരാട്ടമായിരുന്നു എന്റെ ഇന്നലെകൾ
രക്തസാക്ഷികളുടെ ബലിപീഠമാണ് എന്റെ നാളെകൾ
നീതിയുടെ ജ്വലിക്കുന്ന സൂര്യമുഖമാണെന്റെ എന്റെ സ്വപ്നങ്ങൾ
വീഴാതെ, വീറുചോരാതെ മുന്നോട്ട്
വിപ്ലവം ജയിക്കട്ടെ"

■

മൂന്നു കവിതകൾ

ഗദ്ദർ പാടുന്നു

സിവിക് ചന്ദ്രൻ

ഞാൻ വെറുംപാട്ടുകാരനല്ല.
വെറുംപാട്ട്, ഇപ്പാട്ടിൽ തീയുണ്ടെങ്കിൽ
പാട്ടിന്റെ ചൂട്ടു കത്തിച്ചത് ഞാനല്ല
കൂട്ടരേ, കാലമോ ചരിത്രമോ?

ഗദ്ദർ പാടുന്നു, തിരുപ്പതി-
പ്പുരുഷാരവും കൂടെപ്പാടുന്നു
മുണ്ഡനം ചെയ്യപ്പെട്ടവർ ഞങ്ങ-
ളെങ്കിലും ഗദ്ദർ, നീ പാടുമ്പോൾ
നിൻ കടുന്തുടി അലറുമ്പോൾ
കൃഷ്ണ ചുവക്കുന്നതറിയുന്നു
തെലുങ്കാനയിൽ നിന്ന് വീണ്ടും
ലാവയൊഴുകുന്നതുമറിയുന്നു
ശ്രീകാകുളത്തിന് തീ പിടിക്കുന്നു
വാതിലിൽ മുട്ടുന്നതാരോ?

ആരോ ചുണ്ടു ചേർക്കുമോട-
ക്കുഴലെന്നോ വിനീതദാസ്യം? ഗായകൻ
പുഷ്പിണിയാക്കേണ്ടതു കാലത്തെ,
ഉന്മാദിനിയാക്കേണ്ടതു ചരിത്രത്തെ,
നോക്കൂ തെരുവിലേക്ക്, തുടൽ
പൊട്ടിക്കുന്നു കാറ്റോ? പ്രളയമോ?

പാടുന്നു ഗദ്ദർ കരിങ്കല്ലുടയ്ക്കുന്നവർ-
ക്കിടയിൽ വെറും കല്ലുടയ്ക്കയല്ല നാം
അത്താഴം തേടുകയല്ല, ഗോപുരം
പണിയുകയാണ് നാം നാളെയുടെ
പാടുന്നു ഗദ്ദർ, പുസ്തകം കരളുകയല്ല
പരീക്ഷയെഴുതുകയല്ല, നാളെയുടെ

ജാതകമെഴുതേണ്ടോമിരുന്ന്
ചിതലുപിടിക്കരുത് കലാലയത്തിൽ
നാടിന് തീ പിടിക്കുമ്പോൾ ചെകുത്താൻ
കോട്ടൂരണം വക്കീൽ, ചോക്കും ചൂരലും
താഴെ വയ്ക്കണമധ്യാപിക, ആഴ-
ക്കിണറിൽനിന്നും കോരണമോരോരുത്തരും
തെരുവലറുന്നൂ, പാടുന്നു ഗദ്ദർ
കാലമമറുന്നൂ, പാടുന്നു ഗദ്ദർ

പാടുന്നൂ, പാട്ടിന്റെ ചൂട്ടു കത്തിക്കുന്നൂ ഗദ്ദർ:
പൊലീസുകാരാ തോക്കുയർത്തിപ്പിടിക്കൂ
യൂണിഫോമിട്ട നാടൻ കർഷകൻ നിങ്ങൾ
നിൽക്കുന്ന തറയുടെ ചൂടറിയൂ
റേഷൻ കടയിൽ ക്യൂ നിൽക്കും
വൃദ്ധപിതാവിനേയുമോർക്കൂ.

ഗദ്ദർ പാടുമ്പോൾ പതിനായിരങ്ങൾ
കൂടെപ്പാടുന്നു, രക്തസാക്ഷികളുടെ ചോര
പതഞ്ഞൊഴുകുന്നു പകവീട്ടാനായ്, ചെങ്കൊടി
വീണ്ടും ചെങ്കൊടിയാകുന്നു; ലാൽസലാം!

ഗദ്ദറിൻ ചിലങ്ക ചിലമ്പുമ്പോൾ
ചിലപ്പതികാരത്തിലെ ചിലമ്പുടയുന്നു
ഗദ്ദറിൻ ചിരി മുഴങ്ങുമ്പോൾ
ഉശിരിൻ രസനിരപ്പുയരുന്നു
അരങ്ങിൽ ഗദ്ദറിൻ ചുവടുകൾ
സദസ് പാടുന്നു കൂടെ, ഗദ്ദർ ചോദിക്കുന്നു
സദസ്സിന്റെ മറുപടി, തിരിച്ചു ചോദിക്കുന്നു
സദസ്, നെഞ്ചുകീറി നേരു കാട്ടുന്നു ഗദ്ദർ
ഗദ്ദർ നയിക്കുന്നൂ സദസ്സിനെ
പൊലീസ് സ്റ്റേഷനിലേക്ക്,
മദ്യഷാപ്പുകളിലേക്ക്,
തൊഴിൽശാലാ സമരപ്പന്തലിലേക്ക്,
നിയമസഭയാം സൊള്ളൽക്കടയിലേക്ക്

ഇതു ചെന്നൈ, എഴുത്താളരുടെ
ദേശീയ സംവാദം, എന്തേ ഗദ്ദറീ-
വേഷം? അരയിലെ പാളത്താറും
തോളിലെ നീല രണ്ടാംമുണ്ടും

പി.ബി. അനൂപ്

കൈയിലൊരു വടി, തലയിലൊരു
ചെങ്കെട്ട്, വളർന്ന താടിയും മീശയും...
-ഞാനൊരു വെറും നാടോടിഗായക-
നടിയരുടെ ദലിത കുലത്തിൽ നിന്നും
വന്നൂ, ഇതവരുടെ വേഷം, ഗായകനു
വേണ്ടതു സ്വന്തം ശബ്ദത്തെ നയിക്കുമൊരിച്ഛ
പെരുവിരൽ ചോദിക്കും ദ്രോണരുടെ
ഗുരുവിഗ്രഹം തൊഴിച്ചുടയ്ക്കുക പുറംകാലാൽ
തുപ്പിക്കുഴയ്ക്കുക കളിമൺ വിഗ്രഹം,
മെനഞ്ഞെടുക്കുക
നിന്റെ വിരലാലൊരു പെരുവിരൽ കൂടി
ആറാം വിരലാൽ നീ നയിക്കണമർജ്ജുന
സേനയ്ക്കെതിരെ ഏകലവ്യപ്പടയെ...

ഗദ്ദർ, 'അജ്ഞാത'രുടെ വെടിയുണ്ടകൾ നിന്റെ
മുലപ്പാലിനെ രക്തപ്പുഴയാക്കിയതറിയുമ്പോ-
ളീ വരികൾ, നിന്റെ പാട്ടിനെ വീഴ്ത്തിയതാര്?
പൊലീസോ, നിന്റെ രാഷ്ട്രീയ കക്ഷി തന്നെയോ?
വെടിയുണ്ടകൾക്ക് നടുവിലെപ്പോഴും
നമ്മുടെ ഗാനം, നമ്മളിൽത്തന്നെയുണ്ട് നമ്മുടെ
ചാരനും ജാരനുമെങ്കിലും
പാടുകയെന്നതേ ഗായകന്റെ വിധി, നമുക്ക് മാറിടം തുറന്നിടാം
മരിച്ചുപോകുന്നെങ്കിൽ ഹാ, എങ്കിലടക്കണ-
മെന്നെ തെലുങ്കാനയിലെ ദലിത്ചുടലയിൽ
ചോരയിൽ കുതിർന്ന ഈ വെറും വേഷം മാത്രം
പോരു,മെന്റെ കാലിലെ ചിലങ്കയും...
പതിറ്റാണ്ടുകൾ കഴിഞ്ഞാരെങ്കിലുമൊരാളീ
ചുടലമണ്ണിൽ ചെവിയോർക്കുമെങ്കിൽ
അയാളോ (അവളോ) കേൾക്കുമടങ്ങാത്ത പക
അതെന്റേതല്ലൊരു വംശത്തിന്റേത്.

ഞാൻ വെറുംപാട്ടുകാരനല്ല
വെറുംപാട്ട്, ഇപ്പാട്ടിൽ തീയുണ്ടെങ്കിൽ
പാട്ടിന്റെ ചൂട്ടു കത്തിച്ചത് ഞാനല്ല
കൂട്ടരേ, കാലമോ? ചരിത്രമോ?

(ഗദ്ദറിനുനേരെയുണ്ടായ വധശ്രമത്തിന്റെ പശ്ചാത്തലത്തിൽ എഴുതിയത്.)

■

മാ

(മന്ദാകിനിയുടെ ഓർമ്മയ്ക്കു മുന്നിൽ)

സിവിക് ചന്ദ്രൻ

ആമാർ ബാഡി
തോമാർ ബാഡി
നൊക്ഷൽ ബാഡി
(എന്റെ വീട്
 നിന്റെ വീട്
 നമ്മുടെ വീട്)
-ഗദ്ദർ പാടുന്നൂ
ടൗൺഹാളിൽ
കേട്ടിട്ടുണ്ടേറേ
കണ്ടിട്ടില്ലിതു വരെ
ഇനി
കാണാനായില്ലെങ്കിലോ?
പുറപ്പെടുന്നൂ
മന്ദേട്ത്തി
ചുവപ്പു മലയാളത്തിൻ
സ്വന്തം മാ
തീരെ വയ്യ
ഒറ്റയ്ക്കിപ്പോൾ
പോകാറില്ല പുറത്ത്
പുറപ്പെടുന്നൂ കൂടെ
അജിത
അന്വേഷിത്തിരക്കുണ്ടെങ്കിലും
എൻട്രൻസ്
കോച്ചിങ്ങുണ്ട്
താനില്ലെന്ന് ഗാർഗി
കണ്ടിട്ടില്ലല്ലോ
നീയും മോളേ, ഗദ്ദറിനെ
- മന്ദാകിനി, അജിത, ഗാർഗി

പി.ബി. അനൂപ്

മുൻനിരയിലിരിക്കുന്നു
മലയാളത്തിന്റെ പൂച്ചെണ്ട്
ഇപ്പോൾ മാ നൽകും ഗദ്ദറിന്
അതാ വേദിയിലേക്ക് കയറുമ്പോൾ
ഇരമ്പുന്നു ടൗൺ ഹാൾ
(പഴയ കോഴിക്കോടല്ലെന്നിട്ടും!)
'ബുറാക്കഥ'
തലേക്കെട്ടഴിച്ച് തലകുനിക്കുന്നൂ ഗദ്ദർ
കാൽക്കൽ
വീഴാനായുമ്പോൾ
കാൽച്ചിലങ്ക പാടുന്നൂ;
ഞങ്ങൾ കലാപകാരികൾ
എന്നെന്നുമെപ്പോഴും
കലാപകാരികൾ
കടൽ മൾബറിത്തോപ്പാവുന്ന
കാലം വരില്ലെന്നു
ശപിപ്പതാര്?
ഇനിയുമസ്ഥികളോട-
ക്കുഴലാകില്ലെന്ന്
ശപിക്കുന്നതാരെ?

മാ വേദിയിൽ നിൽക്കുമ്പോൾ
ഇരമ്പുന്നൂ ടൗൺ ഹാൾ
(പഴയ കോഴിക്കോടല്ലെന്നിട്ടും!)
മന്ദേ,
നാരായണേട്ടൻ വിളിക്കുന്നൂ
മന്ദേട്ത്തീ,
മീശ വാസു വിളിക്കുന്നൂ
സഖാവേ,
വർഗീസ് നീട്ടി വിളിക്കുന്നൂ
വയനാടൻ കാടിരമ്പുന്നൂ
വീണ്ടും, ചുരമുരുൾ പൊട്ടുന്നൂ
ശിരസ്സ്, പെയ്യുന്നതിടവപ്പാതിയോ ?

- ശ്... ശ് ശ്...ശ്, നിശ്ശബ്ദം,
ദയവായി...
മാ മയങ്ങട്ടേ ഇത്തിരി നേരം
ഐസിയുവിൻ ചുമർ
ചാരിയിരിക്കുന്നൂ
യാക്കൂബും ഗാർഗിയും അജിതയും ■

ഗദ്ദർ

കുരീപ്പുഴ ശ്രീകുമാർ

തെന്നാലിയിൽനിന്നു തെക്കോട്ടടിക്കുന്നു
തെമ്മാടിപ്പാട്ടിൻ കൊടുങ്കാറ്റ്
ശ്രീകാകുളത്തും ഖമ്മത്തും ഗുണ്ടൂരും
തീപിടിച്ച ചെറുത്തുനിൽപ്പ്.
ചാർമിനാർതൊട്ടു കൊടുങ്കാറ്റ്
ശ്രീ ശ്രീ*ക്കവിത കുടിക്കുന്നു
നൊന്തുമരിച്ച തെലുങ്കന്റെ
സംഗീതമേറ്റ കൊടുങ്കാറ്റ്
കെട്ടഴിച്ചാരു തൊടുത്തുവിട്ടു?
ഗദ്ദർ, മനുഷ്യന്റെ പാട്ടുകാരൻ

ഗദ്ദർ, സുഹൃത്തേ, യിരമ്പുന്നു മണ്ണിന്റെ
രക്തത്തിൽ നീ പെയ്ത കാവ്യപ്പെരുമഴ.

ദൂരെയിക്കായലിറമ്പത്ത് ഞാനെൻദുഃഖ-
ജീവിതച്ചൂടി പിരിക്കുമ്പോൾ
റായലസീമയിൽ ഗദ്ദറിന്റെ
തീയൊടുങ്ങാത്ത വയൽപ്പാട്ട്.

ഞാൻ പിറക്കുംമുൻപു കേരളത്തിൽ
ഞാറിനോടൊപ്പം തെഴുത്തപാട്ട്
നാട്ടിലെപ്പാടങ്ങൾ വീടുകളായ്
പാട്ടിലെ പുലി പോയി പുല്ലു തിന്നു
ഏറ്റുമുട്ടിത്തോറ്റ രക്തസാക്ഷി.
ചോദ്യമായെന്നിൽ തിളയ്ക്കുമ്പോൾ
വെടിയേറ്റ നെഞ്ചിലെ സ്വപ്നവേരിൽ
പിടിമുറുക്കുന്നു ചുവന്ന ഗദ്ദർ

ഗദ്ദർ, സഖാവേ, മുഴങ്ങുന്നു മണ്ണിന്റെ
രക്തത്തിൽ നീ പെയ്ത കാവ്യപ്പെരുമഴ. ■

---

* ശ്രീ ശ്രീ - (ശ്രീരംഗം ശ്രീനിവാസറാവു) 1983ൽ അന്തരിച്ച തെലുങ്കിലെ വിപ്ലവമഹാകവി.

www.ingramcontent.com/pod-product-compliance
Lightning Source LLC
LaVergne TN
LVHW090334051026
849518LV00005B/1956